# சொல்லாமல் தொட்டு செல்லும் தென்றல்



பத்மா கிரகதுரை

ISBN 979-888606190-1

# பொருளடக்கம்

# பொருளடக்கம்

# 1

**மிகச் சுலபமாய் கையசைத்து கடந்து
விட்டாய் ஒவ்வொன்றிலும் தெரியும்
உன் சாயல்களை என்ன செய்ய..?**

"என்ன சொன்னார்கள்..?" அம்மா சரஸ்வதியின் கிசுகிசுப்பான குரல் கேட்டது.. "ம்.. என்னத்தை சொல்ல..? நான் என்ன சொன்னாலும் அதற்கொரு பதில் வைத்திருக்கிறார் அண்ணாச்சி.." அப்பா சிவராமனின் குரல்.. மைதிலி தன் காதுகளை கூர்மையாக்கினாள்

அவள் வீட்டின் பின்புறம், அடுப்படியை ஒட்டி இருந்த சிறு திண்ணையில் அமர்ந்திருந்தாள்.. மதிய வெயில் கொளுத்திக் கொண்டிருக்கும் வேளையில் யாரும் அந்த சுடு இடத்தில் அமரமாட்டார்கள்.. ஆனால் அவள் அமர்ந்திருந்தாள்.. கொந்தளித்துக் கொண்டிருக்கும் மனதினை விட அந்த திண்ணை சூடு அவளுக்கு பெரிதாக தோன்றவில்லை.. மகள் வீட்டினுள் பெட்ரூமில் படுத்துக் கொண்டிருப்பாள் என்ற எண்ணத்தில் பெற்றவர்கள் இருவரும் கிச்சனுக்குள் கிசுகிசு குரலில் பேசிக் கொண்டிருந்தனர்..

"நீங்க என்ன சொன்னீங்க..?" "நம் பொண்ணு படித்த பொண்ணுன்னு நாசூக்காக அண்ணாச்சிகிட்ட

சொன்னேன்.. ம்..ம்..னு தலையாட்டி கேட்டுட்டு, புஸ்தவ படிப்பு என்னத்தக்குலே ஆகும்.. வாழ்க்கையை படிக்கனும்லேங்கிறாரு..'' "நீங்க நாசூக்கெல்லாம் ஏன் பாக்குறீங்க நல்லா வெளிப்படையா பேச வேண்டியதுதானே..?" "அருணாச்சலம் அண்ணாச்சிகிட்ட அப்படி பேசுறதுக்கு இடமோ, நேரமோ நமக்கு கிடைக்காது சரசு.. இந்த பேச்சையே நான் அவர் மளிகை கடை கசகசப்புக்குள்ள கத்தி கத்தி அவர் காதில் சொன்னேன்.. உட்கார இடம் கூட இல்லை.. ஓரமாக கிடந்த புண்ணாக்கு மூட்டை மேல்தான் என்னை உட்கார வைத்தார்..?" "இது என்னங்க அநியாயம்..? கல்யாணம் பேச வர்றவரை இப்படித்தான் உட்கார வைப்பாரா..?"

"அவர் மண்ணெண்ணெய் டின் மேலதானே உட்கார்ந்திருந்தார்.. எனக்கு புண்ணாக்கு மூட்டை..'' சிவராமனின் குரலில் லேசான சிரிப்பு வந்திருந்தது.. "எனக்கு ஒரு மாதிரி பக்.. பக்குங்குது.. உங்களுக்கு எப்படித்தான் சிரிப்பு வருதோ..?" "சிரிக்கலாமா.. வேண்டாமான்னு யோசனைதான் சரசு எனக்குள்ளும்.. ஆனாலும் சிரித்தால் மனதுக்கு லேசாக இருக்கிறது... நீ பயப்படும் அளவு இதில் ஒன்றும் இல்லைன்னு உள்மனசு சொல்கிறது."

"ம்.. மேம்போக்காய் பார்த்தால் நல்ல குடும்பம்தான்.. வசதியான இடம்தான்.. ஆனால் பெரிய குடும்பம்.. வியாபார குடும்பம்.. இதெல்லாம் நம் மகளுக்கு பழக்கமில்லாத சூழல், அவள் தாங்குவாளா..?" "மேம்போக்காய் மட்டுமில்லை சரசு ஆழ்ந்து பார்த்தாலும் நல்ல குடும்பம்தான் அருணாச்சலம் அண்ணாச்சியோட சம்பந்தின்னு சொல்லிக்கிட்டு இந்த ஏரியாவில் நடந்தேன்னா எல்லா பயலுகளும் மரியாதையாய் பார்ப்பாங்க.. ஆனாலும்..'' "உங்கள் கவலைதான் எனக்கும்.. நம் மகளை பூப்போல் வளர்த்திருக்கிறோம்..

வீட்டு வேலைகள் கூட அவளுக்கு சரிவர செய்ய தெரியாது.. அண்ணாச்சி வீட்டுக்கு போனால் இருபத்தி நான்கு மணி நேரமும் வேலை இருக்கும்.. அண்ணாச்சி வீட்டு பெண்கள் எந்நேரமும் பம்பரமாய் சுற்றிக் கொண்டிருப்பதை பார்த்திருக்கிறேன்.. அத்தனை வேலை நம் மைதிலிக்கு தாங்குமா..?"

"பிறந்த வீட்டில் மந்தமாக சோம்பேறித்தனமா இருக்கும் பெண்கள், புகுந்த வீட்டிற்கு போனதும் ரொம்ப சுறுசுறுப்பாய் மாறிவிடுவதில்லையா..? செல்லமாக வளர்ந்தாலும் சூழ்நிலைகேற்ப மாறும் வித்தையை நாம் நம் மகளுக்கு சொல்லிக் கொடுத்திருக்கிறோமே சரசு.." என் வாழ்க்கையே சூழ்நிலைக்குள் போகிறதாப்பா.. வெளியே மைதிலி மனதிற்குள் தந்தையிடம் பேசிக் கொண்டாள்...

நாகரீக நாசுக்குடன் வளர்ந்த மெல்லியலளான பெண்ணிற்கு ஆர்ப்பாட்டமும், அதிகாரமுமான இந்தக் கிராமாந்திர குடும்பம் சரிப்பட்டு வருமா..? இந்தக் கல்யாணம் பேச ஆரம்பித்த தினத்திலிருந்தே மைதிலியின் மனதினுள் சூறை சுழலொன்று சுற்றியபடி இருந்தது.. அச்சுழலோடு சேர்ந்து சுற்றும் படகாய் அவள் உணர்வுகள், அங்குமிங்குமாய் அலைக்கழித்து கொண்டு இருந்தன.. "பார்ப்பதற்கு கடுமையாக தெரிந்தாலும், பழகுவதற்கு அந்த பையன் கொஞ்சம் தன்மையானவன் தான்.."

அப்பா சொன்ன அந்த தன்மையானவனின் நினைவு மைதிலிக்கு வந்தது.. அவனை அவள் முதன் முதலில் சந்தித்த நாள் நினைவு வந்தது.. "மைதிலி அப்பா மதிய சாப்பாடு எடுத்துக்காமல் போய்விட்டார்.. நீ போகிற வழியில் கொண்டு போய் கொடுத்துட்டு போறியாம்மா.."

"அம்மா நான் காலேஜீக்கு போறேன்.. இப்போ எப்படி அப்பா ஆபிசுக்கு போக முடியும்..?" "இரண்டு

தெரு சுத்தி போகனும்.. ஸ்கூட்டியில்தானே போகிறாய்.. போய் கொடுத்துடும்மா.. இல்லைன்னா நான்தான் பஸ் பிடித்து போகனும்.."

ஏன் உங்கள் மகன் என்ன செய்கிறான்.. மனதிற்குள் வந்த இந்த கேள்வியை உதட்டை மடித்து தடுத்தாள்.. வேண்டாம் அம்மா மனது புண்படும்.. அவள் அண்ணன் ராகவன் திருமணம் முடிந்து மூன்றே மாதங்கள்தான் தாய், தந்தையோடு இருந்தான்.. பிறகு அவனது அலுவலகத்தை காரணமாக காட்டி, அலுவலகத்தின் அருகில் வீடு என்ற பேச்சோடு ஒரு அப்பார்ட்மெண்டுக்கு மனைவியோடு தனிக்குடித்தனம் போய்விட்டான்.. அவனது அலுவலகத்தை விட அவன் மனைவி கிரிஜாவின் அம்மா வீடுதான் அந்த அப்பார்ட்டுமெண்டுக்கு அருகே இருந்தது..

தனியாக போனதோடு சரி, எப்போதாவது ஒருமுறை அதிசயமாக அம்மாவை பார்க்கவென வீட்டுக்கு வருவான்.. நாலு வாழைப்பழம், ஒரு பிஸ்கெட் பாக்கெட் இவற்றை கொண்டு வந்து அம்மா கையில் கொடுத்து விட்டு, அம்மா மகனுக்காக சமைத்து வைத்திருக்கும் சாப்பாட்டை இலை போட்டு பரிமாற திருப்தியாக உண்டு பெரிய ஏப்பம் ஒன்றுடன் கிளம்பி போய்விடுவான்.. இந்த மகனின் வருகையையே அம்மா பெருமிதமாக இன்னைக்கு என் மகன் வந்தான் எனக் கொண்டாடுவாள்..

சிவராமனுக்கும், ராகவனுக்கும் ராகவன் கல்லூரியில் படிக்க ஆரம்பித்த காலத்திலிருந்தே அவ்வளவாக ஒத்துப் போவதில்லை.. வீட்டுக் கவலையின்றி தான் தோன்றியாக திரிகிறான் மகன் என்ற குற்றச்சாட்டு சிவராமனுக்கு.. நான் படிப்பேனா.. உங்கள் வீட்டைப் பார்ப்பேனா.. என்ற வாதம் ராகவனுக்கு.. மதுரை சந்தை ரோட்டில் ப்ளாஸ்டிக் பொருட்கள் விற்கும் கடை சிவராமனுக்கு அவரது பதிமூன்று வயதில்

சாக்கை விரித்து அதில் ப்ளாஸ்டிக் சாமான்களை பரப்பி வைத்து ப்ளாட்பாரத்தில் தொழில் ஆரம்பித்-தவர்.. இன்று அதே இடத்தில் இரண்டு மாடியாக அவரது தொழில் வளர்ந்துள்ளது.. ப்ளாஸ்டிக் சாமான்-களில் அத்தனை வகைகளும் அவரது கடையில் வாங்கலாம்..

அப்பாவின் தொழில் மகனுக்கு பிடிக்கவில்லை.. அவன் காலேஜிற்கு பீஸ் கட்டவும், நண்பர்களோடு சுற்றுலா செல்லவும் மட்டுமே அந்த ப்ளாஸ்டிக்கடை வருமானம் அவனுக்கு தேவையாயிருந்தது.. மற்ற நேரங்களில் அந்த தொழில், தொழில் தொடர்பான விபரங்கள் அவனுக்கு ரப்சர் தருபவை என அவனால் சொல்லப்படும்.. தனக்கு பிறகு தொழிலை மகன் பார்த்துக் கொள்வான் என்ற சிவராமனின் நம்பிக்-கையை தகர்த்து, அப்பாவின் காசை விழுங்கி எம்.ஈ வரை படித்து, மதுரையின் புகழ் பெற்ற கட்டுமான கம்பெனி ஒன்றில் சீனியர் இன்ஜினியராக வேலைக்கு சேர்ந்தும் விட்டான்..

அவனுக்கு திருமணத்திற்கான வரன் தேடி வர, உடன் மணம் முடித்து மனைவியின் ஆலோசனைப்படி (இங்கேயே இருந்தால் உங்கள் அப்பா போல் தலை மேல் ப்ளாஸ்டிக் டப்பாவை சுமக்க வேண்டி வரலாம்..) தன் அலுவலகத்தின் அருகே வீடு பார்த்து குடியேறி போய்விட்டான்.. புல் எஜ்கேட்டடு பாமிலி போன்ற-தோர் பாவனைகளோடு தன் சார்பான இடங்களில் வலம் வந்து கொண்டிருக்கிறான்.. அப்படிப்பட்டவனா.. மதிய உணவை மறந்து வைத்துவிட்டு போன தந்-தைக்கு டிபன்பாக்சை கொண்டு போய் கொடுக்க போகிறான்..?

மைதிலியின் மனதிற்குள் அண்ணன் எப்பவுமே பலபடிகள் கீழிறங்கிய நிலையில் இருப்பவன்தான்.. இப்போதும் அப்படியே அண்ணனை மனதிற்குள் வசை பாடியபடி அப்பாவின் சாப்பாடு டிபனை எடுத்துக்

கொண்டு கிளம்பினாள் மைதிலி.. இப்போது அவள் போகாவிட்டால் இந்த வேலை அம்மாவின் தலையில்தான் விழும்.. வீட்டு வேலைகளை முடித்து விட்டு சிறிது நேரம் அம்மா அக்கடாவென்று சீரியல் பார்க்க உட்காருவாள்.. அது முடியாமல் போகும்.. அம்மாவிற்காக அந்த வேலையை எடுத்துக் கொண்டாள் மைதிலி.. மதுரையின் நெரிசலான சாலையில் நிதானமாக கவனமாக ஸ்கூட்டியை ஓட்டினாள்.. அப்பாவின் கடை இருக்கும் சந்தை ரோட்டுப்பக்கம் திரும்பியவள் மலைத்தாள்.. ஹப்பா எத்தனை ஜனத்திரள்.. எவ்வளவு கூட்டம்.. இத்தனை பேருக்கும் இந்த காலை நேரத்தில் இங்கே என்ன வேலை இருக்கக் கூடும்..? பெருமூச்சு விட்டபடி ஆக்சிலேட்டரை மெல்ல மெல்ல திருகியபடி கால்களை தரையில் ஊன்றி தடுமாற்றத்துடன் அந்த ஜனக்கூட்டத்திற்கிடையே மெல்ல நீந்தியபடி போனாள்..

அதோ அப்பாவின் கடை “சிவா ப்ளாஸ்டிக்ஸ்” என்ற போர்டு கண்ணில் பட்டதும், கால்களை ஸ்கூட்டி மேல் வைத்து, ஆக்சிலேட்டரை கொஞ்சம் முடுக்க வண்டி வேகமாக நகர்ந்தது.. அப்போது விநோதமான அலறல் ஒன்றுடன் அவள் வண்டி முன் உருண்டு வந்து விழுந்தான் ஒருவன்.. ஸ்கூட்டி வேகம் இல்லாததால் அவன் மேல் ஏறாமல், அவனை தட்டி நின்றது.. கீழே சரிந்தது.. மைதிலி “வீல்” என்ற அலறலுடன் ஸ்கூட்டியை விட்டு குதித்து தள்ளி நின்றாள்.. கீழே உருண்டு கிடந்தவன் அரக்க, பரக்க எழுந்து ஓடப்பார்த்து அவள் மேலேயே மோதினான்.. மைதிலி மீண்டும் அலறினாள்..

“டேய்.......... எங்கேடா ஓடுற..?” கெட்ட வார்த்தை ஒன்றுடன், கையில் அரிவாளோடு வந்தான் ஒருவன்.. அவன்தான் கீழே விழுந்தவனை விரட்டி வந்தவனாயிருக்கும்.. கண்கள் சிவந்து, தலை கலைந்து

அச்சு அசலாக ரவுடி தோற்றத்தில் கொண்டிருந்தான்.. அவன் அரிவாளை ஓங்கியபடி வந்த அதே நேரம்தான் கீழே கிடந்தவன் மைதிலி மேல் மோதியிருந்தான்.. அவள் அலறியிருந்தாள்.. "ஏன்டா பொட்டச்சி பின்-னால் போய் ஒளியுறியோ..?" கொத்தாக அவன் தலைமுடியை பிடித்து இழுத்தான் வந்தவன் பிறகு அவனை கீழே போட்டு நெஞ்சில் மிதித்தான்..

"ஏய் யார் நீ..?" அவனது அரிவாள் இப்போது மைதிலியின் பக்கம் நீண்டது.. "நா.. நான்.. சு.. சும்மா.." மைதிலியின் உதடுகள் நடுங்கின.. "போ.." ஒற்றை வார்த்தையில் இவளை உறுமியவன் எழுந்து ஓட முயன்றவனின் கழுத்தில் ஏறி மிதித்தான்..

இன்னமும் தயங்கி நின்றவளை திரும்பி பார்த்தவன் "என்ன போகலையா..?" திரும்ப உறுமினான்.. "எ.. என்.. வண்டி.." மைதிலியின் ஸ்கூட்டர் அவர்கள் இருவருக்கும் அந்தபக்கம் சரிந்து தரையில் கிடந்தது.. ஒரே உதையில் தரையில் கிடந்தவனை நாலு அடி தள்ள போய் விழ வைத்தவன், வலது கை அரிவாளை சுழற்றியபடி இடது கையால் இவள் ஸ்கூட்டியை அநாசியமாக தூக்கி இவள் பக்கம் நகர்த்தினான்..

"ம்.. சீக்கிரம் போ.." கை கால் உதறலெடுக்க வேகமாக ஸ்கூட்டியின் பட்டனை ஆன் செய்ய அது ஸ்டார்ட் ஆக மறுத்தது.. உள்ளங்கை வியர்வையில் வழுக்க திரும்பி திரும்பி பார்த்தபடி மீண்டும் மீண்டும் முயன்று கொண்டிருந்தாள்.. பின்னால் அவனை நையப்புடைத்துக் கொண்டிருந்த அவன்.. இது ஸ்டார்ட் ஆகாது, இறங்கி உருட்டிக் கொண்டே போய்-விட வேண்டியதுதான் என்ற முடிவோடு மைதிலி இறங்க யத்தனிக்கையில் அவள் தோளில் ஒரு முரட்-டுக்கரம் படிந்து அழுத்தியது..

"உட்கார்.." உத்தரவிட்டு விட்டு ஸ்கூட்டியின் சைடு கிக் ஸ்டார்ட்டரை இழுத்து ஒற்றைக் காலால் ஓர்

உதை விட்டான்.. ஸ்கூட்டி அதிர்ந்து ஸ்டார்ட் ஆனது.. ஆளை விடுடா சாமி என்று வண்டியிலேறி வந்து விட்டாள் மைதிலி..

"நீ ஏண்டாம்மா வந்தாய்..? உன் அம்மாவிற்கு அறிவே கிடையாது.. பொம்பளைப் பிள்ளையை இங்கெல்லாம் அனுப்பலாமா..?" கடிந்தபடி டிபன் பாக்சை வாங்கிக் கொண்டார் சிவராமன்.. "வந்த வழியில் போகாதேடா.. இதோ இந்த சந்து வழியாக போய் வலது பக்கம் திரும்பினால் மெயின் ரோடு வந்து விடும் அப்படி போ.." மகளை உடனே அந்த இடத்தை விட்டு அனுப்புவதில் குறியாக இருந்தார் தந்தை, மைதிலி கடையை விட்டு வெளியே வந்து ஸ்கூட்டியை எடுத்த போது தூரத்தில் கும்பலாக மனிதர்கள் தெரிந்தார்கள்.. அவ்வளவு நேரமும் ஏனென்று கேட்க ஒரு ஆள் இல்லை.. இப்போது எப்படி இத்தனை கும்பல்.. அந்த கும்பல் நடுவே அரிவாள் ஏந்திய அவன் கை தெரிந்தாற் போலிருந்தது..

முகம் பயத்தில் வெளுக்க வேகமாக வண்டியை ஸ்டார்ட் செய்தாள்.. மெயின் ரோட்டை அடைகையில் போலீஸ் ஜீப் ஒன்று அவளைக் கடந்து கடைத்தெருவிற்குள் நுழைந்தது.. அந்த ரவுடியை அரெஸ்ட் செய்திருப்பார்களாக இருக்கும்.. தன்னைத் தானே சமாதானப்படுத்திக் கொண்டாள்.. அன்று கொலை வெறியோடு ஒருவனை துரத்தியவன்தான் இன்று அவளுக்கு மாப்பிள்ளையாக அப்பாவால் பேசப்படுபவன்.. அந்த சம்பவம் நடந்து ஒரு வருடமாவது இருக்கும்..

அவன் ரவுடி இல்லை அந்தப் பகுதியிலேயே பெரிய அளவில் மொத்தமாக மளிகை வியாபாரம் செய்யும் அருணாச்சலம் அண்ணாச்சியின் மூத்த மகன் பரசுராமன் என்று பிறகு அவளுக்கு தெரிய வந்தது..

# 2

**அழைப்பதற்கென்றேதான் வைத்துக் கொண்டிருக்கிறேன், என் பெயரை.. உன் நாவால்..**

மைதிலி ஸ்கூட்டியை கல்லூரி பார்க்கிங் ஏரியாவில் நிறுத்தி விட்டு நடந்தாள்.. எப்போதும் துள்ளலும், துடிப்புமாக இருக்கும் அவளது நடை இன்று துவண்டு, மெதுவாக இருந்தது.. அவளது கல்யாணபேச்சு வீட்டில் பேச ஆரம்பிக்கப்பட்ட நாளிலிருந்தே அவள் நடை இப்படி அமைதியாக மாறிவிட்டது.. சுனாமியை எதிர்பார்த்து பயந்திருக்கும் கடலோர மீனவனாக இருந்தாள் அவள்..

“என்னடி இப்போதான் வர்றியா..?” கேட்டபடி அவளோடு நடையில் இணைந்து கொண்டனர் சுமதியும், சௌம்யாவும் இருவரும் அவளது வகுப்பு தோழிகள்.. ‘ம்’ என்ற ஒற்றை எழுத்துடன் நடையை தொடர்ந்த தோழியை பரிதாபமாக பார்த்தனர்.. மைதிலி எவ்வளவு உற்சாகமான பெண். ஒரு வாரமாக துவண்ட துணியாக வலம் வருகிறாள்.. சுமதி சொல்லித்தான் மைதிலிக்கே அந்த பரசுராமனுக்கு தன்னை மணம் முடிக்க பேசும் விசயம் தெரியும்.. சுமதியின் தந்தையும் அதே கடைத்தெருவில் சிறு ஹோட்டல் ஒன்று நடத்துபவர்.. அவரும்-சுமதியின் அம்மாவும் பேசிக்கொண்-

டனராம்..

அருணாச்சலம் அண்ணாச்சியும் சிவராமன் அண்ணாச்சியும் சம்பந்தியாக போவதாக பேசி கொண்டிருந்ததாக சுமதிதான் மைதிலியிடம் வந்து சொல்லி உண்மையா.. என தோழியிடம் கேட்டாள்.. மைதிலி விழித்தாள்.. இந்த விபரம் இதுவரை அவளுக்கே சொல்லப்படவில்லை.. வீட்டிற்குள் அம்மாவும் அப்பாவும் தாழ்ந்த குரலில் கிசுகிசுப்பாக ஏதாவது பேசிக் கொள்வதை அவள் கூர்ந்து கவனித்து கேட்பதில்லை.. மகளின் காதிற்கு வேண்டாமென்றுதானே பெற்றவர்கள் அப்படி பேசிக் கொள்கின்றனர்.. அந்த ஜாக்கிரதையே மீறி தான் ஏன் அதனைக் கேட்க வேண்டுமென நினைப்பாள்.. கடந்த சில நாட்களாக தாயும், தந்தையும் அப்படி பேசிக் கொள்வதை அவள் கவனித்துதான் இருந்தாள்..

ஏதாவது தொழில் விபரமோ.. சொந்தங்களின் குடும்ப விபரமாவோ இருக்கும் என்றுதான் நினைத்தாள்.. இப்படி தனது எதிர்கால நிர்ணய பேச்சாக அது இருக்குமென நினைக்கவில்லை.. அவளது கல்யாண பேச்சு அவளுக்கே தெரியாது என்ற தோழியின் நிலைமை அறிந்ததும் சுமதிக்கு கொஞ்சம் பாவமாக இருந்தது.. “உனக்கே தெரியாதா..?” பரிதாபமான குரலில் கேட்டாள்.. “ம்ஹீம்..” தலையசைத்தாள் மைதிலி.. “சை என்ன வாழ்க்கைடி இது..? காலம்பூராவும் வாழப் போவது நாம்.. இன்னாருடன் உனக்கு மணமுடிக்க பேசட்டுமா.. என நம்மை ஒரு வார்த்தை கேட்க மாட்டார்களா..?” மற்ற பெற்றோர்கள் எப்படியோ.. தன் பெற்றோர்கள் நிச்சயம் தன்னடிம் கேட்பார்களென்றே மைதிலிக்கு தோன்றியது..

சிவராமன் மிகவும் நியாயமான பேர்வழி.. மகன் இப்போது வந்த வரனை விரும்புகிறான் என புரிந்து போனதும்.. இந்த திருமணம் முடிந்ததும் அவன் நிச-

சயம் தங்களை விட்டு தனியே போய்விடுவான் என நூறு சதவிகிதம் தெரிந்திருந்ததும்.. அப்படி பிரிந்து தனியே போவதே அவனது வாழ்வை செழுமையாக்கும் என்ற நியாயத்தில் அந்த வரனையே மகனுக்கு முடித்து வைத்தவர்.. மகளின் திருமணவாழ்விலும் அந்த வகை நியாயத்தை பின்பற்றுவார் என்பதில் மைதிலிக்கு நிச்சயமே. ஆனால் அவள் மன சந்தேகம் என்னவெனில் இந்த விசயத்தை மகளிடம் எப்படி சொல்வது என்றே தன் பெற்றோர் தவித்து வருகின்றனர் என்பதே.. அதையே வீட்டில் தாய்-தந்தையின் பேச்சுக்களும், நடவடிக்கைகளும் உறுதிப்படுத்தியாக மைதிலிக்கு சொல்லின.. அவள்தான் இப்போதெல்லாம் எனக்கென்ன என்று ஒதுங்காமல் தாய் தந்தையின் ரகசிய பேச்சுக்களை கூர்ந்து கவனித்து வருகிறாளே..

“மைதிலி ரவியிடம் பேசிப்பார்க்கலாமாடி..?” சுமதி நடந்தபடி கேட்டாள்.. மைதிலிக்கு திக்கென்றது.. ரவி என்று சுமதி குறிப்பிடும் ரவீந்தர்.. அவர்கள் வகுப்பு மாணவன்.. அந்தக் கல்லூரியின் ஹீரோ போல் வலம் வருபவன்.. நன்கு படிக்கும், நல்ல குணங்களுடைய மாணவன், கல்லூரியில் ஒரு பிரச்சினை என்றால்.. குறிப்பாக பெண்கள் சந்திக்கும் பிரச்சனை என்றால் அவர்களுக்கு ஆதரவாக அவன்தான் முதல் ஆளாக நிற்பான்.. பிரச்சனைகளின் அடிவேர் வரை ஆழ்ந்து நுழைந்து தொல்லை கொடுக்கும் முடிச்சை அவிழ்த்து சுமூகமாக விசயத்தை முடிப்பான்.. ஈவ் டீசிங், ராக்கிங் போன்ற பெண்களின் பிரச்சனைகளின் மீது அவர்கள் எளிதாக சொல்லும் வார்த்தை.. “ரவியிடம் சொல்லி விடவா..?” என்பதுதான்..

அவ்வளவுதான் எதிராளி சத்தமின்றி அடங்கிப் போய் விடுவான்.. கையெடுத்து கும்பிட்டு பெண்களுக்கு வழிவிட்டு ஒதுங்கி நிற்பான்... ரவி என்ற

இரண்டெழுத்திற்கு அவர்கள் கல்லூரியில் அவ்வளவு பவர் உண்டு.. சமீபத்தில் மைதிலியின் வகுப்பு தோழி ஒருத்தி கல்லூரி பேராசிரியர் ஒருவராலேயே பாலியல் சீண்டலுக்கு உள்ளானாள்.. இன்டர்னெல் மார்க் போட மாட்டேன் என மிரட்டப்பட்டாள்.. அமைதியாக தனது பிரச்சனையை ரவியின் காதில் ஓதிவிட்டு ஒதுங்கிக் கொண்டாள்.. மறுநாள் காலை வாக்கிங் போன பேரா-சிரியர் சட்டை கிழிந்து உடலெல்லாம் சிராய்ப்புகளோடு வீடு வந்தார்.. கீழே விழுந்து விட்டதாக தன் மனைவி பிள்ளைகளிடம் பீதியோடு சொன்னார்..

ஒரு வாரம் கழித்தே அவரால் கல்லூரிக்கு வரமு-டிந்தது.. அப்போதும் ரவி அவரை கெமிஸ்ட்ரி லேபில் வைத்து யாருக்கும் தெரியாமல் என் கால்களில் விழ வைத்தான் என பெருமிதமாக சொன்னாள் அந்த பாதிக்கப்பட்ட தோழி.. அப்படிப்பட்ட ரவியிடம்தான் மைதிலியின் பிரச்சனையை கொண்டு செல்லலாமா.. எனக் கேட்கிறாள் சுமதி.. இது கல்லூரி பிரச்சினை அல்ல.. குடும்ப பிரச்சினை இதனை ரவீந்தர் காதிற்கு கொண்டு போவது சரியாக வருமா..? ஆனால் சுமதி ரவியை தேர்ந்தெடுத்ததற்கும் ஒரு காரணம் இருந்தது.. அது.. யோசனையிலேயே இருந்த மைதிலியின் கைகளை பிடித்து இழுத்துக் கொண்டு கல்லூரியின் பின்புறமிருந்த கால்பந்தாட்ட மைதானத்திற்கு வந்தனர் சுமதியும், சௌம்யாவும்,

அந்த இடம் தான் ரவீந்தரின் அரசாங்கம்.. அங்-கேதான் அவனிடம் வரும் வழக்குகளின் தீர்ப்புகள் எழுதப்பட்டுக் கொண்டிருந்தன.. இதோ இப்போது கூட ஒரு தீர்ப்பு.. யாருக்கு என்ன பிரச்சனையோ.. மாண-வன் ஒருவனை குனிய வைத்து முதுகில் இரண்டு கைகளாலும் மொத்திக் கொண்டிருந்தான் ரவீந்தர்.. மைதிலியின் மனதிற்குள் அன்று கடைத்தெருவில் அரிவாள் சுழற்றி சண்டையிட்ட பரசுராமன் வந்து

போனான்.. "அப்படித்தான் அடி.. விடாதே.." கை தட்ட ஆரம்பித்தால் சௌமியா.. "ஏய் என்னடி இது..? ஒருவர் அடிவாங்குவதற்கு கை தட்டுவதா..?" மைதிலி ஆட்சேபித்தாள்..

"போடி உனக்கு அவன் செய்த தப்பு தெரியாது.. இந்த வருடம்தான் காலேஜில் சேர்ந்த ஜூனியர் பெண் ஒருத்திக்கு மூன்று மாதங்களாக தொடர்ந்து லவ்லெட்டர் கொடுத்துக் கொண்டிருக்கிறான்.. அவள் மறுக்க மறுக்க.. லெட்டரில் ரொம்பவும் வல்கரான வார்த்தைகளை எல்லாம் யூஸ் பண்ண ஆரம்பித்திருக்கிறான்.. அந்தப் பெண் அலறிக் கொண்டு லெட்டரோடு என்னிடம் வந்தது என் அப்பா, அம்மாவிற்கு தெரிந்தால் என் படிப்பையே நிறுத்தி விடுவார்கள் அக்கா.. ஏதாவது செய்யுங்கள்னு ஒரே அழுகை நான்தான் ரவி பக்கம் கைகாட்டி விட்டேன்.. இதோ வாங்கு வாங்குன்னு வாங்குறான் பாரேன்.. நீ ஆயிரம் சொல்லு நம் ரவி ஹீரோதான்டி.."

சௌமியாவிற்கு மட்டுமில்லை.. அந்தக் கல்லூரியின் பெரும்பாலான பெண்களின் கனவு நாயகனாக ரவி வலம் வருவதை மைதிலி அறிவாள்.. "இனி ஒழுங்காக இல்லையென்றால் நீ காலேஜ் பக்கமே வரமுடியாது.. பரீட்சையும் எழுத முடியாது.. உன் மூன்று வருட படிப்பு வீணாகிவிடும்.. ஓடு.." அவனை உதைத்து தள்ளினான் ரவி.. மைதிலியின் மனதினுள் மீண்டும் பரசுராமன் வந்து போனான்.. "ரவி.." சௌமியா குரல் உயர்த்தி அவனை அழைத்தாள்.. திரும்பு இவர்களை பார்த்தவனின் முகம் பிரகாசமானது வேகமாக இவர்களை நோக்கி வந்தான்.. "வாங்க என்ன விசயம்..?" கேட்டவனின் பார்வை மைதிலியின் மீதே இருந்தது..

அதனை உணர்ந்த மைதிலி மனம் சுருங்கினாள்.. சமீப நாட்களாகத்தான் ரவீந்தரிடம் இந்த வகை பார்-

வையை காண்கிறாள்.. ஏதோ எதிர்பார்ப்பும், ஆர்வ-முமாக அவள் முகம் படிந்து விலகும் அவனது பார்-வைகள் அவளை மிகவும் சங்கடத்தில் ஆழ்த்தும்.. அதனாலேயே அவனை சந்திப்பதை பெருமளவு தவிர்த்து வந்தாள்.. நேருக்கு நேராக பார்க்க நேரி-டுகையில் கூட பார்வையை பக்கவாட்டிற்கு மாற்றிக் கொண்டு போய்விடுவாள்.. இப்போது இவன் எதிரி-லேயே வந்து நிற்க வேண்டியதிருக்கிறதே.. இவனிடம் என் பிரச்சனையை சொல்லலாமா..? அதனை எப்படி எடுத்துக் கொள்வான்..? மைதிலிக்கு குழப்பமாக இருந்தது..

"ஹலோ மைதிலி, எந்த உலகத்தில் இருக்கிறாய்.." அவள் முகத்தின் முன் சொடக்கிட்டான் ரவீந்தர்.. "மைதிலிக்கு அவுங்க வீட்டில் கல்யாணம் பேசுறாங்க அந்த உலகத்துக்கு அவள் போயிருப்பாளாயிருக்கும்.." சௌமியா தோழியை கிண்டல் பேச.. "சும்மாயிருடி.." சுமதி அதட்ட.. "அப்படியா மைதிலி..?" ரவீந்தர் அவள் விழிகளை கூர்ந்து பார்த்தபடி கேட்டான் மைதிலி தடுமாறினாள்.. "டேய் ரவி பராக்டிகல் கிளாஸ் ஆரம்பிச்சாச்சு வாடா.." ரவியின் தோழன் ஒருவன் தள்ளி நின்று கத்தி அழைத்தான்.. கையை திருப்பி தன் வாட்சில் மணி பார்த்த ரவீந்தர் "ஓகே மைதிலி எனக்கு உன்னிடம் நிறைய பேச வேண்டும்.. இன்று டைம் இல்லை.. இன்னும் இரண்டு நாட்களுக்-குள் டைம் ஒதுக்கிக் கொண்டு வருகிறேன்.. அப்போது பேசலாம்.. இப்போது எனக்கு கிளாஸ் இருக்கிறது.." போய்விட்டான்..

ரவி எப்போதும் தேவையில்லாமல் வகுப்புகளை புறக்கணிப்பவனில்லை.. "ஏன்டி மண்ணு மாதிரி நின்-னுட்டு இருக்கிறாய்..? அவனை பார்க்கவுமே எனக்கு விருப்பமில்லாத கல்யாணம் இது.. என் அப்பா அம்மா வற்புறுத்துகிறார்களென்னு பட்டென்னு போட்டு

உடைத்திருக்க வேண்டியதுதானே..” துடிக்கும் உதடுக-ளுடன் தலைகுனிந்து மௌனமாக நடந்தாள் மைதிலி.. சௌமியா ரவீந்தர் புகழ்பாடியபடி உடன் வந்தாள்.. அன்று வகுப்புகள் முடிந்து மூவரும் கல்லூரியை விட்டு வெளியே வரும் போது.. மைதிலி அச்சப்பட்ட அந்த தருணம் வந்தே விட்டது.. அவள் இவளுக்கா-கவே காத்திருந்தாள்..

பரவுன் நிற பாவாடையும், மஞ்சள் நிற தாவணியும் அணிந்திருந்தாள்.. முடியை நீளமாக பின்னி பந்தாக மல்லிகை வைத்திருந்தாள்.. ஒரு கலக்கத்துடன் விழி-களை சுழற்றி இவளை தேடியபடி இருந்தாள்.. ஸ்கூட்-டியை உருட்டிக் கொண்டே தோழிகளுடன் வரும் மைதிலியை பார்த்ததும் அவள் கண்கள் உற்சாகம் சுமந்து கொண்டது.. சுமதியும், சௌமியாவும் கல்லூரி பேருந்தில் ஏறும் வரை அந்த வேப்ப மரத்தடியிலேயே காத்திருந்தான்.. தோழிகள் பஸ் ஏறிப் போன பின்தான் மைதிலி தன் ஸ்கூட்டியில் போவாள்..

இன்னும் சுமதியும், சௌமியாவும் பஸ் ஏறிய மறுக-ணம், மைதிலி முன் வந்து நின்றாள் அவள்.. “வணக்-கம் அக்கா.. என்னை நினைவிருக்கிறது தானே..? நான் வந்தனா.. பரசுராமனுடனான திருமணத்தை நிறுத்துவதற்கான ஏற்பாடுகளை செய்து விட்டீர்-களா..?” மைதிலிக்கு தலைவலி ஆரம்பிக்க நெற்றிப் பொட்டை நீவி விட்டுக் கொள்ள ஆரம்பித்தாள்..

# 3

***அருமை என உன்னை பாராட்ட வைத்ததே என் வாழ்நாள் அருஞ்சாதனை..***

"நீங்கள் ஆரம்பியுங்கள்.. நான் சேர்ந்து கொள்கிறேன்.." "நா.. நானா.. நீ சொல்ல ஆரம்பிப்பாய்னு நினைத்தேன்.." அம்மாவும், அப்பாவும் குசுகுசுவென பேசும் பேச்சுக்களுக்கு காதை தீட்டிக் கொண்டிருந்தாள் மைதிலி.. அவர்கள் அவளிடம் பேசத்தான் ஒத்திகை பார்த்துக் கொண்டிருக்கிறார்கள்.. இந்த திருமண விசயத்தை மகளின் காதில் ஓத கடும் பிரயத்தனங்கள் செய்து கொண்டிருக்கிறார்கள்.. மடியில் வைத்திருந்த கல்லூரி பாடத்தில் மனம் பதியவில்லை மைதிலிக்கு... திகுதிகுவென்று அவள் மனதினுள் ஒரு ரயில் ஓடிக் கொண்டே இருந்தது.. "படிச்சிட்டு இருக்கிறாயாடா..?" கேட்டபடி வந்து நின்ற தந்தையை நிமிர்ந்து பார்த்தாள்.. "சொல்லுங்கப்பா.." புத்தகத்தை மூடி வைத்துவிட்டு நிமிர்ந்து உட்கார்ந்தாள்.. அவள் எதிர்பார்த்த தருணம் வந்து விட்டது.. "பரீட்சை எப்போதுடா ஆரம்பிக்கிறது..?"

"அடுத்த வாரம்பா.. வர்ற இருபதாம் தேதியோடு முடிந்துவிடும்.." "அப்போது இன்னும் ஒருமாதத்தில் உன் கல்லூரி வாழ்வு முடியப்போகுதுன்னு சொல்லு.." "அப்படி சொல்ல முடியாதுப்பா.. படிப்பிற்கு முடிவே

கிடையாது.. பி.பி.ஏ முடிக்க போகிறேன்.. அடுத்து எம்.பி.ஏ படிக்கலாம்.. இரண்டு வருட படிப்பு.. படித்து முடித்து விட்டால் நல்லவேலை கிடைக்கும்..” “நீ வேலை பார்த்தே ஆக வேண்டுமென்ற கட்டாயம் நம் வீட்டிற்கு கிடையாதேம்மா..” “நான் எனக்காக என் அனுபவத்திற்காக இன்னமும் படித்து வேலைக்கு போக வேண்டுமென்று நினைக்கிறேன்.” சிவராமனின் முகம் வாடியது.. அடுத்து எப்படி பேச்சை கொண்டு போவ-தென அவர் தவிப்பது தெளிவாக தெரிந்தது.. “படித்த வரை போதும் பாப்பா.. இனி வீட்டு வேலைகளை கற்-றுக் கொண்டு, கொஞ்ச நாட்கள் அம்மாவுடன் வீட்-டில் இரேன்..” அப்பாவின் துணைக்கு அம்மா வந்து சேர்ந்து கொண்டாள்..

“அம்மா சொல்வதுதான் சரி பாப்பா.. இந்த பரீட்சை முடிந்ததும் படிப்பை நிறுத்திவிடு.. நாம் அடுத்த வேலைகளை பார்க்கலாம்..” சிவராமன் உற்-சாகமாக பேசினார்.. “அடுத்து என்ன வேலை-கள்பா..?” “அது.. வந்தும்மா.. ஒரு வரன் வந்திருக்-கிறது..” “நான் இன்னும் படிப்பையே முடிக்கவில்லை-யேப்பா..” “ஒரு மாதம்தானேம்மா இருக்கிறது.. பிறகு முடிஞ்சிடும்ல.. கல்யாணம் அதற்கு பிறகுதாம்மா..” “கல்யாணமா..? என்னப்பா அவ்வளவு தூரம் போயி-டுச்சா..” சிவராமன் மௌனமானார்..

எப்படி சொல்வது என தினறலுடன் இருந்த தந்-தையை கூர்ந்து பார்த்தாள் மைதிலி. “அது.. வந்து பாப்பா.. நாங்களே எதிர்பார்க்க வில்லை.. திடீரென்று அமைந்துவிட்டது.. தட்ட முடியவில்லை..” “என் மகள் மேலே படிக்க வேண்டும்னு சொல்லிப் பாருங்க-ளேப்பா..” “சொல்லலாம்மா.. ஆனால் நல்ல குடும்-பமாக இருக்கிறாங்க நாம் தினமும் சந்தித்து உடனி-ருந்து தொழில் பார்க்கும் குடும்பம் வேறு.. சட்டென எதுவும் பேசிவிட முடியாது..” “மிரட்டுறாங்களாப்பா

உங்களை..?" "சே.. சே.. அப்படில்லாம் ஒண்ணுமில்லம்மா.. நம்ம ஏரியாவில் மதிப்பான மனிதர்.. அவராகவே விரும்பி வந்து நம் வீட்டில் சம்பந்தம் செய்ய நினைக்கிறார்.. மறுப்பது கொஞ்சம் கஷ்டமாக இருக்கிறது.."

"மறுப்பதற்கு காரணம் இருக்கிறதாப்பா..?" "அது.." சிவராமன் தயங்கினார்.. என்ன சொல்ல.. மனைவியை பார்த்தார்.. "அது ஒண்ணுமில்லடா பாப்பா.. அவுங்க கொஞ்சம் பெரியகுடும்பம்.. கூட்டுக்குடும்பம்.. நல்ல வசதி.. நிறைய சொத்துக்கள்.. பெரிய வியாபாரம்தான்.. ஆனாலும் இதுபோல் பெரிய குடும்பமெல்லாம் உனக்கு சரிப்பட்டு வருமான்னு எங்களுக்கு சந்தேகம்.." அதோடு.. சரஸ்வதி கணவனின் உதவிக்கு வந்தாள்.. மகளின் அருகே அமர்ந்து அவள் கைகளை எடுத்து தன் மடியில் வைத்துக் கொண்டு பேசினாள்.. "அதோடு.. இன்னமும் வேறு என்னம்மா..?" "அ.. அந்த பையன்.. படிப்பு கொஞ்சம் கம்மி.." மைதிலி விழிகளை மூடி செய்தியை ஜீரணித்தாள்..

"என்ன படித்திருக்கிறார்..?" "பத்தாவதோடு படிப்பை நிறுத்திவிட்டார்.. வீட்டிற்கு மூத்த பையன் என்பதால், அப்பாவிற்கு உதவ தொழிலுக்குள் வந்து விட்டார்.." இந்த பதிலை தந்தது சிவராமன்.. இவையெல்லாம் மைதிலி முன்பே அறிந்த தகவல்கள்தாம்.. ரகசிய செய்திகள் எதுவும் இதில் கிடையாது.. ஊரே அறிந்தவைதாம்.. அவள் மட்டுமே இதுவரை அறியாமல் இருந்தாள்.. அதுவும் சுமதி மூலம் அறிந்து கொண்டுவிட்டாள்.. "அவர்களிடம் இந்த படிப்பு விசயத்தை நீங்கள் பேசியிருக்கலாமே அப்பா.."

"லேசாக கோடி காட்டினேன் பாப்பா.. அவர்களுக்கு படிப்பு பெரிதாக தெரியவில்லை.." ம்.. படிப்பின் முக்கியத்துவம் தெரியாத குடும்பம்-என ஓர் எண்ணம் ஓடியது மைதிலியின் மனதினுள்.. "அரிவாள் தூக்குபவர்-

களுக்கு படிப்பு பெரிதாக தெரியாது அப்பா..”

“பாப்பா..” மெல்லிய பதட்டத்துடன் சிவராமனும் மகளின் மறுபுறம் அமர்ந்து கொண்டார்.. அவளது இன்னொரு கையை எடுத்து தன் கைகளுக்குள் பொத்திக் கொண்டார்.. “நீ நினைக்கிற அளவு மோசமான குடும்பம் கிடையாது பாப்பா.. ஒரு பிரச்சனை என்றால் எனக்கென்ன என்று ஒதுங்கிக் கொண்டு போகாமல், எதிர்த்து நிற்கவேண்டும் என்ற தைரியத்தை கொடுத்து மகன்களை வளர்த்திருக்கிறார் அருணாச்சலம் அண்ணாச்சி.. தீமை கண்டால் பொங்குகிறார்கள் அவர் பிள்ளைகள்.. அவ்வளவுதானே தவிர வேறு ஒன்றும் கிடையாது..” மைதிலி தலையசைத்துக் கொண்டாள்.. இதுவும் அவள் அறிந்ததுதான்.. அனுபவப்பூர்வமாக தெரிந்து கொண்டதும் கூட..

ஏனோ அவளுக்கு திடீரென ஆயாசமாக இருந்தது.. “இப்போது என்னப்பா செய்யவேண்டும்..?” “நீதான்மா சொல்ல வேண்டும்..” “என்ன சொல்ல வேண்டும்..?” “என்ன பாப்பா இப்படி கேட்கிறாய்..? நாங்கள் உன் கல்யாண விபரம் கேட்டுக் கொண்டிருக்கிறோம்.. இப்படி ஒட்டாமல் இருக்கிறாயே.. ஒரு வார்த்தை சரி என்று சொல்லக் கூடாதா..?” சரஸ்வதி வருத்தமாக பேசினாள்.. “சரசு நீ பேசாமல் இரு..” மனைவியை அதட்டிய சிவராமன்.. “சரி-சரியல்ல, வேண்டும்-வேண்டாம் இந்த பதில்களெல்லாம் உன் முடிவுதான் பாப்பா.. உனக்கு சரியென்று தோன்றும் பதிலை சொல்லு.. எதுவாக இருந்தாலும் எங்களுக்கு சம்மதம்தான்..” என்றார்..

மைதிலி தந்தையை நெகிழ்வாக பார்த்தாள்.. இது சிவராமனின் குணம்.. உன்னை பெற்று வளர்த்து படிக்க வைத்து என நீட்டி முழக்கி பட்டியல் போடும் பெற்றோர்களிடையே வித்தியாசமானவர்.. தன் பிள்ளைகளுக்கும் தனி இதயம்.. அதில் சில ஆசைகள்

இருக்குமெனும் புரிதல் உடையவர்.. தன் ஆசைகளை பிள்ளைகள் மேல் திணிக்காதவர்.. சரஸ்வதியும் கணவனையே குணத்தில் கொண்டிருப்பவள்.. அதனால்தான் தங்களது ஒரே மகனை நேற்று வந்த ஒரு பெண்ணிற்கு முழுவதுமாக தூக்கிக் கொடுத்து விட்டு பெற்றோரென்ற எந்த அடையாளமும் காட்டாது தனியாக ஒதுங்கிக் கொள்ள அவர்களால் முடிகிறது..

எப்போதும் போல் இப்போதும் அண்ணனின் நினைப்பு மைதிலியினுள் கசப்பாக இறங்கியது.. அப்பாவிற்கு பதில் சொல்லிவிடலாமா என யோசித்தபடி வாய் திறந்தவளின் நினைவில் வந்தனா வந்து நின்றாள்.. மைதிலியின் மனம் குழம்பியது.. இந்த வந்தனாவை பற்றி அப்பாவிடம் சொல்லி விடலாமா..? சிறு மனப் போராட்டத்திற்கு பின் வேண்டாமென்ற முடிவினை அவள் எடுத்த மறுநொடி ரவீந்திரன் அவள் மனதினுள் வந்த நின்றான்..

உன்னிடம் நிறைய பேச வேண்டும்.. என சொன்ன ரவீந்திரனின் நினைவோடு அப்பாவிற்கு வாயசைத்தாள்.. "எனக்கு இரண்டு நாள் டைம் கொடுங்கப்பா.. யோசித்து சொல்கிறேன்.." "அவ்வளவு தானேடா, தாராளமாக எடுத்துக்கொள்.. இனி நீயாக பேசும் வரை, நாங்கள் இந்த விசயம் பேச மாட்டோம்.." சிவராமன் மகளின் தலையை வருடிவிட்டு எழுந்தார்.. "உன் வாழ்க்கை உன் முடிவுதான் பாப்பா.. உன் மனதிற்கு திருப்தியாக இருந்தால் மட்டும் சம்மதம் சொல்லு.." இறுதியாக ஒருமுறை மகளுக்கு நினைவூட்டி விட்டு எழுந்தாள் சரஸ்வதி..

"அப்பா அம்மாவும் என் முடிவுதான் என்று சொல்லி விட்டார்கள்.." கல்லூரியில் தோழிகளிடம் சொன்னாள் மைதிலி.. "ஏய் நிஜமாப்பா.. நான் இதை எதிர்பார்க்கவில்லை தெரியுமா..?" சுமதி ஆச்சரியப்பட்டாள்.. "ஆனால் நான் எதிர்பார்த்தேன் சுமதி.. என்

தாய் தந்தையை பற்றி எனக்கு தெரியும்..'' மைதிலி-யின் குரலில் பெருமிதம் வழிந்தது.. "என்னடி ரொம்ப உருகுகிறாய்..? இதே போக்கில போனால் கல்யாணத்-திற்கு சம்மதம் சொல்லிவிடுவாய் போல..'' மைதிலி மௌனமானாள்.. யோசிக்க ஆரம்பித்தாள்.. "வேண்-டாம்டி.. அந்த மாதிரி யோசித்து விடாதே.. அப்பா அம்மா நமக்கு சுதந்திரம் கொடுத்தால் நாம் அதனை பயன்படுத்திக் கொள்ள வேண்டும்.. முட்டாள்தனமாக அதனை விலக்க கூடாது..''

"ஏன்டி அப்படி சொல்கிறாய்..? மைதிலி இந்தக் கல்யாணத்திற்கு சம்மதம் சொல்வதில் என்ன தவறு..?'' சௌமியா கேட்டாள்.. "ஏய் என்னடி திடீரென கட்சி மாறுகிறாய்..?'' சுமதி அவளை முறைத்தாள்.. "திடீ-ரென்றெல்லாம் மாறவில்லை.. ஆரம்பத்தி-லிருந்தே எனக்கு இந்தக் கல்யாணத்தில் விருப்பம்தான்..'' "ஏன்டி உனக்கு எப்படி உங்க வீட்ல கல்யாணம் பேசி-னாங்க..?'' "ம்.. பேசிட்டாலும்..'' சௌமியா விட்ட பெருமூச்சின் பின்னால் இன்னமும் மணம் முடிக்காமல் வீட்டிலிருக்கும் அவளைவிட இரண்டு வயது மூத்த அவள் அக்கா இருந்தாள்.. "எனக்கெல்லாம் அந்த பேச்சு வர குறைந்தது அஞ்சு வருசமாகும்.. இவளுக்கு படித்து முடித்ததும் வாசலில் வந்து நிற்குது.. அதைப் போய் வேண்டாம்பாளா..?''

"என்னடி இது கல்யாணம் பண்ணிக்கிறேன்னு யார் வந்தாலும் தலையாட்டிட சொல்கிறாயா..?'' "இது யாரோவோ.. போங்கடி முட்டாள்களா.. எவ்வளவு பெரிய வசதியான குடும்பம்.. பணத்திற்கு கவலையே கிடையாது.. நகை, பட்டு சேலைன்னு எப்போதும் கிடைச்சிட்டு இருக்கும்.. அந்த குடும்பத்தை யாராவது வேண்டாம் என்பார்களா..?'' "பட்டுச்சேலையும், நகை-யும் மட்டும்தான் முக்கியமாடி..?'' "ஏன் உனக்கு இது இரண்டும் தேவை இல்லையாக்கும்..? பொய் சொல்-

லாதடி.. ஒருவேளை உன் ஆசை டிசைனர் சேலை, டயமெண்ட் இப்படி இருக்குதோ..?"

"ஏய் உன் சீப்பான எண்ணமெல்லாம் எனக்கு கிடையாதுடி.." சுமதி சிலிர்த்து எழுந்தாள்.. மனம் நிறைய குழப்பமும் பயமுமாக இருந்த மைதிலிக்கு தோழிகளின் இந்த செல்ல சண்டை பெரிய ரிலாக்சேசனாக இருந்தது.. அவள் புன்னகையுடன் தோழிகளை ரசித்துக் கொண்டிருந்தாள்.. "உன் கனவுப்படி வசதியான குடும்பம் கிடைத்தால் நீ அவர்கள் பின்னாடி போ, என்னையும், மைதிலியையும் உன் பக்கம் இழுக்காதே, நாங்கள் இருவரும் வாழ்க்கை லட்சியத்தோடு இருப்பவர்கள்.." சுமதி மைதிலியின் தோளில் கை போட்டுக் கொண்டாள்.. "ம் எங்கே.. நானும் ஒரு வருசமாக அந்த ரவீந்தருக்கு ரூட் விட்டு பார்க்கிறேன்.. ஒண்ணும் படிய மாட்டேங்குதே.."

சௌமியா விட்ட பெருமூச்சில் பக்கத்தில் இருந்த குரோட்டன்ஸ் பசுமை இழக்க ஆரம்பித்தது.. "அடிப்பாவி நீ சும்மா அவனை சைட் அடிக்கிறாய்னு நினைத்தேன்.. சீரியசாவா இருக்க..?" "ரொம்ப சீரியசா இருக்கேன்டி.. ஏய் மைதிலி ப்ளீஸ் எனக்கு ஹெல்ப் பண்ணுடி.. இந்தக் கல்யாணத்துக்கு சரி சொல்லுடி.. உன் மூலமாக எனக்கும் ஒரு வழி கிடைக்கும்."

"அடிங்.." மைதிலி நங்கென தோழியின் தலையில் கொட்டினாள்.. "உனக்காக நான் கல்யாணம் பண்ணிக்கனுமா..?" "சரி வேண்டாம்.. நான் நேரடியாக தலைகிட்டயே போயிடுறேன்.. ரவி வேண்டாம்.. சின்னப்பையன்.. இன்னும் படிப்பையே முடிக்கலை.. படிச்சு முடிச்சு.. பிறகு சம்பாதிச்சு அதை எனக்கு கொடுத்து.. ம்ஹீம் சரிப்பட்டு வராது.. நான் நேரடியாக பரசுராமரிடமே போய்விடுகிறேன்.. எனக்கு வேண்டாம்.. இவள் எப்படின்னு..? என்னை கூட்டிப் போய் காட்டு-

கிறாயா..?"

"ஏய்.. திமிர்டி உனக்கு.." மைதிலியின் கொட்டுக்கள் இப்போது மிக அழுத்தமாக செளமியாவின் தலையில் விழுந்தன.. "அதென்னடி உனக்கு கண்ணில் பார்க்கிறவனெல்லாம் மாப்பிள்ளையா..?" சுமதியும் சேர்ந்து கொண்டாள்.. "இல்லைடி.. நிறைய பணம் வைத்திருக்கிறவன் மட்டும்.." தோழிகளின் கொட்டுக்களை வாங்கிக் கொண்டு சொன்னாள் செளமியா..

"கேலிக்கு கூட இப்படி பேசாதடி.." மைதிலி தோழியை ஆட்சேபித்தாள்.. "ஏய் கேலிக்கு இல்லடி.. நிஜமாகத்தான் சொல்றேன் மைதிலி.. படிப்பை மட்டும் காரணமாக வைத்து நல்ல வாழ்க்கையை விட்டுடாதடி.. எனக்கென்னமோ இது உனக்கு சரியான வாழ்க்கைன்னு தோன்றுகிறது.." செளமியா கேலி குறைத்து உணர்வாய் பேச, சுமதியும் தனது ஆட்சேபங்களை மாற்றிக் கொள்ளலாமா.. என யோசிக்க ஆரம்பித்தாள்.. இருவருமாக மைதிலிக்கு தனிமை கொடுத்து விலகிப் போக, மைதிலி மீண்டும் தன் வருங்கால வாழ்க்கை கடலுக்குள் விழுந்தாள்..

மைதிலியின் மனம் முழுவதும் வந்தனாதான் இருந்தாள்.. "நானும் பரசுராமுவும் லவ் பண்றோம்.. எங்க வீட்டுப் பகை காரணமாக பேசி வைத்த எங்க கல்யாணம் நின்று விட்டது.. அவர் அப்பா வீம்பிற்காகவே வேறு இடத்தில் திருமண ஏற்பாடு செய்து கொண்டிருக்கிறார்.. நீங்கள் கல்யாணம் வேண்டாமென்று தட்டி விட்டு விடுங்கள் கொஞ்ச நாட்களில் எங்கள் குடும்ப சண்டை சரியாகி எங்கள் கல்யாணமும் நடந்துவிடும்..

" வந்தனா இதுவரை மூன்று தடவைகள் மைதிலியை சந்தித்து விட்டாள்.. மூன்று தடவையும் அவள் சொன்னது இதைத்தான்.. இதில் பொய்யென்று எதுவும் இருப்பது போல் மைதிலிக்கு தெரியவில்லை.. இன்றும் கூட வந்தனா வருவாள்.. அவளுக்கு எப்போதும்

போல் தலையாட்டலையோ, மௌனத்தையோ பதிலாக தர முடியாது.. இன்று சரியான பதில் சொல்ல வேண்டுமென்று நேற்றே உறுதியாக கேட்டு சென்றிருக்கிறாள்..

குழம்பிய மனதுடன் மெல்ல நடந்து கொண்டிருந்தவளின் பார்வையில் மரத்தடியில் அமர்ந்து படித்துக் கொண்டிருந்த ரவீந்தர் பட்டான்.. அவனும் இவளை பார்த்துவிட்டான்.. அங்கிருந்தபடியே கையை உயர்த்தி ஆட்டினாள்.. சிறு தயக்கத்தின் பின் மைதிலியும் கையை உயர்த்தி அவனுக்கு ஆட்டினாள்.. டெஸ்ட் முடிந்ததா..? எப்படி எழுதியிருக்கிறாய்..? சைகையிலே கேட்டவனுக்கு நன்றாக எழுதியிருப்பதாக பதில் சைகை சொன்னாள்.. உன்னிடம் பேச வேண்டும் சைகை மொழி சொன்னபடி அவன் எழுந்து வர முயல, அவசரமாக கையசைத்து அவனை உட்கார்ந்து படிக்க சொன்னாள்.. நாளை பேசலாமென்றாள்.. அவன் தலையசைத்து உட்கார்ந்து படிப்பில் ஆழ்ந்து போனான்..

கல்லூரி நேரம் முடிவதற்கு முன்பே அன்று வீடு கிளம்பி, வந்தனாவை சந்திப்பதை தவிர்த்த மைதிலி, வீட்டிற்கு போனவுடன் நேரடியாக அப்பாவிடம் போய் நின்றாள்.. "அப்பா எனக்கு சம்மதம்.. மற்ற ஏற்பாடுகளை ஆரம்பியுங்கள்.."

# 4

**புரிந்தென்ன ஆகப் போகிறது..**
**இப்போதைக்கு லயித்துக் கிடக்கிறேனே**
**உன் புல்லாங்குழல் இசையில்..**

"அம்மா.. அம்மா.." ராகவனின் குரல் அவன் வாசலில் நுழையும் போதே ஆரம்பித்துவிட்டது.. "ராகவா.. வாடா.. வா.. எப்படியிருக்கிறாய்..? கிரிஜா எப்படி இருக்கிறாள்..?" விருந்தாளி போல் சொந்த மகனை வரவேற்று உபசரித்தாள் சரஸ்வதி.. "அப்பா ஏன் இப்படி செய்கிறார்..?" தாயின் வரவேற்பு எதற்கும் பதில் சொல்லாது சண்டையிடுவதில் நின்றான் மகன்.. "எப்படிடா செய்கிறார்..?" "அந்த அருணாச்சலம் அண்ணாச்சி வீட்டில் போய் நம் மைதிலிக்கு திருமணம் பேசிவிட்டு வந்திருக்கிறார்..?" "ஏன்டா அதனால் என்ன..?" "என்னம்மா இப்படி சொல்கிறீர்கள்..? நாம் படித்த குடும்பம்.. அவர்கள் படிக்காத பட்டிக்காடுகள்.. அவர்களுக்கு போய் நம் மைதிலியா..?"

"கலெக்டர்.. டாக்டர்னு உன் தங்கைக்கு நீ கொண்டு வந்த வரன்களையெல்லாம் விட்டு விட்டு உன் அப்பா இப்படியா ஒரு அவசர முடிவெடுப்பார்..?" போலியாய் தலையில் கைவைத்துக் கொண்டாள் சரஸ்வதி.. "என்னம்மா தங்கச்சிக்கு மாப்பிள்ளை பார்க்கலைன்னு என்னைக் குத்தி காட்டுறீங்களா..?

இப்போதானே படிப்பையே முடித்திருக்கிறாள்.. அதற்குள் அவளுக்கு என்ன அவசரம்..! இன்னும் இரண்டு வருடங்கள் போகட்மென்று நினைத்தேன்.."

"நீ படிப்பு முடிந்து எத்தனை வருடம் கழித்து கல்யாணம் முடித்தாய் ராகவா..?" "அம்மா என் விசயம் வேறு.. எனக்கு தோதான, பிடித்தமான வரன் வந்தது.. முடித்தேன்.. மைதிலிக்கு அப்படி இல்லை.. இது அவளுக்கு கொஞ்சமும் பொருந்தாத இடம்.." "ஜாதக பொருத்தம் பத்து இருக்கிறது ராகவா.." "ஐயோ வாழ்க்கை பொருத்தம் வேண்டாமா..?"

"அதுவும் இருப்பதாகத்தான் நாங்கள் நினைக்கிறோம்.." "ம்ஹீம் உங்களிடம் பேசி பயனில்லை.. நான் மைதிலியிடமே பேசிக் கொள்கிறேன்.." "மைதிலி.. மைதிலி.." "அவள் மாடியில் இருக்கிறாள்.." கத்தியபடி படியேறி வந்த அண்ணனை அவன் வீட்டிற்குள் நுழையும் போதே பார்த்து விட்டாள் மைதிலி.. வரட்டுமென்று மாடியிலேயே உட்கார்ந்திருந்தாள்..

"மைதிலி பயப்படாமல் சொல் உனக்கு இந்த கல்யாணம் பிடிக்கவில்லைதானே..?" படபடத்து தன் முன் நிற்கும் அண்ணனை பார்த்து புன்னகைத்தாள் மைதிலி.. "அப்படி ஒன்றும் இல்லை அண்ணா.. பிடித்துத்தான் அப்பாவிடம் சம்மதம் சொன்னேன்.." "முட்டாள்.. எந்த படித்த பெண்ணும் இந்த திருமணத்திற்கு சம்மதிக்க மாட்டாள்.. நீ அப்பா அம்மாவிற்காக தியாகம் செய்வதாக நினைத்துக் கொண்டு.." அண்ணனின் பேச்சை கையுயர்த்தி நிறுத்தினாள்..

"உங்களை போலவே என்னையும் அப்பா அம்மா உணர்வுகளை மதிக்காமல் உதறி விட்டு போய் எனக்கான வாழ்வை அமைத்துக் கொள்ள சொல்கிறீர்களாண்ணா..?" ராகவன் அதிர்ந்து நின்றுவிட்டான்.. கொஞ்ச நேரம் அவனுக்கு பேச்சே வரவில்லை.. மைதிலி பொறுமையாக அண்ணனின் அடுத்த கேள்-

விக்கு காத்திருந்தாள்..

"மைதிலி என்னை முன் வைத்து இந்த திருமணத்திற்கு நீ சம்மதம் சொல்லியிருந்தாயானால் உண்மையிலேயே என் நடத்தைகளுக்கு நான் வருந்துகிறேன்மா.. என் விசயம் முடிந்து விட்டது.. பேசிப் பயனில்லை இப்போது இந்த கல்யாணம் உனக்கு வேண்டாம்.. மறுப்பு சொல்லிவிடு.." குன்றலும், கெஞ்சலுமாக ஒலித்த சகோதரனின் குரலில் மைதிலிக்குள்ளும் சிறு நெகிழ்வு.. "உங்கள் அக்கறைக்கு நன்றி அண்ணா.. ஆனால் நான் சம்மதம் சொல்லி, கல்யாண ஏற்பாடுகள் ஆரம்பமாகி விட்டது.. இனி நிறுத்த முடியாது.." ராகவன் சோர்ந்தான்.. அவன் முகத்தில் வேதனை வெளிப்படையாக தெரிந்தது..

"ஜாக்கிரதை மைதிலி.." தங்கையின் தலையை வருடி விட்டு போய்விட்டான்.. "ம்.. என்னவோ ஓரேடியாகவே நம்மை விட்டு ஒதுங்கி போய்விட்டானென நினைத்தேன்.. இன்னமும் அவனுக்கு நம் வீட்டின் மேல் கொஞ்சம் அக்கறை இருக்கிறது.." சரஸ்வதிக்கு மகனின் செய்கையில் சந்தோசம்தான்.. அதே நிலைதான் மைதிலிக்கும்.. தன் பாதை தனக்கென பார்த்துக் கொண்டு போய்விட்டாலும் அண்ணனுக்கு என் மேல் பாசம் இருக்கத்தான் செய்கிறது.. திருப்திப்பட்டுக் கொண்டாள்..

ஆனால் இரவு வீட்டுக்கு வந்த சிவராமன் மகன் வந்து போன செய்தியறிந்ததும் வேறு சொன்னார்.. "அவனது படித்த மனைவி குடும்பத்தினர்களுக்கு தன் தங்கையை இதுபோல் ஒரு படிக்காத குடும்பத்தில் திருமணம் முடித்துக் கொடுக்க போகிறோமென சொல்வதே அசிங்கமாக நினைத்திருப்பான்.." இருக்குமோ எனத் தோன்றிவிட்டது.. அம்மாவிற்கும் மகளுக்கும்.. இதை சொல்லும் போது கரகரத்துவிட்ட தந்தையின் குரலிலும், வழிந்து விட்ட கண்ணீரை முகம் திருப்பி

துடைத்துக் கொண்ட தாயையும் பார்த்து மைதிலியின் மனது நொந்தது.. மிக ஆணித்தரமாக பரசுராமனுடனான திருமணத்தில் நிலை நின்றது.

பெண் பார்க்கவென்ற பெரிய வேன் நிறைய கும்பலாக மாப்பிள்ளையை தவிர மற்றவர்கள் எல்லோரும் வந்தார்கள்.. "ஏன் மைதிலி இந்த குஞ்சு குளுவானுங்கெல்லாமா உன்னைப் பெண் பார்க்க போகுது..?" பத்து நேருக்கு குறையாமல் வீட்டிற்குள்ளும், வெளியிலும் ஓடிக் கொண்டிருந்த குழந்தைகளை காட்டிக் கேட்டாள் கிரிஜா.. அவளுக்கு இந்த சம்பந்தத்தில் படு திருப்தி.. எங்கே நாத்தனர் தன் பிறந்த வீட்டை விட பெரிய இடத்திற்கு மணம் முடித்து போய் விடுவாளோ.. என்ற பயத்தில் இருந்தவளாயிற்றே எனவே கணவனுக்கு விருப்பமில்லா இத்திருமணம் அவளுக்கு மிக விருப்பமான ஒன்றாக இருந்தது..

பெண் பார்க்க வரும்போது நான் வந்து உங்களுக்கு உதவுகிறேன் அத்தை, என்று சரஸ்வதியிடம் போனில் சர்க்கரையாய் பேசி காலையிலேயே வந்துவிட்டாள்.. அதிசயமாக வீட்டை ஒட்டடை அடித்து தூசு தட்டி அள்ளி, துடைத்து பளிச் சென்று மாற்றினாள்.. "நம்ம மைதிலி மணம் முடித்து போகப் போகும் இடம் பெரிய இடம் அத்தை.. அவர்கள் பார்வையில் நம் வீட்டில் சிறு குறையும் தென்பட்டு விடக்கூடாது பாருங்கள்.."

அவள் சொன்ன விதத்தில் இவள் குறை இருக்க வேண்டு மென்கிறாளா..? கூடாது என்கிறாளா..? என்ற சந்தேகம் அனைவர்க்கும் வந்தது.. "மாலை சிறு டிபனாக பஜ்ஜி, சொஜ்ஜி நாங்க செஞ்சிருவோம்.. ஆனால் பொண்ணு பிடித்து விட்டதென்றால் அவர்கள் இரவு கை நனைத்து விட்டுத்தான் போவார்கள்.. அதனை எங்களால் செய்ய முடியாது.. நீங்கள் எதற்கும் பக்கத்து ஹோட்டலில் இட்லி, சப்பாத்திக்கு சொல்லி வையுங்கள்.." கணவனை ஏவினாள்.

“அவர்கள் முதலில் பெண்ணை பிடித்திருப்பதாக சொல்லட்டும்..” பல்லைக் கடித்தான் ராகவன்.. “சொல்லிடுவாங்க ராகவ்.. அப்படிபட்டவங்களைத்தான் மாமா இப்படி வீட்டுக்குள் விடுவார்.. இல்லை மாமா..?” காலையிலிருந்து எளிதில் கணிக்க முடியா-தபடிக்கு இவ்வகையிலேயே பேசிக் கொண்டிருந்தாள் கிரிஜா.. சரஸ்வதிக்கு தன் மகனை மருமகள் பெயர் சொல்லி அழைப்பது பிடிக்காது.. அது தெரிந்தும் அடிக்கடி மாமியார் முன்பாகவே கணவனை பெயர் சொல்லி அழைப்பது கிரிஜாவின் வழக்கம்..

தன் வழக்கத்தை இன்னும் செவ்வனே செய்தபடி, சுறுசுறுப்பாக வீட்டு வேலைகளை இழுத்துப் போட்டு செய்தாள்.. உதவிக்கென வந்த பக்கத்து வீட்டு பெண்-களை நானே பார்த்துக் கொள்வேனென திருப்பி அனுப்பினாள்.. அவர்கள் நல்ல அருமையான மரு-மகள் சரசு உனக்கு எனப் புகழ்ந்தபடி போனார்கள்.. இந்த அண்ணியின் நோக்கம் என்னவாக இருக்கும் மைதிலி யோசித்தாள்.. இதுதான் என அடிக்கடி கிரிஜா அவளுக்கு காட்டினாள்..

“குக்கர் கூட கிடையதாம் அத்தை.. பானையை அடுப்பில் ஏற்றி சோறாக்குவார்களாம் அவுங்க வீட்-டில்..” “இரண்டு கார் வீட்டில் நின்றாலும் பஸ்ஸில் போவார்களாம்.. அது மாதிரி பைக் இருந்தாலும் சைக்கிள் தானாம் அவுங்க வீட்டில்..” அங்குமிங்குமாக பரபரத்து வேலை பார்த்தபடி அவள் சொன்ன அவுங்க வீடு - அருணாச்சலம் அண்ணாச்சி வீடு.. மைதிலி மணம் முடித்து புகப் போகும் வீடு. அந்த வீட்டினை பற்றிய விபரங்களை, வீட்டு ஆட்களின் குணங்களை கிரிஜா விரல் நுனியில் வைத்திருந்தாள்.. எப்படித்தான் இத்தனை விபரங்களை சேர்த்தாளோ தெரியவில்லை.. இதுவே நல்ல விபரங்களாக இல்லை என்பது அதில் கூடுதல் விசேசம்..

இத்தனை தகவல்களை கொடுத்து அதில் பயந்து மைதிலியின் இந்த திருமணம் நின்று போய்விட வேண்டுமென்று அவள் நினைத்தாளா.. என்றால் அப்படி இல்லை.. இத்தனை பயம் தரும் தகவல்களையும் சொல்லிவிட்டு.. “ஆனால் நல்ல வசதி அத்தை.. வெள்ளிக்கிழமை கோவிலுக்கு கூட அந்த வீட்டு பொண்ணுங்க பட்டுப்புடவைதான் கட்டிட்டு வருவாங்க..” என்பாள்.. “அருணாச்சலம் அண்ணாச்சி சம்பந்திண்ணா இனி உங்களுக்கு கடைத்தெருவுல நல்ல மரியாதை இருக்கும் மாமா.. கீழமாசி வீதியே உங்களை பார்த்து எழுந்து நிற்கும் பாருங்க..” என்பாள்..

இரண்டு மணி நேரத்தில் மைதிலிக்கு கிரிஜாவின் நோக்கம் புரிந்துவிட்டது.. அவள் இந்த திருமணம் நடக்க வேண்டுமென்றுதான் மிக விரும்பினாள்.. ஆனால் ஐயோ இனி என் வாழ்வு என்னவாகுமோ.. எப்படி போகுமோ..? என்ற பயத்துடனேயே மைதிலி இந்தத் திருமணத்தை செய்து கொள்ள வேண்டுமென்று நினைத்தாள்.. பெரிய இடத்து சம்பந்தம் அமைந்து விட்டதென மாமனாரோ, மாமியாரோ, நாத்தனாரோ ரொம்பவும் அகமகிழ்ந்து விடக்கூடாது.. இதுதான் அவள் எண்ணம்.. மொத்தத்தில் இந்த திருமணம் நடந்தால் கிரிஜா மகிழ்வாள்.. நடக்காவிட்டால் மிக மகிழ்வாள்..

“நூறா..? நூற்றைம்பதா..? எத்தனைபவுன் கேட்டிருக்காங்க அத்தை..? நீங்க எத்தனை பவுன் போடுறதா சொல்லியிருக்கீங்க..?” அம்மாவின் வாயை கிளறிக் கொண்டிருந்த அண்ணியின் உச்சந்தலையை பிளக்கும் வேகம் மைதிலிக்கு வந்தது.. அவளது போன் ஒலித்து அவளது வேகத்திற்கு தடை விதித்தது.. ரவீந்தர் அழைக்கிறான் என சொன்ன தனது போனை இப்போது எடுத்து பேசவா.. அப்படியே விட்டு

விடவா..? என யோசித்து, எடுக்கலாம் என்ற முடி-வுக்கு அவள் வந்த போது போன் நின்றுவிட்டது..

ஐயையோ.. எதுவும் முக்கியமான விசயமாக இருக்-குமோ..? அவள் பயத்தை சரிசெய்வது போல் ரவீந்தர் மீண்டும் அழைத்தான்.. "மைதிலி இன்று உன்னைப் பார்க்க வருவதாக இருந்தேன்.. ஆனால் எனக்கு இங்கே ஒரு அவசர வேலை வந்துவிட்டது.. நமது வகுப்பு தோழி நந்தினி, இருக்காள்ல அவளுக்கு ஒரு பிரச்சனை.. அவள் ஊரில் யாரோ அவளை லவ் பண்றேன்னு சொல்லிட்டு, இப்போ நான் எப்போ சொன்னேங்கிறானாம்.. நான் போய் அதை என்னன்னு பார்த்து முடித்துவிட்டு வருகிறேன்.. நாம் இன்னொரு-நாள் மீட் பண்ணலாம் பை.." அவளது பதிலை எதிர்-பாராமல் படபடத்துவிட்டு போனை வைத்துவிட்டான்.. இவனுக்கு ஊருக்கு உழைப்பதை தவிர வேற வேலை கிடையாது போல, நல்லவேளை இன்றே இவனையும் எதிர்கொள்ள வேண்டிய அவசியம் இல்லை... பெரு-மூச்சுடன் போனை அணைத்தவளின் பின் வந்து நின்-றாள் கிரிஜா..

"யார் மைதிலி..?" அவள் கண்கள் யாரென்று தெரிந்து கொண்டு விட மாட்டோமா.. என்ற தவிப்-புடன் அவள் போனில் பதிந்தன.. "என் ப்ரெண்ட்.." "ஓ.. ஆம்பளை ப்ரண்டா..? பொம்பளை ப்ரண்டா..?" மைதிலி அண்ணியை முறைத்தாள்.. எவ்வளவு இன்-டீசன்டான செய்கைகள்.. படித்தவள் போன்றா இவள் நடந்து கொள்கிறாள்..? இந்த லட்சணத்தில் இவள் இருந்து கொண்டு, வரப் போகிறவர்களை பட்டிக்காடு-கள் என பழிக்கிறாள்..

"அட ஏன்மா முறைக்கிற..? இது மாதிரி போனை எடுத்துட்டு போய் தனியா நின்னுக்கிட்டு குசுகுசுன்னு பேசுறது உன் புகுந்த வீட்டு ஆட்களுக்கு.. அதான் கல்யாணம் முடிச்சு நீ புகப் போறியே அந்த வீட்டு

ஆட்களுக்கு பிடிக்காதே.. அதைத்தான் சொல்ல வந்தேன்..” சுற்றி வளைத்து தன் பேச்சை மைதிலியை காயப்படுத்தும் விதமாகவே அமைத்தாள்..

அப்போதுதான் வாசலில் வந்து நின்ற வேனிலிருந்து ஓவென்ற கூச்சலுடன் சுற்றுலா இடத்தை பார்க்கும் பாவனையுடன் குழந்தைகள் கூட்டம் ஒன்றும் உள்ளே நுழைந்தது.. மைதிலி வேகமாக உள்ளறைக்குள் நுழைந்து கொண்டாள்.. சோபா, சேர், பாய், ஜமுக்காளம் என வீட்டினுள் ஒரு இடம் பாக்கியில்லாமல் நிரம்பிய பிறகும் ஐந்து பேர் வீட்டினுள் அமர இடமின்றி வாசல்படியில் நின்று கொண்டிருந்தனர்.. சம்பிரதாயம் மாறாமல் பெண்கள் அனைவரும் பட்டு சேலையும் கழுத்து நெரித்த நகைகளுமாக இருக்க, ஆண்கள் அனைவரும் வெள்ளை வேட்டி, சட்டையும் முறுக்கிய மீசையுமாக இருந்தனர்.. ஹாலின் பாதிப்பகுதி அவர்கள் கொண்டு வந்து வைத்த சீர்வரிசை தட்டுகளிலேயே நிரம்பி விட்டது..

“மாப்பிள்ளை வரலையாம் மைதிலி.. அம்மா, அப்பா பார்த்தால் போதும்.. நான் பார்க்க வேண்டிய அவசியம் இல்லைன்னுட்டாரு எந்த மாதிரி ஒரு அம்மா பிள்ளை பாரேன்.. தனக்கு தேவையில்லையென்றாலும், அந்த பெண் தன்னை பார்க்க வேண்டுமென்று நினைப்பாளேன்னு யோசிக்க தோன்றிவில்லை பாரு...” ராமாயண கூனியெல்லாம் தன் அண்ணியிடம் ஐடியா பிச்சை எடுக்க வேண்டுமென்று மைதிலிக்கு தோன்றியது..

“அவர் முன்பே என்னை பார்த்திருக்கலாம்..” அன்று நடந்த சம்பவத்தை மனதில் வைத்து சொன்னாள்.. ஆனால் அது அவனுக்கு நினைவிருக்குமா..? அது நடந்த ஒரு வருடம் இருக்குமே.. அத்தோடு அவன் அப்போது அந்த ஆளை வெட்டும் வெறியில் இருந்தான்.. “ஓ நீ அப்படி யோசிக்கிறாயா.. சரிதான்..

ஆனால் நீ அவரைப் பார்க்க வேண்டாமா..?” கிரிஜா தனது துருவலை விடுவதாக இல்லை..

“நானும்தான் அவரை பார்த்திருக்கிறேன்..” மைதிலி பொறுமையிழந்து படபடத்தாள்.. “நீயும் பார்த்திருக்கிறாயா..? எங்கே..? எப்போது..? நேருக்கு நேராக ஒருவரையொருவர் பார்த்துக் கொண்டீர்களா..?” கிரிஜாவின் கேள்விகள் கூர்மையாக வந்து விழுந்தன.. அவள் கண்களை ஒரு மாதிரி இடுக்கியபடி நாத்தனாரை ஆராய்ந்தாள்.. அதற்குள் பெண்ணை அழைத்து வாருங்கள் என வெளியே சத்தம் கேட்க, கிரிஜா மைதிலியை அழைத்துப் போக வேண்டிய கட்டாயத்திற்கு ஆளானாள்..

அவ்வளவு பெரிய உறவுக் கும்பலுக்கும் இரண்டு நிமிடம் போதுமாக இருந்தது மைதிலியை பிடித்திருப்பதாக சொல்ல.. இரண்டாவது நிமிட முடிவிலேயே எழுந்த மகாராணி.. அதுதான் அருணாச்சலத்தின் மனைவி பெயர்.. பெரிய மல்லிகை பந்தை மைதிலியின் தலையில் முடியை இழுத்து சொருகினாள்.. “உங்கள் வீட்டு பெண்ணை எங்கள் எல்லோருக்கும் மிகவும் பிடித்துவிட்டது.. அவளை எங்கள் வீட்டு மருமகளாக்க சம்மதிக்கிறோம்..” பெரிய மனுசியாக சபை நடுவில் நின்று அறிவித்தாள்.. அதுவரை கிரிஜாவிற்கு ஓ.கேதான்.. ஆனால் அதன் பிறகு நடந்ததுதான் அவளது தலையை கிறுகிறுக்க வைத்தது அனல் மூச்சு விட வைத்தது..

மகாராணி மைதிலிக்கு பரிசாக நீட்டிய வெள்ளி தாம்பாளத்தில் ஐம்பதினாயிரம் மதிப்புள்ள வைர ஊசி பட்டுப்புடவையும், அன்னங்கள் வரிசையமைத்து ஓடிய பட்டையான மரகதக்கல் மாலையும் இருந்தன..

# 5

## முகம் தூக்கிக் கொண்டிருந்தாக வேண்டும் நான்.. முத்தங்கள் மட்டும் கேட்டு விடாதே..

“அண்ணி, இந்த நகையையும் சேர்த்து போட்டுட்டு வரச் சொன்னாங்க அம்மா..” அருணாச்சலம் வீட்டின் ஒரே செல்லப் பெண்ணான சித்ரலேகா ஒரு நகை பெட்டியை கொண்டு வந்து மைதிலி அருகில் வைத்து விட்டு போனாள்.. மைதிலியை முந்திக் கொண்டு, கிரிஜா அதை முதலில் திறந்து பார்த்தாள்.. அவள் விழிகள் தெறித்து விடும் போல் விரிந்தன..

அந்த பெட்டியில் காசுமாலை, மாங்காய்மாலை, அட்டிகை இழைக்கம்மல் என பழைய மாடல் நகைகள் இருந்தன.. இவையெல்லாம் என்ன நகைகள்.. மைதிலி புரியாமல் அவற்றை பார்த்துக் கொண்டிருக்கும் போதே கிரிஜா அவற்றை எடுத்து தன் கழுத்தில் காதில் என வைத்துப் பார்க்க ஆரம்பித்து விட்டாள்.. “எத்தனை கனம்.. என்ன வேலைப்பாடு.. இவைகளே நூறுபவுன் இருக்கும் போலவே..” என முணுமுணுத்தாள்.

“அந்த நகைகள் என் மாமியாருடையது.. ரொம்ப ராசியானது.. அதனால் அவற்றை எனக்கு வரப்-போகும் மருமகள் போட்டுக் கொண்டு கல்யாண மேடைக்கு வரனும்னு கொடுத்து விட்டேன்..” சொன்-

னபடி மணமகள் அறையினுள் வந்தாள் மகாராணி.. மாங்காய் மாலையை மேலே வைத்துப் பார்த்து திருப்தி இன்றி அதன் கொக்கியை சுழற்றி கழுத்தில் அணிந்து பார்த்து விடும் தீர்மானத்தில் இருந்த கிரிஜா திருதிரு-வென கையில் மாலையோடு விழித்தாள்.. நான் கழுத்-தில் போட போனதை இந்த அம்மா பார்த்து விட்-டாரோ..?

"போட்டு விடுங்கள் அண்ணி.." அவள் தனக்கு போடுவதற்காக அந்த நகையின் கொக்கியை சுழட்டி-யபடி இருந்தாள் என மகாராணி பார்வைக்கு தெரி-யும்படி தனது கழுத்தை நீட்டி பின்னலை உயர்த்-தினாள் மைதிலி.. மகாராணி கிரிஜா கையிலிருந்த மாலையை வாங்கி தானே மைதிலி கழுத்தில் போட்டு-விட்டாள்.. பெட்டியினுள் இருந்த இன்னும் சில நகை-களை போட்டு விட்டு, மீதி இருந்தவற்றை பெட்டியை இறுக மூடி பத்திரப்படுத்தினாள்.. "நம் பாரம்பரிய நகைகள்.. வேறு யாருக்கும் கொடுத்துவிடக் கூடாது.. பத்திரம்.." சொல்லிவிட்டு கிரிஜாவை ஓரக்கண்ணால் ஒரு மாதிரி பார்த்து விட்டு அறையிலிருந்து வெளி-யேறினாள். வெளிறிப் போய் கிடந்த அண்ணியின் முகத்தை சிறு சிரிப்போடு பார்த்து விட்டு கண்ணா-டிக்கு திரும்பிக் கொண்டாள் மைதிலி..

முதலில் மிக திருப்தியோடு இருந்த இந்த கல்-யாணம் இப்போது கிரிஜாவிற்கு அவ்வளவாக பிடிக்-காம போய்விட்டதை மைதிலி உணர்ந்தே இருந்தாள்.. இந்த அளவு செல்வ செழிப்பை கிரிஜா அருணாச்சலம் குடும்பத்தினரிடமிருந்து எதிர்பார்க்க வில்லை.. பூவைத்து திருமண முடிவு செய்த நாளுக்கு திருமண நாளுக்கும் இடைப்பட்ட மூன்று மாதங்களில் பெண்ணை பார்க்கவென அடிக்கடி அவர்கள் வீட்-டாட்கள் அடிக்கடி மடை போல் திரண்டு வந்து கொண்டே இருந்தனர்.. பட்டிக்காட்டு கும்பல் என்

பேச தோதாக இதில் கிரிஜாவிற்கு பரம திருப்தி என்றாலும், அவ்வாறு வரும் ஒவ்வொரு முறையும் அவர்கள் பட்டும், நகையுமாக வந்து நின்றதை அவளால் ஜீரணிக்கவே முடியவில்லை..

இவர்கள் குடும்பத்தில் அப்படி எவ்வளவுதான் பணம் சேர்த்து வைத்திருக்கிறார்கள்..? பேசாமல் ஐ.டி டிபார்ட்மென்டுக்கு ஒரு கம்ப்ளைன்ட் எழுதி போடுவோமா.. என நினைக்கும் அளவிற்கு போனாள் கிரிஜா.. அப்படி இதுபோல் கொண்டு வந்து நகைகள் போதாதென பாரம்பரிய நகைகள் என்ற பெயரில் இதோ இவைகள் வேறு.. விடிந்தால் திருமணம்.. மதுரையின் மிகப்பெரிய கல்யாண மண்டபம் ஆடம்பரமான அலங்காரங்களுடன் இவர்கள் திருமணத்திற்கு தயாராக இருந்தது.. இப்போது சற்று முன்தான் நிச்சயதார்த்தம் முடிந்தது.. மைதிலி தன் மோதிரவிரலில் மின்னிய வைர மோதிரத்தை தொட்டு பார்த்தாள்.. அது பரசுராமன் அவளுக்கு அணிவித்த நிச்சய மோதிரம்.. அந்த மோதிரத்தை போடும் போதாவது அவன் தன் முகத்தை பார்த்தானா.. மூளையை கசக்கி யோசித்து பார்த்தாள்.. அது போலொரு சம்பவம் அவளுக்கு நினைவு வரவில்லை..

அவன் மண்டபத்தினுள் புதுமாப்பிள்ளை தோரனையுடனேயே எங்கேயும் அவள் கண்ணில்பட வில்லை.. மண்டபத்திற்கு காலையில் வந்ததிலிருந்து அவள் பார்வையில் அவன் பட்டுக் கொண்டுதான் இருந்தான்.. ஆனால் மணமகனாக இல்லை.. யார் கல்யாண வீட்டிலோ கல்யாண வேலைகளை எடுத்துச் செய்யும் ஒரு உறவின ஆளாக, எப்போதும் ஏதோ ஓர் வேலையுடன் ஓடியபடி இருந்தான்.. ஒருநேரம் மேடை அலங்காரத்தை பார்வையிட்டான்.. மறு நிமிடமே வாசல் அலங்காரத்தை கவனித்தபடி இருந்தான்.. ஐந்தாவது நிமிடம் சமையல் கட்டில் இருந்தான்.. மடித்து கட்டிய வேட்டியுடன் மண்டபம் முழுவதும் ஏதோ ஓர்

வேலையை செய்தபடி அல்லது கண்காணித்தபடி இருந்தான்.

“அதோ வாழையிலைக் கட்டை தோளில் தூக்கிட்டு போறார் பாருங்க.. அவர்தான் மாப்பிள்ளை..” கிரிஜா குரலில் ஒரு துள்ளலோடு அவர்கள் பக்கத்து உறவினர் ஒருவருக்கு சுட்டிக்காட்டினாள்.. அந்த உறவினரின் முகம் அதிருப்தியில் சுருங்கியது.. கிரிஜாவின் முகம் மிக திருப்தியானது.. நிச்சயதார்த்த மோதிரம் போட மாப்பிள்ளையை கூப்பிட்டுங்க என சொல்லப்பட, பரசு-ராமன் மண்டபம் முழுவதும் தேடப்பட்டு இறுதியில் கல்யாண சாப்பாட்டிற்கான மளிகை சாமான்களை சரி பார்த்துக் கொண்டிருந்த குடோனிலிருந்து அழைத்துக் கொண்டு வரப்பட்டான்.. வியர்க்க விறுவிறுக்க மேடை ஏறியவன், பாக்கெட்டிலிருந்து மோதிரத்தை எடுத்து அவள் கைகளில் சொருகிவிட்டு கடமைக்கு போட்டோ, வீடியோவிற்கு போஸ் கொடுத்து விட்டு இறங்கி போய்விட்டான்..

“மைதிலி என்னடி இவர் இப்படி இருக்கிறாரு..?” சுமதியின் குரலில் எரிச்சல் வெளிப்படையாக தெரிந்-தது.. “சுமதி அவர் உழைப்பாளிடி.. முதலாளிங்கறி பந்தா, தோரணை எதுவும் இல்லாமல் எப்படி இறங்கி வேலை பார்க்கிறார் பாரேன்.. அதுவும் இன்றைக்கு, அவரது கல்யாண நாளன்றைக்கு கூட, இவர் மட்டும் இல்லைடி இவரது தம்பிகளும் அப்படித்தான் பரபரன்னு வேலை பார்த்துட்டே இருக்காங்க.. இந்த உழைப்புதான் அவுங்க குடும்பத்தை இதுபோல் ஒரு உயர்ந்த இடத்-தில் வைத்திருக்கிறது..” சௌமியா, சுமதிக்கான பதிலை சொன்னாள்.. ஆதரவாக மைதிலியின் தோளை அழுத்தினாள்..

அவளுக்கு அருணாச்சலம் குடும்பத்தாரின் மேலுள்ள பிரேமை போகவில்லை.. நிமிடத்திற்கு நிமி-டம் அதிகரித்துக் கொண்டே போனது.. அவளுக்கு

நேரெதிராக சுமதிக்கு அதிருப்தி அதிகரித்துக் கொண்டே போனது.. வாழ்க்கையின் முக்கியமான நிகழ்வு அதனை கூட அனுபவிக்காமல் அப்படி என்ன வேலை..? என்ற வாதம் அவளுடையது.. தோழிகள் இருவரின் பேச்சுக்கள் எதிலும் மைதிலி கலந்து கொள்ளவில்லை.. அவள் தாழ்த்திய விழிகளுடன் தன் வேலையை பார்த்தபடி இருந்தாள்.. மிக அமைதி போல், பெரிய திருப்தி போல் காட்டிக் கொண்டிருந்த அவள் முகத்தின் பின்னே எரிமலையாய் கொதிக்கும் இன்னொரு முகம் இருந்தது.. அந்த முகத்தின் கொதி-பபில் வந்தனா இருந்தாள்... நானும் பரசுராமுவும் காதலிக்கிறோம் என்றாள்.. அப்படி காதலிக்கும் முகமா இது.. மைதிலி மெல்ல மணமகள் அறையை விட்டு வெளியே வந்து கீழே பார்த்தாள்.. மாடியில் அவளது அறை.. கீழே நடப்பவை எல்லாம் அங்கிருந்தே பார்க்க முடிந்தது.. மணமேடையில் வைப்பதற்காக வீட்டிலிருந்து கொண்டு வரப்பட்ட இரண்டு பெரிய வெள்ளிக் குத்துவிளக்குகளை நகர்த்த கூட முடியாமல் விழித்து நின்ற தங்கை சித்ரலேகாவை நகர்த்தி விட்டு கைக்கு ஒன்றாக அந்த அரை ஆள் உயர விளக்கு-களை எளிதாக தூக்கிக் கொண்டு மண்டப வாசலில் இருந்து மணமேடை நோக்கி வந்து கொண்டிருந்தான் பரசுராமன்.. தூக்கியிருந்த கனத்தினால் திரண்டிருந்த அவன் புஜங்கள் சட்டையை மீறி வெளியே தெரிந்தன.. தங்கைக்கென பாரம் சுமந்தாலும் அப்-போது அவன் முகத்தில் பாசத்தின் பரிவோ, அன்பின் நெகிழ்வோ இல்லை.. இதை முடித்து விட்டு அடுத்த வேலை எனும் பரபரப்போடு கூடிய வேகம் மட்டுமே இருந்தது.. உணர்வுகள் ஏதுமற்ற மரக்கட்டை முகம்,

இந்த இரும்பு மனிதனுக்கு காதல் வந்திருக்குமா..? இவன் ஒரு பெண்ணை காதலித்திருப்பானா..? மைதி-லியால் வந்தனாவை நம்ப முடியாமல் போனது.. அவள் அதன்பிறகு வந்தனாவை சந்திக்கவே யில்லை..

அதற்கான சந்தர்ப்பங்களை உருவாக்கி கொள்ளவில்லை.. தந்தையிடம் திருமணத்திற்கு சம்மதம் சொன்ன நாளிலிருந்தே அவள் வீட்டில் கல்யாண பரபரப்பு ஆரம்பமாகி விட்டது.. நகை எடுக்க, உடைகள் வாங்க பாத்திரங்கள் சேர்க்க.. என தாயும் தந்தையும் வேலைகளில் இறங்க தனது கடைசி பரீட்சையை முடித்து விட்ட மைதிலி வீட்டிற்குள் முடங்கிக்கொண்டாள்.. யாரையும் பார்க்கும் எண்ணம் அவளுக்கு வரவில்லை.. வந்தனா அவளை சந்திக்க முடியாமல் தவித்திருப்பாள் என அவளுக்கு தெரியும்.. இன்னமும் அவளிடம் பேச வேண்டுமென்ற ஆவலுடன் இருந்த ரவீந்தரையுமே அவள் சந்திக்கவில்லை.. அவனாக முயன்ற ஒன்றிரண்டு சந்தர்ப்பங்களையும் கூட தட்டிவிட்டு விட்டாள்..

“மைதிலி மண்டபத்திற்குள் வரும்போது பார்த்தேன்டி.. நம்ம ரவி வாசலில் நின்னுட்டிருந்தான்.. வெள்ளை வேட்டி சட்டை போட்டு பெரிய மனுசன் மாதிரி நின்னாண்டி.. என்ன அழகாக இருந்தான் தெரியுமா..?” சௌமியா வழக்கம் போல் ஜொள் ஊத்திக் கொண்டிருந்தாள்.. ரவீந்தர் வந்துவிட்டானா..? ஒருவேளை இங்கேயே வந்து விடுவானோ..? மைதிலி டென்சனுடன் நகம் கடிக்க ஆரம்பித்தாள்.. “உனக்கு வேறு வேலை இல்லடி.. எப்போ பார்த்தாலும் அவனை சைட் அடிச்சிட்டு..” சுமதி சௌமியாவை சலித்தாள்.. “சைட் அடிக்கிற மாதிரி இருக்கிறான் அடிக்கிறேன்.. உனக்கென்னடி..? நான் வெளிப்படையாக சொல்லிடுறேன்.. நீ அமுக்கினி மாதிரி உள்ளுக்குள்ளேயே வச்சுக்கிட்டு திருட்டுத்தனமாக பார்ப்பாய்..”

“என்னடி சொன்ன..?” தோழிகள் இருவரும் ஒரு செல்ல சண்டையை ஆரம்பித்தனர்.. மைதிலி புன்னகையுடன் அவர்களை வேடிக்கை பார்த்தாள்.. இரவு உணவு முடிந்ததும் எல்லோரும் ஆங்காங்கே படுத்து

உறங்க தொடங்கிவிட, இதமான ஏசி குளிர் பொழிந்து மணமகள் அறையினுள்ளும் தூக்கம் வராமல் புரண்டபடி இருந்தாள் மைதிலி.. ஏனோ அவள் மனம் அதிகாலை திருமணத்தை நினைத்து திக் திக்கென அடித்துக் கொண்டிருந்தது.. இது சரியா.. தவறான முடிவெடுத்து விட்டேனா..? குழம்பியபடியே இருந்தாள்..

மணப்பெண்ணென அவளுக்கு படுக்க வசதியாக கட்டிலை ஒதுக்கி விட்டாலும், அறையின் தரை முழுவதும் விருந்தினர்கள் சுருண்டு படுத்து தூங்கிக் கொண்டிருந்தனர்.. இந்த செயற்கை காற்றை விட்டு விட்டு, கொஞ்சம் காற்றாட வெளியே போய் நின்றால் இந்த மன இறுக்கம் குறையுமென தோன்ற படுக்கையை விட்டு எழுந்தாள்.. மெல்ல அறையை விட்டு வெளியே வந்தாள்.. குனிந்து தன்னை ஒருமுறை பார்த்துக் கொண்டாள், மாலை நிச்சயதார்த்தம் முடிந்ததும் கனத்து உடல் மேல் கிடந்த பட்டுச் சேலை, நகைகளை கழட்டி வைத்து விட்டு நைட்டியை போட்டுக் கொள்ள வேண்டும் என்ற எண்ணத்தில் அவள் இருந்த போது, மகாராணி அறையினுள் வந்தாள்.. “எல்லா நகைகளையும் கழட்டி வச்சிடாதே ஒன்றிரண்டு இருக்கட்டும்.. இந்தா இந்த சேலையை கட்டிக்கிட்டு பட்டை மாத்திக்கோ..” தயாராக கையில் கொண்டு வந்த காட்டன் சேலையை கொடுத்தாள்.. என்ன இது நான் தூங்கும் போது போட்டுக் கொள்ளும் உடைகளை கூட இவர்கள் தீர்மானிக் கிறார்களே, சிறு குறைபாட்டுடன்தான் வந்த சேலையை வாங்கினாள் மைதிலி..

ஆரஞ்சு வண்ணத்தில் ஓரங்களில் தங்கசரிகை ஓடிய அந்த சேலையை தொட்டுப் பார்த்த கிரிஜா.. “சந்தேரிகாட்டன்” என முணுமுணுத்தாள்.. அந்த வகை காட்டன் சேலைகளின் விலை அவளுக்கு

தெரியும்.. இரவு படுத்து உறங்க இந்த அளவு விலை உயர்ந்த சேலையா.. பூகம்பம் பொங்கியது கிரிஜாவி-னுள்.. மைதிலி அந்த சேலையைத்தான் இப்போது அணிந்திருந்தாள்.. கூடவே ஒன்றிரண்டு மயில் முகப்-புடன் கூடிய மகாராணி அவள் கழுத்தில் விட்டிருந்த மயில் முகப்புடன் கூடிய அடுக்கடுக்கான நீள செயின்-கள் தொங்கும் சந்திரஹாரம் வகை கழுத்தணி ஒன்றும் அவள் கழுத்தில் கிடந்தது.. நகைகளோடு வெளியே போவது சரியா என யோசித்து விட்டு மண்டபத்தில் பாதுகாப்பை நினைத்துக் கொண்டு துணிவுடன் வெளியே வந்தாள்..

கீழே நிச்சயதார்த்தத்திற்கான மணமேடை அலங்காரம் மாற்றப்பட்டு, மறுநாள் திருமணத்திற்கு வேறு அலங்-காரம் செய்யப்பட்டுக் கொண்டிருந்தது.. அதனை ஓரக்கண்ணால் பார்த்தபடி மாடியின் பின்புற பால்கனி-யில் வந்து நின்றாள்.. வெளிப்புற காற்று முகத்தில் குளிர்ச்சியாய் மோதி புத்துணர்ச்சியை தந்தது.. மண்-டபத்தின் பின்புறம் இருளாய் தெரிய, ஏகாந்தத்தை விரும்பிய மைதிலியின் மனம் அந்த தனிமையை விரும்பி பால்கனியிலிருந்து கீழிறங்கிய மாடிப்படிகளில் இறங்கி கீழே வந்தாள்.. அப்படியே அந்த மாடிப்படி அடி இருளிலேயே நின்றபடி எதிரிலிருந்து இருளை வெறித்தபடி நின்றாள்..

அவள் மனதினுள் வந்தனாவை சந்தித்த பொழு-துகள் வலம் வந்தன, ஒருவேளை அவள் உண்மை-தான் சொன்னாளோ.. கல்லெறிந்த குளமாய் குழம்பி-யது மைதிலியின் மனது.. நான் எங்கேயாவது தவறு செய்கிறேனோ.. தனக்கு தானே சுய அலசலில் இறங்-கினாள்.. எத்தனை விதமான மன ஆராயச்சியில் இருந்தாலும் ஒரு விசயத்தில் மட்டும் அவள் அடி-மனது உறுதியாக இருந்தது அது.. இந்த திருமணம் நடந்தே ஆக வேண்டும் என்பதில் மட்டும்.. “இந்த

திருமணம் நடக்கவே கூடாது.. எப்படியாவது நிறுத்திவிட வேண்டும்..'' கேட்ட குரலில் அதிர்ந்தாள்..

மிக ரகசியமாக தாழ்ந்த குரலில் பேசப்பட்டதுதான்.. ஆனாலும் அந்த குரலில் தெரிந்த வன்மத்தில் மைதிலியின் உடல் நடுங்கியது.. யார் இவ்வளவு ஆவேசமாக பேசுவது..? இன்னமும் தன்னை இருளினுள் பதுக்கிக் கொண்டு கவனித்தாள்.. மாடிப்படியை ஒட்டி பெரிதாக வளர்ந்து நின்ற வேப்பமரத்தின் பருத்த கிளையின் நிழலில் மறைந்து நின்று இருளோடு இருளாக கலந்து நின்று பேசிக் கொண்டிருந்தனர்.. இருவர்.. இல்லை.. இல்லை.. மூவர்.. எண்ணிக்கை கணிக்க முடியாதபடி தரையில் விழுந்தன அவர்கள் நிழல்கள்.. மைதிலியின் இதயம் மூச்சுக்கு தவித்தது.. இல்லை.. இந்த திருமணம் நிற்க கூடாது.. யாரிடம் போய் என்ன சொல்வது.. விழிகளை பரபரப்பாக சுழற்றினாள்.. அப்படியே இருளிலேயே பதுங்கி நடந்து மண்டபத்தின் முன் பக்கம் வந்தாள்..

அங்கே சிறு சோம்பலுடன் திருமண வேலைகளை செய்து கொண்டிருந்த சிலர் கண்களில் பட, சல்லடையாய் அவர்களை சலித்தாள்.. ஓரிடத்தில் அவள் விழிகள் ஸ்தம்பித்தன.. அவன்.. ரவீந்தர்தானே..? அவனேதான் யாரோ இருவருடன் பேசிக் கொண்டிருந்தான்.. மைதிலி ஒரே ஒரு நிமிடம்தான் யோசித்தாள் பிறகு "ரவி" என மெல்லிய குரலில் அழைத்து விட்டு சுவரின் பின்புறம் தலையை இழுத்துக் கொண்டாள்.. தன் பெயர் சொல்லி அழைத்தவரை காண ரவீந்தர் சுவற்றின் இருளான பகுதியை நோக்கி வர ஆரம்பித்தான்.

# 6

### என் தேவதை சிறகுகளை மென்று கொண்டிருக்கும்.. உன் மீசையை என்ன செய்வது..?

“பொண்ணும் மாப்பிள்ளையும் கையை சேர்த்து வைங்கோ..” ஐயரின் குரலின் பின் தன் முன் நீண்ட அந்த அகன்ற கரங்களை பார்த்தபடி மெல்ல தன் கையை அக் கையின் மேல் வைத்தாள் மைதிலி.. நண்டின் கால்களாய் அவள் கையை பற்றிக் கொண்ட அக் கை தாம்பாளத்திற்கு நேராக அவள் கையை எடுத்துச் செல்ல, இருவரது கைகளின் மேலும் பால் வார்த்து ஏதோ மந்திரங்கள் ஜெபிக்கப்படத் துவங்கியது.. அழுத்தமும் ஆளுமையுமாய் தன் கையை பற்றியிருந்த பரசுராமனின் கையில் ஏதோ ஒரு வகை ஆறுதல்.. இதோ திருமணம் நடந்து கொண்டிருக்கிறது என்ற நிம்மதி மைதிலிக்குள் எழுந்தது. முன்னால் எரிந்து கொண்டிருந்த யாகத் தீயில் எழுந்த புகையை தாண்டி எதிரில் பார்வையை கூர்மையாக்கினாள்..

அங்கே ரவீந்தர் இருந்தான்.. வருபவர்களை வரவேற்க உட்கார வைக்க, சாப்பிட அனுப்ப என பரபரப்பாக மண்டபம் முழுவதும் அலைந்து கொண்டிருந்தான்.. அடிக்கடி மேடையை திரும்பிப் பார்த்து இவளுக்கு ஒரு புன்னகையை கொடுக்க மறக்க-

வில்லை.. எப்படிப்பட்ட தோழன் இவன்.. மைதிலியின் மனம் நெகிழ்ந்தது.. அவள் மனம் முதல் நாள் இரவுக்கு போனது.. அவளது குரலில் மண்டப இரு-ளுக்குள் வந்து பார்த்த ரவீந்தர் வியப்புடன் விழி விரித்தான்..

“மைதிலி.. நீயா..? என்ன இந்த நேரத்தில்..?” எப்-படி சொல்ல எச்சில் விழுங்கி மௌனம் சுமந்தாள் மைதிலி.. “நாளை காலை உன் கருத்தில் தாலி ஏறும் நிச்சயம் என்றபின் இன்று இரவுதான் என்னைப் பார்த்து பேச உனக்கு தோனியதா மைதிலி..?” “இல்லை ரவி.. எனக்கு பயமாக இருக்கிறது..” “என்ன இல்லை..? என்ன பயம்..?” “வ.. வந்து இந்த கல்யாணம் நின்றுவிடுமோ.. என்று பயமாக இருக்கி-றது..” ரவீந்தர் பதில் சொல்லாமல் அவளைப் பார்த்-தபடி நின்றான்.. பின் அவளை கொஞ்சம் நெருங்கி அவளுக்கு நேராக நின்றான்..

“மைதிலி நிமிர்ந்து என் கண்களைப் பார்த்து சொல்.. இந்தத் திருமணம் உனது முழு சம்மதத்துடன் தான் நடக்கிறதா..?” தயக்கமின்றி நிமிர்ந்து அவன் கண்களை சந்தித்தாள் மைதிலி.. “ஆமாம்..” “இந்த திருமணத்தில் உனக்கு எந்த ஆட்சேபமும் இல்-லையே..?” “நிச்சயம் இல்லை..” இருவர் பார்வையும் தயக்கமோ, கல்மிசமோ இன்றி நேருக்கு நேராக சந்-தித்து நின்றன.. ரவீந்தரின் இதழ்கள் மெல்ல விரிந்து புன்னகைத்தன.. முகம் மலர்ந்து கிடந்தது..

“அவ்வளவுதான் மைதிலி.. இந்த சம்மதத்தை இந்த உறுதியை உன் வாயிலிருந்து கேட்க வேண்டுமென்று தான் உன்னிடம் தனிமையில் பேச சுற்றி சுற்றி வந்தேன்.. அதென்னவோ அதற்கான சந்தர்ப்பங்கள் அமையாமல் தள்ளிப் போய் கொண்டே இருந்தது.. நீயும் என்னை தவிர்த்துக் கொண்டே இருந்தாய்..” “அ.. அது.. உ... உன்னிடம் பேச எனக்கு கூச்சமாக

இருந்தது..'' ''சரிதான்.. என்னிடம் பேசவே கூச்சமா உனக்கு..? சரி விடு இப்போது உன் பிரச்சனை என்ன..?'' ''யாரோ சிலர் இந்த திருமணத்தை நிறுத்த ஏதோ சதி செய்கின்றனர் ரவி..'' ''அட.. அது யாரு..?'' ரவீந்தர் இடுப்பில் கை வைத்து சுவாரஸ்யமாக கேட்க, மைதிலி அவனை முறைத்தாள்..

''உனக்கு இந்த கல்யாணம் நிற்பது விளையாட்டாக இருக்கிறதா..?'' ''ஐயோ.. இல்லைம்மா இல்லை.. நான் என் மனமார இந்த கல்யாணம் நடக்க வேண்டுமென்றுதான் நினைக்கிறேன்.. போதுமா..? இப்போது சொல்லு.. யார் என்ன சொன்னார்கள்..?'' ''அது.. நான் மாடிப்படியின் அடியில் நின்று கொண்டிருந்த போது..'' ''வெயிட்.. வெயிட் இந்த விபரங்களையெல்லாம் நீ சொல்ல வேண்டிய இடம் நானல்ல..''

''வேறு யாரிடம்..?'' ''வா..'' கையசைத்து அவளை பின்வருமாறு சைகையிட்டு விட்டு ரவீந்தர் அவளை அழைத்து சென்ற இடம் மணமகனின் அறை.. அறைவாசலில் தயங்கி நின்ற மைதிலியை ''மைதிலி உங்கள் திருமணம் நீங்களேதான் பார்த்துக் கொள்ள வேண்டும் வா..'' கொஞ்சம் குறும்பாக சொல்லிவிட்டு அறைக்கதவை திறந்து உள்ளே போனான்.. மைதிலி மனம் படபடக்க மெல்ல அறையினுள் நுழைந்தாள்.. ''அண்ணா..'' ரவீந்தரின் அழைப்பிற்கு திரும்பி பார்த்த பரசுராமனின் பார்வை தம்பியை தாண்டி பின் நின்றவளின் மேல் ஆழமாக படிந்தது..

''என்னடா..?'' ''என்னவோ பேசனுமாம்..'' தனக்கு பின்புறம் கைகாட்டி விட்டு அவன் ஒதுங்கிக் கொள்ள மைதிலிக்கு தலை சுழல்வது போலானது.. அடப்பாவி இவன் என்ன இப்படி மாட்டி விட்டுட்டான்..? ''என்ன விசயம்..?'' பரசுராமன் இப்போது நன்றாக திரும்பி அவளை பார்த்தான்.. மைதிலியின் தொண்டைக்குள் வார்த்தைகள் சிக்கிக் கொண்டன.. ''இ..இல்லை.. வ..

நா.. நான்..” ஒற்றையெழுத்துக்கு மேல் எதுவும் பேச முடியுமென்று மைதிலிக்கு சத்தியமாக தோன்றவில்லை..

“அதிகாலை முகூர்த்தமாச்சே... சீக்கிரம் எழுந்திரிக்கனுமே... இன்னும் தூங்கலையா...?” பரசுராமனின் குரலில் இப்போது அதட்டல் வேறு சேர்ந்து கொள்ள, மைதிலியின் வாயிலிருந்து வந்த ஒன்றிரண்டு எழுத்துக்களும் நின்றுவிட்டன.. “ஐயோ அண்ணா அவள் ஏற்கெனவே ரொம்ப அமைதியான பொண்ணு.. அதிகம் பேச மாட்டா.. நீங்க இப்படி அதட்டுனீங்கன்னா.. சுத்தமா பேசவே மாட்டா.. கொஞ்சம் சாப்டாக கேளுங்கண்ணா..” “ப்ச், என்னடா சாதாரணமாகத்தானே கேட்டுட்டு இருக்கேன்.. இப்போது என்ன பிரச்சனையாம்..? உன்னிடம் சொல்லியிருப்பாளே.. நீதான் சொல்லேன்..”

“யாரோ ஏதோ பேசிக் கொண்டிருந்தார்களாம்.. அதை இவள் கேட்டிருப்பாள் போல.. என்ன பேசினார்கள் மைதிலி..?” மைதிலி பரசுராமனை விட்டு தன் பார்வையை திருப்பி ரவீந்தர் மேல் படித்துக் கொண்டாள், பரசுராமனை பார்த்தால் தொடர்ந்து தன்னால் பேச முடியுமென்ற நம்பிக்கை அவளுக்கு இல்லை.. “இரண்டு பேரோ.. மூன்று பேரோ.. நிழல் மட்டும் தான் பார்த்தேன்.. எப்படியாவது இந்த திருமணத்தை நிறுத்திவிட வேண்டுமென்று பேசிக் கொண்டிருந்தார்கள்.” “ம்..” பரசுராமன் தாடையை தடவியபடி யோசனையில் விழ.. “யாராக இருக்கும் அண்ணா..?” ரவீந்தர் கேட்டான்.

“அவர்கள் பேசியதை.. நீ கேட்டதை அப்படியே வார்த்தை மாறாமல் சொல்லு..” கேட்க வசதியாக கட்டிலின் மேல் சம்மணமிட்டு அமர்ந்தான்.. மைதிலி பேச வாய் திறந்த போது “வசதியாக உட்கார்ந்து கொண்டு நிதானமாக சொல்லு..” என எதிரிலிருந்த

ப்ளாஸ்டிக் சேரை கை காட்டினான்.. ரவீந்தர் அந்த சேரை மைதிலிக்கு நகர்த்திப் போட, அதில் அமர்ந்து கொண்டவள், சொல்ல ஆரம்பித்தாள்.

“மண்டபத்தில் வெடிகுண்டு வைத்திருப்பதாக நாளை காலை புரளியைக் கிளப்பிவிடுவோம்..” “எல்லோரும் நம்ப வேண்டுமே..” “ஆபத்தில்லாத சிறு சிறு சிவகாசி வெடிகளை மண்டபத்தினுள் ஆங்காங்கே வெடிக்க விடுவோம்..” “போலிசிடம் இங்கே வெடிகுண்டு இருப்பதாக இங்கிருந்தே போன் செய்து அவர்களை வரவழைப்போம்..” “இந்தப் பரபரப்பெல்லாம் முடிந்த பிறகு திரும்பவும் கல்யாணத்தை நடத்தி விடுவார்களே..” “இல்லை இன்று இந்த அதிகாலை முகூர்த்தம் ஒன்றுதான் இருக்கிறது.. முகூர்த்தம் தவறிடுச்சுன்னா, அருணாச்சலம் அண்ணாச்சி திருமணத்தை இன்று நடத்த அனுமதிக்க மாட்டார்.. அடுத்து இரண்டு நாட்களுக்கும் நல்ல முகூர்த்தம் கிடையாது.. அதனால் இந்த திருமணம் இப்போதிற்கு தள்ளிப் போகும்..” இந்த மாதிரி பேசிக் கொண்டிருந்தார்கள்..

“அண்ணா மைதிலி சொல்வதை வைத்துப் பார்த்தால்..” தம்பியை கை உயர்த்தி நிறுத்தியவன். “ம் எனக்கும் அப்படித்தான் தோன்றுகிறது நீ போய் நம் ஆட்களை வரச்சொல்.. மண்டபம் முழுவதும் வெளியே யாருக்கும் தெரியாமல் அவர்கள் பரவி நிற்கட்டும்.. இந்த மாதிரி சிவகாசி வெடிகளை முட்டாள்தனமாக வைக்க வருபவர்களை கண்டு பிடித்து தடுக்க சொல்.. நம் ஏரியா இன்ஸ்பெக்டரிடம் நான் போனில் பேசி விடுகிறேன்.. அவரையும் நான்கு கான்ஸ்டபிள்ளோடு இங்கே வரச் சொல்லி விடலாம்..” “சரிண்ணா..” ரவீந்தர் வேகமாக கிளம்பினான்.. “நீ உன் அறைக்கு போய்விடு மைதிலி.. நாங்கள் பார்த்துக் கொள்கிறோம்..” இவளிடம் சொல்லிவிட்டு போனான்..

மைதிலி அவன் பின்னாலேயே வேகமாக வெளியேற போக, “ஒரு நிமிடம் இரு..” அவளை நிறுத்தினான் பரசுராமன்.. ஏதோ யோசித்தான்.. “நானே உன் அறை வரை துணைக்கு வருகிறேன் வா..” எழுந்து அவளை முன்னால் போகச் சொல்லி பின்னால் நடந்தான். “கல்யாணப் பெண்ணைக் கடத்திவிடலாமென்று இன்னொரு திட்டத்தை அவர்கள் போட்டு விடக் கூடாது..” தனக்குள் போல் முணுமுணுப்பாய் அவன் சொல்ல மைதிலிக்கு திக்கென்றது.. அடப்பாவிகளா.. அப்படி வேறு செய்வார்களா.. நடந்து கொண்டிருந்தவள் டக்கென்று நின்றுவிட.. அவள் பின்னால் வந்தவன் மேல் லேசாக உராய நேர்ந்தது..

“அதெல்லாம் நான் பார்த்துக் கொள்வேன்.. இவ்வளவு பயம் வேண்டாம்..” மிக அருகே பின்னின்று பேசியவனின் குரல் அவள் காது மடல்களை உரசிச் சென்றது.. சிலிர்த்து விட்ட உடலுடன் வேகமாக திரும்ப நடக்க தொடங்கினாள் அவள்.. அந்தப் பெரிய கல்யாண மண்டபத்தின் முதல் மாடியிலிருந்த மணமகன் அறையிலிருந்து, இரண்டாவது மாடியிலிருந்த மணமகள் அறை வரை அவளுக்கு துணையாக வந்தான் பரசுராமன்.. கொஞ்சம் பயந்தாள் என்றோ என்னவோ இப்போது அவளின் மிக அருகேயே பின்னால் நடந்து வந்து கொண்டிருந்தான்.. அவன் மூச்சுக் காற்று அவள் பின் கழுத்தை தொட்டு உரசியபடியே வந்தது.. முதல் மாடிக்கும், இரண்டாவது மாடிக்கும் இடைப்பட்ட தூரங்கள் இரண்டு மைல்களாவது இருக்கும் என்று அன்று தான் மைதிலிக்கு தெரிய வந்தது.. திடுமென அந்த மைல்கள் குறுகி அவள் அறைக்கதவின் முன் நின்றாள்.. அவள் பின்னிருந்து அறைக்கதவின் கைபிடி மேல் கை வைத்தவன், திறக்காமல் நின்றபடி..

“யாரிடமும் எதுவும் சொல்ல வேண்டாம்.. நாளை காலை குறித்த நேரத்தில் திருமணம் நடக்கும்..” என்றான்.. கதவை திறந்து விட்டான்.. திருப்தியான தலையாட்டலுடன் அவனை திரும்பியும் பாராமல் அறைக்குள் புகுந்து கொண்டாள் மைதிலி.. “மாமன் சாஸ்திர மாலையை சுழட்ட வேண்டாம்னு ஐயர் சொன்னாரு..” எதிரேயிருந்து நினைவுறுத்தியவனின் குரலில் நிகழ்வுக்கு வந்தவள், அதிகாலை தாய்மாமன் சாஸ்திரத்திற்கு தன் கழுத்தில் போட்ட மாலையை விட்டு விட்டு, அடுத்த மாலையை சுழற்றினாள்.. பெண்ணின் கழுத்தில் நிறைய மாலை, முகம் மறைக்கிறது.. சரி செய்யுங்க.. என போட்டோகிராபர் சொல்ல, தன் கழுத்து மாலைகளை குறைக்க அவள் நினைத்த போது பரசுராமன் அவளுக்கு குறிப்புகள் கொடுத்தான்..

மெல்லிய தலையாட்டலுடன் தோழிகளின் துணையோடு மாலைகளை சரிசெய்து கொண்டாள்.. திருமாங்கல்யம் தட்டில் வைக்கப்பட்டு பெரியவர்களின் ஆசீர்வாதத்தின் பிறகு மண்டப வலம் வரத்துவங்கியது.. அடிக் கண்ணால் மண்டபத்தை ஆராய்ந்து போது, வெள்ளை வேட்டி சட்டையில் கட்டுமஸ்தான உடம்போடு ஆங்காங்கே நிறைய பேர் நிற்க கண்டாள்.. ரவீந்தர் அடிக்கடி அவர்களிடம் போய் பேசிக் கொண்டும், எச்சரித்துக் கொண்டும் இருந்தான்.. இவர்கள்தான் இவன் சொன்ன “நம் ஆட்களா..” அதாவது அடி ஆட்கள்.. இப்படி நினைத்து விட்டு உள்ளூற தன் தலையை கொட்டிக் கொண்டாள்.. சீச்சி அப்படி நினைக்ககூடாது இவர்கள் எஜமான விசுவாசிகள்.. தன் நினைப்பை மாற்றிக் கொண்டாள்.. அந்த விசுவாசிகள் திருமணத்திற்கு வந்திருக்கும் யாருடைய கவனத்தையும் கவரா வண்ணம் மிக இயல்பு போல், திருமண வேலை செய்ய வந்த வேலையாட்கள் போல்

நின்றிருந்தனர்..

மைதிலிக்கு நிலவரம் தெரியுமாதலாலேயே அவர்கள் இனம் காண அவளால் முடிந்தது.. மற்றவர்களால் அப்படி அவர்களை கண்டறிய முடியாது.. "இங்கே கவனித்து மந்திரம் சொல்..." முணுமுணுப்பாக என்றாலும் அதிகாரமாய் கேட்டது பரசுராமனின் குரல்.. அவள் தனது அலைந்தாடும் விழிகளை நகர்த்தி அவன் பக்கம் பார்த்த போது, அவன் ஐயர் சொன்ன மந்திரங்களை வெகு திருத்தமாக திருப்பி சொல்லிக் கொண்டிருந்தான்.. அது எப்படி இப்படி அச்சு பிசகாமல் இவனால் சொல்ல முடிகிறது.. மைதிலி பார்வையை அவன் உதடுகளில் பதித்து கவனிக்க, ஒரு நொடி மந்திர அசைப்பை நிறுத்தியவன் கர்ச்சீப்பால் இதழ் ஒற்றியபடி, "சும்மா பாவனைதான்.." என்றான்..

சட்டென எழுந்து விட்ட சிரிப்பை கேமெரா கோணங்களுக்கு பயந்து மறைத்துக் கொண்டு தானும் உதடசைக்க ஆரம்பித்தாள் மைதிலி.. மண்டபம் முழுவதும் பறந்து பறந்து படமெடுத்துக் கொண்டிருந்தது ஒரு கேமெரா.. இரண்டு பெரிய ஸ்கிரீன்களில் மேடை நிகழ்ச்சிகளும், இரண்டு பெரிய ஸ்கிரீன்களில் மண்டபத்தின் பிற பகுதிகளும் நேரலையாக ஒளிபரப்பாகிக் கொண்டிருந்தன. இத்தனை ஏற்பாடுகளுக்கிடையே யாரும், எதுவும் செய்ய முடியாது என்ற மனஉறுதி மைதிலியிடம் உண்டானது.. திருமாங்கல்ய தட்டு மேடையை நோக்கி வரத்துவங்கியது.. மைதிலியிடம் படபடப்பு கூடியது.. இதோ இன்னும் சற்று நேரத்தில் மாங்கல்யம் அவள் கழுத்தில் பூட்டப்பட்டு அவள் பரசுராமின் மனைவியாகி விடுவாள்..

மேடைக்கு வரும் வழியில் தட்டை ஏந்தி வந்தவரிடம் இருந்து அதனை வாங்கிக் கொண்ட ரவீந்தர் தானே மேடையை நோக்கி எடுத்து வரத் துவங்கினான்.. மைதிலியின் நினைவுகள் மீண்டும் தோழனி-

டம் பாய்ந்தன. “என் அண்ணாவிற்கு உன்னை மணம் பேசுவது எனக்கு தெரிய வந்தது மைதிலி.. எங்கள் குடும்பம் கொஞ்சம் கடாமுடா குடும்பம்.. நீ அமைதியான பெண்.. உனக்கு எங்கள் குடும்பம் ஒத்து வருமென்று எனக்கு தோன்றவில்லை.. உங்கள் வீட்டில் உன் சம்மதத்துடன் தான் இந்த திருமண ஏற்பாடுகளை செய்கிறார்களா என்று தெரியவில்லை.. இவற்றையெல்லாம் உன்னிடம் கேட்டு தெரிந்து கொள்ளவும், உனக்கு மறுப்பு இருப்பின் இந்த திருமணத்தை நிறுத்தி விடவும்தான், உன்னை சந்தித்து பேச துடித்துக் கொண்டிருந்தேன்..

அதற்கு ஏதேதோ தடங்கள் வந்து கொண்டே இருந்தன..” அன்று காலை முகூர்த்த நேரத்திற்கு முன் மண்டபத்தில் பாதுகாப்பு ஏற்பாடுகள் பக்காவாக இருப்பதாகவும், அவள் பயப்பட வேண்டியதில்லை என்றும் அவளிடம் தகவல் சொல்ல அவள் அறை வாசலில் அவளை சந்தித்தான் ரவீந்தர்... தனது தோழனின் நேர்மையில் மைதிலியின் மனது அவன்பால் நட்பாய் கனிந்தது.. அவன் வீட்டு மனிதர்களை கூட எண்ணாது எனக்காக திருமணத்தை நிறுத்தவும் தயார் என்று கூறுகிறானே.. “என் வருங்கால கணவரின் தம்பி என்ற உறவு முறை தெரிந்ததும் உன்னிடம் பேச எனக்கு ஏதோ கூச்சமாக இருந்தது ரவீந்தர்..” மைதிலி தன் நிலையை சொன்னாள்.. “ஐய்யய்யோ நான் என்ன பாவம் பண்ணினேன்..? என்னிடம் எதற்கு கூச்சம்..?” ரவீந்தரின் குரல் தோழமையுடனான கேலியுடன் கேட்க ஆரம்பிக்கவும் முகம் சிவக்க அறையினுள் வந்துவிட்டாள் மைதிலி..

இதோ இப்போது கேலிப் புன்னகையோடு அவளை பார்த்தபடிதான் மாங்கல்ய தட்டை எடுத்துக் கொண்டு வருகிறான்.. மைதிலி வேகமாக தலையை குனிந்து கொள்ள, அவளது தாழ்ந்த பார்வையில் அவளைக்

கடந்து போன மாங்கல்யம் பட்டது.. அதனைக் கையில் எடுத்த வலிய கரங்களும்.. "கட்டி விடவா..?" கிசுகிசுத்த குரலில் விழித்து நிமிர்ந்து பார்த்த போது, கையில் தாலியோடு அவள் முகம் பார்த்திருந்தான் பரசுராமன்.. புதுவாழ்விற்கு என்னிடம் கேட்கும் அனுமதியா, ஆயிரமாயிரம் மல்லிகள் ஒரே நேரத்தில் மைதிலியின் மனதின் மொட்டவிழ்ந்து மணக்க துவங்க, 'ம்' என்ற ஒற்றை எழுத்து சம்மதத்துடன் தலை குனிந்தாள் அவள்..

பரசுராமன் அவள் கழுத்தில் தாலியை கட்டி அவளைத் தன் மறுபாதியாக மாற்றிக் கொண்டான்.. கோடி கோடியான மலர்கள் மணமக்கள் மேல் குவிந்தன.. மிக இனிதாக மைதிலியின் திருமணம் நடந்து முடிந்தது..

# 7

***மதிக்கப்படாத என் பிரியங்களுக்கு
அழத் தொடங்கும் முன்,
பச்சை மூங்கிலாய் தோள் துருத்தாதே..***

“ஏய் இந்த ரவியை பாரேண்டி.. ஒரு இடத்துல நிக்கிறானா..? கோட், சூட் போட்டு அமர்க்களமா ஹாலிவுட் ஹீரோ மாதிரி கலக்குறான்.. கொஞ்ச நேரம் முழுசா பார்ப்போம்னா மின்னல் மாதிரி மறைஞ்சு போயிடுறான்.. தாலி கட்டும் போது மேடையில் பார்த்ததுதான்.. அதற்கு பிறகு இரண்டு மணிநேரமாக தேடுறேன்.. ஆளையே காணோம்.. மைதிலி நீ பார்த்தாயாடி..?” நறுக்கென சௌமியாவின் கையில் கிள்ளினாள் மைதிலி.. “அடியேய் உனக்கு எவ்வளவு தைரியம் இருந்தால் என் கொழுந்தனை சைட் அடிக்க என்கிட்டயே கேட்பாய்..?” “என்னது உன் கொழுந்தனா..?” சௌமியா வாளைய பிளந்தாள்.. “ஆமாம் என் கொழுந்தன்..” கழுத்து தாலியை சரி செய்து கொண்டாள் மைதிலி.. “ஐய்யய்யோ டீ சுமதி இங்கே வாடி.. வந்து இந்த அநியாயத்தை பாருடி, இது எங்கேயாவது நடக்குமா..?” ஏறக்குறைய ஒப்பாரியை ஒத்திருந்தது சௌமியாவின் குரல்..

“ஏய் சௌமியா எதுக்குடி இப்படி கத்துற..?” அதட்டலோடு வந்தாள் சுமதி.. “பாருடி இவளை நேற்று

வரை ரவீந்தர்-ரவி.. இன்று என் கொழுந்தனாம்.. திமிராக சொல்றாடி.. கழுத்து தாலியை வேறு தூக்கி காட்டுகிறாள்..” “அட.. அப்படியா..?” சுமதிக்குமே ஆச்சரியம்தான்.. “என்னடி ஏதோ இல்லாத ஒன்றை நான் சொன்னது போல் பார்க்கிறீர்கள்..? ரவி என் கொழுந்தன்தானே..?”

“இருந்துட்டு போறான்.. அதுக்காக நீ அப்படி பேசலாமாடி..?” “அப்படி.. எப்படி பேசினாள்..?” “நம் ரவீந்தரை.. என் ரவியை சைட் அடிக்காதேன்னு சொல்றாடி.. அது என்னால் முடியுமா..? நான் இவ்வளவு நாட்களாக காலேஜீக்கு வந்ததே அதற்காகத்தானேடி..” “உன் காலேஜ் படிப்புதான் முடிஞ்சிருச்சேடி.. இனி நீ எப்படி ரவியை பார்க்க முடியும்..?” “அட, ஆமாம்ல.. ஏய் மைதிலி நான் இப்போ என்னடி பண்றது..?” சௌமியா இதோ அடுத்த நொடி அழுது விடுவேன் என நின்றிருந்தாள்..

“சௌமியா திரும்ப திரும்ப என்னிடமே கேட்கிறாய்.. உதை வாங்குவாய்..” “சீ நீ எப்படிப்பட்ட சிநேகிதத் துரோகியடி..? உன் தோழியின் தவிப்பு உனக்கு புரியவில்லையா..? உன் தோழியின் வேதனையை நீ அறியவில்லையா..?” நீட்டி முழக்கியவள் திடுமென தன் பேச்சை நிறுத்தி, “ஏன் மைதிலி ரவி மேலே என்ன படிக்க போகிறான்..? எந்த காலேஜில் சேரப் போகிறான்னு கேட்டு சொல்கிறாயா..?” “வேண்டான்டி என்னைக் கொலைகாறியாக்காதே..” “ரவி கூட சின்னப்பையன் வேண்டாம்.. நான் பெரிய தலைகிட்டவே போயிடுறேன்னு அன்னைக்கே மிஸ்டர் பரசுராமனை பற்றிக் கேட்டேன்.. நீதான்..” பேசிக் கொண்டிருந்தவள் நொட்டென்று தலையில் கொட்டு வாங்கினாள்.. “ஏய் என் புருசன், அண்ணான்னு கூப்பிடு..” அவளது உரிமையில் தோழிகளுக்கு ஆச்சரியம் வந்தது..

“பாருடி தாலி கழுத்தில் ஏறி அரை நாள் ஆகலை.. அதற்குள் இவளுக்கு வருகிற பொஸஸிவ்னெஸ்ஸ்ஸ..” மைதிலிக்கே கொஞ்சம் ஓவராத்தான் போயிட்டோமோ எனத் தோன்றத் தொடங்கியது.. “உன் புருசனை அண்ணான்னு கூப்பிடுறதுல எனக்கு ஆட்சேபணையில்லடி, தீபாவளி போனஸ் மாதிரி ரவியும் சேர்ந்து எனக்கு அண்ணாவாயிடுவானேடி..” சௌமியா சிவாஜி பாணியில் இழுத்து பேசி கண்ணீருக்காக கண்ணை தேயோ தேயென்று தேய்க்க.. மைதிலி பீறிட்டு வந்த சிரிப்போடு.. “கல்யாண சுந்தரமும் உனக்கு அண்ணன்தான்டி..”

“அது யாருடி கல்யாணசுந்தரம்..” “அவரும் உன் அண்ணன்தாண்டி மிஸ்டர் பரசுராமனின் தம்பி.. மிஸ்டர் ரவீந்தரின் அண்ணன்..” சுமதி விளக்கினாள்.. “என்னடி சொல்ற அருணாச்சலம் அண்ணாச்சிக்கு மூணு பசங்களா..? எனக்கு தெரியாதே.. நான் எப்படி அந்த கல்யாணசுந்தரத்தை மிஸ் பண்ணினேன்..? எங்கே அவர்..?” சௌமியா பரபரப்பாக தேட ஆரம்பித்தாள்.. “பாவம்டி சுமதி.. நம்ம ப்ரெண்டுக்கு அந்த இன்னொரு அண்ணனை காட்டிரு..” மைதிலி பரிகாசம் செய்தாள்.. “ஏய் சும்மா சும்மா அண்ணன் அண்ணன்னா அடி பிச்சிடுவேன்.. அந்தக் கல்யாணசுந்தரத்திற்கு மாமா முறை வைக்கலாம்னு நான் நினைக்கிறேன்.. எங்கேடி அவர்..?” கண்கள் மேல் கைகளை வைத்து தேடுதல் பாவனை செய்தவளின் கையை இழுத்துப் போய், மண்டபத்தில் கீழே நின்று கொண்டிருந்த கல்யாணசுந்தரத்தை காட்டினாள் சுமதி..

இரண்டே நிமிடங்களில் சௌமியா சோர்வுடன் அறைக்குள் வந்தாள்.. “மைதிலி அந்தக் கல்யாணசுந்தரத்தை நான் அண்ணனாகவே ஏத்துக்கிறேன்டி..” மூக்கை உறிஞ்சிக் கொண்டாள்.. மைதிலியும், சுமதியும் சிரித்தனர்.. “சிரிக்காதீங்கடி வில்லிகளா..? ஏன்டி

அந்த கல்யாணசுந்தரம் இந்த வீட்டு பையன்தானா..? பார்க்க கேயான் மாதிரி ஒரு வகையில் பழம் மாதிரி இருக்கிறாரே..” சௌமியா சொல்வது

உண்மைதான்... அருணாச்சலத்தின் மூன்று ஆண்-பிள்ளைகளில் பரசுராமனும், ரவீந்தரும் களையும் கம்-பீரமுமாக இருக்க, நடுவில் பிறந்த கல்யாணசுந்தரம் கொஞ்சம் அப்பாவியான அமைதியான பையனாக இருப்பான்.. முறுக்கிய உடம்பும், முறைத்தல் முகமும், சிவந்த பார்வையும் இல்லாது சாதாரணமானவனாக இயல்பானவனாக இருப்பான்.. வெளிப்பார்வைக்கு உகந்தவனாக இருக்க மாட்டான்.. இதைத்தான் சௌமியா ஏமாற்றத்துடன் புலம்பிக் கொண்டிருந்தாள்.. “கண்ணுக்கு தோதாக இருந்த இரண்டு பேரையும் அண்ணனாக நினைக்க சொல்லிட்டீங்க.. நானாகவே ஒருத்தனை அண்ணனாக நினைக்க ஆரம்பிச்சிட்-டேன்.. இனி இங்கே இருக்கிறதுல எனக்கு என்ன பிரயோஜனம் இருக்க போகுது..? நான் பேசாமல் வீட்-டுக்கு போயிடலாம்னு நினைக்கிறேன்..”

“அம்மா தாயே சௌடாம்பிகையே, உன் பாதங்க-ளுக்கு அனந்த கோடி நமஸ்காரங்கள்.. நீ சீக்கிரமே இங்கிருந்து போ..” மைதிலியும், சுமதியும் ஒன்று போல் கையெடுத்து வணங்கி வேண்ட.. “ஏன்டி...? எதுக்கா-கடி.. நான் போகனும்...? நான் நாளை வரை இருந்து கறிச்சாப்பாடெல்லாம் முடிச்சிட்டுத்தான் போவேன்..” தலையை சிலுப்பினாள்.. “சரியான ஏழரைடி நீ..” மைதிலி சலிக்க,

“என்னது சனியனா நான்.. ஏய் மைதிலி, பரம-சிவன் கழுத்தில் ஏறிட்டேன்னு ஆடாதடி..” “பரம-சிவன் கழுத்து இல்லைடி பரசுராமன் தலையில்..” சுமதி விளக்க.. “ஏய் நீங்க சும்மா இருக்க மாட்-டீங்களாடி..” மைதிலி முகம் சிவக்க.. “அட ஏய் அவள் முகத்தை பாருடி பரசுராமன்கிற பேருக்கே எப்-

படி சிவக்குதுன்னு..” தோழிகள் இருவரும் மைதிலியை சூழ்ந்து கொண்டு கேலி பேசினர்..

“சௌமியா என்ன செய்றீங்க இங்க..?” காதில் விழுந்த குரலில் சௌமியா பரவசமாகி திரும்பி பார்த்தாள்.. ரவீந்தர் நின்றிருந்தான்.. “ரவி.. என்னையா கூப்பிட்டாய்..? என் பெயரையா சொன்னாய்..?” “உன் பெயர்தானே சௌமியா..?” “ஆமாம் ஆமாம் நான்தான் சௌமியா.. என் பெயர்தான் சௌம்யா.. நீ உச்சரிக்கும் போதுதான் என் பெயர் ரொம்ப அழகானதுன்னு எனக்கே தெரியுது..” “சுமதி மைதிலிகிட்ட என்ன பேசுறீங்க..? சும்மா சும்மா அவளை நைக்காதீங்க.. அவள் ரெஸ்ட் எடுக்கட்டும் அவளை விடுங்க..” ரவீந்தர் சுமதியிடம் பேசப் போயிருக்க, தான் உணர்ச்சிகரமாக பேசிய வசனம் அவன் காதில் விழுந்ததா இல்லையா..? சௌமியா சந்தேகத்திற்குள் போனாள்..

“சரிதான்.. நீங்க இரண்டு பேரும் சரியான ஜோடிதான்.. கொஞ்ச நேரம் முன்புதான் அவள் என் கொழுந்தன்னு உறவு கொண்டாடினாள்.. இப்போது நீ எங்களை இரண்டு வார்த்தை அவளோடு பேசக்கூட விடமாட்டேன்கிற..?” சுமதி பெருமூச்சோடு பார்த்தாள்.. “மைதிலி அங்கே அண்ணன் உனக்காக தனியாக உட்கார்ந்து கொண்டிருக்கிறார்.. நீ அவரிடம் போ.. இவர்களை நான் கவனித்துக் கொள்கிறேன்..” “என்ன கவனிப்பாய் ரவி..?” சௌமியா ஆவலுடன் அவன் முன் வந்து கேட்க, “எங்கள் வீட்டு திருமணத்திற்கு வந்த விருந்தாளிகளை கவனிக்கம் விதத்தில் கவனிப்பேன்..” ரவி அலட்டாமல் சொன்னான்..

“அடப்போடா..” சௌமியா தலையில் கைவைத்தாள். “ரவி உன் அண்ணா மைதிலிக்காக காத்திருக்கிறாரா..? இங்கே மைதிலியும் அப்படித்தான்.. சும்மா சொல்லக் கூடாது பரசுராமன்னு பெயர் சொன்னாலே

போதும் மைதிலியின் முகம் அப்படியே சிவந்து போகிறது.. அதை நீ பார்க்காமல் போனாயே..'' சுமதி ஒத்த வயதினளாய் தன் தோழியை கிண்டல் செய்ய சக தோழனையும் பங்கு கொள்ள அழைத்தாள்.. ரவீந்தர் புன்னகையோடு மைதிலியின் முகம் பார்க்க, மைதிலியின் முகம் இன்னமும் அதிகமாக சிவந்தது.. இவர்கள் எல்லோரும் இப்படியெல்லாம் கேலி பேசுவார்களென்றுதான் அவள் ரவீந்தரை நேரில் பார்க்கக் கூட தயங்கிக் கொண்டிருந்தாள்..

“ஏய் சும்மா இருங்கடி..'' தலை கவிழ்ந்து அவள் முணுமுணுக்க நட்புகள் மூவரும் அவளை சுற்றி நின்று.. “அடடா என்ன வெட்கம்..'' எனக் கேலியை தொடர, “ரவி நீயுமா..? சும்மா இரு..'' தன் கையிலிருந்த மணமகள் பூச்செண்டை மைதிலி ரவியை நோக்கி எறிந்தாள்.. அதனை சரியாக அவன் கேட்ச் பிடித்து சிரிக்க.. “என்ன செய்கிறீர்கள்..?'' கர்ஜிப்பாய் பரசுராமனின் குரல்.. சட்டென கேலியும், கிண்டலும் அந்த இடத்திலிருந்து துணி துடைத்தாற் போல் மறைந்து போனது..

“சும்மாண்ணா பேசிட்டு இருந்தோம்..'' “ம்.. நம்ம சொந்தக்காரங்க முன்னாடி இப்படி கத்திட்டு இருந்தீங்கன்னா, நாலு பேர் முதுகுக்கு பின்னாடி வேறு மாதிரி பேசுவாங்கள்ல, கொஞ்சம் ஜாக்கிரதையாக இருக்கலாம்ல..'' பரசுராமனின் குரலில் உண்மையான கோபமே தெரிய, “சாரிண்ணா..'' ரவீந்தர் மன்னிப்பு கேட்டுக் கொண்டான். மைதிலி தலையை ஒரேடியாக குனிந்து கொள்ள, “இதென்னடி பேசி சிரிக்க கூட தடையா..?'' சுமதி முணுமுணுத்தாள்..

“மைதிலி நம்ம தலைவருக்கு இது மாதிரி கூட்டமெல்லாம் கொஞ்சம் அலர்ஜி.. கண்டுக்காதே..'' ரவீந்தர் மைதிலி பக்கம் சாய்ந்து சொல்லிவிட்டு தன் கையிலிருந்த பூச்செண்டை அவளிடம் நீட்டினாள்..

இன்னமும் தீர்க்கமாய் மேலே விழுந்து கொண்டிருந்த கணவனின் பார்வையில் உள்ளங்கை வியர்க்க, பூச்-சென்டை வாங்கிக் கொண்டாள் மைதிலி.. சௌமியா-வும், சுமதியும் ஒதுங்கிக் கொள்ள, ரவீந்தர் வேலை-யென தள்ளிப் போய்விட, ஏனோ ஒரு அசௌகர்-யமான உணர்வுடன் கணவன் அருகில் அமர்ந்தாள் மைதிலி.. "இப்படி ப்ரெண்ட்சோடு சேர்ந்து கூத்தடிப்ப-தெல்லாம் அம்மா அப்பாவிற்கு பிடிக்காது.. இதெல்-லாம் எங்க வீட்டு பழக்கமும் கிடையாது.. இதுவரை நீ எப்படி இருந்தாயோ.. இனி எங்கள் வீட்டு பழக்க வழக்கங்களுக்கு ஏற்ப நீ மாறித்தான் ஆக வேண்-டும்.." உள்ளத்தை உறைய வைக்கும் தன்மையோடு இருந்தது பரசுராமனின் குரல்.. மைதிலி மனம் நைந்-தது.. லேசாக கண்கள் கூட கலங்கி விட்டது.. மெல்ல தலையை அசைத்தாள்..

"ம்.. இப்போ நம் சொந்தங்கள் ஒவ்வொருவராய் திருநீறு பூச வருவார்கள்.. கவனத்தை இங்கே வைத்து உன் உறவினர்களை எனக்கு சொல்லு.. என் உறவி-னர்களை நான் சொல்வதை மண்டையில் ஏற்றிக் கொள்.." இன்னமும் கடுமை குறையவில்லை அவன் குரலில். "இது என் அம்மாவுடைய அத்தை பெண்-ணின் மகள், இது அப்பாவுடைய சித்தப்பாவின் சம்-பந்தி, இது பாட்டியுடைய அக்காள் பேரன்.." இப்படி அவன் அறிமுகம் செய்த உறவுகள் யாரும் அவள் மண்டைக்குள் ஏறவே இல்லை.. வெறுமனே தலையை அசைத்து நெற்றியில் திருநீறு பூசிக்கொண்டு கைகளில் அவர்கள் கொடுத்த பணத்தை வாங்கிக் கொண்டாள்.. "இவுங்க யாரு..?" அவள் பக்கத்து உறவினர்கள்.. பற்றி இரண்டொரு முறை கேட்டுவிட்டு, அவள் பேச திக்கி திணற, தானாகவே அவர்களின் சொந்தங்களை கேட்டு தெரிந்து கொள்ள தொடங்கினான்..

எந்த இடத்திலும் எந்த தயக்கமோ, பிசிறோ இன்றி இயல்பான மணமகனாக நடந்து கொண்டான்.. மைதிலிதான் தனக்குரிய இடத்தில் இல்லாமல் அந்நிய இடத்தில் மாட்டிக் கொண்ட, பொறி எலியாய் தடுமாறி நின்றிருந்தாள்.. நிமிர்ந்து நில், கேமெராவை பார், சிரி, திருநீரை துடைத்துக் கொள் என அருகிருந்து அவளுக்கான கட்டளைகளை பிறரியாமல் ரகசியமாக பிறப்பித்துக் கொண்டிருந்தான் பரசுராமன் ஒரு கட்டத்தில் இந்த சாதாரண செய்கைகளை கூட அவனது பேச்சு கேட்காமல் தன்னால் செய்ய முடியாதோ என்ற சந்தேகம் மைதிலிக்கு வந்துவிட்டது.. அந்தளவு அவனது ரகசிய குரல் அவளுள் வேரூன்றி விட்டது.. திருமண நிகழ்வுகள் முடிந்து அனைவரும் மண்டபத்தை விட்டு களைய, புது மணமக்கள் மறுவீடு விசேசமாக, மணமகன் வீட்டிற்கு வந்தனர்.. மகாராணியும், சித்ரலேகாவும் சேர்ந்து ஆரத்தி எடுத்து புது மணமக்களை தங்கள் வீட்டிற்குள் அழைத்துக் கொண்டனர்.. கசகசவென அறிமுகமற்ற வேற்றாட்கள் நிறைந்த புது சூழல் மைதலியின் மனதில் ஒரு வித மிரட்சியை உண்டு பண்ணியது..

சிறு பிள்ளைகளும், பெண்களும் அவளை சுற்றி அமர்ந்து ஆராய்வு பார்வையும், விளக்க கேள்வியுமாக இருக்க.. இவ்வளவு நேரமாக அவளை முட்டைக் கோழி போல் அடைகாத்து வந்த பரசுராமன் ஆள் அந்தர்த்தனம் ஆகிவிட்டான்.. பாதுகாப்பான இடத்தில் மனைவி இருக்கிறாலென்ற மனநிம்மதியோ..? சூழ இருந்தவர்களை கவராது தனது பார்வை சுழற்றி கணவனை தேடிக் கொண்டிருந்தாள் மைதிலி.. அவள் அமர வைக்கப்பட்டிருந்த சோபாவிற்கு பக்கவாட்டில் இருந்த பெரிய சன்னல்வழியாக தெருப்பக்கம் காணக் கிடைக்க, தெருவின் எதிர்புறம் அந்த வீடு அவள் கண்ணில் பட்டது.. எதிர் வீடு.. வந்தனா, மைதிலியின் மனம் சுளீரென்றது.. இவ்வளவு நேரமாக இவளை

எப்படி மறந்தேன்..?

இன்று இரவே அவரிடம் கேட்டுவிட வேண்டும்.. என அவள் முடிவெடுத்தது வந்தனாவை பற்றிய விபரங்களை, கணவனுடனான தனிமை இரவு எதிர்பார்ப்பை விட ஒரு பயத்தையே அவளுக்குள் விதைத்துக் கொண்டிருந்தாலும், அவனிடம் வந்தனாவை பற்றி பேசி விடுவதில் உறுதியாகவே இருந்தாள்.. ஆனால் அவன்..

# 8

***நீ அருகற்ற இக்கொடு வெயில்
மதியத்தை..
உன் சாயல் கொண்டுதான் கடந்தாக
வேண்டும்..***

மணமக்களின் வாழ்க்கை ஆரம்பம் பெண்வீட்டில் தான் அவர்கள் பக்கத்தில் ஆரம்பமாகும்.. அதற்கேற்ப மைதிலியின் முதல் நாளிரவு ஏற்பாடுகள் அவள் தாய் வீட்டிலேயே செய்யப்பட்டிருந்தன.. மறுவீட்டு விருந்து முடிந்து கணவன் வீட்டை விட்டு.. குறிப்பாக அந்த எதிர் வீடு கண்ணில் படாமல் வெளியேவதுமே மிக நிம்மதியாக உணர்ந்தாள் மைதிலி.. இல்லையே.. இது சரியில்லையே.. காலம் முழுவதும் அவள் இருக்க வேண்டிய இடமல்லவா.. இங்கிருந்து வெளியேறுவதால் நிம்மதி என்றால் எப்படி.. மைதிலியின் மனம் மிகவும் குழம்பியது.. சரம் சரமாக மல்லிகையை அவள் தலை-யில் சூட்டிய கிரிஜா, அழகாக அவளுக்கு புடவை-யையும் கட்டி விட்டாள்.. வியர்த்து வழிந்த அவள் முகத்தை பார்த்து சிரித்தவள் மென்மையாக வியர்-வையை ஒற்றி எடுத்தாள்.

“பயப்படாதே மைதிலி.. எல்லாம் சரியாகிடும்.. அவர் மனம் கோணாமல் சொன்னதை கேட்டுக்கனும் சரியா..?” மென்மையான அறிவுரை ஒன்றை நாத்-

தனாருக்கு வழங்கினாள்.. மைதிலி பயத்தை உதறி தன்னைத்தானே திடப்படுத்திக் கொள்வதை கவனித்த-படி இருந்தவள், “சினிமாவில் போல் கையில் பால் சொம்பெல்லாம் வேண்டாம்.. பால், பழமெல்லாம் ரூமுக்குள்ளேயே வச்சுட்டேன்.. அப்புறமா சாப்பிடுங்க.. சரியா..?” அவளது விசமத்தில் மைதிலிக்கு திரும்பவும் வியர்க்க ஆரம்பிக்க... “வே.. வேறு என்ன அண்ணி செய்யனும்..?” கொஞ்சம் பாவமாக அண்ணியை பார்த்தாள்.

“வேறு எதைக் கேட்கிறாய்..? சினிமாவில் போல் காலிலெல்லாம் விழ வேண்டிய அவசியமில்லை.. நானெல்லாம் உன் அண்ணனுக்கு ஹாய் சொல்லிக் கொண்டே ரூமுக்குள் நுழைந்தேணாக்கும்.. நீயும் அப்-படியே டிரை பண்ணு..” இந்த இயல்பில் மைதிலிக்கு கொஞ்சம் தைரியம் பிறக்க தலையசைத்தாள்.. அவளை அழைத்துக் கொண்டு அவர்கள் அறை வாசல் வரை வந்த கிரிஜா, அவள் காதருகில் குனிந்-தாள்.. “அப்படியே அவரிடம் அந்த “வந்தனா” பற்றிய விபரங்களையும் கேட்டுவிடு சரியா..?” இறுதியாக சுடு-கோல் ஒன்றை சொற்களில் வைத்து நீட்டியவள் அந்த அதிர்வில் தடுமாறி நின்றுவிட்ட மைதிலியின் தோள்-களை பற்றி அறையினுள் மென்மையாக தள்ளி, கதவை வெளியே இழுத்துக் கொண்டாள்..

திடுமென அறைக்குள் வந்துவிட்ட மைதிலியை கட்டிலில் அமர்ந்திருந்த பரசுராமன் ஏறிட்டு பார்க்க, அவள் இன்னமும் அண்ணி கடைசியாக கொடுத்த அதிர்ச்சி விலகாமல் அப்படியே சிலையாக நின்றி-ருந்தாள்.. அவள் முகம் வெளுத்திருந்தது விழிகள் நிலைகுத்தி இருந்தது வந்தனா விசயம் அண்ணிக்கு எப்படி தெரியும்..? எப்போது தெரியும்..? கல்யாணத்-திற்கு முன்பா.. பின்பா..? முன்பென்றால் ஏன் இதைப்-பற்றி அண்ணி இதுவரை யாரிடமும் பேசவில்லை..?

குழப்பமான யோசனையில் மைதிலிக்கு தான் நிற்கும் சூழலே மறந்து போனது.. தலை சுழல்வது போலிருந்தது.. செய்வதறியாது பேந்த விழித்தபடி அப்படியே நின்றிருந்தாள்..

"ம்க்கும்.." எதிரேயிருந்து லேசான கனைப்பு சத்தம்வர கொஞ்சம் தன்னுணர்வு வந்து நிமிர்ந்து பார்த்தாள்.. கட்டிலில் இரு கைகளையும் ஊன்றி அமர்ந்தபடி அவளை தீர்க்கமாக பார்த்தபடி இருந்தான்.. பரசுராமன்.. ஆசை, காதல் என ஒரு முதலிரவுக் கணவனுக்கான உணர்வுகள் எதுவும் அந்த பார்வையில் இல்லை.. ஒரு வித எந்திரத்தனம், உணர்ச்சிகளற்ற மரக்கட்டைத்தனம்.. இப்போது நான் என்ன செய்யவேண்டும்..? மைதிலியினுள் குழப்பம், அவளுக்கு பேசவேண்டும் அவள் கணவனிடம் நிறைய பேச வேண்டும்.. அந்தப் பேச்சுக்களை எப்படி ஆரம்பிப்பது.. அண்ணி சொன்ன "ஹாய் சொல்லிக்கொண்டு.." நினைவு வர, அப்படியே ஆரம்பிப்போமா என வாய் திறந்து விட்டு, ம்ஹீம் என் தலையசைத்துக் கொண்டாள்.. அண்ணனும் அண்ணியும் அவர்கள் திருமணம் நிச்சயமான நாளிலிருந்து, போனில், நேரில் என பேசிப் பேசி.. பேசி என எந்நேரமும் பேசியே தீர்த்தார்கள்.. பார்க், ஹோட்டல், தியேட்டர் என்று கூட சுற்றினார்கள்.. அவர்களது முதலிரவு அது போல் ஒரு "ஹாயில்" ஆரம்பிப்பது சரியாக இருந்திருக்கலாம்..

ஆனால் என்னுடையது.. இதோ.. இவனுக்கும் எனக்கும் என்ன பழக்கம்.. இன்று காலையில் என் கழுத்தில் இந்த செயினை போட்டுவிட்டான் என்பதை தவிர, வேறு எந்த வகையிலும் என்னோடு தொடர்பற்ற ஒருவனுடன் எப்படி நான்.. அப்படி அண்ணி சொல்வது போல் இயல்பாக பழக முடியும்..? தன் கழுத்து மாங்கல்யத்தை கையால் வருடியபடி மறுப்பான முக-

பாவத்துடன் நிமிர்ந்தவளுக்கு, இப்போது கட்டிலில் அமர்ந்திருந்த பரசுராமன் மிக அந்நியனாகத் தெரிந்-தான்.. இவனுடன் எப்படி பேச..? எதை பேச..? இதழ் மடித்து கடித்தபடி அவள் தவித்து நின்றிருக்க, பரசு-ராமன் எழுந்து அவளை நோக்கி வந்தான்.

"நகர்ந்து நில்.." அவள் சாய்ந்து நின்ற கதவி-லிருந்து அவளை தோள் தொட்டு நகர்த்தினான்.. கதவின் தாழ்பாளை அழுத்தி பூட்டினான்.. படபடக்கும் இமைகளுடன் அவனைப் பார்த்தபடி நின்றவளை.. "கட்டிலுக்கு போ.." என்றான்.. மறுத்து சொல்ல பயந்து வேகமாக காலை எட்டி வைத்து கட்டிலருகே போய் நின்றாள்.. கதவை பூட்டிவிட்டு வந்தவன் அவள் தோள்களை அழுத்தி கட்டிலில் அமர வைத்தான்.. தானும் அவளருகே அமர்ந்தான்.. எந்த பேச்சும் இல்-லாமல் சில நிமிடங்கள் அமைதியாக கழிய, அவளது கையை மெல்ல எடுத்து தன் கைகளுக்குள் வைத்துக் கொண்டான்..

உற்சாக ரயிலொன்று 'ஊ' கூவலுடன் மைதிலியின் தேகம் முழுவதும் தடதடத்து ஓடத் தொடங்கியது. அவள் கையை விட்டு அவள் இரு கன்னங்களையும் பற்றி, முகத்தை தன்புறம் திருப்பியவன் அவளை எந்த யோசனையும் செய்யவிடாமல் நேரடியாக அவள் இதழ்களை கவ்வினான், திடுமென தேகம் பாய்ந்து விட்ட அதிக பட்ச மின் அதிர்வில் மைதிலி திகைத்து விழிக்க, ஒரு நொடி அவள் முகத்தை பார்த்தவன், பின் எழுந்து அறையின் விளக்கு சுவிட்சை அணைத்-தான்.. கட்டிலில் விழுந்தவன் கூடவே அவளையும் தன்னுடன் இழுத்துக் கொண்டான்.. மூர்க்கமாய் அவளுடன் பிணைந்தவனின் ஒவ்வொரு ஆண் செய்-கையிலும் தனது பெண்மை அவமானப்படுத்தப் படு-வதாக மைதிலி உணர்ந்தாள்.. அதன் விளைவாக எழுந்த அவளது சிறு சிறு தள்ளல்களையும், மறுப்புக-

ளையும் கண்டு கொள்ளாது ஒதுக்கி முழுக்க முழுக்க இரவு முழுவதும் ஆணின் கர்வத்துடன் அவளை வேட்டையாடி முடித்தான் பரசுராமன்..

அழுதுவிட்டால் இப்பாரம் கொஞ்சம் குறையலாம் என மூளை அறிவுறுத்தினாலும், அந்த அழுகையை கூட செய்யும் உணர்வற்று மனமும் உடலும் பாரமேறி கனத்துக் கிடக்க, பெண்ணாய் பிறந்ததற்காக மிகவும் மனம் நொந்து அவன் தூங்கிய பிறகும் தூங்காமல் விழித்தே கிடந்தாள் மைதிலி..

"உங்களுக்கு வந்தனாவை பற்றி முன்பே தெரியுமா..?" அடுப்படியினுள் வெங்காயம் உறித்துக் கொண்டிருந்த கிரிஜாவிடம் அங்கே நின்ற அம்மாவின் காதுகளில் விழாமல் மெல்லக் கேட்டாள். கிரிஜா கண்களில் நீர் வடிய மூக்கை உறிஞ்சினாள்.. சரஸ்வதி அடுப்படியை விட்டு வெளியேற, மைதிலியின் அண்ணியின் தோள் தொட்டு அசைத்து சற்று சத்தமாகவே மீண்டும் கேட்டாள்.. "கிரிஜா.." வெளியிலிருந்து சரஸ்வதி அழைக்க மைதிலியின் கையை எடுத்து விட்டு கிரிஜா வெளியே போய்விட்டாள்.. இரண்டு நிமிடங்களில் திரும்ப வந்தவள். "மகளின் வாழ்க்கை பற்றி அம்மாவிற்கு கவலை.. நான் நாசூக்காக கேட்டு சொல்ல வேண்டுமாம்.. ம்.. சொல்லும்மா கண்ணு.. எப்படி இருந்தது உன்னுடைய தாம்பத்யம்..?" வெங்காயத்தால் சிவந்த கண்களிலிருந்து கண்ணீர் வடிந்தபடி இருக்க, விசமமும், வன்மமும் போட்டியிடும் குரலோடு இதழ் மலர்ந்து சிரிக்க கேட்டு நின்ற அண்ணியை கன்னத்தில் அறையும் ஆவேசம் வந்தது மைதிலிக்கு..

"அண்ணி முதலில் நீங்கள் நான் கேட்டதற்கு பதில் சொல்லுங்க.." "என்னம்மா கேட்டாய்..?" கிரிஜா மீண்டும் வெங்காயம் உரிக்க ஆரம்பித்தாள். "அந்த வந்தனா.. அவளை பற்றி உங்களுக்கு என்ன தெரியும்..?" "அவள் உன் கணவரின் அத்தை பெண் என்-

பது தெரியும்.. உன் கணவரும் அவளும் காதலித்தது தெரியும்.. இரண்டு வீட்டிலும் இருவருக்கும் திருமணம் பேசி வைத்திருந்தது தெரியும்.. உன் மாமனார் அருணாச்சலம் அண்ணாச்சிக்கும் அவர் தங்கை ஈஸ்வரியின் கணவர் சுந்தரேசனுக்கும் ஏற்பட்ட சிறு தொழில் தகராறில் இரு குடும்பத்தினருக்கிடையேயும் மனக்கசப்பு வந்து திருமணம் நின்றது தெரியும்.. இன்னும் வேறென்ன விபரங்கள் வேண்டும்..?" "இவற்றையெல்லாம் ஏன் எங்களிடம் சொல்லவில்லை.. ஏன் மறைத்தீர்கள்..?" ஆவேசமாய் நின்ற நாத்தனாரை அலட்சியமாக ஏறிட்டாள் கிரிஜா..

"நீ ஏன் மறைத்தாய்..?" கிரிஜாவின் கேள்வி இடியாய் தலையில் இறங்க மைதிலி விழித்தாள்.. "உன்னிடம் கல்யாணத்தை நிறுத்தி விடுன்னு திரும்ப திரும்ப கேட்டும் பிரயோஜனமில்லாமல்தான் வந்தனா என்னைத் தேடி வந்தாள்.. உன்னிடம் சொல்லி ஒன்றும் நடக்கவில்லை.. அதனால் நானாவது எப்படியாவது இந்த திருமணத்தை நிறுத்திவிட வேண்டுமென்று கெஞ்சினாள்.." மைதிலி அப்படியே அதிர்ந்து நின்றுவிட்டாள்.. வந்தனாவை தவிர்ப்பதற்காக அவள் வீட்டிற்குள்ளேயே முடங்க, அவள் கிரிஜாவிடம் போய் விட்டிருக்கிறாள்.

"நகையும், பணமும், வசதியான வாழ்வும் மட்டுமே உனக்கு முக்கியமாக இருக்கும் போது, உன் வாழ்க்கை பற்றிய கவலை எனக்கு மட்டும் எதற்கு..? நான் பேசாமல் இருந்து கொண்டேன்.." அடுத்தொருவளை காதலித்தவனை தன் நாத்தனார்க்கு மணம் முடிக்க காரணமாயிருந்த குற்றவுணர்ச்சி சிறிதும் இன்றி பேசினாள் கிரிஜா.. "உங்களுக்கு மனசாட்சி உறுத்தவில்லையா அண்ணி..?" "இல்லையே, வந்தனா அவ்வளவு தூரம் சொன்ன பிறகும், நீயே இந்த திருமணத்தை நிறுத்தும் எண்ணத்தில் இல்லை.. நான்

ஏன் நிறுத்த வேண்டும்.. இதற்காகத்தானே அடுத்தவளின் காதலரனென்றாலும் பரவாயில்லை என இந்த தாலியை கட்டிக் கொண்டாய்..?'' கிரிஜாவின் பார்வை மைதிலியின் உடலை தழுவி நின்ற இளம்பச்சை பனாரஸ் பட்டையும், கழுத்தில் கிடந்த காஞ்சிகாமணி மாலையையும், வெள்ளையும் சிவப்புமாக எனாமல் தொங்கும் பேசரி மாடல் கம்மலையும் சுட்டிக் காட்டிக் கேட்டது.. மைதிலிக்கு உடல் முழுவதும் பூரான் ஊறுவது போலானது..

இதற்காகவா இந்தக் கல்யாணம் செய்து கொண்டாள் அவள்..? தன் உணர்வுகளை சொன்னால் அண்ணி புரிந்து கொள்வாள் என்ற நம்பிக்கை அவளிடம் இல்லை.. சை.. என்ற வெறுத்த பார்வையுடன் வெளியேற போனவளை நிறுத்தினாள் கிரிஜா.. "உன் அம்மாவிற்கு என்ன பதில் சொல்லட்டும் மைதிலி..'' மைதிலி திரும்பி அவளை முறைத்தாள்.. கிரிஜா அவளருகே நெருங்கி குரலை குறைத்தாள்..

"பரசு என்னைத் தவிர வேறொருத்தியை தொடமாட்டார்.. அப்படியே கடமைக்காக தொட்டாலும், அந்நேரம் அவர் மனதில் நான் மட்டுமே இருப்பேன்.. இப்படி அந்த வந்தனா சொன்னாள் மைதிலி.. இது எந்த அளவுக்கும்மா உண்மை..?'' அப்பாவியாக விழியை படபடத்தாள் கிரிஜா.. மைதிலி அவசரமாக அங்கிருந்து நகர்ந்து பாத்ரூமிற்குள் நுழைந்தாள்.. அவள் உடல் தீயாய் எரிந்து கொண்டிருந்தது.. ஷவரை திறந்து விட்டு அப்படியே உடைகளோடு அடியில் நின்றாள்.. குளிர் நீர் பட்டும் மனமும் உடலும் கொதிப்பு அடங்காது மேலும் மேலும் எரிந்தன..

# 9

***மின்சாரம் போன மழையிரவை***
***இன்னமும் மனமேற்றிக் கொண்டிருக்கிறது***
***நீ ஊதி அணைத்த மெழுகுவர்த்தி வாசம்..***

இப்போதும் எதிர்வீடு பூட்டியேதான் இருந்தது மைதிலியின் பார்வை கணவன் வீட்டிற்கு வந்ததிலிருந்து எதிர்வீட்டைத்தான் அடிக்கடி பார்த்தது.. கதவு பூட்டி இருந்ததோடு ஆட்கள் நடமாடுவதற்கான அறிகுறிகளும் அங்கு இல்லை.. வீட்டைக் காலி பண்ணிவிட்டு ஊரை விட்டே போய்விட்டார்களே..? தனக்கு சாதகமாக எண்ணங்களை ஓட்டியபடி நின்றிருந்தாள் மைதிலி.. “ஏன் மகாராணி உன் மருமகளுக்கு வீட்டிற்குள் இருப்பதை விடவும், வெளியே போவதுதான் ரொம்ப பிடிக்கும் போலவே.. பார்வை பூராம் வாசலில்தான் இருக்கு..” “வீட்டிற்குள் இருந்தால் வீட்டு வேலைகளை பார்க்க வேண்டுமே.. வெளியே போனால் ஜாலியாக ஊர் சுற்றலமேன்னு நினைப்பாளாயிருக்கும்..” “ம் அது சரி இந்த காலத்து பொண்ணுங்க எங்கே குனிஞ்சு வேலை செய்யுதுங்க..? அப்படியே நிமிர்ந்தாக்கல நிக்கிதுங்க.. நடக்குதுங்க..” “பாட்டி, அத்தை உங்க வேலையை ஆரம்பிச்சுடீங்களா..? சும்மா இருங்க.. அண்ணி புதுசுதானே..? ஏன் அவுங்களை தொல்லை பண்றீங்க..?”

"அட பார்றா கொழுந்தன் சப்போர்ட்டை.. மகாராணி இதை பார்த்தியா..?" "ம்.. ம்.. பார்த்தேன்.. இந்தாம்மா இப்படிவா.. அங்கே என்ன வேடிக்கை..?" தன் தோள் தட்டப்பட திரும்பிய மைதிலி விழித்தாள்.. அவள் தோளை தட்டியவள் மகாராணி.. "உன்னைப் பற்றித்தான் பேசிக்கொண்டு இருக்கிறோம்.. அங்கே என்ன பராக்கு பார்த்துட்டு நிற்கிறாய்..?" மாமியார் கேட்கவும் தான் அவர்கள் இவ்வளவு நேரமாக நிமிர்ந்தாக்கல நிற்கும், நடக்கும், வீட்டுவேலை செய்ய சோம்பல் பட்டு, ஊர் சுற்ற நினைக்கும் பெண் தான் தானென்பது மைதிலிக்கு தெரியவந்தது..

அந்த வீட்டின் உறவுகளும், உறவு அழைப்புகளும் இன்னமும் மனதில் பதியாது இருக்க யாரோ யாரையோ பேசுகின்றனர் என நின்றிருந்தாள், இப்போது அத்தனை நக்கல் பேச்சுகளுக்கிடையேயும் தனக்கு ஆதரவாக ஒரு குரல் கேட்டதே.. விழிகளை சுழலவிட, அவள் பார்வை பட்டதும், ஓரமாக அமர்ந்திருந்த கல்யாணசுந்தரம் புன்னகைத்தான்.. முதன் முறையாக அந்த வீட்டில் அவள் சந்தித்த அன்பும் வாஞ்சையுமான உறவு பார்வை.. ரவீந்தரனின் பார்வையும் அன்பாக இருந்தாலும், அதில் தோழிக்கான உரிமையே நிறைய தெரியும்..

மகாராணியும், அருணாச்சலமும் தங்கள் மாமனார், மாமியார் உறவுக்கேற்ற அதிகார பார்வையே பார்ப்பார்கள்.. அவள் கணவனைப் பற்றி சொல்ல வேண்டாம்.. எப்போதும் உணர்ச்சிகளற்ற ஒரு பாறை பார்வை பார்ப்பான்.. இவர்கள் அனைவரிடமிருந்து வித்தியாசமாக அன்பை சொறிந்த கல்யாணசுந்தரத்தின் பார்வை மனதினை இதமாக வருட, இதழ் மலர்த்தி அவளுக்கு பதில் புன்னகையை கொடுத்தாள் மைதிலி.. "நம்ம வீட்ல சமையல் வேலையை வீட்டு பொண்ணுங்கதான் செய்யனும்.. சுத்து வேலைக்குத்தான் ஆள் வச்சி-

ருக்கோம்.. உனக்கு சமையல் தெரியுமில்ல..?'' மகா-ராணி சோபாவில் அமர்ந்து கொண்டு கேட்க, மைதிலி மெல்ல தலையசைத்தாள்.. "தெரியும் அத்தை..'' "சரி அப்போது இன்னைக்கு சமையலை நீயே செய்துடு..'' மகாராணி சொல்ல மைதிலிக்கு திக்கென்றது.

அவளது பிறந்த வீட்டில் அப்பா, அம்மா, அவள் என மூன்றே பேருக்கான எளிய சமையல்தான் அவளுக்கு பழக்கம்.. இங்கே இதோ இப்படி வீடு முழுவதும் நிறைந்திருக்கும் உறவுக் கும்பலுக்கு அவளால் எப்படி சமைத்துப் போட முடியும்..? விழித்-தபடி நின்றாள்.. "என்ன ராணி உன் மருமகள் நிலைமரமாக நிற்கிறா..?'' "சாம்பாருக்கு உளுந்தம்-பருப்பா, கடலைப் பருப்பான்னு அக்கா யோசிக்-கிறாங்க..'' "இல்லயில்ல புளியை அரைக்கிறதா.. கரைக்குறதான்னு சிந்திக்கிறாங்க..'' அவளது தயக்-கத்தை கிண்டல் செய்தனர் உறவினர்கள்.. "என்னம்மா அவுங்க சொல்ற மாதிரிதானா..? அ.. ஆவன்னால இருந்து நான் வரணுமா..?'' மகாராணி அதட்டலாய் கேட்டாள்.. "அம்மா நிதானமாக சொல்லிக் கொடுங்-கம்மா.. நீங்க இப்படி மிரட்டுவது போல் கேட்டால் அண்ணி பாவம் பயப்படுகிறார்கள்..'' கல்யாணசுந்தரம் ஆதரவாய் வர,

"டேய் இது பொம்பளைங்க சமாச்சாரம்.. இங்கே உனக்கு என்ன வேலை..? நீ இடத்தை காலி பண்ணு.. கடைக்கு போ..'' மகாராணி மகனை விரட்டினாள்.. "நீ அடுப்புக்கு போ.. எல்லாம் எடுத்து வைத்தி-ருக்கிறேன்.. சீக்கிரம் சமைத்து முடி..'' அடுப்படிக்-குள் நுழைந்த மைதிலி திகைத்தாள்.. காய்கறிகள் சிறு குன்று போல் குவித்து வைக்கப் பட்டிருந்தன.. இவ்வ-ளவு காய்களையும் வெட்டி, உரித்து, கழுவி சமைத்து பிரமித்து நின்றாள்.. "வாம்மா புதுப்பொண்ணு, சமை-யல் தெரியுமா..? சொல்லித் தரணுமா..?'' ஒரு

வயதான பெண் அடுப்படியின் ஓரம் ஒரு சிறு முக்காலியில் அமர்ந்திருந்தவள் எழுந்து கேட்டாள்.. "கொ.. கொஞ்சம் தெரியும் பாட்டி.." அந்த பெண்ணின் வயோதிக தோற்றத்தை வைத்து மைதிலி அப்படி அழைக்க, அவள் கண்களை இடுக்கிக் கொண்டு இவளை பார்த்தாள்..

காது வளர்த்து கம்மல் போட்டு, வெள்ளை சேலையும் ரவிக்கையுமாக கிராமத்து பாட்டியின் தோற்றத்தில் இருந்தார் அந்த பெண்.. "நான் உனக்கு பாட்டி முறை கிடையாது உன் மாமனாருக்கு அத்தை மக.. அவருக்கு கட்டிக்கிற முறை.. என்னை "மாம்டக்கா" ன்னு கூப்பிடு.. தாய்மாமன் பொண்டாட்டியைத்தான் அப்படி கூப்பிடுவாங்க.. இது பரவாயில்லை உனக்கு மாமனாரின் முறைங்கிறதால் என்னையும் அப்படி கூப்பிடலாம்.." உத்தரவாக கூறினாள்..

புதிதாய் படித்த இந்த உறவுமுறை உள்நாக்கை தித்திக்க மாம்டக்கா என உச்சரித்து பார்த்தபடி தலையாட்டினாள்.. "என் பெயர் கௌரி.. நான் இதே தெருவுல கடைசி வீட்ல இருக்கிறேன்.. சின்ன வயசுலயே என் புருசன் செத்து போயிட்டார்.. அப்பா, அம்மா, கூடப்பிறந்தவங்கெல்லாம் யாரும் இல்லை.. எல்லோரும் போயாச்சு.. அருணாச்சலம் தான் இப்போ என்னை பார்த்துக்கிடுறாரு.. நான் இங்கேதான் நிறைய நேரம் இருப்பேன்.. உன் அத்தை மகாராணி இந்த வீட்டுக்கு மருமகளா வந்தப்பவே அவளுக்கு சமையல் சொல்லிக் கொடுத்தவள் நான்தான்.. ம்.. வா இப்படி வந்து அடுப்பு முன் நில்லு.." குரலுயர்த்தி அழைத்த கௌரியம்மாளின் கம்பீரத்திற்கு தலையாட்டி அடுப்பருகே போனாள் மைதிலி.

"அந்தக் காலத்தில் எங்களுக்கு கல்யாணமாகி வந்ததும் முதல் வேலையாக குடும்பம் முழுமைக்கும் சமைச்சு போடனும்.. அதை மாமியார், அத்தை,

மதினி, நாத்தின்னு ஒரு பெரிய கும்பல் முன்னாடி செய்யனும்.. இதுதான் புதுப் பெண்ணுக்குரிய முதல் பரீட்சை.. இதில் பாசாகலைன்னா அவ்வளவுதான்.. காலம் பூராவும் உறவுக்கும்பல் அவளைக் கிண்டல் செய்தே ஒரு வழி பண்ணிடும்..” முற்காலத்து கதை-களை பேசியபடி கௌரியம்மாள் சொல்லித் தந்த சமை-யல் வேலை வைதிலிக்கு ஓரளவு சுவாரஸ்யமாகவே இருந்தது..

“முந்திரிப்பருப்பை எண்ணி எடுத்து வைத்துவிட்டு போவார்கள் என் மாமியார்.. வறுக்க எடுத்து தரும் அப்பளமும், வடகமும் எண்ணித்தான் தருவார்கள்.. எண்ணிக்கை மாறாமல் அவை சாப்பாட்டு பந்திக்கு வந்துவிட வேண்டும்.. ஒன்றையாவது எடுத்து வாயில் போட்டு விட்டோம் அவ்வளவுதான் ஒருவேளை சாப்-பாடு கிடையாது.” சாதாரணமாக கௌரியம்மா விவ-ரித்த அக்காலங்கள் பெண்களில் அடிமைத்தனத்தை சொல்லாமல் சொல்லியது.. ஆனால் அவற்றை சாதாரண வாழ்க்கை நிகழ்வுகளாக அவர்கள் எடுத்துக் கொண்டார்கள்.. போகிற போக்கில் என்பது போல் கௌரியம்மா சொன்ன கதைகளோடு சமையலையும் சேர்த்து சொல்லிக் கொடுத்தார்கள்..

பாரம்பரியம் மாறாத பழைமையுடன் இருந்தன கௌரியம்மாவின் சமையல் முறைகள்.. அம்மி அரைக்கவும், உளுந்து ஆட்டவும் என கடின வேலை-களை எளிதானதாக மாற்றியது கௌரியம்மாவின் பேச்சு.. “எங்க குடும்பங்கள்ல யார் வீட்டில் கல்யா-ணமாகி புதுப்பெண் வந்தாலும் அவுங்களுக்கு சமையல் குரு நான்தான்.. ஒரே வாரத்தில் முறுக்கு சுத்துறதுல இருந்து, புட்டு அவிக்கிறது வரை சுளுவாக சொல்லிக் கொடுத்துடுவேனாக்கும்..” தனக்கு தானே பி.எச்.டி பட்டம் ஒன்றை வழங்கிக் கொண்டார் கௌரியம்மா.. இந்த திறமைக்காகத்தான் எல்லோர் வீட்டிலும் சமை-

யல் சொல்லித்தர இவரை அழைப்பார்கள் போலும், நினைத்தபடி தன் உள்ளங்கையை விரித்து பார்த்தாள் மைதிலி..

கனத்த குளவியை தூக்கி வைத்து இழுத்து அரைத்து சிவந்திருந்தன அவள் கைகள்.. கம்யூட்டர் கீ போர்டில் விளையாண்ட விரல்கள், ஸ்கூட்டி ஓட்டிய கைகள்.. இன்று.. ஏனோ அவளுக்கு கண்ணீர் வர, உதட்டை மடித்து கடித்து சுரந்த கண்ணீரை அடக்கி-னாள்.. "அந்த தேங்காய் எண்ணெயை கையில் தடவு எரிச்சல் குறையும்.. இரண்டே மாதத்தில் கை பழக்க-மாகி காய்ப்பு காய்ச்சிரும்.. பிறகு இந்த வேலைக்கெல்-லாம் பழகிடும்.." திரும்பிப் பாராமலேயே கௌரியம்மா சொல்ல, மைதிலியின் மனது விரக்தியில் விழுந்தது.. ஆமாம் காய்ந்து வடுவாகி விட்டால் மரத்து வலி தெரியாது.. உடலில் மட்டுமல்ல மனதிலும்.. அவளது மனம் முன தினம் கணவன் நடந்து கொண்ட அராஜக போக்கில் போய் நின்றது.. அதுவும் கூட இப்படித்தான் மரத்து விடுமா..? உணர்ச்சி துடைத்த மரத்தன்மைக்கு போய் விடுமா..? யோசித்து பார்த்தால் இங்கே நிறைய பெண்கள் இப்படித்தான் மனம் மரத்துத்தான் வாழ்வது போல் தோன்றுகிறது..

ஆனால் நான் என் வாழ்க்கையை அப்படி வாழ மாட்டேன்.. இதோ இந்த கௌரியம்மா மாதிரி என் மனதை உடம்பை வடுவாக்க மாட்டேன்.. உயிர்ப்பும், உணர்வுமாக ஒரு உயர் வகை வாழ்வை எனக்கென அமைத்துக் கொள்ளாமல் விடமாட்டேன்.. மனதிற்குள் சிறு சூளுரைப்பு ஒன்றுடன் தேங்காய் எண்ணெய் பாட்டிலிலிருந்து எண்ணெய் எடுத்தாள்.. அது ஒரு மாதிரி இளஞ்சிவப்பாக வழிய.. தேங்காய் எண்ணெய்-தானா சந்தேகமாக பார்த்தாள்.. "பாட்டி.." குரல் கொடுத்து விட்டு, நாக்கை கடித்து அந்த உறவுமு-றையை நினைவிற்கு கொண்டு வந்து "மாம்டக்கா"

என அழைக்க.. "அது தேங்காய் எண்ணெய்தான்.. வெட்டிவேர், கறிவேப்பிலை, மருதாணி கரிசலாங்கண்ணி எல்லாம் போட்டு காய்ச்சியது.. அப்படித்தான் இருக்கும்.." கௌரியம்மாவின் குரல் கேட்கவும், சமாதானமாகி எண்ணெயை உள்ளங்கையில் தடவிக் கொண்டு பின்வாசலுக்கு வந்து வெளிச்சத்தில் கைகளை விரித்து பார்த்தாள்..

"மைதிலி.." ரவீந்தர் பின்னால் வந்து நின்றான்.. அவளது கைகளை கொஞ்சம் வேதனையுடன் பார்த்தான். "ரொம்ப வலிக்கிறதா..? இதுதான் மைதிலி நான் உன்னை எங்கள் வீட்டிற்கு மருமகளாக்க மிகவும் யோசித்தேன்.. இந்த வேலைகள் எல்லாம் எங்கள் வீட்டு பெண்களுக்கு எழுதப்படாத சட்டங்கள்.. அவற்றை உன்னால் தாங்கமுடியாது என்றுதான்.. நீ மென்மையான பெண் மைதிலி.. இவையெல்லாம் உனக்கு பழக்கமற்றவை.. இந்த திருமணத்தால் உனக்கு வரப்போகும் இந்த வகை சுமைகளெல்லாம் வேண்டாம் என்றுதான், நான் உன்னிடம் இந்த திருமணம் வேண்டாமென்று சொல்ல நினைத்தேன்.. ஆனால் அதனை மனம் விட்டுப் பேசும் சந்தர்ப்பம் நமக்குள் வாய்க்கவே இல்லை.."

"என்னடா சந்தர்ப்பம்..?" இப்போது கேட்டபடி வந்தது பரசுராமன்.. அவன் குரல் அதட்டலாய் தம்பியிடம் இருந்தது.. பார்வை மிரட்டலாய் மனைவியிடம் இருந்தது.. மைதிலி உள்ளுக்குள் பதறினாள்.. ஐயோ ரவீந்தர் பேசியதை இவன் கேட்டு விட்டானா..? திருமணம் வேண்டாமென்றதை தவறாக நினைத்துக் கொள்வானோ..? அவளது பதட்டம் ரவீந்தரிடம் கொஞ்சமும் இல்லை..

அவன் "அண்ணா பாருங்கண்ணா மைதிலியின் கைகளை எப்படி சிவந்திருக்கிறது..? இதுபோல வேலையெல்லாம் அவளுக்கு பழக்கமில்லை அண்ணா,

கம்ப்யூட்டரில் ப்ரோகிராம் எழுதச் சொன்னால் நிமிடத்தில் எழுதிவிடுவாள்.. அவளை போய் அம்மி அரைக்க சொன்னால் எப்படி அண்ணா..?" நியாயம் கேட்டான்.. கூடவே மைதிலியின் கைகளை தூக்கி அண்ணனிடம் காட்டினான்.. தம்பியின் பதட்டம் அண்ணனிடம் சிறிதும் இல்லை.. அவன் மனைவியின் கைகளைக் கூடப் பார்க்கவில்லை. "அம்மியரைக்க கஷ்டமாக இருக்கும் பொம்பளை கல்யாணம் மட்டும் எதுக்கு பண்ணிக்கிறாளாம்.. நம் வீட்டு நடைமுறை இதுதான்னு தெரியும்தானே..? தெரிந்தும் இங்கே எதற்கு வரணும்..? யாராவது கம்யூட்டர் இன்ஜினியரை பார்த்து கல்யாணம் பண்ணிக் கொண்டிருக்க வேண்டியதுதானே.."

மைதிலி காதில் விழுந்த சொற்களில் துடித்துப் போனாள்.. அவளுக்கு ஆதரவான பேச்சு வேண்டாம்.. சிறு பார்வை கூட போதும்.. ஆனால் பழுக்க காய்ச்சிய இரும்பை நெஞ்சில் சொருகும் இந்த வார்த்தைகள்.. சட்டென்று ரவீந்தரிடமிருந்து தன் கைகளை இழுத்துக் கொண்டாள்.. "என் வாழ்க்கை ரவி.. நான் பார்த்துக் கொள்வேன்.. நீ இதில் தலையிட வேண்டாம்.." தீர்க்கமான பார்வை ஒன்றை கணவனுக்கு கொடுத்து விட்டு வீட்டினுள் சென்றாள்.. பின்னால் அண்ணன் தம்பியின் விவாதம் கேட்டது..

ரவீந்தர் தனக்காக வாதாடுவதை உணர்ந்தாள்.. தனக்காக கணவனிடம் அடுத்தொருவர் வாதாடும் நிலையில் இருப்பதை மிகவும் அவமானமாக உணர்ந்தாள். இதனை இப்படியே விடக்கூடாது.. இன்று இரவு கணவனிடம் மனம் திறந்து பேசிவிட வேண்டும், என்ற முடிவோடு இருந்தாள்.. முன்தின இரவிற்கு பின் கணவனோடான தனிமையையும், இரவையும் ஒரு பயத்துடனேயே நினைத்திருந்தவள், தற்போதைய முடிவிற்கு பின் ஒரு எதிர்பார்ப்புடனேயே இரவிற்கு காத்-

திருந்தாள்..

ஆனால் பரசுராமனோ, அறைக்குள் அவள் நுழைந்ததுமே அணைப்பதிலேயே குறியாக இருந்தான் முதலில் விளக்கை.. பிறகு அவளை.. என்ன இது.. இந்த காட்டுமிராண்டி தனத்திற்கு மனம் ஒவ்வாது மைதிலி முன்னாளை விட இன்று அதிகமாக அவனை எதிர்த்தாள். "விடுங்க என்னை.. எனக்கு அலுப்பாக இருக்கிறது.." "எனக்கு தேவையாக இருக்கிறது.. எனக்கு வேண்டும்.." வலுக்கட்டாயமாக அவளை அணைத்து கட்டிலில் சரித்தான். "இல்லை.. முடியாது.. எனக்கு வேண்டாம்.." "உனக்கு வேண்டாமென்று இருப்பது போல், எனக்கு வேண்டும் போல் இருக்கிறதே.." அவள் தடுக்க தடுக்க அவன் தீவிரமானான்..

அந்த தீவிரத்தை தாங்க முடியாமல் தவித்தாள் அவள்.. "என்ன இது..? புருசன் பொண்டாட்டின்னா இது மட்டும்தானா..?" அவனது ஆதிக்கத்தின் கீழ் வலுவிழந்து தோற்றபடி கேட்டாள்.. "கல்யாணமான இரண்டாவது நாள் புருசன்கிட்ட கேட்கிற கேள்வியாடி இது..? பொண்டாட்டிங்கிறவளே இதுக்காகத்தான்டி..?" உடலால் அவன் கொடுத்த வலிகளை விட அவன் சொற்கள் கொடுத்த மனவலி மைதிலிக்கு அதிகமாக இருந்தது.. முதலில் சிறு நேரம் அவனுடன் போராடி பார்த்தவள் அதன் பயனின்மையை உணர்ந்ததும் உடலை மரத்துப் போக வைத்துக் கொண்டாள்.. நேரம் செல்ல செல்ல மனதையும்.. அன்றிரவு மைதிலியின் தலையணை நனைந்து ஊறி வெளுத்தது..

# 10

***மரித்து விட தோன்றும் போதெல்லாம்
மழை வந்து விடுகிறது
கூடவே நீயும்.. மயிற்பீலிகளோடு
குளிர ஆரம்பித்து விட்டது.***

"காலையில் எழுந்து குளித்து முடித்து ரூமை விட்டு வெளியே வந்துடனும்.. ஆறுமணிக்கு வாசல் தெளித்து கோலம் போடனும்.." மகாராணியின் அடுத்த மாமியார் உத்தரவு.. ஆறுமணிக்கு வாசலில் கோலமிட வேண்டு-மானால், அவள் ஐந்து மணிக்காவது எழுந்து கொள்ள வேண்டும், நடு இரவு கடந்த பிறகும் அவளை விட மனமில்லாது தழுவிக் கிடக்கும் கணவனின் மோகத்தி-லிருந்து அதிகாலை பிரிந்து எழ மிக சிரமப்படுவாள் மைதிலி, சற்று அவள் நகர்ந்தாலும் போதும் அவளை மீண்டும் தனக்குள் இழுத்துக் கொள்வதிலேயே குறி-யாக இருப்பான் பரசுராமன்..

மனமும், உடலும் வலிக்க போராடி அவனிடமிருந்து பிரிந்து, குளித்து வாசலுக்கு வருவதற்குள் மைதிலிக்கு வியர்த்து வழிய ஆரம்பித்து விடும். முற்றத்தின் ஓரம் எடுத்து வைக்கப்பட்டிருந்த சாணத்தை வாளி நீரில் கரைத்து, வாசல் தெளித்தாள்.. அழகான நெறி கோல-மொன்றை வாசலில் இழுத்தாள்.. ஆரம்பிக்கும் போது இதன் முதல் தெரிந்ததுதான்.. ஆனால் இப்போது

அதன் அடியும், நுனியும் தெரியாது ஒன்றோடொன்று சிக்கிக் கொண்டுள்ளதே.. நான் சிக்கித் தவிப்பது போல்.. போட்டு முடித்த தன் கோலத்தை பார்த்தபடி அமர்ந்திருந்தவள் அதனை உணர்ந்தாள்.. யாரோ தன்னைக் கவனிப்பதாக.. விருட்டென தலை உயர்த்தி எதிர் வீட்டை பார்த்தவள் விதிர்த்தாள்..

அந்த வீட்டின் வாசல்படியில் நின்று இவளையே பார்த்தபடி நின்றிருந்தாள் வந்தனா.. அவள் கண்கள் நெருப்புக் கோழியாக ஒளிர்ந்து கொண்டிருந்தன.. ஆவேச மூச்சு விட்டுக் கொண்டிருந்தது அவள் நெஞ்சம்.. இவளா.. இவள் எப்படி இங்கே வந்தாள்..? அபத்தமாக நினைத்துவிட்டு அது அவள் வீடு என உணர்ந்து தன் பார்வையை தழைத்துக் கொண்டு எழுந்து வீட்டினுள் போக திரும்பினாள் மைதிலி.. “நில்லு..” அவள் வீட்டு முற்றத்திலிருந்து தெருவுக்கு வந்திருந்தாள் வந்தனா.. ஜல் ஜல்லென சத்தமிட்டான அவள் கொலுசுகள்.. விடிந்தும் விடியாத அந்த அரை இருட்டு நேரத்தில் வந்தனா அப்படி கொலுசு சப்தத்தோடு வந்தது ஏதோ மோகினிப் பிசாசு நடமாடுவது போல் மைதிலிக்கு தோன்றியது.. அதைவிட இன்னும் ஓர் பாதிப்பு அவள் மனதில்..

இரண்டு நாட்களுக்கு முன் அவள் கால் கொலுசுகளை வருடிய பரசுராமன் முத்துக்களற்று வெற்று சங்கிலியாய் இருந்த அவள் கொலுசுகளை பார்த்து.. “நீ சலங்கை கொலுசுகள் போட்டுக் கொள்வதில்லையா..?” எனக் கேட்டான். “எனக்கு அந்த சத்தம் பிடிக்காது..” சுள்ளென்று கூறி தன் கால்களை அவன் கையிலிருந்து இழுத்துக் கொண்டாள் மைதிலி.. இந்த.. இவள் சலங்கை வைத்த கொலுசு போடக் காரணம்.. மேலே எதையும் யோசிக்க அவள் மனது பயந்தது இல்லை கண்டபடி யோசிக்காதேடி.. அப்படியெல்லாம் இருக்காது.. தன் மனதை தானே அவள் அதட்டிக் கொண்-

டிருந்த போது அந்த சலங்கை மோகினி அவளருகே வந்துவிட்டாள்..

இவள் முன் தலைகுனிந்து நிற்கக் கூடாது.. எனும் வைராக்யத்துடன் தன் உள் மன குறைபாடுகள், குழப்பங்களை மறைத்துக் கொண்டு, தெளிவான பார்வையுடன் அவளை நிமிர்ந்து பார்த்தாள்.. "என்னடி நினைத்ததை சாதித்து விட்ட திமிரில் நிமிர்ந்து நிற்கிறாயா..?" "டி"யா.. மைதிலியின் மனம் சுருங்கியது.. இவள் முன்பு என்னை சந்தித்த பொழுதுகளிலெல்லாம் எவ்வளவு மரியாதையாக பேசினாள்.. எத்தனை "அக்கா" போட்டாள்.. இப்போது நடுத் தெருவில் வைத்துக் கொண்டு, 'டி' யா.. ஆத்திரம் மேலிட ஆட்காட்டிவிரல் நீட்டி ஆட்டினாள்.. "ஏய் மரியாதை.. அருணாச்சலம் அண்ணாச்சியின் மருமகளை எவளோ ஒருத்தி 'டி' போட்டு கூப்பிடுவதா..? ஒரு வார்த்தை என் மாமனாரிடம் சொன்னேன்னு வை.. உன் பல்லை தட்டிக் கையில் கொடுத்து விடுவார்.." திமிராகவே பேசினாள்..

வந்தனாவின் கண்கள் அடுப்பு கங்குகளாக எரிந்தன.. மைதிலி நிஜமாகவே அவள் கண்களிலிருந்து தீ நாக்கு வருவது போலவே உணர்ந்தாள்.. "அடியேய் திமிர் பிடித்தவளே.. என் தாய்மாமன் வீடுடி இது.. உன்னை விட எனக்குத்தான்டி இங்கே உரிமை அதிகம்.. சைக்கிள் செயின் மாதிரி ஒரு செயினை கழுத்தில் மாட்டிக் கெண்டதால் மட்டும் நீ இந்த வீட்டுக்கு உரிமைக்காரி ஆகிவிடுவாயா..?" மைதிலி தன் கழுத்து தாலியை வெளியே எடுத்து போட்டுக் கொண்டாள்.. "நீ திருமணம் ஆகாத சின்னப்பெண் வந்தனா.. உனக்கு இந்த தாலியின் மகிமை தெரிய வாய்ப்பில்லை.. உன் கண்களுக்கு இது பவுனாகத்தான் தெரிகிறது போலும்.. எனக்கு இது என் கணவரின் அன்பாக, என் மாமனாரின் மரியாதையாக, எங்-

கள் குடும்பத்தின் கௌரவமாக தோன்றுகிறது.. உனக்கு இப்போது இது ஒன்றும் புரிபடாது.. நாளை வேறொரு வீட்டிற்கு நீ தாலி கட்டி போவாயே.. வேறு ஒருவன் உன் கழுத்தில் தாலி கட்டி உன்னை அவன் வீட்டிற்கு அழைத்துப் போய் விடுவானே.. அப்போது தெரியும் இந்த தாலி மகிமை..”

வந்தனாவின் கண்களில் சிகப்பு இப்போது முகம் முழுவதும் பரவியது.. தீச்சட்டி ஏந்தி நிற்கும் ஆக்ரோச பெண்ணாக அவள் அப்போது காட்சியளித்தாள்.. “எங்க இரண்டு குடும்பத்திற்கிடையேயும் பேச்சு-வார்த்தை இல்லையென்ற தைரியத்தில்தானே இப்படி பேசுகிறாய்.. சொந்தங்களின் சண்டை எத்தனை நாளைக்கு..? என் அம்மா என் மாமாவிற்கு ரொம்ப பாசமான தங்கை அவர்களின் சண்டை வெகுநாட்கள் நீடிக்காது.. சீக்கிரமே எங்கள் சண்டை முடிந்து, நான் திரும்பவும் என் மாமன் வீட்டிற்குள் வரத்தான் போகி-றேன் பார்க்கிறாயா..?” “வா வந்தனா.. நிச்சயம் நீ வர வேண்டும்.. அப்படி நீ வரும் போது, உன் தாய்மாமன் வீட்டு மூத்த மருமகளாக, உன் அத்தானின் மனை-வியாக நான்தான் வாசலில் நின்று உனக்கு ஆரத்தி எடுப்பேன்..” வந்தனா எரிமலைக் குழம்பானாள்,

வாய் பேச்சை நிறுத்தி விட்டு கை நீட்டிவிடலாமா.. என அவள் யோசிப்பது நன்றாக தெரிய, மைதிலி முன்னெச்சரிக்கையாய் பின்னால் நகர, “யாரும்மா அது வாசலில்..?” கர்ஜிப்பாய் பின்னால் குரல் கேட்-டது.. “மாமா..” அநிச்சையாய் உதடசைத்து முகம் வெளுத்த வந்தனா, சட்டென தன் கொலுசுகள் ஜலீரிட தன் வீட்டிற்குள் ஓடி மறைந்தாள்.. “யார் கூடம்மா பேசிக் கொண்டிருந்தாய்..?” கேட்டபடி வந்து நின்ற மாமனாரை திருப்தி புன்னகையோடு பார்த்தாள்.. “யாரோ மாமா.. ரோட்டில் போகிறவர்கள்.. அட்ரஸ் கேட்டார்கள்.. காட்டினேன்..” விளக்குமாறோடு வீட்டி-

னுள் போன மருமகள் பின்னேயே போன அருணாச்சலம்,

அவர்கள் வீட்டின் நடுக்கூடத்தை அடைந்ததும்.. “நில்லும்மா..” என அவளை நிறுத்தினார்.. “ஏய் மகா..” கத்தினார்.. அந்தக் கத்தல் அவரது மனைவி மகாராணிக்காக மட்டுமானதாக இருக்கவில்லை.. வீட்டு உறுப்பினர்கள் அனைவரையும் நடு வீட்டிற்கு இழுத்து வந்தது.. “என்னங்க.. என்ன விசயம்..?” “இங்கே என் பக்கத்தில் ஒரு சேரை கொண்டு வந்து போடுடி..” மனைவியை ஏவினார்.. மகாராணி புரியாமல் அருணாச்சலத்தின் சேருக்கு அருகில் மற்றொரு சேரைக் கொண்டு வந்து போட்டாள்.. அந்த கூடத்தில் காலை நேரத்தில் அருணாச்சலம் மட்டுமே சேர் போட்டு உட்கார்ந்து பேப்பர் படித்துக் கொண்டிருப்பார்.. அப்படியே அவரிடம் விபரம் கேட்டு வரும் தனது மகன்களுக்கு, வேலையாட்களுக்கு, மனைவிக்கு என அனைவருக்கும் அன்றை வேலைகளுக்கான பட்டியலை சொல்வார்.. மகன்களிடம் தொழில் விபரங்களும், மனைவியிடம் வீட்டு விபரங்களும் பேசுவார்..

அவர் மிக நல்ல மூடில் இருக்கும் போதுதான் அவருடன் பேசுபவர்களை உடன் உட்கார்த்தி வைத்து பேசுவார்.. மற்றபடி நின்றபடியேதான் அனைவரும் பேசிச் செல்வார்.. இன்று மனைவி கொண்டு வந்து போட்ட சேரை தனது மேல் துண்டினால் ஒரு தட்டு தட்டி சுத்தம் செய்தவர், “அம்மாடி இதில் உட்காரு தாயி..” என்றார் மைதிலியிடம்.. மைதிலியின் விழிகள் கோளமாயின.. இமைக்க மறந்து நிலைத்தன.. “மாமா..” திக்கி திணறினாள் அவள்..

“என்னைப் பெத்த ஆத்தா மாதிரி நீ தாயி.. இதுல உட்காரு..” மைதிலி சங்கடமாக உணர்ந்தாள்.. அதற்குள் குடும்பத்தினர் அனைவரும் கூடிவிட, அந்த சேரில் அமர முடியாமல் தவித்து கால் மாற்றி நின்-

றாள்.. “மகா காபி கொண்டு வா.. போ.. ஒரு ஸ்பூன் சீனி ஜாஸ்தியா போடு..” மனைவியை விரட்டினாள்.. மகாராணி வியந்த விழிகளால் பார்த்தபடி போனாள்.. “உட்காரு தாயி..” மீண்டும் அருணாச்சலம் உபசரிக்க.. “எனக்கு அடுப்படியில் வேலை இருக்குது மாமா..” தயங்கி பேசி அந்த இடத்தை விட்டு ஓடுவதில் குறியாக இருந்தாள் மைதிலி..

“அட வேலை கிடக்கட்டும்மா.. பொழுதன்னிக்கும் இருக்குறதுதான்.. இன்னைக்கு எங்கூட உட்கார்ந்து ஒரு வாய் காபி குடி தாயி..” சொன்னதோடு மருமகளின் கையை பற்றி சேரில் அவளை அமர வைத்தார்.. மகாராணி இரண்டு டம்ளர்களில் காபி கொண்டு வர, ஒன்றை தான் எடுத்துக் கொண்டு, மற்றொன்றை அவள் கையில் கொடுத்தார்.. தானும் அவளருகே அமர்ந்து கொண்டார்.. “காபி குடி தாயி..” விரல்கள் நடுங்க காபி டம்ளரை பிடித்தபடி மெல்ல குடிக்க ஆரம்பித்தாள் மைதிலி.. “என்ன எதுக்கு உங்க மருமகளுக்கு இப்போ இந்த உபசரிப்பு..” மகாராணி கேட்க, அருணாச்சலம் மீசையை முறுக்கினார்.. “என் மருமகள்டி கொஞ்ச நேரம் முன்பு வீட்டு வாசலில் என் குல பெருமையை, நம் வீட்டு கெளரத்தை எப்படி கட்டிக் காத்தாள் தெரியுமா என் மருமகள்..? என் வீடு, என் கணவன், என் மாமனார்னு எவ்வளவு உரிமை, எவ்வளவு பெருமை..” மாமனார் பேசப் பேசவே அவர் தானும், வந்தனாவும் வாசலில் பேசிக் கொண்டவற்றைக் கேட்டுவிட்டார் என அறிந்தாள் மைதிலி..

ஆனால் தங்கை மகளை பேசியதற்கு கோபப்படாமல், சந்தோசப்படுகிறாரே.. மைதிலிக்கு ஆச்சரியம்.. “படித்த பொண்ணு நம்ம வீட்டுக்கு வேண்டாம்.. வீட்டோடு ஒத்துப் போக மாட்டான்னு நீங்க எல்லோரும் இவுங்க கல்யாணத்தை எந்த அளவு எதிர்த்தீங்க.. இப்போ பாருங்க, என் மருமகள்.. நான் தேர்ந்தெடுத்த

என் மருமகள், என் தேர்வு சோடை கிடையாது.. நான் உங்கள் குலவிளக்குன்னு நிரூபிச்சிட்டா..” இப்போது மாமனாரின் பேச்சு கள்ளிச்செடி பாலாய் மைதிலியினுள் சொட்டு சொட்டாக விழுந்தது.. ஆக அவள் இந்த வீட்டிற்கு மருமகளாக வருவதை அனைவருமே எதிர்த்திருக்கிறார்கள்..

இதில் ரவீந்தர் மட்டுமே அவளது நன்மைக்காக இந்த திருமணத்தை எதிர்த்தவன்.. மற்ற அனைவருமே அவரவர் சுயநலத்திற்காக என் வாழ்வோடு விளையாடியவர்கள்.. மைதிலி குனிந்து தன் டம்ளரின் மேல் விளிம்பை விரலால் வட்டமிட்டபடி அமர்ந்திருந்தாள்.. கொதித்துக் கொண்டிருக்கும் அவள் மனதை யாரும் அறியவில்லை.. “என்னதான் நடந்தது..? அப்படி உங்க மருமக என்ன காரியம்தான் செய்தாள்..? கொஞ்சம் புரியும்படிதான் சொல்லுங்களேன்..” மகாராணியின் குரலில் எரிச்சல் இருந்தது.. “உஷ்..” உதட்டில் விரல் வைத்து அனைவரையும் அடக்கினார் அருணாச்சலம்..

“அதெல்லாம் உங்களுக்கு எதுக்கு..? அது நானும் என் மருமகளும் மட்டும் அறிந்த விசயம்.. யார்கிட்டயும் சொல்லாதே தாயி..” குரலை குறைத்து மருமகள் பக்கம் சாய்ந்து பேசியவர் பின் தலை நிமிர்த்தி கடகடவென சிரித்தாள்.. “ம்க்கும் பெரிய மர்மம்தான்.. மாமனாரும் மருமகளும் ரொம்பத்தான் அலட்டுறாங்க.. டேய் வாய் பார்த்துட்டு நிக்காமல் போய் வேலையை பாருங்கடா..” கணவன் மேல் வந்த எரிச்சலை மகன்களுக்கு மாற்றிவிட்டு மகாராணி போனாள்.. “வாழ்த்துக்கள் அண்ணி..” கல்யாணசுந்தரம் எப்போதும் போல் கூடத்து தூண் அருகே, நகர்ந்து தள்ளி நின்று கொண்டு வாழ்த்து தெரிவித்து போனான்..

“கங்கிராட்ஸ் மைதிலி..” ரவீந்தர் முன்னால் வந்து அவள் கைகளை பிடித்து குலுக்கினான்.. “ஏய் அண்-

ணின்னு கூப்பிடு..” மகாராணி உள்ளிருந்து எச்சரிக்க அவன் அலட்சியமாக உதடு சுளித்து போனான்.. மைதிலியை அண்ணி என்று வலியுறுத்தியபடி இருக்க, அவன் பிடிவாதமாக மைதிலி என்றே கூப்பிட்டு வந்-தான். “அப்படி என்னடி செய்தாய்..? யாரிடம் என்ன பேசினாய்..?” காலை உணவு முடிந்து பின்புறம் கைக-ழுவ வந்த பரசுராமன் அவளிடம் விசாரித்தான்..

அவன் அருணாச்சலம் அவளை பாராட்டிய நேரத்-தில் அங்கேதான் நின்றிருந்தான்.. மைதிலியின் முது-குக்கு பின்னால் நின்றிருந்ததால் அவனை உணர்ந்தா-லும் அவன் முக உணர்வுகளை மைதிலியின் அறிய முடியவில்லை.. ஆமாம் மூஞ்சியை பார்த்துட்டா மட்-டும்.. அது அப்படியே உணர்ச்சியை கொட்டிடப் போகுதாக்கும்.. எப்போதும் போல் கருங்கல்லாத்தான் இருக்கும் என நினைத்தபடி அப்போது அமர்ந்திருந்-தாள்.. பரசுராமனுக்கு எப்போதுமே அவர்கள் படுக்கை அறைக்குள் நுழைந்ததும் தான் மனைவியின் நினைவு வரும்..

அவள் அறைக்குள் வந்து கதவை பூட்டியதுமே ஒரு நிமிடம் கூட வீணாக்காமல் அவளை தன் கைகளுக்-குள் இழுத்துக் கொள்ள துடித்திருப்பான்.. ஆனால் காலை அறையை விட்டு வெளியே வந்ததுமே, யாரடி நீ..? உன்னை எங்கேயோ பார்த்திருக்கிறேனே.. எனும் யோசித்தல் பார்வை பார்ப்பான்.. புதுமனைவிக்கான ஒரு பிரத்யேக பார்வை, ஒரு தனிப்பட்ட ஜாடை, வித்தியாசமான வார்த்தை என்ற எதுவும் அவனிடம் இருக்காது.. அவளை நிமிர்ந்து பார்க்க மாட்டான்.. ஒரு வார்த்தை பேசமாட்டான்..

அப்படிப்பட்டவன் இன்று தன்னிடம் பேசியது மைதிலிக்கு ஆச்சரியத்தை தந்தது.. வானில் தெரிவது சூரியனா..? நிலவா..? என அண்ணாந்து பார்த்தாள் அவள்.. நிலவு வந்த பிறகுதானே அவள் கணவனுக்கு

மனைவி ஞாபகமும் வரும்.. கூடவே மனைவி மேல் காதலும்.. ச்சீ ச்சீ இல்லை காமமும்.. வெறுப்புடன் நினைத்தவள், கணவனுக்கு கை துடைக்க துண்டினை எடுத்து நீட்டியபடி அவன் கண்களை சந்தித்தாள்.. எதிர்பார்ப்பு தளும்பியிருந்தது அவன் கண்களில்.. அவ்வளவு நிச்சயமா.. இவன் கேட்டதும் நான் பதில் சொல்லி விடுவேனென, வெட்டும் பார்வை ஒன்றை அவன்புறம் செலுத்தியவள் மின்னலாய் விழியசைத்-தாள்.. "அதனை உங்கள் அப்பாவிடமே கேட்டுக் கொள்ளுங்களேன்.." கிள்ளையாய் தலை சாய்த்து மிழற்றினாள்..

முதலில் திகைத்த பரசுராமனின் விழிகளில் பிறகு சிறு மெச்சுதல் வந்தது.. தலையசைத்துக் கொண்டான்.. "வித்தாரக் கள்ளிடி நீ.." ஈரத்தை துடைக்காத தன் கையை அப்படியே அவள் கன்னத்தில் அப்பி கொத்-தாக கன்னத்தை பற்றிக் கிள்ளினான்.. பிறகு போய்-விட்டான்.. மைதிலி ஈரம் படர்ந்த தன் கன்னத்தை தடவியபடி அங்கேயே நின்றிருந்தாள்.. இன்னும் பின்-னாடி என்ன செய்கிறாய்..? என்ற மகாராணியின் குரல் கேட்கும் வரை..

# 11

***புரட்டிப் போட்ட உன் ஆத்திர அலையிலிருந்து தப்பியோட முனையும் போது.. என் விருப்ப பாடலை ஒலிக்க விட்டு விடுகிறாய்..***

“வித்தாரக்கள்ளின்னா என்ன மாம்டக்கா..?” கீரையை கடைந்தபடி கௌரியம்மாவிடம் விசாரித்தாள் மைதிலி. கறிவேப்பிலையை உருவிக் கொண்டிருந்த கௌரியம்மா நிமிர்ந்து பார்த்தார்.. “என்னடிம்மா திடீர் விசாரணை..? யார் கேட்டது..? யார் சொன்னது..?” “அது.. சும்மாதான்.. ஒரு புக்ல படிச்சேன்.. எனக்கு மீனிங் தெரியலை.. திமிர் பிடித்தவள்னு அர்த்தமா..?” “ம்.. அப்படி சொல்ல முடியாது.. மாய்மாலக்காரி, மாயம் செய்பவள், வசியக்காரி.. இப்படி எப்படி வேணும்னாலும் எடுத்துக்கலாம்..” மைதிலியின் கைகள் கீரை கடைவதை நிறுத்தியது..

அவள் ஏதோ மாயம் செய்து அவன் தந்தையிடம் நல்ல பெயர் வாங்கி விட்டாளாம்.. இப்படி சொல்லி போயிருக்கிறாள் அவள் புருசன்.. இவனை.. பல்லைக் கடித்துக் கொண்டாள்.. என்ன ஏதுன்னு, விசாரிக்காமல் பார்க்காமல் இவனால் பொண்டாட்டி மேல் பாய மட்டுமே தெரிந்தவன் அவளை மாயக்காரி என்கி-

றான்.. இவன் ஒழுங்கான புருசனாக வேண்டாம் சரியான மனுசனாக இருந்து கொண்டல்லவா என்னைக் குறை சொல்ல வேண்டும்.. தனக்குள் பொறுமினாள்.. “ஏட்டி இன்னைக்கு காலைல என்ன நடந்தது..? என் அண்ணன் அப்படி பாராட்டுனாரு.. யாருகிட்ட என்ன பேசின..?” கௌரியம்மா தன் கைவேலையை விட்டு விட்டு அவள் அருகில் வந்து உட்கார்ந்து கொண்டார்..

கதை கேட்கும் ஆர்வம் தெரிந்தது அவர் விழிகளில்.. “ஆமாம் மைதிலி எனக்கும் சொல்லு..” என்று வந்தான் ரவீந்தர்.. அவள் முன்னால் வந்து உட்கார்ந்து கொண்டான்.. “ஏய் சொல்லுப்பா ப்ளீஸ்.. மண்டை வெடிச்சிடும் போல இருக்கு.. சொல்லு மைதிலி..” பட்டென அவன் தலையில் ஒரு கொட்டு விழுந்தது.. மகாராணி பின்னால் நின்றிருந்தாள்.. “ஏய் அவளை அண்ணின்னு கூப்பிடுடா.. எத்தனை தடவை சொல்றது..” “அம்மா சும்மாயிருங்க.. அண்ணின்னு கூப்பிட்டால் மைதிலி எனக்கு ரொம்ப அந்நியமாக தெரிகிறாள்.. அவள் எப்போதும் எனக்கு ப்ரெண்டுதான்..” “அதெல்லாம் கல்யாணத்துக்கு முந்தி.. இப்போ அவள் உனக்கு அண்ணிதான்..” “என் அண்ணனை கல்யாணம் பண்ணிக்கிட்டதால அவள் எனக்கு ப்ரெண்ட் இல்லைன்னு ஆகிடுமா..?”

“டேய் இந்த வியாக்யானமெல்லாம் என்கிட்ட பேசாதே.. உன் அண்ணன் பொண்டாட்டி அவள்.. அதற்கான மரியாதையை அவளுக்கு கொடு.. யார் கண்டது.. நீ அண்ணின்னு கூப்பிட்டால் அவள் ஒருவேளை நடந்ததை சொல்வாளோ என்னவோ..?” “அட அப்படியா மைதிலி... அப்ப ஓ.கே.. அண்ணின்னே கூப்பிடுறேன்.. காலையில் என்ன கவுண்டர் கொடுத்தீர்கள்.. அண்ணியார் அவர்களே..” கைகட்டி வாய் பொத்தி பணிவு போல் ரவீந்தர் கேட்க மைதி-

லிக்கு சிரிப்பு வந்தது.. நிமிர்ந்து பார்க்க மகாராணியும் எதிர்பார்ப்போடு நிற்பது தெரிய, பெருமையாய் தலையை நிமிர்த்திக் கொண்டாள்.. "அது.. வந்து.." என இழுத்து நிறுத்தி சுற்றி நின்றவர்களின் எதிர்பார்ப்பை எகிற வைத்தவள்.. "மாமா யாருக்கும் சொல்லக் கூடாதுன்னு சொல்லியிருக்காரே.." என்று விட்டு குனிந்து கீரை கடைதலை தொடர்ந்தாள்..

"ம்க்கும் நல்ல மாமனார்.. நல்ல மருமகள்.." மகாராணி முணுமுணுப்புடன் அடுப்பருகே போக, "அடிப்போடி.." கௌரியம்மா சலித்தபடி கைகளை தரையில் ஊன்றி எழுந்து போனாள்.. அவர்கள் இருவரும் போனதும், ரவீந்தர் அவளருகே நெருங்கி அமர்ந்து அவள் கை மத்தை தான் வாங்கிக் கொண்டான்.. கல்சட்டியில் இட்ட கீரையை மர மத்தால் கடைந்தபடி..

"அவுங்க போயிட்டாங்க.. இப்போ எனக்கு சொல்லு மைதிலி.." அவள் பக்கம் சாய்ந்து ரகசியக் குரலில் கேட்டான்.. மைதிலிக்கு சிரிப்பு பொங்கு வர, "முடியாது.. அந்தப் பக்கம் போ.. அதை கொடு.." அவன் கையிலிருந்த மத்தை பிடுங்க, அவன் தராமல் இழுக்க.. "டேய் ரவி இங்க என்னடா செய்ற..?" கேட்டபடி வந்து நின்றான் பரசுராமன்.. அவன் குரலில் மிகுந்த எரிச்சல் இருந்தது.. "அது வந்துண்ணா.. நானும் மைதிலியும் ஒரு ரகசியம் பேசிட்டு இருந்தோம்.." "டேய் அண்ணின்னு சொல்லு.." அடுப்பை கவனித்தபடி மகாராணி குரல் கொடுத்தாள். "ம்மா அதெல்லாம் எனக்கு சொல்ல வராதும்மா.. நான் இப்படித்தான் கூப்பிடுவேன்.."

"ஏன் வராது..?" பரசுராமன் தம்பியை பார்த்தபடி அவன் எதிரில் வந்து நின்றான். "அவள் படிப்பு முடிந்ததோடு உங்கள் நட்பும் முடிந்தது.. இனி அவள் உனக்கு அண்ணிதான்.. நீ அவளை அப்படித்தான்

கூப்பிட வேண்டும்..” உத்தரவாக ஒலித்த அண்ணனின் குரலில் அமைதியாகி நிமிர்ந்து பார்த்தான் ரவீந்தர்.. “முதலில் நீ எழுந்திரு.. இதென்ன பொம்பளைங்க கூட அசிங்கமாக அடுப்படிக்குள் வந்து உட்கார்ந்து கொண்டு.. பொம்பளை வேலை செய்து கொண்டு.. உன்னை கருப்பட்டி மூட்டையைத்தானே எண்ணிப் பார்த்துட்டு வரச் சொன்னேன்.. இங்கே வந்து வாய-டிச்சுட்டு உட்கார்ந்திருக்கிறாய்.. எழுந்து கடைக்கு போ.. நான் மூட்டையை பார்த்துட்டு வர்றேன்.. அம்மா குடோன் சாவி எங்கேம்மா..?”

“அங்கே ஆணியில்தாம்பா இருக்கும்..” படபட-வென சொற்களை இரைத்து விட்டு சாவியோடு வீட்-டின் பின்புறம் இருந்த குடோனை நோக்கி நடந்தான் பரசுராமன்.. “அண்ணன் கொஞ்சம் அமைதியான டைப் மைதிலி.. இப்படி ஒன்றாக உட்கார்ந்து சிரித்து பேசுவதெல்லாம் அவருக்கு அவ்வளவாக தெரியாது.. அங்கே கடையிலிருந்து ஒரு வேலை சொல்லி அனுப்-பினார்.. நான் அதை மறந்து விட்டு இங்கே பேசிக் கொண்டு உட்கார்ந்து விட்டேன்.. அதுதான் அவருக்கு கோபம்.. நீ இதையெல்லாம் பெரிதாக எடுத்துக் கொள்ளாதே..” வெறித்த பார்வையுடன் அமர்ந்து விட்ட தன் தோழியை சமாதானப்படுத்தினான் ரவீந்-தர்..

அண்ணன் சொல் தட்டாதவனாக உடனே எழுந்து போனான்.. பரசுராமனின் கோபம் மைதிலியை பாதிக்-கவில்லை.. ஆனால் அவன் உபயோகித்த வார்த்-தைகள்.. பொம்பளைகள் என்றால் இவனுக்கு கேவ-லமா..? இவன் எப்போதும் இப்படித்தான் பேசுவானா..? அவளுக்கு மனது தாளவில்லை.. “அடுப்படி அசிங்-கமான இடமா அத்தை..? சமையல் வேலை கேவ-லமானதா மாம்டாக்கா..?” மனம் பொறுக்காது நியா-யத்தை கேட்டாள்.. மகாராணி அடுப்பிலிருந்து திரும்பி

அவளை உற்று பார்த்தாள்.. பிறகு உலை கொதித்த பானையில் அரிசியை களைத்து போட்டாள்..

“இப்படியெல்லாம் நாங்கள் யாரும் இதுவரை யோசித்ததில்லை.. நீ மட்டும் ஏன் யோசிக்கிறாய்..?” “அப்போது பெண்களென்றாலே யோசிக்க கூடாது என்கிறீர்களா..?” “ஏட்டி என்ன பதிலுக்கு பதில்.. மாமியார்ங்கிற மரியாதை இல்லாமல்.. வெளியில தெருவுக்கு போயிட்டு வர்ற ஆம்பளைங்களுக்கு ஆயிரம் பிரச்சினைகள் இருக்கும்.. அதை அவுங்க வீட்டு பொம்பளைங்க மேல காட்டத்தான் செய்வாங்க.. இதையெல்லாம் பெரிசு படுத்தவாயா..? சிவனேன்னு வாயை மூடிக்கிட்டு சோளியை பாரு..” கௌரியம்மா அதட்டினாள்.. அப்போதிற்கு அமைதியாகிவிட்டாலும், சிவனே என பேசாமல் இருக்க மைதிலியினுள் இருந்த சக்தி அனுமதிக்கவில்லை அவள் அன்று இரவு தன் கணவனிடமும் தன் நியாயத்தைக் கேட்டாள்.

“மூன்று வேளையும் விதம் விதமாக ருசித்து சாப்பிட நினைக்கிறீர்கள்.. அதற்காக நாங்கள் அடுப்படிக்குள் நாள் முழுவதும் நிற்கிறோம்.. அந்த சமையல் வேலை அசிங்கமானதா..? அந்த வேலை செய்யும் நாங்கள் கீழானவர்களா..?” பரசுராமன் கண்களை இறுக மூடி கட்டிலில் படுத்திருந்தான்.. அவனருகே நின்றபடி கால்சிலம்பு கையிலேந்திய காரிகையாய் நியாயம் கேட்டாள் மைதிலி.. மிக லேசாக விழி திறந்து அவளை பார்த்தான்..

தன் காலடியில் நின்றவளை வலது காலை நீட்டி அவள் இடுப்பை கோர்த்து வளைத்து கட்டிலில் அமர வைத்தான்.. இந்த துச்சமான செயலில் ஆத்திரமான மைதிலி கட்டிலிலிருந்து எழ முயல.. தன் கால்களை அவள் மடியில் பாரமாக நீட்டினான்.. “காலெல்லாம் ஒரே உளைச்சல்.. கொஞ்சம் பிடித்து விடு..” உத்தரவாக சொன்னான்.. மைதிலியின் ஆத்திரம் பலம-

டங்கானது.. தன் மடியில் கிடந்த அவன் கால்களை படாரென கீழே தள்ளினாள்.. “எனக்கும்தான் காலையிலிருந்து வேலை செய்து கை, காலெல்லாம் வலிக்கிறது.. நான் உங்களைப் போலா சொல்லிக் கொண்டிருக்கிறேன்..?” அவள் கேட்டு முடித்த மறுகணமே அவள் இடையை பற்றி இழுத்து கட்டிலில் தள்ளியிருந்தான் பரசுராமன்..

“சொல்ல வேண்டியது தானேடி.. இங்க இங்கே, இப்படி இப்படி வலிக்குதுன்னு சொன்னால் பிடித்து விட்டு போகறேன்.. இப்போது சொல் எங்கே வலிக்கிறது..? இங்கேயா.. இங்கேயா..?” அவள் கால்களில் அழுந்திய அவன் கைகள் கொம்பை சுற்றும் கொடியாய் அவள் உடல் முழுவதும் அழுந்த தொடங்க.. இனி இவன் ‘அதை’ தவிர வேறு பேசமாட்டான் என உணர்ந்த மைதிலி எப்போதும் போல் தன் உணர்வுகளை அடக்கி மரக்கட்டையானாள்..

அவள் நெஞ்சம் ஊமையாய் அழுதது.. “மைதிலி..” ரகசியமாய் பின்னால் கேட்ட குரலுக்கு புருவம் சுருக்கி திரும்பிப் பார்த்தாள்.. ரவீந்தர் நின்றிருந்தான். “என்ன ரவீந்தர்..?” உயர்ந்த அவள் குரலுக்கு “உஷ்” என உதட்டில் விரல் வைத்து சைகை சொன்னான்.. வெளியே வரும்படி பின் வாசலை காட்டினான்.. அடுப்பை அணைத்து விட்டு அவனுடன் பின்புறம் வந்தாள்.. அன்று பரசுராமன் சொன்ன பிறகு ரவீந்தர் மற்றவர்கள் முன்பு அவளை அண்ணி என்றே அழைத்து வந்தான்.. ஆனால் அவர்கள் இருவருமாக இருக்கும் போது பெயர் சொல்லியே அழைத்தான்.. “என்ன ரவீந்தர்..?” “மைதிலி எனக்கு நீ ஒரு ஹெல்ப் பண்ணணுமே..” ம் இந்த வீட்டில் அடுத்தவர்களுக்கு உதவி செய்யும் நிலையிலா நான் இருக்கிறேன்.. மனதிற்குள் கசப்பாக நினைத்தவள், வெளியே உற்சாகத்தை முகத்தில் பூசினாள்.. “சொல்லு ரவீந்தர்..”

“நாங்கள் ப்ரெண்ட்ஸ் ஐந்து பேராக சேர்ந்து ஒரு வேர்ல்டு டூர் ப்ளான் பண்ணியிருக்கிறோம்.. அதற்கு நீதான் நம் வீட்டில் பர்மிசன் வாங்கி கொடுக்க வேண்டும்..”

“நானா..?” மைதிலிக்கு ரவீந்தர் கேட்ட விபரம் நம்ப முடியவில்லை.. அவளுக்கு இந்த வீட்டில் என்ன மரியாதை இருக்கிறதென இந்த உதவியை ரவீந்தர் அவளிடமிருந்து எதிர்பார்க்கிறான் எனத் தெரியவில்லை.. “நீ இந்த வீட்டு பையன் ரவீந்தர்.. நீ கேட்டால் சரியெனாமல் நான் கேட்டாலா சம்மதிக்க போகிறார்கள்..?” “நான் கேட்டால் நிச்சயம் சம்மதிக்க மாட்டார்கள் மைதிலி.. ஏனென்றால் இந்த வீட்டில் நான் எடுத்து வைத்திருக்கும் பேர் அப்படி..” “அப்படி என்ன பெயர் எடுத்து வைத்திருக்கிறாய்..?” “ஊதாரி, ஊர் சுற்றி, உல்லாசி, சோம்பேறி..” ரவீந்தர் விரல் விட்டு எண்ண ஆரம்பிக்க மைதிலிக்கு பீறிட்டு சிரிப்பு வந்தது.. “இப்போது எதற்கு சிரிக்கிறாய்..?” ரவீந்தர் எரிச்சலாக கேட்டான்.

“காலேஜில் பெரிய ஹீரோ.. பெண்களின் கனவு நாயகன்.. இங்கே வீட்டிற்குள் உன் நிலைமை படு கேவலமாக இருக்கிறதேப்பா..” “உஷ்.. குடும்ப ரகசியத்தை வெளியில் சொல்லாதே.. இதெல்லாம் நமக்குள் மட்டும் ரகசியமாக இருக்கட்டும்.. காலேஜில் ஒவ்வொரு பெண்ணிற்காக உதவ என்று ஒவ்வொரு இடமாக என் கையிலிருந்து காசு செலவழித்து போய் கடைசியில் என் குடும்பத்தில் இப்படி கெட்ட பெயர் வாங்கிக்கொண்ட ரொம்ப நல்ல பையன் நான்..” மிகுந்த சோகம் போல் கண்களை துடைத்துக் கொண்டான். “அட, நல்லவனே..” மைதிலி சிரித்தாள்.

“மைதிலி சும்மா சிரித்தே சமாளிக்காதே.. எனக்கு பெர்மிசன் வாங்கிக் கொடு..” “எத்தனை நாள் டூர்..?” “மூன்று மாதம்..” மூன்று மாதம்.. பிரமிப்பாய் மனதிற்-

குள் கணக்கு போட்டு பார்த்தவள், “செலவு..” என இழுத்தாள்.. “அது பிரச்சனை இல்லை மைதிலி.. பிள்ளைகளுக்கு செலவழிப்பதில் அப்பா கணக்கு பார்க்க மாட்டார்.. ஆனால் முதலில் அந்த செலவுக்கு அவர் சம்மதிக்க வேண்டும்.. அவர் மட்டும் அல்ல.. உன் ஆளும்தான்..” “என் ஆளா..?” “ஆமாம். மிஸ்டர் பரசுராமன்.. அப்பாவிடம் கேட்ட உடனேயே அவர் உடனே அண்ணன் பக்கம்தான் திரும்புவார்.. என்னடா பரசு சின்னவன் ஏதோ கேட்கிறானே அனுப்பலாமாம்பார்.. அண்ணன் தலையாட்டினால்தான் அவரும் தலையாட்டுவார்.. இல்லையென்றால் டேய் அண்ணன் வேண்டாங்கிறான்டா.. போயி வேறு வேலையை பாருன்னுடுவார்..” மைதிலிக்கு திக்கென்றது..

அவள் கணவனிடம் போய் ஒரு தேவை என்று நிற்க வேண்டுமா..? “நீ அத்தையிடம் பேசலாமே ரவீந்தர்..?” “அம்மா அப்பாகிட்ட கேளுடான்னு கை காட்டிட்டு சோறு வடிக்க போயிடுவாங்க, நான் எதைக் கேட்கிறேன்னு கூட கவனிக்க மாட்டாங்க.. அப்பா பார்த்து என்ன சொன்னாலும் அவுங்களுக்கு சரிதான்..”

“அப்போது உன் அப்பாவிடமே..” “அதுதான் முதலிலேயே சொன்னேனே மைதிலி அப்பாவை முடுக்கும் சுவிட்ச் அண்ணனிடம் தான் இருக்கிறது அண்ணனை தூண்டும் சுவிட்ச் நீதான்.. அதனால்தான் நேரடியாக உன்னிடமே வந்து நிற்கிறேன்.” அவனது பேச்சில் மைதிலி திகைத்தாள்.. இவன் அண்ணன் என்னை ஒரு மனுசியாகக் கூட மதிக்க மாட்டேன்கிறான்.. அவனை தூண்டும் கோல் நான் என்கிறான் தம்பி.. அவளறியாமல் பெருமூச்சு வெளியேறியது.. “ம்.. சரி.. கேட்டுப் பார்க்கிறேன்..” அரைகுறை மனதோடு சொன்னாள்..

சொல்லி விட்டாளே தவிர இந்த விவரம் எப்படி கணவனிடம் பேச ஆரம்பிக்க போகிறாளென தெரியாமல் விழித்தாள். மதிய உணவிற்கு வீட்டிற்கு வந்தவனுக்கு உணவு பரிமாறியபடி அவன் முகத்தை பார்க்க அவன் தட்டை விட்டு தலையை நிமிர்த்தினானில்லை.. அதானே உனக்கு ராத்திரிதானே பொண்டாட்டி ஞாபகம் வரும்.. நல்லா கொட்டிக்கோ.. சோத்து சட்டியை சாய்த்து அவன் தட்டில் சோற்றை சரித்தாள்..

அவன் நிதானமாக அந்த சோற்றுக் குன்றை குழித்து.. “ரசம் ஊற்று..” என்றான்.. பகாசூரன் போல் முழுங்குவதை பார்.. பொறுமியபடி ரசத்தை ஊற்றியவள் வேறு வழியின்றி இரவுக்கு காத்திருந்தாள்..

# 12

*நினைவுகளின் நிலவு பிசிறொன்று*
*உன் சட்டை பட்டனில்*
*சுற்றிக் கொண்டிருக்கிறது*
*நகம் கடிக்கும் நியாயங்களில்லை*
*உன் உயிருறிஞ்சியே தீர வேண்டும்..*

இரவு பால் தம்ளரோடு அறைக்குள் நுழைந்தவள் பரசுராமனைக் காணாமல் விழித்தாள்.. பின் பாத்ரூமுக்குள் சத்தம் கேட்க, அதனருகே போய் நின்றபடி எப்படி கேட்க.. என யோசித்து நின்றாள்.. உங்கள் தம்பிக்கு வேர்ல்டு டூர் போக.. ரவீந்தருக்கு நண்பர்களோடு சுற்றுலா போக.. அடுத்து காலேஜ் சேரும் வரை சும்மா இருப்பதற்கு பதில் ஜாலியாக.. இப்படி விதம் விதமாக வாக்கியங்களை மனதிற்குள் அமைத்து பார்த்துக் கொண்டிருந்தவள் திடுமென பாத்ரூம் கதவு திறக்கவும் திடுக்கிட்டாள்..

சின்னதாய் ஒரு குளியல் முடித்து இடுப்பில் ஒரு துண்டுடன் நின்ற பரசுராமன் பாத்ரூம் முன் நின்றவளை புருவம் சுருக்கி பார்த்தான்.. மைதிலி அவசரமாக நகர்ந்து போய் கட்டிலருகே நின்று கொண்டாள்.. அவன் கண்ணாடி அருகே போய் ஈரத்தலையை வாறத் துவங்கினான்.. மைதிலி இப்போது சுண்டுவிரல் நகம் கடித்தாள்.. எப்படி கேட்க..? பாவி ஏதா-

வது பேச்சை ஆரம்பிக்கிறானா பார்.. படுக்கப் போகும் நேரத்தில் எதற்கு குளியலும் தலை சீவலும்.. பெரிய மன்மதன் இவன்.. மனதிற்குள்ளாக கணவனை திட்டும் போதே, இரவு குளியலுக்கு பின் வியர்வை வாடை போய் இதமான சோப்பு மணத்துடனும், பவுடர் வாசத்-துடன் அதிரடியாய் தன்னை அணுகும் கணவனின் அருகாமை நினைவு வர, மின்சக்தி சுமந்து ஓர் ஒளி மின்னல் அவள் உடலெங்கும் ஓடியது..

கூடவே அதற்காகத்தான் இந்த நேரத்தில் இத்தனை அலங்காரமா..? எனும் கசப்பும் மனதில் எழாமல் இல்லை.. “என்னடி விசயம்..?” கண்ணாடியில் இவளை பார்த்துக் கேட்டான்.. அவன் இப்போது உடம்பில் பவுடர் போட ஆரம்பித்திருந்தான்.. “வ.. வந்து..” மைதிலிக்கு வார்த்தைகள் வரவில்லை.. “பரவாயில்லை தைரியமாக சொல்லு.. பாவம் மதியத்-திலிருந்து தவித்துக் கொண்டிருக்கிறாய்..” “அப்போது நான் மதியமே உங்களிடம் பேச நினைத்தது தெரி-யுமா..?” “தெரியுமே..” அடப்பாவி எல்லாம் தெரிந்து வைத்துக்கொண்டு அமுக்கினி பயல் மாதிரி இருந்தி-ருக்கிறானே..

“அப்போதே ஏன் என்னிடம் விபரம் கேட்க-வில்லை.” “அப்போது கேட்டிருந்தால்..” கண்ணாடியை விட்டு நகர்ந்தவன் அவளருகே வந்து இரு கைகளா-லும் அவள் இடையை பிடித்து அழுத்தியபடி.. “இப்-படி அணைத்துக் கொண்டு கேட்டிருக்க முடியாதே..” என்றான். “ஓ.. உங்களுக்கு பொண்டாட்டி கூட பேச வேண்டுமென்றாலே.. இ.. இப்படித்தான் பேச வேண்-டுமா..?” “பேச வேண்டும் என்பதற்காக இப்படி இருக்-கக் கூடாது.. இப்படி இருக்க வேண்டும் என்ப-தற்காகவே பேச வேண்டும்..” அவனது விவரித்தல் சிறிது நேரம் கழித்தே மைதிலிக்கு புரிய, இயற்கையாய் கன்னம் சிவந்து விட அமைதியாள்.. மனைவியிடம்

இவனது தேவையெல்லாம் 'அது' ஒன்று மட்டும்தான்.. கடுப்பாக நினைத்தாள்..

"சொல்லுடி.." அவள் தோளில் முகம் பதித்தான். "நம் ரவி இருக்கிறான்ல.." "யார்..?" நிமிர்ந்து அவள் முகம் பார்த்தான்.. "உங்கள் தம்பி ரவீந்தர் இருக்காருல்ல, அவர் ப்ரெண்ட்ஸ் உடன் வேர்ல்டு டூர் ஒன்று போக நினைக்கிறார்.. அதற்கு உங்கள் அப்பாவிடம் பேசி சம்மதம் வாங்கி.." மைதிலிக்கு விவரித்துக் கொண்டிருக்கும் போதே அந்த சந்தேகம் வர பேச்சை நிறுத்தினாள்.. "நான் சொல்வதை கவனிக்கிறீர்களா..?" "ம் நன்றாக கவனித்துக் கொண்டிருக்கிறேன்.." சொக்கலாய் ஒலித்த அவன் குரலும், பார்வையும் அவளுள் ரசவாதத்தை உண்டாக்க இடையில் ஊர்ந்த அவன் கரங்களில் பேச்சு நின்று ஊமையானாள்.. தொண்டையை செறுமி தன்னை சமாளித்துக் கொண்டு மீண்டும் பேச்சை தொடர வாயை திறந்த போது,

பரசுராமனின் குரல் உற்சாக தேங்கலாய் ஒலித்தது.. "ஹேய் இங்கே பாருடி.. உன் இடுப்பு என் இரு கைகளுக்கிடையில் அடங்கி விட்டது.." அவள் இடையை தன் இரு கைகளுக்குள் சிறை செய்திருந்தான்.. நொட்டென்று அவன் தலையில் ஒன்று போடும் ஆவலை கஷ்டப்பட்டு அடக்கி, அவனை முறைத்தாள்.. "நான் என்ன பேசிக் கொண்டிருக்கிறேன்.. நீங்கள் என்ன.." அவளது பேச்சு அந்தரத்தில் நிற்க, அப்படியே இடையை பிடித்து அவளை தூக்கியிருந்தான் பரசுராமன். "எவ்வளவு மெல்லிசாக கொடி போல் இருக்கிறாயடி.." என்ற சிலாகிப்போடு, அவளைக் கட்டிலில் கிடத்தினான்.

"நான் உங்களுடன் பேச வேண்டும்.." துடித்து எழ முயன்றவளின் தோள்களை அழுத்தி படுக்க வைத்தான். "அப்புறம் பேசிக்கலாம்.." கண்களை சிமிட்டி

விட்டு அவள் மேல் அப்பினான்.. எப்போதும் போல் இப்போதும் அவமானமாய் தோற்ற உணர்வு மைதிலி-யினுள் பரவியது.. “விஷ்” என்ற சத்தத்தோடு எழுந்த குக்கர் விசிலின் தலையில் கரண்டியால் எரிச்சலோடு நொட்டென்று போட்டாள்.. “இது வேற உயிரை வாங்-கிக்கிட்டு...” முணுமுணுத்தாள்.. அவள் மீண்டும் மீண்டும் முயன்றும் இரவு முழுவதும் பரசுராமன் அவளை பேச அனுமதிக்கவே இல்லை.. “பேசுவதாக இருந்தால் நான் நினைப்பதை பேசடி..” என அவன் சொன்ன பேச்சுக்களில் மைதிலியின் காதுகள் கூச காதுகளை இறுக்க மூடிக் கொண்டாள்.. சை

.. எப்படி பேசுகிறான் பார்.. இந்த பேச்சுக்காக அவனிடம் தனியாக ஒரு சண்டை போடலாம்.. ஆனால் என் பெண்டாட்டி கிட்டதானேடி நான் பேசு-கிறேன்.. என்பான்.. பொண்டாட்டிகிட்ட இப்படியெல்-லாம் பேசாமல் இருப்பதுதான்டி தப்பு என்று நியாயம் சொல்வான்.. மீண்டும் அவள்தான் அமைதியாகி விட வேண்டியதுருக்கும்.. மைதிலியின் கண்கள் கலங்கியது.. அவள் வெங்காயத்தை கையில் எடுத்து உரிக்க ஆரம்-பித்தாள்..

இன்னும் கொஞ்ச நேரத்தில் ரவீந்தர் வந்து கேட்-பான்.. அண்ணனிடம் பேசினாயா.. என்று கேட்பான்.. அவளால் வாய் திறக்க முடியாது.. “இரண்டு வெங்-காயம் உரிக்க முடியாது உன்னால்.. பொல பொலன்னு தண்ணீர் கொட்டும்.. அதை என்கிட்ட கொடு நீ போய் மூஞ்சியை கழுவு..” மகாராணி அவள் கையி-லிருந்த வெங்காயத்தை பிடுங்கினாள்.. மைதிலி மூக்கை உறிஞ்சியபடி பின்பக்கம் வர, “மைதிலி.. அண்ணி..” மாறி மாறி அழைத்தபடி அவளைத் தேடி புழக்கடைக்கே வந்து விட்டான் ரவீந்தர்.. அவனுக்கு முகம் காட்டும் தைரியமின்றி தண்ணீரை முகத்தில் வாரி இறைத்தாள்..

"என்ன ரவீந்தர்..?" தலை நிமிராமல் குனிந்தே பேசினாள்.. "ரொம்ப தேங்கஸ் மைதிலி.." அவள் கையை இழுத்து குலுக்கினான்.. "அப்பா ரொம்ப யோசித்தார்.. மூன்று மாதங்கள் என்னை எப்படி தனியாக அனுப்புவது என்று நிறைய தயங்கினார்.. அண்ணாதான் அப்பாவிற்கு தைரியம் சொன்னார்.. எனக்கு சப்போர்ட் செய்தார்.. கடைசியாக அப்பாவும் தலையாட்டி விட்டார்.." "நிஜம்மாகவா.." அவனது உற்சாகம் அவளுக்கும் தொற்றிக் கொள்ள தானும் அவன் கைகளை குலுக்கினாள். "நீ இதை செய்து முடித்து விடுவாய்னு எனக்கு தெரியும் மைதிலி.. நீ சொன்ன பிறகும் அண்ணன் மறுப்பாரா..?" ரவீந்தரின் குதூகலத்தில் மைதிலி விழித்தாள்... நான்தான் சொல்லவே இல்லையே.. என்னை சொல்ல அனுமதிக்கவே இல்லையே அவன்.. தொடர் நினைவுகளில் சிவந்து விட்ட கன்னங்களை தேய்த்து விட்டபடி வெறுமனே தலையசைத்தாள்.. வீட்டில் அனைவரும் ரவீந்தரின் உலக சுற்றுலா பற்றி பேச மைதிலியால் இன்னமும் நம்ப முடியவில்லை..

அவனது அண்ணிதான் அவனுக்காக பேசி அவனை சுற்றுலா அனுப்புவதாக ரவீந்தர் அனைவரிடமும் கூறிக் கொண்டிருந்தான்.. அதில் அவனுக்கு எந்த சந்தேகமும் இல்லை.. இதுபற்றி நான் நேற்று ஏதாவது பேசினேனா என்ன..? மைதிலி முன்தின இரவை யோசிக்க, அவள் உடல் நடுங்கி சிலிர்த்தது.. அதெப்படி என அவள் மனம் ஆட்சேபிக்க இருபக்க பறையாய் கொட்டியது அவள் மனது.. இதற்குத்தான் கணவனுடனான தனிமையை அவள் பிறகு நினைத்துப் பார்ப்பதே இல்லை.. இன்று தன் வெட்கம், கூச்சம் ஒதுக்கி அவளாக ஞாபகத்தை துழாவிய போது ரவீந்தரைப் பற்றி ஏதோ அரை குறையாக கணவனிடம் சொன்ன ஞாபகம் வர, தலையசைத்துக் கொண்டாள்..

அரை குறையாக கேட்டாலும் மனைவிக்காகவோ தம்பிக்காகவோ அவன் இதனை செய்ய நினைத்திருக்கிறான்.. நிச்சயம் இதற்கு அவனுக்கு நன்றி சொல்லத்தான் வேண்டும்.. மனதிற்குள் தீர்மானித்துக் கொண்டாள்.. “டேய் என்னடா வெளிநாடெல்லாம் சுற்றப் போறியாமே..?” கத்தலாய் கேட்டபடி வந்தாள் சித்ரலேகா.. அவள் விழிகள் விரிந்து மின்னின. “ஆமாம்கா, நீயும் என்கூட வர்றியா..?” ரவீந்தர் அவளை வம்பிழுத்தான்.. “ஏய் வர்றேன்னா கூட்டிட்டு போவாயாடா..” “ஓ.. கூட்டிட்டு போவேனே, ஆனால் உன்னை மட்டும்தான்..” “ஏய் ஏன்டா சாந்தினியும் நம்முடன் வரட்டுமே..” தன் குழந்தையின் கையைப் பிடித்துக் கொண்டு கேட்டாள்..

“நான் போகிற ப்ளைட்ல பெரியவுங்களை மட்டும்தான் ஏற்றுவாங்க.. குழந்தைங்களுக்கு இடம் கிடையாது..” “இதென்னடா கொடுமை அப்போ பிள்ளைங்கெல்லாம் என்ன செய்வாங்க..?” தம்பி சொன்னதை உடனே நம்பிவிட்ட சித்ரலேகாவை வாஞ்சையாய் பார்த்த மைதிலி ரவீந்தரை முறைத்தாள்.. “ஏன் ரவி அண்ணியை ஏமாற்றுகிறாய்..?” “நீ வேற மைதிலி.. சித்ராக்கா ஐடியாவே வேறு.. நான் வெளிநாடு போக எனக்கு எவ்வளவு பணம் தேவைப்படும்னு கணக்கு போட்டுட்டு, அந்த பணத்தை அப்பாகிட்ட இருந்து வாங்கிட்டு போக வந்திருக்கிறாள்.. உங்களுக்கு ஆம்பளை பையன்னா ஒரு மாதிரி.. பொம்பளை பிள்ளைன்னா வேறு மாதிரியான்னு சட்டம் பேசுவாள்.. கொஞ்ச நேரம் குழம்பிக்கிட்டே கிடக்கட்டும்..” சித்ரலேகாவின் அப்பாவி தோற்றம் ரவீந்தரின் சொல்லுக்கு பொருந்தாமல் போக, அவன் சொல்லில் மைதிலிக்கு நம்பிக்கை வரவில்லை.. ஆனால் அதுதான் உண்மை..

அருணாச்சலம் இரவு கடையை மூடிவிட்டு வரவுமே சித்ரலேகா ஆரம்பித்து விட்டாள்.. ரவீந்தரின் வெளி-

நாட்டு பயணத்திற்கான பணத்தை எனக்கு கொடுங்க.. அல்லது என்னையும் குடும்பத்தோடு வெளிநாடு அனுப்புங்கள்.. இவைதான் சித்ரலேகாவின் கோரிக்-கைகள்.. "தொழிலை விட்டு விட்டு உன் கணவர் உன்னோடு டூர் வருவாரா சித்ரா..?" பரசுராமன் தங்கை அருகே உட்கார்ந்து கொண்டு அவளை சீண்-டிக் கொண்டிருந்தான்..

"அதெப்படி வருவார்..? தொழிலை யார் பார்ப்பது..? நீங்கள் எனக்கு பணமாக கொடுத்து விடுங்கள்.." வட்-டிக்கடைக்காரன் போல் பேரம் பேசினான்.. ரவீந்தரின் வெளிநாட்டு சுற்றுலா செலவு டிக்கெட் பணத்திலிருந்து, தங்கும் செலவு பயண செலவு என ஓரளவு கணக்கு போடப்பட்டு எதற்கும் இருக்கட்டுமென ஒரு லட்சம் அதிகமாக வைத்து சித்ரலேகாவின் கணக்கில் பேங்-கில் போடப் படுவதாக உறுதியளிக்கப் பட்டதும் தான் அவள் எழுந்து படுக்க போனாள்.. பிறகே அனைவ-ரும் அவரவர் அறைக்கு சென்றனர். நல்ல பெண்.. மனதிற்குள் சலித்தபடி தங்கள் அறைக்குள் நுழைந்த மைதிலியின் மனதில் தன் கணவனுக்கு நன்றி சொல்-வதற்கான ஒத்திகை நடந்து கொண்டிருந்தது..

எத்தனையோ பயிற்சிகள் எடுத்து பாடங்கள் செய்து கொண்டிருந்தாலும் அறைக்குள் நுழைந்த உடனேயே கட்டிலில் அவளை எதிர்பார்த்து காத்திருந்த கணவனைக் கண்டதும்.. அவன் பார்வையைக் கண்-டதும் அவளுக்கு எல்லாமே மறந்து போனது..

# 13

***அழுதாயா என்ன..
கன்னம் தடவும் போது தான்
நினைவு வருகிறது..
பின் கழுத்து முடிவருடினாயே
அப்போதாய் இருக்கலாம்..***

திருமணம் முடிந்து இந்த சில நாட்களில் கணவனின் பார்வைகளை நன்றாக இனமறிந்து வைத்திருந்தாள் மைதிலி.. இது.. இப்படி என்ற விளக்கங்களை தரும் உணர்வுகளை அவன் முகம் காட்டாவிட்டாலும், கணவனின் தேவைகளை அவளுக்கு தயங்காமல் உணர்த்தியபடி இருக்கும் அவன் கண்கள்.. ஏக்கங்களையும், எதிர்பார்ப்புகளையும், அழைத்தல் களையும் தரும் அவனது பார்வைகளுக்கு பழகியிருந்த மைதிலி இன்று அவனது பார்வையில் குழம்பினாள்.. இதென்ன பார்வை..? ஏன் இப்படி பார்க்கிறான்..? குழம்பியபடி பால் தம்ளரை நீட்டினாள்.. அதனை வாங்கி பக்கத்தில் வைத்தவன், "வந்தனாவிடம் என்ன பேசினாய்..?" நேரடியாக கேட்டான்..

மைதிலி அதிர்ந்தாள்.. இ.. இவன் இப்போது எதற்கு வந்தனாவைப் பற்றி பேசுகிறான்..? எப்போது அவளிடம் பேசிய விபரங்கள் கேட்கிறான்..? மைதி-

லிக்கு தான் திருமணத்திற்கு முன்பே வந்தனாவுடன் பேசிய நாட்கள் நினைவு வர உடல் வியர்த்தது.. அந்த வந்தனா என்னென்ன சொல்லி வைத்திருக்கிறாளென தெரியவில்லையே.. அவள் மனம் தடதடத்தது.. “வந்தனாவை கண்டபடி பேசிவிட்டுத்தான் உன் மாமனாரிடம் பாராட்டு வாங்கிக் கொண்டாயாக்கும்.?”

கண்டபடி நான் பேசினேனா.. கணவனை வெறித்தாள் மைதிலி.. “இங்கே பார் வந்தனாவின் குடும்பத்திற்கும் எங்கள் குடும்பத்திற்கும் இடையே இப்போது கொஞ்சம் சண்டையாக இருக்கிறது.. ஆனால் எப்போதும் இப்படியே இருக்காது.. அப்பாவும், அத்தையும் விரைவில் சமாதானம் ஆகிவிடுவார்கள்.. நீ இடையில் புகுந்து வந்தனா மனம் நோகும்படி எதுவும் பேச வேண்டாம்.. வந்தனாவிடம் எப்போதும் ஆதரவும், பாசமுமாக பேசவேண்டும்..” உத்தரவு போல் பேசிவிட்டு படுத்துவிட்டான்.. மித மிஞ்சி தாக்கிய அதிர்ச்சியில மைதிலி தூக்கம் வராமல் விழித்துக் கிடந்தாள்.. இவன் இப்போது என்ன சொல்ல வருகிறான்..? அந்த வந்தனா பேசிய பேச்சுக்கள் இவனுக்கு தெரியுமா..? தெரிந்தாலும் இப்படியேதான் பேசுவானா..? எவ்வளவு ஆதரவு அவளுக்கு.. “நானும் பரசுவும் மனதாரக் காதலிக்கிறோம்..” என்ற வந்தனாவின் வார்த்தைகள் அவளுக்குள் வலியோடு வலம் வந்து கொண்டிருந்தன..

இன்னமும் இவர்கள் காதல் தொடர்கிறதா..? அதனால்தான் அன்று வந்தனா அவ்வளவு தைரியமாக பேசினாளா..? பரசுராமன் அப்பாவிற்கு மரியாதை தரும் பையன்.. அவர்கள் தொழில், குடும்ப கௌரவத்தின் மீது மிகுந்த மதிப்பு வைத்திருப்பவன் அதையெல்லாம் கூட ஒதுக்கி விட்டு நியாயமற்ற முறையில் அவளுக்கு பரிந்து பேசுகிறானென்றால் அவன் மனதில் வந்தனா எந்த அளவு ஆழமாக பதிந்திருக்க வேண்-

டும்..? ஆமாம் அப்படித்தான்.. இன்று வரை மனைவி என்ற எண்ணமின்றி ஒரு பெண் என்ற உணர்வுடன் மட்டும் அவளுடன் உடலோடு உறவாடியவன், இன்று அந்த வந்தனாவிற்காக என் பக்கமே திரும்பாமல் படுத்துக் கொண்டுள்ளானே.. திரும்பி படுத்திருந்த கணவனின் முதுகை வெறித்தாள் மைதிலி..

திருமணம் முடித்த இந்த இரண்டு மாதங்களில் அவளை தொடாமல் அவன் தள்ளியிருந்த நாள் இதுதான்.. அப்படியா இவன் மனதில் அந்த வந்தனாவின் ஆதிக்கம் இருக்கிறது..? மைதிலியின் தலையனை இன்றும் ஈரமாகத்தான் இருந்தது.. ரவீந்தர் வெளிநாடு கிளம்பிப் போய்விட, வீடு ஒருவகை எந்திரமாய் இயங்குவதாக மைதிலிக்கு தோன்றியது.. அவன் இருந்தாலாவது அடிக்கடி ஏதாவது சிரிக்க சிரிக்க பேசிக் கொண்டிருப்பான்.. வீட்டின் மற்ற ஆண்கள் வீட்டிற்குள் வருவதும் தெரியாது.. போவதும் தெரியாது..

மதிய சமையலில் மந்தமாக இயங்கிக் கொண்டிருந்த அடுப்படியினுள் தரையில் அமர்ந்து மாவு சலித்துக் கொண்டிருந்த கௌரிம்மாவிடம் சென்று உட்கார்ந்தாள் மைதிலி.. "மாமாவிற்கும் அவர் தங்கை வீட்டிற்கும் இடையே என்ன சண்டை மாம்டாக்கா..?" "உனக்கு தெரியாதா..? உன் புருசன் சொல்ல வில்லையா..?" கௌரிம்மாவின் குரலில் ஆச்சரியம்.. "ம்ஹீம்.." தலையசைத்தவளை கொஞ்சம் பரிதாபமாக பார்த்தாள்..

"அருணாச்சலம் அண்ணாவும், ஈஸ்வரி சுந்தரேசனும் இரண்டு வருசத்து முன்னாடி வரை மாப்பிள்ளை, மச்சான்னு தோள்ல கை போட்டுட்டுத்தான் திரிஞ்சாங்க.. சுந்தரேசன் ஊரில் விவசாயம் பார்த்துட்டு இருந்தவன்.. அருணாச்சலம்தான் அவனை மதுரைக்கு கூட்டி வந்து தன்னோட கடையில் கொஞ்ச நாள் வச்சிருந்து தொழில் சொல்லிக் கொடுத்து, அவன்

கடைக்கு எதிரில் இன்னொரு கடையும் ஆரம்பித்துக் கொடுத்து சுந்தரேசனை வியாபாரியாக்கினார் அருணாச்சலம்.. எல்லாம் சரியாகத்தான் போய் கொண்டிருந்தது.. தன் வீட்டிற்கு எதிரேயே தங்கைக்கும் வீடு கட்டிக் கொடுத்தார்.. இரண்டு குடும்பங்களும் நெருக்கமாக பழகினார்கள்.. இன்னமும் அந்நியோன்யமாக என்ன வழி என்று யோசித்து சம்பந்திகளாவது என்ற முடிவெடுத்தார்கள்..

பரசுராமனுக்கும், வந்தானவிற்கும் திருமணம் பேசினார்கள்.. சுந்தரேசனுக்கு வந்தனா ஒரே பெண்.. ஈஸ்வரிக்கு உடல்நிலை சரியில்லாத காரணத்தால் அடுத்து அவளால் குழந்தை பெற முடியவில்லை.. தனது ஒரே மகளை பத்திரமாக அண்ணன் வீட்டில் ஒப்படைக்கும் எண்ணம் அவளுக்கு.. தனது வளர்ந்து வரும் தொழிலை தன் மச்சான் குடும்பத்திடமே ஒப்படைக்கும் எண்ணம் சுந்தரேசனுக்கு.. அதனால் இரு வீட்டாரும் சேர்ந்து பேசி..”

“இரண்டு பேருக்கும் நிச்சயம் பண்ணிவிட்டார்களா..?” மைதிலி படபடப்பாய் இடையிட கௌரிம்மா அவள் தலையை ஆதரவாக வருடினாள்.. “நீ பயப்படுவது போல் இந்த கல்யாண பேச்சில் எந்த சங்கடமும் கிடையாதும்மா.. சும்மா இந்த வீட்டுக் கூடத்தில் உட்கார்ந்து இரண்டு பேருக்கும் மணம் முடித்தால் எப்படி இருக்குமென்று பேசிக் கொண்டார்கள்.. அந்த சம்பந்தத்தால் தங்கள் வீடுகளுக்கு, தொழில்களுக்கு வரப்போகும் நன்மைகள் குறித்து விவாதித்துக் கொண்டார்கள்.. ஒரு வியாபார ஒப்பந்தம் போல் அது இருந்தது அவ்வளவுதான்..” மைதிலியின் மூச்சோட்டம் கொஞ்சம் சீரானது.. “ம்.. சரி.. அப்புறம் என்னாச்சு..?”
“சுந்தரேசனுக்கும், ஈஸ்வரிக்கும் இப்போதே இந்த திருமணம் நடந்து முடித்து விட்ட உணர்வு வந்துவிட்டது.. அதனால் சுந்தரேசன் தொழிலும், ஈஸ்வரி இங்கே

வீட்டிலும் தங்கள் உரிமையை அதிகாரமாக காட்ட ஆரம்பித்தார்கள்..

என் மகளுக்கேற்றாற் போல் இந்த வீட்டையே மாற்றப் போகிறேனென ஈஸ்வரி சொல்ல, என் மகளின் வருங்கால கடை.. எனக்கும் இங்கே முதலாளி அந்தஸ்து வேண்டும் என சொல்லாமல் சொல்லி சுந்தேரசன் கல்லாவில் உட்கார முயல அருணாச்சலத்திற்கு கோபம் வரத் துவங்கியது..'' "இந்த தொழில் அருணாச்சலம் பத்து வயதிலிருந்து உயிரைக் கொடுத்து வளர்த்து வந்தது.. அதனை அவனுக்கு மட்டுமே உரிமையாக நினைத்தார்.. கடையின் கல்லாவில் அவர் இதுவரை தன்மகன்களையே அமர விட்டதில்லை.. தான் மட்டுமே அதில் உட்கார நினைப்பார்.. இப்போது சுந்தரேசன்.. கல்லாவில் உட்கார்ந்து காலாட்டியபடி இருக்க, அருணாச்சலத்தின் ரத்தம் கொதித்தது..

அத்தோடு சுந்தரேசன் அவர்கள் வியாபாரத் தொடர்புடைய இடங்களிலும் தானே கடை உரிமையாளன் போல் பேசத் துவங்க அருணாச்சலம் யோசிக்க தொடங்கினார்.. திருமணத்திற்கு முன்பே இப்படி என்றால்.. திருமணம் முடிந்த பிறகு..'' "எழுந்துருங்க மாப்பிள்ளை...'' கல்லாவில் உட்கார்ந்திருந்த சுந்தரேசனிடம் அருணாச்சலம் கையாட்ட சுந்தரேசனின் முகம் மாறியது.. "இது எப்போதும் என் இடம்.. என்னைத் தவிர வேறு யாருக்கும் இங்கு இடமில்லை..'' அழுத்தமாக அமர்ந்தார். "எத்தனை நாளைக்கு மச்சான்.. பரசுவுக்கும், வந்தனாவுக்கும் கல்யாணம் ஆன பிறகு இது என் மகளின் இடம் தானே..?'' "அது எப்படி..?'' "உங்களுக்கு பிறகு இந்த இடம் பரசுவுக்கு.. அவன் சொத்தில் அவன் மனைவிக்கு உரிமை கிடையாதா..?''

"இதோ இப்போது என் இடத்தை என் மனைவிக்கு கொடுத்திருக்கிறேனா.. என்ன..?'' சுந்தரேசன் திகைத்து நின்றார்.. "நல்லா கேட்டுக்கோங்க மச்சான்.. இது

நான் பத்து வயதிலிருந்து உயிரைக் கொடுத்து வளர்த்த தொழில்.. இதில் முழு உரிமையும் எனக்கு மட்டும்-தான்.. மனைவி, பிள்ளைகள் எல்லாம் எனது தொழி-லுக்கு பிறகுதான்.. என் தொழில் உரிமையும் நான் பார்த்து யாருக்கும் கொடுத்தால்தான்... என் மகன்க-ளுக்கே அதை இன்னமும் நான் கொடுக்கும் எண்-ணத்தில் இல்லை.. நீங்களெல்லாம்..” அருணாச்ச-லம் பார்த்த துச்ச பார்வை சுந்தரேசனை ஆத்திரம் கொள்ள வைத்தது..

“இப்படி சுயநலம் பிடித்த உன் வீட்டில் நான் எப்படி என் ஒரே பெண்ணைக் கொடுப்பேன்..?” “நானா கேட்டேன்..? நீயாகத்தான் என் மகளை மருமகளாக்-கிக்கோன்னு கெஞ்சினாய்..” “நான் கெஞ்சினேனா.. உன்னிடம் கெஞ்சி கேட்டு உன் வீட்டிற்கு அனுப்பும் அளவு என் மகளின் நிலைமை இருக்கிறதா..?” “பின்னே இல்லையா..? சாதாரண சுந்தரேசனின் மகள் அருணாச்சலம் அண்ணாச்சியின் மருமகளாவது என்-றால் சாதாரண விசயமா..?” அருணாச்சலம் மீசை முறுக்க சுந்தரேசனின் கண்கள் சிவந்தது.. “அருணாச்-சலம்..” சுந்தரேசன் தன்னை மறந்து கர்ஜித்தார்..

“சொந்தம் விட்டுப் போய்விடக் கூடாதென்றுதான்.. என் மகளை உன் வீட்டில் கல்யாணம் முடிக்க நினைத்தேனே தவிர உன் சொத்துக்கள் மேல் ஆசைப்பட்டு இல்லை..” “அட அப்படியா.. கொஞ்ச நேரம் முன்பு கல்லாவில் உட்கார்ந்து காலாட்டிக் கொண்டிருந்தது யாரோ..?” “அருணாச்சலம் கையில் நாலு காசு வைத்திருக்கும் தைரியத்தில் ஆடாதே.. பணம் இன்றைக்கு வரும்.. நாளைக்கு போகும்.. உறவுகள்தான் என்றைக்கும் உடனிருப்பார்கள்..” “அதனால் சம்பாதித்து சம்பாதித்து உறவுகளுக்கு அள்-ளிக் கொடுத்துவிட வேண்டுமாக்கும்.. யோவ்.. போய்யா.. பேச வந்துட்டான்..”

"என்னடா சொன்ன.. உன் வீட்டில் வந்து சோற்றுக்கு நிற்கிறேனா நான்..?" ஆத்திரத்தில் சுந்தரேசன் அருணாச்சலத்தின் சட்டையை பிடித்தார்.. "பின்னே இல்லையா.. மழை இல்லை.. விவசாயம் ஒன்றும் சரியில்லை பிழைப்புக்கு வழி தெரியலைன்னு என் வீட்டு வாசலில் வந்து நீ நிற்கவில்லை..? தங்கையை உனக்கு திருமணம் முடித்துக் கொடுத்து விட்ட பாவத்திற்கு என் தொழிலை உனக்கு கற்றுக் கொடுத்து, புதிதாக அதே தொழிலை உனக்கு உருவாக்கியும் கொடுத்து இந்த மதுரையில் உன்னையும் ஒரு மனிதனாக நடக்க வைத்திருக்கிறேன்.. நீ இப்போது என் அடி மடியிலேயே கை வைக்கிறாயா..?" அருணாச்சலம் சுட்டிய முன் வாழ்வு சுந்தரேசனுக்கு ஆக்ரோசம் தர, ஆத்திரத்தில் நிதானமிழந்து அருணாச்சலத்தை ஓங்கி அறைந்தார்..

"சீ மனுசனாடா நீ..? செய்தவற்றை சொல்லிக் காட்டுகிறாயே.." "ஏய் என் மேலேயே கை வைக்கிறாயே..?" அருணாச்சலம் பதிலுக்கு கை நீட்ட.. அங்கே ஒரு கலாட்டா உருவாக, இருவருக்கும் அவரவர் பக்கத்துக்கு என சிலர் சேர்ந்து கொள்ள சாதாரண குடும்ப சண்டை பெரிய கலாட்டாவாக மாறி.. அவர்கள் கடை இருந்த இடமே கலவர பூமியானது.. போலீஸ் வந்து இருவரையும் ஸ்டேசன் கூட்டிப் போய் அங்கே வைத்து பஞ்சாயத்து பேசி.. இனி மாப்பிள்ளை-மச்சானிற்கிடையே எந்த உறவும் கிடையாது எனப் பேசி முடித்து அனுப்பி வைக்கப்பட்டனர்.. அதன் பிறகு சமாதானமாக பேச வந்த தன் தங்கை ஈஸ்வரியை வீட்டு வாசல் படி கூட ஏற அனுமதிக்கவில்லை அருணாச்சலம்..

இப்போது இரண்டு குடும்பங்களும் ஒருவரையொருவர் முகம் பார்த்து பேசக்கூட விரும்பாமல் பிரிந்து நிற்கிறார்கள்.. சும்மா பேசி வைத்த திருமணமும் நின்-

றுவிட்டது.. இப்போது கொஞ்ச நாட்களாக என் மகள் எப்படியும் என் அண்ணன் வீட்டு மருமகள்தான் என தங்கை ஈஸ்வரி பேசும் விபரம் அருணாச்சலத்தின் காதிற்கு வர, அவர் தன் மகனுக்கு அவசர அவசரமாக வெளியில் பெண் பார்த்து திருமணத்தை முடித்துவிட்டார்.. கௌரியம்மா சொல்லி முடித்த கதை மைதிலியின் மனதில் பாரமாக ஏறி அமர்ந்தது.. சூழ்நிலைகள் தான் நிகழ்வுகளை தீர்மானிக்கின்றன.. இங்கே இரு ஆண்களின் போலி கௌரவமும், தொழில கர்வமும் இரண்டு குடும்பங்களை பிரித்து விட்டது..

அத்தோடு காதல் கொண்டிருந்த இரு மனங்களையும் பிரித்து விட்டதே.. மைதிலிக்கு பரசுராமன்-வந்தனா மேல் பரிதாபம் வந்தது.. பெரியவர்களின் கோபத்திற்கு சிறியவர்கள் என்ன செய்வார்கள்..? தங்கள் வாழ்க்கையை தொலைத்து விட்டு நிற்கிறார்களே.. இதில் தன்னுடைய பங்கும் இருப்பதை நினைத்த மைதிலி மனம் நொந்தாள்.. வந்தனா என்னிடம் வந்து சொன்ன போதே, நான் அவள் பேச்சை கேட்டிருக்க வேண்டுமோ..? என்னை என் குடும்பத்தை மட்டுமே யோசித்து விட்டேனோ.. மிகவும் சுயநலமாக இருந்து விட்டேனோ.. நிலையில்லாமல் தவிக்க தொடங்கியது மைதிலியின் மனது..

“ஏய் மைதிலி என்ன இது..? சொத்தை கத்தரிக்காயாக எடுத்துப் போட்டுக் கொண்டிருக்கிறாய்..?” மகாராணியின் அதட்டலில் சுய உணர்விற்கு வந்த மைதிலி, “சாரி அத்தை.. ஏதோ ஞாபகத்தில்..” சொன்னபடி தன் முன்னிருந்த கூடையிலிருந்து நல்ல காய்களை எடுக்க தொடங்கினாள்.. மகாராணியும் அவளும் காய்கறி வாங்குவதற்காக மார்க்கெட் வந்திருந்தனர்.. தேவையான காய்களை வாங்கி கூடையில் நிரப்பிக் கொண்டு இருவரும் காரில் ஏறி அமர்ந்தனர்.. கார் டிராபிக்கில் மெல்ல நீந்திக் கொண்டிருந்தது..

“பேசி வைத்த திருமணம் நின்றது உங்களுக்கு வருத்தமாக இல்லையா அத்தை..?” மைதிலி மெல்ல ஆரம்பித்தாள்.. “எந்த திருமணம்..?”

“உங்கள் நாத்தனார் பெண்ணுடன் பேசி வைத்த திருமணம்..” “ம்.. வருத்தம்தான்.. ஈஸ்வரி ரொம்ப நல்ல பெண்.. வந்தனாவும் ரொம்ப மரியாதை தெரிந்த பெண்.. என் மனதுப்படி என்றால் அந்த திருமணம் நிற்க விட்டிருக்க மாட்டேன்.. ஆனால் என்ன செய்வது.. எதுவும் என் கையில் இல்லையே.. நம் வீட்டில் உன் மாமா சொல்வதுதான் சட்டம்.. அவர் திருமணம் என்றார்.. நாங்கள் சரி என்றோம்.. திருமணம் வேண்டாம் என்றார்.. அதற்கும் சரி என்றோம்.. என்னவோ போ.. இப்படி ஒரு வாழ்க்கை எங்களுக்கு..” மகாராணியின் சலிப்பில் அவளது ஏமாற்றம் அப்பட்டமாக தெரிய மைதிலியின் மனம் நைந்தது..

“அ.. அவருக்கும் கஷ்டம்தான்.. இல்லையா அத்தை..?” “யாருக்கு..?” “உ.. உங்க பிள்ளைக்கு.. அவரும் இந்த திருமணத்தை ஆவலோடு எதிர்பார்த்திருந்திருப்பாரே..” மகாராணி கூர்மையாக மருமகளை பார்த்தாள்.. “இங்கே பாரும்மா.. கிடைக்காமல் போய்விட்ட ஒன்றுக்காக ஏங்கிக் கொண்டிருப்பவன் இல்லை என் மகன்.. அப்படி ஒன்றும் அவன் மனக் கஷ்டப்பட்டதாக எனக்கு தோன்றவில்லை.. இரு குடும்பங்களும் பிரிய வேண்டாம்பா என்று அவன் அப்பாவிடம் கொஞ்சம் பேசினான்தான்.. ஆனால் அவர் மறுக்கவும் விட்டு விட்டான்.. இப்போது அப்பாவிற்கேற்ற பிள்ளையாய் திருமணம் முடித்துக் கொண்டு நன்றாகவே வாழ்ந்து வருகிறான்.. நீ எதையாவது நினைத்து மனதைக் குழப்பிக் கொள்ளாதே..”

நன்றாக வாழ்ந்து வருகிறாரா.. அவரது வாழ்க்கை உங்களுக்கு தெரியாது அத்தை.. ஊருக்காக உறவுக்காக ஒப்புக்கு ஒரு போலி வாழ்வு வாழ்ந்து கொண்-

டிருக்கிறார் அவர்.. கலங்கி விட்ட கண்களை மாமியாருக்கு காட்ட விரும்பாமல் பார்வையை காருக்கு வெளியே திருப்பிய மைதிலி அதிர்ந்தாள்.. அ.. அது பரசுராமன்தானே.. அவன் பக்கத்தில் இருப்பது.. வந்தனாவா..?

# 14

***தனிமை பழகிய இரவுக் கதவுகளில்***
***உன் விரல் ரேகைகள்***
***ப்ரியங்கள் தகிக்க ஆரம்பித்தது***
***அங்கே தான்..***

சுற்றி வரும் வாகன நெரிசல்களுக்கிடையே.. கார் இன்ஞ் இன்ஞ்சாக நகர்ந்தபடி இருக்க வெளியே பார்த்த மைதிலியின் கண்களில் அவர்கள் பட்டார்கள்.. பரசுராமனும் வந்தனாவும்.. அன்று காலை உணவின் போது பாதியில் போன் வர சாப்பிட்ட கையை உதறி-யபடி எழுந்திருந்தான் பரசுராமன்.. "என்னங்க பாதி சாப்பாட்டில்.." அவளது அழைத்தலை காதில் வாங்-காமலேயே எழுந்து கை கழுவி விட்டு அவசர-மாக வெளியே போய் பைக்கை எடுத்தான்.. கூடவே "அழாதே நான் இதோ வந்து கொண்டே இருக்கி-றேன்.." என போனில் யாருக்கோ தைரியம் வேறு சொல்லியபடி சென்றான்..

பரிவும், பாசமுமாக வந்த அந்த சொற்கள் மைதி-லியினுள் ஒரு வகை ஏக்கத்தை கிளப்பியது.. இவன் இப்படியெல்லாம் பேசுவானா..? எப்போதும் குத்தும் பார்வையும் நக்கல் பேச்சும்தானே.. இல்லையென்றால் இரவுகளில் மோகப் பார்வையும், சிருங்கார பேச்சுக்க-ளும்.. இதோ இது போல் அன்பாய், பாசமாய் என்று

பேசியிருக்கிறான்.. இவ்வளவு நெகிழ்வாக யாருடன் பேசுகிறான்.. மைதிலியின் மனதில் அப்போதே நெருடல்தான்.. அது இப்போது உறுதியாகிவிட்டது.. இதோ அவர்கள் இருவரும்.. கண் முன்னால்.. அது ஒரு ரெஸ்டாரண்ட்.. சாலை மேல் அமைந்திருந்தது அதனுள் சாலையை பார்த்தபடி இருவர் அமரும் மேஜை ஒன்று அதில் தான் அருகருகே அமர்ந்திருந்தனர்.. பரசுராமனும், வந்தனாவும்..

கடையின் கண்ணாடிக் கதவை தாண்டி இருவரது பிம்பங்களும் தெளிவாக மைதிலியின் கண்ணில் தெரிந்தது.. பரசுராமன் ஏதோ பேசியபடி வந்தனா முன் உணவை தள்ளி வைத்தான்.. அவள் அதனை சாப்பிட ஆரம்பித்தாள்.. பிறகு அவள் ஏதோ சொல்ல, பரசுராமன் பளிச்சென பற்கள் அனைத்தும் தெரிய சிரிக்க.. கார் அந்த இடத்தை விட்டு நகர்ந்து விட்டது.. மைதிலி கண்களை மூடிக் கொண்டாள்.. எப்படி சிரிக்கிறான்.. இந்த இரண்டு மாதங்களில் அவன் இப்படி சிரித்து மைதிலி பார்த்ததே இல்லை.. திருமணத்தின் போது கூட ஒரு விதமான டென்சனோடுதானே இருந்தான்.. அது சரி.. பிடிக்காத திருமணத்தில் ஒரு மனிதன் எப்படி இருப்பானாம்..? கடனே என்று நின்று கொண்டு எப்போதும் எரிந்து விழுந்து கொண்ட அவர்கள் கல்யாணத்தின் போதும் அப்படித்தானே இருந்தான்..

ஆனால் திருமணம் நிற்பதை அவன் விரும்பவில்லை.. காரணம் அவர்கள் குடும்ப கௌரவம் கெட்டுப் போக கூடாதே.. அருணாச்சலம் அண்ணாச்சி வீட்டு திருமணம் நின்று விட்டது என்று ஊருக்குள் யாரும் பேசிவிடக் கூடாதே.. அவன்தான் தந்தையின் கௌரவம் காக்கும் மகனாயிற்றே.. அதனால்தானே தன் காதலியை விட்டு விட்டு வேறு எவளையோ மணக்க சம்மதித்தான்..

அன்று திருமணத்தை நிறுத்த முயற்சித்தது கூட சுந்தரேசன் தானோ என்ற சந்தேகம் மைதிலிக்கு இப்-போது வந்தது.. திருமணம் நிற்க அன்று தீட்டப்பட்ட திட்டங்கள் முழுமையாக இல்லை.. சிவகாசி வெடி-களை வெடிப்பது போன்ற சிறுபிள்ளைத்தன திட்டங்கள் அதில் இருந்தன.. யாருடைய உயிருக்கும் ஆபத்து வராமல், யாருக்கும் காயங்களோ கூட படாமல் திரு-மணம் நிற்க வேண்டும் என்று தான் அந்த கூட்டம் விரும்பியது.. அது சுந்தரேசன் ஏற்பாடு செய்த ஆட்-களாகத்தான் இருக்கும்.. என்பதில் மைதிலிக்கு இப்-போது சந்தேகமில்லை.. இதனை பரசுராமனும், ரவீந்-தரனும் அன்றே கண்டு கொண்டிருக்க வேண்டும்.. அன்று அந்த ரவுடிகளின் விளையாட்டு திட்டத்தைக் கண்டு கொண்டு அதை சொல்ல வந்தவளை, ரவீந்-தரை மேலே பேச வேண்டாம்னு தடுத்தவன் பரசுரா-மனே.. வந்தனாவின் அப்பாவின் குட்டு வெளிப்படக் கூடாது.. முக்கியமாக எனக்கு தெரியக் கூடாது என்ற நினைத்திருக்கிறான்.. மைதிலிக்கு விடை தெரியாத நிறைய கேள்விகளுக்கு விடை தெரிந்து விட்டது..

இதோ இப்போதும் தன் மாமன் மகனுடன் இவ்வ-ளவு நெருக்கத்தில் இருக்கும் வந்தனா அன்று என்-னிடம் சவாலாக பேசியது பெரிதில்லையே... இவர்கள் இருவரும் இப்படி தினமும் சந்தித்துக் கொண்டுதான் இருக்கிறார்களா.. இது வீட்டினர் யார் யாருக்கு தெரி-யும்.. திடுமென மைதிலியினுள் ஒரு வேகம் காரை இப்படியே திருப்பச் சொல்லி, அந்த ஹோட்டலுக்கு போய் அங்கே இருவரையும் கையும் களவுமாகப் பிடித்து அத்தையிடம் காண்பித்தால் என்ன..? நினைத்த மறுநிமிடமே வேண்டாமென்ற பதிலும் அவளுக்கு தோன்றிவிட எழுந்த வேகம் அடங்கி அமைதியானாள்.. இதோ சற்று முன்தான் அத்தை என் மகன் தந்தைக்கு அடங்கி குடும்ப கௌரவம் காப்பவன் என பெருமை பட்டார்கள்.. ஏதோ அவர்-

களுக்கு கிடைத்திருக்கும் அந்த சிறு நிம்மதியை ஏன் குலைக்க வேண்டும்..

அத்தோடு இந்த விசயம் மாமனாருக்கு தெரிய வந்தால் மிகவும் கோபப்படுவார்.. அவள் கணவனை வீட்டை விட்டு விரட்டி விடக்கூட செய்வார்.. மனைவி ஸ்தானத்தில் இருந்து கொண்டு ஒரு பெண் கணவனுக்கு செய்யும் செயல் இதுவல்ல... எனவே.. மைதிலி தொண்டையில் அனல் கங்குகளை வைத்துக் கொண்டு கற்சிலையாய் நடமாட ஆரம்பித்தாள்.. இரண்டு நாட்களாக பரசுராமனின் போக்கிலும் நிறைய மாறுதல் தெரிந்தது.. சாதாரணமாக பார்ப்பவர்களுக்கு தெரியாது.. ஆனால் அவனையே உற்று நோக்கியபடி இருக்கும் மைதிலிக்கு தெள்ளென தெரிந்தன அவனது நடவடிக்கை மாற்றங்கள்.. அவன் எப்போதும் ஏதோ ஓர் தவிப்புடனும், யோசனையுடனுமே இருந்தான்..

வெகு சில நேரங்களில் அவன் முகத்தில் கலக்கத்தை பார்க்கவும் மைதிலியின் மனது தவித்தது.. காதலித்ததை தவிர இவன் என்ன குற்றம் செய்தான்..? தந்தையின் கௌரவத்திற்கு இவன் வாழ்க்கை பலியா.. பரிதாபம் ஊற்றாய் சுரக்க கணவனை அணுகி அணைத்து ஆறுதல் சொல்ல விழைந்தது அவள் உள்ளம்.. ஆனால்.. பரசுராமன் அணுக முடியாதவனாக இருந்தான்.. அதுவும் அவனது சிந்தனையோடான கவலைப் பொழுதுகள் அவனுக்கு மட்டுமே உரியவையாக இருந்தது.. லேசான கண்ணசைவு, சிறு உடலசைவு மூலம் அடுத்தவரை அருகே வரவிடாது இமயமாக தனித்துயர்ந்து நின்றான்.. அன்றாடம் கடமை கணவனாக அவளை நெருங்கும் இரவுகள் கூட இப்போது இல்லை..

மைதிலியின் இரவுகள் இப்போதெல்லாம் கணவனின் முதுகுக்கு பின்தான் கழிந்தன.. சில நேரங்களில் இரவில் அவள் விழிப்பு வந்து பார்க்கும் போது பரசுராமன் ஒருவகை தவிப்புடன் அறைக்குள் இருளில்

அங்குமிங்கும் நடமாடியபடி இருப்பான்.. மைதிலியின் மனம் வலிக்கும்.. கணவனின் தூக்கங்களை பகிர்ந்து கொள்ளக் கூட முடியாத மனைவியாக இருப்பது பெருங்கொடுமை.. அதனை மைதிலி அனுபவித்துக் கொண்டிருந்தாள்.. நிறைய யோசனைகளுக்கு பிறகு அவள் அந்த முடிவை எடுத்தாள்.. வந்தனாவை நேரில் சந்தித்து பேசுவது என்று.. மதிய உணவிற்கு பின் ஆண்கள் கடைக்கு சென்ற பின் கௌரியம்மாவும் அவர் வீட்டிற்கு போய்விடுவார்.. மகாராணி கொஞ்ச நேரம் படுத்துவிடுவாள்.. அன்று வீட்டில் எப்போதும் ஏதாவது காரணம் சொல்லி தங்கியிருக்கும் ஒன்றிரண்டு உறவினர்கள் கூட இல்லை..

மகாராணி உறங்கியதும் மைதிலி மெல்ல ஓசைப்படாமல் வீட்டை விட்டு வெளியேறி தெருவைக் கடந்தாள்.. வந்தனா சற்று முன்தான் எங்கேயோ போய்விட்டு ஆட்டோவில் வந்து இறங்கியதை பார்த்திருந்தாள். தயங்கிய கால்களை அதட்டி எட்டு எடுத்து வைத்து எதிர் வீட்டிற்குள் நுழைந்தாள்.. காலிங்பெல்லை அழுத்தி விட்டு படபடப்போடு சுற்றும் முற்றும் பார்த்துக் கொண்டாள்.. வேற்றாட்கள் யார் கண்ணிலும் படும் முன் உள்ளே போய்விட வேண்டுமே.. கதவை திறந்த வந்தனா நிச்சயம் இவளை எதிர்பார்க்கவில்லை என நன்றாகத் தெரிந்தது..

“நீயா..? எ.. என்ன விசயம்..?” “உன்னிடம் பேச வேண்டும்..” அவள் தோள்களை தொட்டு தள்ளியபடி உள்ளே நுழைந்து விட்டாள் மைதிலி.. “ஏய்.. ஏய்.. எதுக்கு உள்ளே வர்ற..? உனக்கு என்ன வேண்டும்..? வெளியே போ..” “ஷ்.. ஏன் கத்துகிறாய்..? உன்னிடம் இரண்டு வார்த்தை பேச வேண்டும்.. இதோ இப்போது போய்விடுவேன்.. உன் அம்மா, அப்பா எங்கே.. உள்ளே இருக்கிறார்களா..?” “இல்லை.. அவர்கள் இங்கே இல்லை.. உனக்கு எதற்கு அந்த விபரமெல்-

லாம்..?" "நான் உன்னோடு கொஞ்சம் இடையூறில்லாமல் பேச நினைக்கிறேன்.. அதுதான் கேட்டேன்.." "என்ன பேச வேண்டும்..?"

"உனக்கும் அவருக்கும் என்ன பிரச்சனை..?" "அவரா.. எவர்.. பரசுவை பற்றியா கேட்கிறாய்..?" வந்தனாவின் முகத்தில் அலட்சியம் வந்திருந்தது.. கால் மேல் கால் போட்டு சோபாவில் அமர்ந்து கொண்டாள் அவள்.. "நானும் பரசுவும் ரொம்ப குளோஸ்.. சின்ன வயதிலிருந்தே பழகி வருவதால் அவரை எப்போதும் பெயர் சொல்லித்தான் கூப்பிடுவேன்.. அவருக்கு அது ரொம்ப பிடிக்கும்.." திருமணத்திற்கு முன்பு வந்தனா அவளிடம் சொன்ன வார்த்தைகள் இவை... இப்போது நினைவு வந்து மைதிலிக்கு இம்சையை கொடுத்தன... உதட்டை மடித்து கடித்து அவர்களுடைய அந்நியோன்யத்தை விழுங்கியவள்.. "ஆமாம் என் அத்தானைப் பற்றித்தான் கேட்கிறேன்.." என்றாள்..

வந்தனாவின் முகத்தில் அனல் பறந்தது.. "அத்தானா..?" சீறினாள்.. "மாமன் மகனை மட்டுமல்ல தாலி கட்டிய புருசனைக் கூட அத்தான்னு கூப்பிடலாம் தெரியுமா.. நான் அவரை அப்படித்தான் அழைப்பது.." இதுவரை அப்படி கணவனை அழைக்காதவள்தான்.. ஆனால் இனி அப்படித்தான் அழைக்க வேண்டுமென்ற ஆவல் மைதிலியினுள் அந்நேரம் உச்சி மலை கீழ் விழும் அருவியின் ஆக்ரோசமாய் பெருகியது.. "இல்லை.. அதற்கு சான்சே இல்லை.. பரசு நிச்சயம் உன்னை அப்படி அழைக்க அனுமதித்திருக்க மாட்டார்.. அந்த அளவு உரிமையை உனக்கு எப்போதும் அவர் கொடுக்க மாட்டார்.. நீ சும்மா அவருக்கு பெயரளவு மனைவி அவ்வளவுதான்.."

வந்தனாவின் சொற்களில் இருந்த உண்மை கூர் வேலாய் மைதிலியின் இதயத்தை குத்திக் குத்தி

தோண்டியது அதன வேதனை தாளாது அவள் ஓய்ந்து போய் சோபாவில் அமர்ந்தாள்.. "என்ன நான் சொன்னது நிஜம்தானே..? எத்தனை தடவை படித்து படித்து சொன்னேன், இந்த கல்யாணத்தை நிறுத்தி விடுன்னு உன்னிடம் கெஞ்சினேனே.. கேட்டாயா..? அருணாச்சலம் மாமாவின் சொத்திற்கும், வசதிக்கும் ஆசைப்பட்டு இந்தக் கல்யாணம் பண்ணிக் கொண்டாய்.. இப்போது அனுபவிக்கிறாய்.. நன்றாக படு.." குரூரம் கொப்பளித்தது வந்தனாவின் குரலில்..

"இப்போது உனக்கு என்ன வேண்டும்..?" மைதிலி தன் நெற்றியை கையில் தாங்கிக் கொண்டு ஓய்ந்து போய் அமர்ந்திருந்தாள்.. "ஏய் நீதானடி வந்தாய்.. நீயே சொல்லு.. உனக்கு என்ன வேண்டும்..?" "நீ என் கணவரை விட்டுவிட வேண்டும்.." "என்ன.. என்ன சொன்னாய்..?" "ஒருவருக்கொருவர் பிடிக்காதவர்கள் கணவன் மனைவியாக வாழ்ந்தே ஆக வேண்டுமென்று என்ன கட்டாயம் இருக்கிறது என்று கேட்டேன்.."

"வந்தனா உளறாதே.." "யார் உளறுவது..? நீயா.. நானா..? பரசுவுக்கு அநியாயம் செய்து கொண்டிருப்பது யார்..? பிடிக்காத வாழ்க்கையை அவர் மீது திணித்துக் கொண்டிருக்கும் நீதானே..? நியாயமாக பார்த்தால் நான்தான் உன்னிடம் என் பரசுவை விட்டுவிடு எனக் கெஞ்சிக் கொண்டிருக்க வேண்டும்.. இங்கே தலை மாற்றி நடந்து கொண்டிருக்கிறது.." "அறிவில்லாமல் பேசாதே வந்தனா..?" மைதிலி குரலை உயர்த்த, "அடிங்.." துள்ளி எழுந்தாள் வந்தனா..

"உனக்கு என்ன தைரியம் இருந்தால் என் வீட்டிற்கு நுழைந்து என்னையே அறிவில்லாதவள் என்பாய்..? என் பரசுவை என்னிடமிருந்து பிடுங்கிக் கொண்டு இப்போது என்னை விட்டு விடச் சொல்கிறாயா..? கட்டிய தாலியை கழட்டி வைத்து விட்டு போடி.. எங்கள் வாழ்க்கையை நாங்கள் பார்த்துக் கொள்கிறோம்.."

மைதிலி எழுந்து நின்றாள்.. இப்போது அவள் முகத்தில் படபடப்பு போய் பொறுமை வந்திருந்தது.. செயல்களில் நிதானம் தெரிந்தது.. வந்தனாவின் தோள்களை அழுத்தி சோபாவில் அமர வைத்தாள்..

பின் அவள் முகத்தருகே குனிந்தாள்.. உறுதியாக தீர்க்கமாக சொன்னாள்.. "முடியாது.." வாசலுக்கு நடக்க தொடங்கினாள்.. "என்ன முடியாது.." வந்தனா வீறிட்டாள்.. "உன் ஆசை நடக்காது நானும் அத்தானும் சாகும் வரை கணவன் மனைவிதான்.." திரும்பிப் பார்க்காமலேயே இதைச் சொல்லிக் கொண்டே நடந்தாள்.. வந்தனா பாய்ந்து வந்து அவள் தோள் தொட்டு திருப்பினாள்..

"பிடிக்காதவனுடன் காலமெல்லாம் வாழ என்ன தலையெழுத்து உனக்கு..?" "போக போக இருவரும் பிடித்தமாகி கொள்கிறோம்.." "அது நடக்காது.. பரசு என்னைத் தவிர வேறு பெண்ணை தொட மாட்டார்.." மைதிலி அவளை அலட்சியமாக பார்த்து சிரித்தாள்.. "எங்கள் திருமணம் முடிந்து நாங்கள் கணவன் மனைவியாக வாழ ஆரம்பித்து இரண்டு மாதங்கள் முடிந்து விட்டது வந்தனா.." "அறைக்குள் விளக்கை அணைத்த பிறகு தன்னோடு இருப்பது யாரென்று எந்த ஆணும் கவலைப்பட மாட்டான்.. அது ஒரு பெண்ணின் உடல் என்பது மட்டும் போதும் அவனுக்கு.. பரசுவும் சராசரி ஆண்தான் மைதிலி.." வந்தனாவின் வார்த்தைகள் திராவகமாய் உள்ளிறங்கி மைதிலியின் மனதை பொசுக்கியது..

அவள் கண்மூடி நின்றாள்.. முத்து முத்தாக வியர்த்து விட்ட மைதிலியின் முகத்தை திருப்தியாக பார்த்தாள் வந்தனா.. "அ.. அவர் மாறிவிடுவார்.. எனக்கு நம்பிக்கை இருக்கிறது.." தன்னைத் தானே திடப்படுத்த முயன்றாள்.. "எதற்கு இந்த போலி தைரியம்..?"

“அது நம் பாரம்பரியம்..” வந்தனாவை விலக்கி விட்டு வாசலுக்கு வந்து விட்டான் மைதிலி.. “என் பிடியிலிருந்து பரசுவை விடுவிக்க முடியாது மைதிலி.. நான் அவரை சுற்றிக் கொண்டேதான் இருப்பேன்..” வந்தனா எச்சரித்தாள்.. இது மைதிலி அறிந்ததுதான், கடந்த காலத்தையும் மறக்க முடியாது.. நிகழ் காலத்திலும் வாழ முடியாது பரசுராமன் தவிப்பதை அவளும் சில நாட்களாக பார்த்துக் கொண்டுதானே இருக்கிறாள்.. ஆனாலும்.. “என்னால் முடியும்..” உறுதியாக சொன்னாள்..

“உன் மனதைரியத்திற்கு வாழ்த்துக்கள்.. ஆனால் உன்னால் முடியாது..” வந்தனாவின் வார்த்தைகளை காற்றில் விட்டு விட்டு படியிறங்கி தன் வீட்டிற்குள் வந்து விட்டாள் மைதிலி.. ஆனால் தொடர்ந்து நடந்த சம்பவங்கள்..

# 15

**அடர் இருட்டு பழக்கமில்லை எனக்கு**
**உன்னுடனான இருசக்கர வாகன**
**பயணத்தின் போதுதான்**
**இருள் குகை வந்தது**
**மின்சார மின்னல் வந்ததால்..**

கணவனின் முதுகை பார்த்தவாறே மீண்டும் ஓர் இரவை கழித்து விட்டு, அதிகாலை வசால் தெளிக்க கதவை திறந்தாள் மைதிலி.. அதிர்ந்தாள்.. வாசலில் வந்தனா நின்றிருந்தாள்.. அப்போதுதான் எதிர் வீட்டிலிருந்து ஓடி வந்திருப்பாள் போலும்.. முகம் சிவந்து மூச்சு வாங்க நின்றிருந்தாள்.. கண்கள் கலங்கியிருந்தன.. "என்ன வந்தனா..?" கேட்டவளை தள்ளிவிட்டு வீட்டினுள் ஓடினாள்.. "பரசு.. பரசு.." அழுகையுடன் கத்தியபடி அவர்கள் அறைக்குள்ளேயே போய்விட்டாள்.. மைதிலி திகைத்து நின்று பின் சுதாரித்து உள்ளே ஓடி அறைக்குள் பார்த்த போது வந்தனா பரசுவின் மார்பில் சாய்ந்திருந்தாள்..

அவன் அவள் தலையை வருடி சமாதானம் சொல்லிக் கொண்டிருந்தான். "ஒன்றும் ஆகாது சரியாகி விடும்.." ஆறுதல் எதற்கு..? யாருக்கு..? மைதிலி அதிர்ந்து போய் அறை வாசலில் நின்று அவர்களை பார்த்தபடி இருந்தாள்.. "பரசு சீக்கிரம் வாங்க..

எனக்கு பயமாக இருக்கிறது..” வந்தனா கேவினாள்.. “இதோ போகலாம்..” பரசுராமன் அவளுடன் கிளம்ப மைதிலி நம்ப முடியாமல் அவர்களைப் பார்த்தபடி நின்றிருந்தாள்.. “மூதேவி மாதிரி ஏன் வழியை அடைத்துக் கொண்டு நிற்கிறாய்..? தள்ளிப் போ..” இரைச்சலாய் கத்தியதோடு அவளை பற்றி அந்தப் பக்கம் தள்ளவிட்டு வந்தனாவின் கை பற்றியபடி வாச-லுக்கு விரைந்தான் பரசுராமன்..

அவன் தள்ளிய வேகத்தில் கீழே விழப் போன மைதிலி கடைசி நிமிடத்தில் சுதாரித்து பாதங்களை தரையில் அழுந்த ஊன்றி நின்றபோது, அவமானத்தில் அவள் கண்கள் கலங்க தொடங்கி விட்டது.. வேகமாக வாசலுக்கு ஓட அங்கே வழியை அடைத்துக் கொண்டு இடுப்பில் கைகளை தாங்கிக் கொண்டு அருணாச்சலம் நின்றிருந்தார்.. “பரசு என்னடா இது..? என்ன செய்து கொண்டிருக்கிறாய்..?” “அப்பா விபரங்கள் சொல்ல இப்போது நேரமில்லை.. வந்து சொல்கிறேன்..” வெளி-யேற முயன்றவனின் முன் கையை நீட்டினார். “டேய் என்னை மீறி வெளியே போய்விடுவாயா..?” “அப்பா வியாக்யானம் பேச இப்போது நேரமில்லை.. அங்கே மாமாவுக்கு உடம்பு சரியில்லை.. நான் அவரை ஆஸ்-பிடல் கூட்டிப் போக வேண்டும்.. வழி விடுங்கள்..”

“யாருடா உனக்கு மாமன்..? நான் சொல்லாமல் உனக்கு மாமன் வந்துவிட்டானா..? யாரோ எப்படியோ போகிறார்கள்.. நீ உள்ளே போடா..” “அப்பா வறட்டு கௌரவம் பார்க்கும் நேரமில்லை இது.. ஒரு உயிர் போய் கொண்டிருக்கிறது.. நகருங்கள்..” அப்பாவின் கையை நகர்த்திவிட்டு வாசலில் இறங்கினான் பரசுரா-மன்.. “டேய் என் பேச்சை மீறி நீ போனதாக இருந்-தால் திரும்ப இந்த வீட்டிற்குள் நீ நுழைய முடியா-துடா.. உன்னை தலை முழுகி விடுவேன்..” “ரொம்ப நல்லது, முதலில் அதைச் செய்யுங்கள்..” ஓட்டமாய்

எதிர் வீட்டிற்குள் நுழைந்த கணவனை இயலாமையுடன் இங்கிருந்து பார்த்தாள் மைதிலி..

இந்த அளவு பேசிய பிறகும் அப்பாவை மீறும் அளவு இவனுக்கு அந்த வீட்டின் மீது எவ்வளவு ஒட்டுதல்..? பரசுராமன் தன் பைக்கின் பின்னால் வந்தனாவை உட்கார வைத்துக் கொண்டு போய்விட்டான்.. அருணாச்சலம் சிங்கத்தைப் போல் உறுமியபடி வீட்டிற்குள் நடந்து கொண்டிருந்தார்.. "மகாராணி.." அவர் கத்திய கத்தலில் நடுங்கியபடி வந்து நின்றவளின் கன்னம் அதிர்ந்தது.. "என்னடி நடக்குது இங்கே..? என்ன பிள்ளை வளர்த்து வைத்திருக்கிறாய்..? எப்படி எதிர்த்து பேசிவிட்டு போகிறான் பாரு.. இதெல்லாம் எத்தனை நாளாக நடக்கிறது..?" மகாராணி சிறு விசும்பலுடன்.. "தெரியலைங்க.." என்றால்.. மீண்டும் அடி வாங்கினாள்..

"என்னடி தெரியாது..? பிள்ளைங்க வெளியே எங்கே போறாங்க.. வர்றாங்கன்னு கவனிக்காமல் நீ இங்கே என்னடி செய்ற..? நல்லா தின்னுட்டு தின்னுட்டு தூங்குறியா..?" மீண்டும் மீண்டும் அடி வாங்கினாள் மகாராணி, மகன், மருமகள் முன் அடி வாங்கிய அவமானம் வேறு சேர்ந்து கொள்ள அவள் மெல்ல அழ ஆரம்பிக்க, கல்யாணசுந்தரமும், மைதிலியும் உள்ளறைக்கு வந்து விட்டனர்.. எந்த பாதிப்பும் இல்லாமல் அமைதியாக இருக்கும் கல்யாணசுந்தரம் அவளுக்கு எரிச்சலை தர, "உங்கள் அப்பா அடிப்பதை தடுக்கலாமே.. சும்மா பார்த்துக் கொண்டு இருக்கிறீர்களே.." குற்றச்சாட்டாய் கேட்டாள்..

"நாம் தடுக்க தடுக்க அம்மாவிற்குத்தான் அடி அதிகம் விழும் அண்ணி.. அப்படியே விட்டு விட்டால் அப்பாவாகவே கொஞ்ச நேரத்தில் அமைதியாகி விடுவார்.." "ஆமாம்.. அடித்து கை ஓய்ந்ததும் அமைதியாகத் தானே வேண்டும்.." மைதிலியின் பொறுமலுக்கு

பதில் சொல்லாமல் மௌனமாகி விட்டான் கல்யாண-சுந்தரம்.. இப்படி எல்லாவற்றிற்கும் பேசாமல் இருப்-பதற்கு அப்பாவை எதிர்த்து வெளியே போயிருக்கும் தன் கணவன் பெட்டரென அவளுக்கு தோன்றியது.. அவன் போன வேலை அவளுக்கு ஏற்புடையதாக இல்லைதான்.. ஆனாலும் அதில் இருந்த நியாயம் அவளுக்கு ஏற்கக் கூடியதாக இருந்தது..

எத்தனையோ வகைகளில் விஞ்ஞானம் வளர்ந்து விட்ட இந்தக் காலத்திலும், அந்த விஞ்ஞானத்தால் செய்ய முடியாத ஒரு விசயம் இறந்த உயிரை திரும்பக் கொண்டு வருவது.. அப்படிப்பட்ட மனித உயர் எல்-லாவற்றையும் விட உயர்ந்தது அல்லவா..? அதனை காக்க போயிருக்கும் தன் கணவனின் செய்கையை மைதிலி பெருமிதமாகவே உணர்ந்தாள்.. ஹாலில் அருணாச்சலம் உறுமியபடி இருந்தார்.. “உன் மகன் வரட்டும்டி.. அவனுக்கு இருக்கு.. இனி அவன் இந்த வீட்டு வாசலில் காலடி எடுத்து வைக்க முடியாது.. என் சொத்துக்கள் எதற்குள்ளும் நுழைய முடியாது..” யாருக்கு வேண்டும் உங்கள் சொத்துக்கள்.. மைதிலி இகழ்ச்சியாக மனதிற்குள் நினைத்துக் கொண்டாள்.. மனிதர்களை விட பெரியதா உங்கள் சொத்துக்கள்..? அவற்றை நீங்களே வைத்துக் கொள்ளுங்கள்.. எங்-களை நிம்மதியாக வாழவிடுங்கள்..

அருணாச்சலம் பரசுராமனை வீட்டை விட்டு வெளியேற்றும் பொழுது தானும் தன் கணவனுடன் வெளியேறி விடுவதில் உறுதியாக இருந்தாள் அவள்.. மகாராணியும், கல்யாணசுந்தரமும் தந்தையின் கோபத்-தில் கவலையோடு இருக்க, நேரம் மெல்ல மெல்ல நகர்ந்தது.. பரசுராமன் தன் பைக்கில் வந்து இறங்கி-னான்.. அருணாச்சலம் வேகமாக அவனை நோக்கி பாய, கணவனை அடித்து விடுவாரா.. பதட்டத்துடன் மைதிலியும் இடையில் வர, அருணாச்சலம் ஸ்தம்பித்து

நின்றார்.. எதிர் வீட்டு வாசலில் ஆம்புலன்ஸ் ஒன்று வந்து நின்றது.. அதனுள்ளிருந்து அழுகுரல்கள் கேட்டன..

“மாமா நம்மை விட்டுப் போயிட்டாருப்பா..” பரசு-ராமனின் குரல் கரகரத்தது.. மகாராணி ஐயோ எனக் கதறினாள்.. கல்யாண சுந்தரம் அதிர்ந்து நிற்க மைதி-லிக்கு தரை சுழல்வது போன்ற பாவனை உண்டானது.. அருணாச்சலம் ஓங்கிய கைகளுடன் அப்படியே வாசல்படியில் உட்கார்ந்து விட்டார்.. ஆம்புலன்சினுள்-ளிருந்து சுந்தரேசனின் உடல் இறக்கப்பட்டு எதிர் வீட்-டினுள் கொண்டு போகப்பட, ஈஸ்வரியும், வந்தனாவும் அழுதபடி பின்னால் போனார்கள்.. மகாராணியும், கல்-யாணசுந்தரமும் அருணாச்சலத்தின் உத்தரவை எதிர்-பார்த்து அழுதபடி நின்றிருக்க, அவர் இமை சிமிட்-டாமல் அப்படியே அமர்ந்திருந்தார்..

“அப்பா ஒண்ணும் சொல்லமாட்டார்.. நீங்க போய் அத்தையை பாருங்கம்மா.. நீயும் போடா..” தாயையும் தம்பியையும் எதிர் வீட்டுப் பக்கம் தள்ளி அனுப்-பினான் பரசுராமன்.. அவர்கள் பின்னேயே தானும் போகப் போன மைதிலியின் கால்கள் அதிர்வில் நடுங்கி தடுமாற, அவள் தோள் தொட்டு ஆசுவாசப் படுத்தினான் பரசுராமன்.. “மெல்ல போம்மா.. போய் வந்தனாவிற்கு ஆறுதல் சொல்லு..” மைதிலி தலை-யசைத்து விட்டு கால்கள் நடுங்க எதிர்வீட்டிற்குள் நுழைந்தாள்..

தலையில் அடித்து கதறிக் கொண்டிருந்த வந்-தனாவை பார்த்ததும் மைதிலியின் கண்கள் கண்ணீரை சுரக்க, அவள் கைகளை தடுத்து அவளை இழுத்து மடி மீது போட்டுக் கொண்டாள்.. தோள் தடவி, தலை வருடி வந்தனாவை சமாதானப்படுத்த தொடங்கினாள்.. சுந்தரேசனுக்கு கிட்னி பெயிலியராம்.. புது கிட்னிக்கு பதிவு செய்து வைத்து விட்டு, அதற்கான சிகிச்சை-

யில் இருந்த போதுதான் இந்த எதிர்பாராத மரணம்.. தங்கை கணவனுக்கு ஏதோ உடல் நலம் சரியில்லை என்று அருணாச்சலத்தின் காதுகளுக்கு லேசுபாசாக வரத்தான் செய்தது..

அதனை அவர் விபரமாகக் கேட்டுக் கொள்ள-வில்லை.. முதலில் சுந்தரேசனின் உடல் நலம் இந்த அளவு உயிரைப் பறிக்கும் அளவு இருக்குமென அவர் நினைக்கவில்லை.. அடுத்ததாக அவரது உடல்நலம் பற்றிய தனது விசாரணை தன்னையே பலவீனப்படுத்தி தன் பாசத்தை வெளிக் கொண்டு வந்து விடுமோ என்ற பயம்.. அதனால் தங்கை குடும்பத்தை பற்றிய செய்திகளுக்கு தன் காதுகளை மூடியபடியே வலம் வந்தார்.. அது குறித்து பேச வருபவர்களையும் அவர் திட்டவும், ஊருக்குள் யாருக்கும் அவரிடம் அது பற்-றிப் பேசும் தைரியமில்லாது போயிற்று.. அங்கே சுந்த-ரேசனும் தன் பங்குக்கு வீம்பு பிடித்தவராக இருந்தார்..

தனது உடல் நிலையை காரணம் காட்டி மச்சானு-டன் இணைவதை கௌரவக் குறைச்சலாக கருதினார்.. எனவே என் உடம்பை பற்றி உன் அண்ணனிடம் எது-வும் பேசக் கூடாது என்னும் கட்டளையை மனை-விக்கு விதித்திருந்தார்.. ஈஸ்வரியும் கணவனுக்கு கீழ்ப-டிய சுந்தரேசன் உடல்நிலை யாருக்கும் தெரியாமலேயே போய் விட்டது.. சுற்றி நின்று அழுதபடி இருந்த பிற சொந்தங்கள், அக்கம் பக்கத்தினர், ஈஸ்வரி இவர்க-ளின் அழுகை புலம்பல்கள் மூலம் இந்த விபரங்களை மைதிலி தெரிந்து கொண்டாள்.. இரண்டு ஆண்களின் வெட்டி கௌரவம் ஒரு உயிரை அநியாயமாகப் பறித்து விட்டதே.. நினைக்க நினைக்க நெஞ்சு தாளவில்லை அவளுக்கு..

சை என்ன மனிதர் இவர்.. தன் மாமனாரைப் பற்றி அவள் கசப்புடன் நினைத்த போது.. வாசல் கதவு படபடவென ஆட அதனை பிடித்தபடி தடுமாறி நின்-றிருந்தார் அருணாச்சலம்.. அவர் உடல் முழுவதும்

தடதடவென ஆடிக் கொண்டிருந்தது.. “ஈஸ்வரி..” குரல் தழுதழுக்க அழைக்க, “அண்ணா..” எனக் கதறியபடி ஈஸ்வரி அவரிடம் தஞ்சம் புகுந்தாள்.. பிரிந்திருந்த அண்ணனையும், தங்கையையும் இணைக்க கடவுள் இப்படி ஒரு கொடூரமான சூழலை உண்டாக்கி இருக்க வேண்டாமென மைதிலிக்கு தோன்றியது..

# 16

***மருவித் தயங்குகிறேன்***
***மறைந்து உருகுகிறேன்***
***மஞ்சத்தின் கணக்கீடுகளுக்கு***
***கூட்டல் போடாதே..***

நேற்று எவ்வளவு மோசமாக பேசினாள்.. இன்று குழந்தை போல் இப்படி அநாதரவாக கிடக்கிறாளே.. தரையில் துவண்டு போய் கிடந்த வந்தனாவை மைதிலி பாவமாக பார்த்தாள்.. சுந்தரேசனின் சடலத்தை எடுத்துக் கொண்டு போய் முறைப்படி ஈமைக்கிரியைகள் செய்து முடித்தாயிற்று.. ஒவ்வொரு நாடாக சுற்றிக் கொண்டிருக்கும் ரவீந்தருக்கு சரியான நேரத்தில் இந்த துக்க விசயம் தெரிவிக்க முடியாமல் போக, தொடர் சிகிச்சையில் இருந்து தளர்ந்த உடல் என்பதால் சுந்தரேசனின் உடலையும் அதிக நேரம் வைக்க முடியாமல் போக, இனி அவனுக்கு தகவல் கொடுத்து அவனையும் பதறியடித்து வர வைக்க வேண்டாமென பரசுராமன் சொல்ல மற்றவர்கள், ஒப்புக் கொண்டு அவனுக்கு தகவல் கொடுக்காமல் விட்டா-யிற்று..

ஈஸ்வரி, வந்தனாவின் ஆதரவிற்காக அவர்கள் அனைவரும் அவர்களுடனேயே தங்கியிருந்தனர்...

கணவனின் சடலம் கிடத்தப்பட்டிருந்த இடத்திலேயே அழுதபடி சுருண்டு விட்டிருந்தாள் ஈஸ்வரி.. வந்தனாவும் அம்மாவை அணைத்தபடி அங்கேயே படுத்து விட்டாள்.. வெறும் தரையில் கிடந்த இருவரின் தலையையும் உயர்த்தி தலையணையை வைத்தாள் மைதிலி.. வீட்டின் வாசலில் உட்கார்ந்து அருணாச்சலம் தன் மகன்களுடன் பேசிக் கொண்டிருந்தார்.. கிட்டதட்ட நடு இரவாகி விட்டது..

ஆனாலும் அவர்களுக்கு தூக்கம் வரவில்லை.. தான் தங்கை கணவனுடன் இப்படி சண்டை போடாமல் இருந்திருந்தால் அவர் இன்னும் சிறிது காலம் உயிரோடு இருந்திருப்பாரோ.. எனும் அருணாச்சலத்தின் குற்ற உணர்வை யாராலும் கட்டுப்படுத்த முடியவில்லை.. இதோ இப்போது கூட அதுபோல் ஏதோதான் அவர் வருத்தப்பட்டுக் கொண்டிருந்தார்.. “காபி கொண்டு வரட்டுமா மாமா..?” அவரது மனதை திசை திருப்பும் முயற்சியாக மைதிலி கேட்டாள்..

“ஆமாம் இனி காபி குடித்து, சாப்பிட்டு.. நானும் உயிர் வாழ்ந்து..” அருணாச்சலம் சலிக்க.. “ஏன் இப்படி பேசுறீங்க..?” மகாராணி பதறினாள்.. “எல்லோருக்கும் காபி கொண்டு வா மைதிலி..” பரசுராமன் சொல்ல மைதிலி உள்ளே வந்து அனைவருக்கும் காபி கலந்தாள்.. மாமனார், மாமியார், கணவன், கொழுந்தன், நாத்தனார் என அனைவருக்கும் வரிசையாக கொடுத்தாள்.. “நீ குடிக்கவில்லையா..?” கேட்டவன் பரசுராமன் தானா கண்களை சிமிட்டி அவனைப் பார்த்தாள்.. “பால் இல்லையாம்மா..?” மகாராணி ஆதரவாக கேட்க, “இந்தா இதைக்குடி..” என்று சூடு ஆற்றுவதற்காக கொண்டு வந்த டம்ளரில் தன் டம்ளர் காபியிலிருந்து பாதி ஊற்றி அவளிடம் கொடுத்தான்..

மைதிலிக்கு கண்கள் கலங்கிவிட்டன.. அவள் கணவன் அவளுக்காக செய்யும் முதல் சிறு ஆதரவு

செய்கை.. இது போதும்.. இனி அவள் தன் வாழ்வை ஜெயித்து விடுவாள்.. கணவன் நீட்டிய தம்ளரை வாங்கிக் கொண்டு கால் நடுங்க, மாமியாரின் அருகே அமர்ந்து கொண்டாள்.. "நீயாவது பக்கத்திலிருந்து கவனித்துக் கொண்டாயே பரசு எனக்கு அதில் ரொம்ப நிம்மதிப்பா.." அருணாச்சலம் திரும்ப கண்கலங்கினார்.. "ஷ் அப்பா என்ன இது..? இதெல்லாம் பெரிய விசயமா..?" "உங்களுக்கு யார் சொன்னார்கள் அண்ணா..? மாமா உடல்நிலை உங்களுக்கு எப்படி தெரியும்..?" சித்ரலேகா கேட்டாள்..

"வந்தனா.." என்றான் பரசுராமன்.. மைதிலியின் நாக்கில் காபியின் சூடு பட்டு லேசாக காந்தியது.. "வந்தனா ஒரு நாள் போனில் அப்பாவிற்கு அடிக்கடி உடம்பு சரியில்லாமல் போய்விடுகிறது பரசு என அழுதாள்.. நான் ஆஸ்பிடல் கூட்டிப்போ என்று சொல்லிவிட்டு போனை வைத்து விட்டேன்.. உங்களுக்காகத்தான்பா அன்று அப்படி செய்தேன்.. ஆனால் என் மனதை ஏதோ உறுத்திக் கொண்டே இருந்தது.. ஆண்பிள்ளை இல்லாத வீடு.. இருக்கும் ஒரே ஆணுக்கு உடம்பு சரியில்லையென்றால் பெண்கள் என்ன செய்வார்கள்.. என் மனசாட்சி குத்திக் கொண்டே இருந்தது.." "இரண்டு நாட்கள் கழித்து வந்தனா திரும்பவும் போன் செய்தாள்.. ஆஸ்பத்திரியில் இருக்கிறேன்.. உடனே வாங்க.. டாக்டர் என்னென்னமோ சொல்கிறார்.. எனக்கு பயமாக இருக்கிறது என அழுதாள்..

இப்போது நான் கொஞ்சம் கூட யோசிக்கவில்லை.. உடனே கிளம்பி போனேன்.. அங்கே டாக்டர் பெரிய பெரிய குண்டுகளாக போட்டார்.. அத்தையும் வந்தனாவும் பயந்து அழுகின்றனர்.. மாமா உடல் வேதனையோடு இதையெல்லாம் சொல்லி பரிதாபம் காட்டி உன் அப்பாவை இங்கே கூட்டி வரக்கூடாது என்கிறார்..

எனக்கு வேறு வழி தெரியவில்லை.. உங்களுக்கு தெரியாமல் அவர்களுக்கு உதவ ஆரம்பித்தேன்.."

அப்படி பரசுராமன் அவர்களுக்கு உதவும் போதுதான் இனி அண்ணன் குடும்பத்துடன் தாங்கள் இணைந்து விடுவோமென்ற நம்பிக்கையுடன் ஈஸ்வரி அத்தை வெளியில் அதை ஒத்து பேச ஆரம்பித்திருப்பார் போலும்... மாமா அதைக் கேள்விப்பட்டு கோபத்தில் அவசரமாக வேறு கல்யாண ஏற்பாடுகள் ஆரம்பித்து கல்யாணத்தையும் முடித்து விட்டார்.. என மைதிலி நினைத்துக் கொண்டாள்..

"நல்ல காரியம் செய்தாயடா பரசு.. அப்போது நீ என்னிடம் கேட்டிருந்தாலும் நான் கோபத்தில் அதெல்லாம் ஒன்றும் செய்யக்கூடாது என்றுதான் சொல்லியிருப்பேன்.. அப்போது நீ எடுத்த முடிவுதான் சரி.." அருணாச்சலம் மகனின் கைகளை பற்றிக் கொண்டார்.. "பச் எப்படி பார்த்தும் அந்த உயிரை நம்மால் காப்பாற்ற முடியவில்லையே.." மகாராணி கவலையுடன் கண்ணீர்விட ஆரம்பித்தாள்.. "என்னம்மா செய்வது.. முயற்சி மட்டும்தானே நம் கையில்.. முடிவு கடவுளின் கையில் அல்லவா.." தாயை அணைத்து தேற்றினான் பரசுராமன்.. இதே போலொரு தேற்றுதல்தான் அன்று ஹோட்டலில் நான் பார்த்ததோ.. அப்பாவின் உடல் நிலையில் மனம் வருந்தி சாப்பிட முடியாமல் இருந்தவளை ஹோட்டலுக்கு அழைத்து வந்து சிரித்து பேசி உணவருந்த வைத்தானோ..

அப்படித்தான் என மைதிலியின் மனம் அடித்து சொன்னது.. "டாக்டர் பத்து நாட்களுக்கு முன்பாகவே மாமாவின் உடல் நிலையை எனக்கு சொல்லிவிட்டார் அப்பா, எவ்வளவு சீக்கிரம் சிறுநீரகம் மாற்றுகிறோமோ.. அவ்வளவு நல்லது.. இல்லை என்றால் எந்நேரமும் உயிர் போகும் வாய்ப்பு இருக்கிறது என்றார்.. எனக்கு அதிர்ச்சி.. சிறுநீரகத்திற்கு பதிந்து வைத்தி-

ருக்கிறோம்.. பணம் கொடுத்தால் கிடைக்கும் விசயமாக அது இல்லை.. அப்படி கிடைக்குமானால் எத்தனை லட்சங்கள் வேண்டுமானாலும் கொடுக்க தயாராக இருக்கிறேன் என டாக்டரிடம் சொல்லி விட்டு வந்தேன்..

மாமாவின் நிலைமையை அத்தையிடமோ.. வந்தனாவிடமோ, இங்கே நம் வீட்டில் யாருடனோ பகிர்ந்து கொள்ள முடியவில்லை.. மாமாவை ஆஸ்பிடலில் கிட்னிக்காக எல்லா இடத்திலும் சொல்லி வைத்துக் கொண்டிருந்தேன்.. அதுவும் கிடைப்பது போல் இல்லை.. என் கண் முன்னாலேயே மாமா கொஞ்சம் கொஞ்சமாக செத்துக் கொண்டிருக்கிறார்.. நான் என்ன செய்வது..? ஷ்.. ரொம்ப கொடுமையான நிலைப்பா அது..'' பரசுராமன் சொல்ல சொல்ல அவனது நிலைமை மைதிலிக்கு நன்கு புரிந்தது..

பத்து நாட்களாக அவனது தவிப்பிற்கான காரணமும் தெரிந்தது.. ஒரு உன்னத காரியத்திற்காக கணவன் தவித்துக் கொண்டிருக்க, தான் அதனை அறியாமல் அவன் மீது எப்படிப்பட்ட குற்றச் சாட்டுகளை வைத்துக் கொண்டிருந்தேனே என தன்னைத் தானே வெறுத்தாள் அவள்.. "எனக்கு உன்னை நினைத்தால் ரொம்பவும் பெருமையாக இருக்கிறதுடா கண்ணா..'' மகாராணி மகனின் தோள்களை அணைத்துக் கொண்டாள்..

"பரசு எனக்கு பிறகு.. என்று நான் நம் தொழிலுக்கும், வீட்டிற்கும் மிகவும் கவலைப்பட்டிருக்கிறேன்பா.. ஆனால் இனி அந்தக் கவலை எனக்கு இல்லை.. எனக்கு பிறகு நம் தொழில்களையும், வீட்டையும், உறவுகளையும் நீ மிக நன்றாகப் பார்த்துக் கொள்வாய் என்று நம்பிக்கை எனக்கு நூறு சதவிவிதம் வந்து விட்டது..'' அருணாச்சலத்தின் குரலில் பெருமிதம் நிரம்பி வழிந்தது.. மைதிலி கன்னத்தில் கை தாங்கிக்

கொண்டு நிலவொளியில் வரி வடிவாக தெரிந்த கணவனை விழி விரித்துப் பார்த்தாள்..

இவன் என் புருசன்.. பெருமையுடன் மனதிற்குள் சொல்லிக் கொண்டாள்.. “சரி எல்லோரும் போய் படுங்க..” அருணாச்சலம் எழுந்து கொள்ள எல்லோ-ரும் எழுந்து வீட்டிற்குள் போனார்கள்.. பரசுராமன் மட்டும் அங்கேயே அமர்ந்து வானத்து நிலவை வெறித்துப் பார்த்துக் கொண்டிருந்தான்.. உள்ளே படுக்க போன மைதிலி அவனை பார்த்து விட்டு மீண்-டும் வெளியே வந்தாள்..

தான் பட்ட பாடு வீணாகி ஒரு உயிர் அநியாயமாக போய் விட்டதே.. எனும் கணவனின் உள் மன மறு-கலை உணர்ந்து கொண்டாள்.. அன்றொருநாள் இதே போல் ஒரு தவித்தலின் போது கணவனுக்கு ஆறுத-ளிக்க நினைத்தாள்.. அவன் அதற்கு அன்று அனுமதி அளிக்கவில்லை.. இதோ இப்போதும் தளர்ந்து தனி-மையில் வெறுமையாக அமர்ந்திருப்பவனை அணைத்து ஆறுதல் கூற நினைக்கிறாள்.. இன்றாவது அவன் அதற்கு சம்மதிப்பானா..? தயக்கத்துடன் படியிறங்கி கணவன் அருகே போனவள் மெல்ல அவன் தோள்-களை தொட்டாள்..

# 17

***மழை முடிந்த பிறகுதான்***
***வானவில் வந்தது***
***பிறகுதான் நீயும் வந்தாய்***
***என் முந்தானை நிறமியாக..***

திடுமென தன் தோள் தொட்ட மெல்லிய ஸ்பசரிசத்தில் நிமிர்ந்து பார்த்தான் பரசுராமன்.. வரமளிக்க வந்த வனதேவதை போல் நிலவொளியில் மின்னியபடி நின்றிருந்த மனைவி அவன் மனதை நிறைத்தாள்.. எல்லையில்லா நிம்மதியை அவனுக்கு கொடுத்தாள்.. மைதிலி அவன் கண்களைப் பார்க்க, அவனும் அவள் கண்களை பார்க்க ஒன்றையொன்று கவ்வி நின்றன இரு விழிகளும்.. அந்த விழி ஸ்பரிசமே போதுமானதாக இருந்தது அவர்களுக்கு..

வேறு ஆறுதல் வார்த்தைகள் எதையும் அவளுக்கு சொல்லத் தோன்றவில்லை.. அவனுக்கும் கேட்கும் எண்ணமில்லை.. மைதிலி அவன் தோள் தொட்ட கையை உயர்த்தி அவன் தலை முடிக்குள் கை நுழைத்து ஆறுதலாய் வருடினாள்.. சற்றுமுன் மகாராணி மகனை அன்பாய் அணைத்தாளே.. அந்த தாய் செய்கையை ஒத்திருந்தது மைதிலியின் வருடல்.. பரசுராமன் கண்களை இறுக மூடிக்கொண்டான்.. அந்த

பாச வருடலை அனுபவித்தான்.. பின் மெல்ல அவள-ருகே நகர்ந்தவன் நின்று கொண்டிருந்த அவள் வயிற்-றில் தலை சாய்த்துக் கொண்டான்..

இருவரும் ஒரு வார்த்தை பேசவில்லை.. சிறிது கூட அசையவில்லை அப்படியே இருந்தனர்.. மைதி-லிக்கு அவனை முதன் முதலில் சந்தித்த நாள் நினைவுக்கு வந்தது.. அப்போது எவ்வளவு ஆவேச-மாக அரிவாளை சுழற்றிக் கொண்டிருந்தான்..? அந்த ஆத்திரக் காரன்.. திறமையான வியாபாரி இதோ இப்போது தளர்ந்து அவள் மடியில்.. மைதிலிக்கு அப்-போது அவன் தன் விருப்பமின்றி தன்னைப் படுத்-திய பொழுதுகளெல்லாம் நினைவில் இருந்து நழுவி மறந்து போயின.. அவன்.. அவள் கணவன்.. இப்-போது மிகுந்த மனச் சங்கடத்தில் இருக்கிறான்..

அவனை ஆறுதல் படுத்துவது மனைவியான அவளது கடமை.. இப்படி உள்ளுணர்வு உணர்த்த, கணவனின் தலையை தன் வயிற்றோடு பதித்து இரு கைகளாலும் அணைத்துக் கொண்டாள். அவளது இந்த உடன் போக்கில் பரசுராமனின் தேகம் நெகிழ்-வதை அவளால் உணரமுடிந்தது.. பரசுராமன் தலையை திருப்பி, முகத்தை அவள் வயிற்றில் பதித்-துக் கொண்டான்.. இரண்டு நிமிடங்கள்தாம் இருக்கும்.. திடுமென மைதிலிக்கு முதுகில் ஏதோ குறுகுறுப்பு உணர்வு தோன்ற, சட்டென பரசுராமனின் முகத்தை தன்னிடமிருந்து விலக்கினாள்..

கேள்வியாய் பார்த்தவனிடம்.. “ரொம்ப அசதியாக தெரிகிறீர்கள்.. படுத்துக் கொஞ்ச நேரமாவது தூங்-குங்க..” என்றாள்.. பரசுராமன் தலையசைத்து எழுந்-தான்.. “நம் வீட்டு சாவி கொடு மைதிலி.. நான் அங்கே போய் படுக்கிறேன்..” மைதிலி சாவியை எடுத்து வந்து கொடுக்க. “கதவை பூட்டிக்கொள்..” என அவளை உள்ளே போக வைத்துவிட்டு எதிர்

வீட்டிற்கு நடந்தான்..

திரும்ப வீட்டினுள் வந்த மைதிலி சுற்றிலும் ஆராய எல்லோரும் ஆங்காங்கே படுத்துத் தூங்கிக் கொண்டிருந்தனர்.. வந்தனாவை கவனித்து பார்த்து அவளுக்கு ஒரு போர்வையை எடுத்து வந்து மூடி விட்டு விட்டு, அங்கேயே படுத்துக் கொண்டாள் மைதிலி.. சீக்கிரமாக தூங்கியும் போனாள்..

"அதென்ன அத்தனை பிடிவாதம் உங்களுக்கு.. இரண்டு வாயாவது சாப்பிட்டால்தான் நான் போவேன்.." அதட்டலுடன் சொன்னபடி சாப்பாட்டு தட்டுடன் ஈஸ்வரியின் அருகில் நின்றிருந்தாள் மைதிலி.. "எனக்கு வேண்டாம்.." ஈஸ்வரி முகம் திருப்ப.. "ம்ஹீம்.. சாப்பிட்டுத்தான் ஆகனும்.." தானே பிசைந்து ஒரு கவளம் எடுத்து ஈஸ்வரியின் வாயருகே கொண்டு போனாள்..

"சீக்கிரம் வாயை திறங்க பெரியம்மா.. எனக்கு அடுப்படியில் வேலை.. ஐயோ அங்கே குக்கர் விசிலடித்து விட்டது.. நான் போகனும்.. ம்.. வாயை திறங்க.." ஈஸ்வரி வேறு வழியின்றி வாயை திறக்க, அவள் வாய்க்குள் சோற்றைத் திணித்தாள்.. "இது எத்தனையாவது விசில் பெரியம்மா கவனித்தீர்களா..?" பேசியபடி அடுத்த கவளம்..

"குடிக்க வெது வெதுப்பாக சுடுதண்ணீர் வைத்திருக்கிறேன்.. பாருங்கள்.. அதை குடிங்க.." சொன்னபடி அடுத்த கவளம்.. ஏதேதோ பேசியபடி ஈஸ்வரியின் வயிற்றை நிரப்பி விட்டாள் மைதிலி.. மருமகளின் திறமையை தள்ளி நின்று பெருமையோடு பார்த்திருந்தாள் மகாராணி.. ஈஸ்வரியை உணவுண்ண வைக்க அவள் எடுத்த முயற்சிகள் இதுவரை தோல்வியில்தான் முடிந்திருக்கிறது.. இதோ அதனை எளிதாக சாதித்துக் கொண்டிருக்கிறாள் மைதிலி..

“ம்.. இப்போது சரி.. உடனேயே திரும்ப படுத்து விடாதீர்கள்.. பின்னால் தோட்டத்தில் போய் கொஞ்ச நேரம் உட்கார்ந்திருந்து விட்டு, பிறகு வந்து படுங்க.. வாங்க..” கையோடு ஈஸ்வரியை எழுப்பினாள் முகம் மலர்ந்தாள்..

“அம்மா, அப்பா.. வாங்க.. வாங்கண்ணி..” சிவ-ராமன், சரஸ்வதி, கிரிஜாவை வரவேற்றாள்.. “என்-னம்மா செய்து கொண்டிருக்கிறாய்..?” சரஸ்வதி சம்-பிரதாயமாய் விசாரிக்க.. “உங்கள் மகள் ராஜாங்கம் செய்து கொண்டு இருக்கிறாள்..” பதில் சொன்னாள் மகாராணி..

தாயும், தந்தையும் திகைத்து விழிக்க மருமகள் அருகே வந்த மகாராணி அவள் தலையை வருடி-னாள்.. “என்ன அற்புதமாக பிள்ளை வளர்த்திருக்-கிறீர்கள்.. மதினி.. தேவதை போல் இவள்.. எங்கள் அனைவரையும் அன்பால் ராஜாங்கம் செய்து கொண்-டிருக்கிறாள்.. இந்தக் காலத்தில் இப்படி ஒரு பெண் கிடைப்பது ரொம்ப அரிது.. நான் ரொம்ப கொடுத்து வைத்தவள்..” மைதிலி கூச்சத்தில் நெளிய பெற்றவர்-கள் முகங்கள் ஜோதியாய் பிரகாசித்தது..

கிரிஜா முகம் கறுக்க பார்த்துக் கொண்டிருந்தாள்.. “பத்து நாட்களாக அன்னையாக மாறி எங்கள் அனைவரையும் தாங்கிக் கொண்டிருக்கிறாள்.. இவளுக்கு நான்..” மருமகளின் கையை பற்றிய மகா-ராணி ஒரு நிமிடம் யோசித்து நின்று விட்டு பிறகு சட்டென தன் கைகளில் கிடந்த வளையல்களை சுழட்டி மருமகள் கைகளில் போட்டாள்..

“ஐயோ அத்தை இப்போது இது எதற்கு..?” மைதிலி தடுக்க.. “உன் அன்புக்கு விலை கிடை-யாதும்மா.. ஆனால் என் அன்பை தெரியப்படுத்த எனக்கு வேறு வழி தெரிய வில்லை.. நீ பூவும் பொட்-டுமாக நீண்ட காலம் வாழ வேண்டும்மா..” தலையில்

கை வைத்து ஆசீர்வதித்தாள்.. சிவராமனும், சரஸ்வதியும் மிகுந்த சந்தோசத்தில் இருந்தனர்.. மகள் புகுந்த வீட்டில் நல்ல பெயர் எடுப்பதை, அதுவும் மாமியார் வாயிலிருந்து மெச்சுதல் வார்த்தைகளை வாங்குவதை கேட்டுக் கொள்வதை விட பெரிய சந்தோசம் எதுவும் பெற்றவர்களுக்கு கிடையாது..

அதனை அனுபவித்துக் கொண்டிருந்தனர் சிவராமனும், சரஸ்வதியும்.. சரஸ்வதியின் பார்வை பார்த்தாயா என் மகளை, நீயும் இருக்கிறாயே எனும் விதமாக கிரிஜாவின் மீது படிய அவள் முகம் சிவந்தது.. சை.. போனாப் போகுதுன்னு துக்கம் கேட்க வந்தது என் தப்பு.. கங்காருவாய் அவள் பார்வை குறை தேடி அங்குமிங்கும் அலைந்தது..

“என்ன மைதிலி ஒரு வழியாக மாமியார் வீட்டில் செட்டில் ஆகிவிட்டாய் போல.. அது சரி உனக்கு வேறு வழி வேண்டுமே.. கிடைத்த சந்தர்ப்பத்தை பயன்படுத்தி காக்கா பிடித்து கூழைக் கும்பிடு போட்டு.. எப்படியோ வாழ்க்கையை ஓட்ட வேண்டியதுதான..” பேசியபடியே அவள் கை சற்று முன் மகாராணி சுழற்றி போட்ட வளையல்களை தொட்டுப் பார்த்தது.. “உங்களுக்கு குடிக்க என்ன கலக்கட்டும் அண்ணி..? காபியா..? டீயா..?” மைதிலி அடுப்படியில் பரபரப்பாக இருந்தாள்..

“எப்போதும் ஏதாவது செய்து கொண்டு.. எதற்கு இந்த ஓட்டம் மைதிலி..? பேசாமல் உன் கணவரைக் கூட்டிக் கொண்டு தனிக்குடித்தனம் போய்விடேன்..” மைதிலியின் காதுக்குள் குனிந்து ஐடியா சொன்னாள் கிரிஜா.. “நீங்கள் அண்ணனை கூட்டிக் கொண்டு போனீர்களே.. அப்படியா அண்ணி..?” மைதிலியின் புன்னகை மாறவில்லை.. ஆனால் கிரிஜாவின் முகம் மாறியது.. “பழக்கமில்லாத வேலைகளால் திணறிக் கொண்டிருக்கிறாயே என்று ஒரு யோசனை சொன்-

னால், நீ என்னையே திருப்புகிறாயா..?”

“நான் யோசனை கேட்கும்போது சொல்லுங்கள் அண்ணி..” “நீ இந்த வீட்டில் ஒரு வேலைக்காரி போல் இருக்கிறாய் மைதிலி.. இதனை நீ உணரவில்லையா..?” “அப்படியெல்லாம் இல்லை அண்ணி.. நான் உரிய மரியாதைகளோடு நன்றாகத்தான் இருக்கிறேன்..” சொல்லிக் கொண்டிருக்கும் போதே அவள் முன் சாதத்தோடு ஒரு தட்டு வந்து விழுந்தது..

“என்ன சமைத்து வைத்திருக்கிறாய்..? வாயில் வைக்க முடியவில்லை.. எனக்கு சூடாக இரண்டு தோசை ஊற்றி எண்ணெய் பொடியோடு கொண்டுவா.. இதை நீயே கொட்டிக்கோ..” கத்தியபடி அறைவாசலில் நின்றாள் வந்தனா.. மைதிலியின் முகம் மாற, கிரிஜாவின் முகம் பிரகாசமானது.. பார்த்தேனே உன் வாழ்வை எகத்தாளமாக மைதிலியை பார்த்தவள், வந்தனா பக்கம் திரும்பினாள்..

“ஹாய் வந்தனா எப்படி இருக்கிறாய்..? அப்பா இறந்தது எதிர்பாராததுதான்.. அதற்காக கவலைப்பட வேண்டாம்.. அன்றே உன்னைப் பார்த்து பேச நினைத்தேன்.. ஆனால் அன்று நீ ரொம்ப அழுது கொண்டிருந்தாயா.. அதனால்..” பேசிக் கொண்டே போன கிரிஜாவை கையுயர்த்தி நிறுத்தினாள் வந்தனா..

“யார் நீ..? உன்னை இதற்கு முன் பார்த்த ஞாபகம் இல்லையே..” கிரிஜா அதிர்ந்தாள்.. “என்னை தெரியவில்லையா..? மைதிலி கல்யாணத்திற்கு முன்பே என்னைப் பார்க்க வந்தாயே.. உங்கள் குடும்பத்தை பற்றிக் கதை கதையாக சொன்னாயே..” “சாரி அப்படி எந்த ஞாபகமும் எனக்கு இல்லை.. என் குடும்ப கதையை நான் கண்டவர்களுடன் பேசுவது கிடையாது.. மைதிலி சீக்கிரம் எனக்கு தோசை கொண்டு வா..” வந்தனா போய்விட்டாள்..

கிரிஜா பிரமை பிடித்தவள் போல் நின்றாள்.. வந்தனா வீசிய தட்டை எடுத்து சுத்தம் செய்து கொண்டிருந்த மைதிலிக்கு சிரிப்பு வந்தது.. அதை அடக்கிக் கொண்டாள்.. "என் அண்ணின்னு வந்தனாவிடம் சொல்லியிருக்காமே அண்ணி.." "எப்பாடி எப்பேர்பட்ட பொண்ணு இவள்.. மூன்று தடவை என்னைப் பார்த்து பேசியிருக்கிறாள்... இந்தக் கல்யாணத்தை எப்படியாவது நிறுத்திடுங்கன்னு கெஞ்சியிருக்கிறாள் இப்போது எப்படி பேசிவிட்டு போகிறாள் பாரேன்.."

"அவள் சுபாவம் அப்படி அண்ணி விடுங்க.." "அவளை அலட்சியமாக நினைக்காதே மைதிலி.. அவளால் உனது நிம்மதியான இந்த வாழ்வு மாறப் போவது உறுதி.." "அதில் உங்களுக்கு மகிழ்ச்சியா.. துக்கமா அண்ணி..?" "அதில் எனக்கு என்னவும் இருக்கலாம்.. நிச்சயம மகிழ்ச்சியாகவே கூட இருக்கலாம்.. ஆனால் நீ ஜாக்கிரதை, உன் அண்ணனின் மனைவியாக எச்சரிக்கிறேன்.." கிரிஜாவின் எச்சரிக்கை மைதிலியின் மண்டைக்குள் தேனியின் ரீங்காரமாய் சுற்றி வந்தது..

# 18

***போதை யேற்றிகளுக்கெல்லாம்
அளவீடு குறித்துக் கொள்வதில்லை,
உன்னுடனான மழை நனைதல்
இராப் பொழுதிற்கு பின்.***

வேலைகள் சிறிது ஓய்ந்த பின் மதிய நேரம்.. மைதிலி வீட்டின் பின்புறம் வந்து உட்கார்ந்திருந்தாள்.. வீடு இன்னமும் சுந்தரேசனின் மரணத்திலிருந்து மீண்டு வரவில்லை எந்நேரமும் துக்கம் விசாரிக்க என வந்து போய்கொண்டிருக்கும் விருந்தினர்களை கவனிக்க, கூடவே அன்றாட வீட்டு வேலைகள் என மைதிலி மிகவும் சோர்ந்திருந்தாள்.. உடல் சோர்வை விட மனச் சோர்வுதான் அவளை அதிகம் படுத்தியது.. தனியாக இருக்க வேண்டாமென ஈஸ்வரியும், வந்தனாவும் இங்கேயே தங்க வைக்கப்பட்டிருக்க, வந்தனா அவளை நாகம் போல் கொத்தியபடியே இருந்தாள்..

எதைச் செய்தாலும் குற்றம்.. என்ன சொன்னாலும் குறை.. அவள் முன்பே அந்த வீட்டில் செல்லப் பெண்ணாக வலம் வந்து கொண்டிருந்திருக்கிறாள்.. இதுபோன்ற அவளது நடவடிக்கைகள் குழந்தை கொஞ்சல்களாகவே அங்கே அனைவராலும் பார்க்கப்பட்டது அதுவும் அவள் சமீபத்தில் தந்தையை இழந்தவள் என்ற பரிதாபத்துக்கு உரியவளாக வேறு இருக்க, அவளது கோபங்கள் அங்கே யாராலும் கவனிக்கப்ப-

டாமலே போய்விட்டது.. "என் டிரஸ்1ஸ மடித்து வை.." "எனக்கு காபி போட்டு வா.." "குளிக்க வேண்டும் ஹீட்டரை ஆன் பண்ணு.."

இதுபோல் அவள் மைதிலியை ஏவும் வேலைகள் இங்கே யார் கண்ணிலும் தவறாக படவே இல்லை.. அருணாச்சலத்திலிருந்து பரசுராமன் வரை அனைவ-ருமே அவளது தேவைகளை உடனடியாக நிறைவேற்-றவே முனைந்தனர்.. அதனை ஆச்சரியமாக உணர்ந்த மைதிலிக்கு ஒன்று நிச்சயம் புரிந்தது.. வந்தனாவிற்கு எதிராக ஏதனும் பேசிக் கொண்டு தன்னால் இந்த வீட்டில் இருக்க முடியாது என்பது.. வந்தனாவின் ஏவல்களை அதிகாரங்களை அவள் பொறுத்துக் கொள்வாள்.. ஆனால் அவளது கண்காணிப்புகளை.. ஆம் தான் எப்போதும் வந்தனாவால் கண்காணிக்கப் படுவதாக உணர்ந்தாள் மைதிலி..

அவளது வேலைகளின் கண்காணிப்பில் அவளுக்கு கவலையில்லை.. ஆனால் அவளது தனிமைகளை.. அந்நியோன்யங்களை அவள் கண்காணிப்பாளானால் அதனை அவளால் ஏற்றுக் கொள்ள முடியாது.. கணவனும் மனைவியுமாக தாங்கள் தனித்திருக்கும் போது யாராலோ பார்க்கப்படுகிறோம் எனும் உணர்வு மைதிலியினுள் இருந்து கொண்டே இருந்தது.. கணவனுக்கு உணவு பரிமாறும் போது, அவனுடன் ஓரிரு வார்த்தைகள் பேசும் போது, என சதா தனது தனிமை பங்கப்படுவதாக அவள் உணர்ந்தாள்.. இது உள்ளுணர்வு மட்டுமே இதற்கான ஆதாரங்கள் அவளிடம் கிடையாது.. இரண்டு நாட்களுக்கு முன்பு மதிய உணவுக்கு வீடு வந்த பரசுராமன், அலுப்பாக இருக்கிறது என சற்றுப் படுத்துவிட அறைக்குள் எட்-டிப் பார்த்த மைதிலி அவனது அயர்ந்த தோற்றத்-தில் மனம் நெகிழ்ந்தாள்.. சுந்தரேசனின் தொழிலையும் சேர்த்து கவனித்து வருகிறான்..

வீட்டிற்கு வரும் நேரமே அகால் பொழுதுதான்.. வந்ததும் உணவருந்தக் கூட நேரமின்றி படுக்கையில் விழுவதிலேயே இருப்பான்.. மைதிலி அவனை கட்டாயப் படுத்தி கொஞ்சமாக சாப்பிட வைத்து விட்டே படுக்க விடுவாள்.. அவனது உறக்க நேரமே ஒருநாளைக்கு நான்கு அல்லது ஐந்து மணி நேரமாக குறைந்தது.. அன்று அபூர்வமாக கிடைத்த சிறு ஓய்வில் படுத்திருந்த கணவனருகே ஆதரவுடன் நின்றவள், பிறகு அவனருகே கட்டிலில் அமர்ந்து அவன் கால்களை தன் மடியில் தூக்கி வைத்துக் கொண்டு மெல்ல அமுக்கி விடத் துவங்கினாள்..

“வேண்டாம் மைதிலி..” கண்களை திறக்காமலேயே முணுமுணுத்தான் பரசுராமன்.. “பரவாயில்லை.. நீங்க தூங்குங்க..” விரல்களை இதமாக நீவி சொடக்கிட்டாள்.. மெல்ல விழி திறந்து அவளைப் பார்த்தவன் கையை நீட்டி அவளை பற்றி இழுத்து தன் மேல் போட்டுக் கொண்டான்..

“நீயும் கொஞ்ச நேரம் தூங்கு மைதிலி.. உனக்கும் நிறைய வேலைகள்..” “அப்படியெல்லாம் ஒன்றும் இல்லை.. எப்போதும் பார்க்கும் வேலைகள்தான்..” கணவனின் மூச்சுக்காற்று கன்னத்தை சுட மைதிலியின் குரல் திணறியது.. “ம்..” என்றபடி அவளை அணைத்து மார்பில் அவன் இருத்திக் கொள்ள முயல, மைதிலி அவனிடமிருந்து எழ முயன்றாள்..

“ஏண்டி..?” அவளை எழ விடாமல் அழுத்தியபடி கேட்டான்.. “பகல் நேரம்.. ரூம் கதவை பூட்டக் கூட செய்யலை.. சும்மா சாத்தியிருக்கு வீட்டில் எல்லோரும் இருக்காங்க..” “ஏய் உன்னை கொஞ்ச நேரம் படுத்து தூங்கத்தானடி கூப்பிட்டேன்.. நீ வேறெதுக்குன்னு நினைச்ச..?” மேலே பேசப் போனவனை வாயை வேகமாக பொத்தினாள்.. அடுத்து அவள் என்ன பேசுவானென அவளுக்கு தெரியும்.. இப்படி

பேசுவதென்றால் இவனுக்கு அல்வா சாப்பிடுவது போல் இருக்கும்.. முகம் சிவந்தாள்..

"ஐயோ கண்டபடி பேசாதீங்க.. நானும் அதைத்தான் சொன்னேன்.. அத்தை, பெரியம்மா, வந்தனா எல்லோரும் வீட்டில் இருக்கிறார்கள்.. அவர்கள் வெளியே இருக்கும் போது நாம் இங்கே ரூமை பூட்டிக் கொண்டு தூங்கினால் நன்றாக இருக்காது.."

"தூங்கலைன்னு சொல்றதுக்கு எதற்கு கன்னம் இப்படி சிவக்கிறது.." பரசுராமன் சொக்கிய விழிகளோடு அவள் கன்னத்தை வருட, மைதிலியின் பார்வை படபடப்போடு அறைக் கதவின் மேல் படிந்தது.. அவள் பார்வையை கவனித்தவன் பெருமூச்சோடு அவளை விடுவித்தான்.. "சரி.. போ.." மைதிலி வேகமாக வெளியே வந்த போது வந்தனா ஹாலிலிருந்து அடுப்படிக்குள் போய் கொண்டிருந்தாள்.. இவள் இவ்வளவு நேரமாக எங்கே இருந்தாள்..?

மைதிலியின் மனம் குழம்பியது. வாசலில் காலிங்பெல் சத்தம் கேட்க எழுந்து போய் கதவை திறந்து மைதிலி விழி விரித்தாள்.. "ரவீந்தர்.." "எப்படி இருக்கிறாய் மைதிலி..?" கேட்டபடி அவன் உள்ளே வந்தான். "நல்லாயிருக்கேன்.. நீங்க எப்படி இருக்கீங்க..? பேக்கை கொடுங்க.. அத்தை ரவி கொழுந்தன் வந்திருக்கிறார்.." உள்ளே பார்த்து குரல் கொடுத்தாள்.. அவளை ஆராய்ச்சியாய் பார்த்த ரவீந்தர்.. "ம் முழுக்க முழுக்க எங்க வீட்டு மருமகளாகவே மாறிவிட்டாய் போல.." என்றான்..

"ரவி வாடா.. என்னடா ஒருவிபரமும் கொடுக்காமல் திடீரென வந்து நிற்கிறாய்..?" மகாராணி மூன்று மாதங்கள் கழித்து பார்க்கும் தன் மகனை ஆவலோடு கை வருடி வரவேற்றாள்.. "மாமா இறந்த தகவல் லேட்டாகத்தான் கிடைச்சதும்மா.. எனக்காக கூட வந்த ப்ரெண்ட்ஸ் பாதியில் டூரை கேன்சல் செய்யனும்..

அப்படி ஓடி வந்து இங்கே மாமா உடம்பைக் கூட பார்க்க முடியாது.. அதுதான் அப்படியே இருந்துட்டேன்.. அதற்கு பிறகு என் டூர் சந்தோசமாக இல்லை.. நண்பர்களுக்காக ஏனோ தானோன்னு டூரை முடித்து விட்டு வந்துவிட்டேன்.. இதில் ஆவலோடு வீட்டிற்கு தகவல் கொடுக்க என்ன இருக்கு..? அதுதான் அப்படியே கிளம்பி வந்தேன்.. இதைத்தான் இப்போது அண்ணியிடம் கூட சொல்லிக்கொண்டிருந்தேன்..''

அவன் அண்ணி என்பதை அழுத்தமாக உச்சரிப்பதை புன்னகையோடு கேட்டிருந்தாள் மைதிலி.. தங்களுக்கு இடையேயான நட்பை மாற்றிக் கொள்ள ரவீந்தர் ஒரு போதும் விரும்பமாட்டான் என அவளுக்கு நன்றாகத் தெரியும்.. ஆனாலும் நான் உன் அண்ணி என்பதை மாற்ற முடியாது என அவனுக்கு உணர்த்தவே அப்படி அழைத்தான். கொழுந்தனாகவோ, நண்பனாகவோ எச் சூழ்நிலையிலும் ரவீந்தர் தன் பக்கம் நிற்பான் என்பதில் அவளுக்கு எந்த சந்தேகமும் கிடையாது..

நிறைவாய் தன் தோழனை பார்த்தபடி அவள் நின்றபோது.. "ரவி.." அலறலுடன் உள்ளிருந்து ஓடி வந்தாள் வந்தனா.. நாடகபாணியில் கைகளை விரித்து வைத்துக் கொண்டிருந்தாள்.. கண்கள் கண்ணீரை சொறிந்து கொண்டிருந்தது.. "அப்பா எங்களை விட்டுட்டு போயிட்டாரு ரவி.." கத்தலோடு வந்தவளை ரவீந்தர் ஆதரவாக அணைத்துக் கொண்டார்.. "கேள்விப்பட்டேன்மா.. என்னால்தான் வரமுடியலை.." அன்பாய் தலை வருடினான்..

"நானும் அம்மாவும் அநாதை ஆயிட்டோம் ரவி.. எங்களுக்கு யாருமில்லை.." "சு.. அப்படியெல்லாம் பேசக்கூடாது இங்கே பார் எத்தனை பேர் உங்களுக்கு இருக்கிறோம்.. நீ எங்க வீட்டு பிள்ளைடா, உன்னை

நாங்கள் கண்போல் பார்த்துக் கொள்வோம்..” வந்தனாவின் தோளணைத்து தலை வருடி ஆறுதல் சொன்ன ரவீந்தரை யோசனையாக பார்த்தபடி நடந்தாள் மைதிலி.. இந்த வந்தனா இந்த வீட்டில் எல்லோருக்கும் இவ்வளவு முக்கியமானவளா..?

“சின்னப் புள்ளையிலிருந்து இந்த வீட்டைத்தான்மா சுத்தி சுத்தி வருவாள்.. ஈஸ்வரி அவளுக்கு சாப்பாடு ஊட்டினதை விட மகாராணி ஊட்டி வளர்த்ததுதான் அதிகம்..” தகவல் சொன்னவர் கௌரிம்மா.. இவ்வளவு பாசமாக பழகி வந்த குடும்பங்கள் இடையில் இரண்டு வருடங்கள் பிரிந்திருந்ததே ஆச்சரியம் என்று நினைத்தாள் மைதிலி.. இத்தனை பாசம்தான் வந்தனாவை தங்கள் வீட்டிலேயே வைத்துக் கொள்ள, மகனுக்கு மனம் முடிக்கும் எண்ணத்தை மாமாவிற்கு கொடுத்தது போலும்.. இதுபோல் குடும்பத்தினர் அனைவரின் பாசத்தையும் பெற்றதால்தான் வந்தனா எங்கள் குடும்பம் மீண்டும் சேர்ந்து விடும் என அவ்வளவு உறுதியாக சொல்லிக் கொண்டிருந்திருக்கிறாள்...

இப்போது மைதிலிக்கு இவர்களது இனிமையான குடும்பத்திற்குள் தான் உள்ளே நுழைந்து கலைத்து விட்டோமோ.. என்ற மருகல் வந்திருந்தது.. கலங்கிய மனத்துடன் தனது வேலைகளை பார்க்கத் தொடங்கினாள்.. ரவீந்தர் அன்று முழுவதும் வெளியே எங்கேயும் போகாமல் அத்தை, வந்தனா அருகிலேயே இருந்து அவர்களுக்கு ஆறுதல் சொல்லிக் கொண்டிருந்தான்.

“இந்த வீட்டில் எல்லோருமே என் பக்கம்தான் மைதிலி.. நீ எவ்வளவுதான் விழுந்து விழுந்து வேலைகள் பார்த்தாலும் யாரும் உன்னைக் கவனிக்கமாட்டார்கள்.. உன் பக்கம் பேச மாட்டார்கள்..” இவள் திரும்ப ஆரம்பித்து விட்டாளா..? மைதிலிக்கு ஆயாசமாக இருந்தது.. இவள் ஏன் மீண்டும் மீண்டும்

என்னை வேட்டையாடத் துடிக்கும் வேடனாக சுற்றி வருகிறாள்..? மனது சோர்ந்தாலும் வந்தனாவிற்கான பதிலை தர தயங்கவில்லை மைதிலி.. “வீட்டிற்கு வந்த விருந்தாளிகளைத்தான் வந்தனா நன்கு கவனிப்பார்கள்.. வீட்டுப் பெண்ணிற்கு தனிக் கவனிப்பு எதற்கு..?”

“ஏய் யாரை விருந்தாளி என்கிறாய்..?” “உன்னைத்தான்.. நீ இந்த வீட்டுத் தலைவர் அருணாச்சலத்தின் தங்கை பெண்.. விருந்தாளி... நான் அருணாச்சலத்தின் மூத்த மருமகள்.. இந்த வீட்டுப் பெண்..” “ஏய்..” வந்தனா ஆத்திரத்துடன் மைதிலியின் தோளை தட்ட, அதில் தடுமாறிய மைதிலியின் கைகள் காய்வெட்டிக் கொண்டிருந்த அரிவாள் மணையில் பட்டு விரலில் ரத்தம் துளிர்த்தது.. “என்னை அப்படி பேசியது கடவுளுக்கே பொறுக்க வில்லை.. உனக்கு உடனே தண்டனை கொடுத்து விட்டார்..” வந்தனாவின் திருப்திக்கு பதில் சொல்லாது தனது விரலை சிங்க் குழாய் நீரில் காட்டினாள் மைதிலி..

வந்தனாவை போல் அவளாலும் பேசிவிட முடியும்.. ஆனால் பேசக் கூடாது.. வந்தனாவே சொல்வது போல் அவள் வீட்டுப்பெண், மைதிலி வாழ வந்த பெண்.. தந்தையை இழந்து நிற்கும் வந்தனாவின் சோகத்தின் முன் மைதிலியின் நியாயம் எடுபடாது.. கணவனே தன் பக்கம் பேசுவான் எனும் நிச்சயம் இல்லாத போது, வந்தனாவை பற்றி யாரிடமும் எதுவும் சொல்லி ரிஸ்க் எடுக்க மைதிலி தயாரகஇல்லை.. “என்னாச்சு அண்ணி..?” ரவீந்தர் உள்ளே வந்தான்.. “கையை வெட்டிக் கொண்டாயா..?” அதட்டலாய் கேட்டபடி அவள் கையை எடுத்து பார்த்தான். “ஒன்றுமில்லை ரவி.. சும்மா லேசாக..” “இது லேசாகவா.. ரத்தம் கொட்டுது.. வந்தனா.. போய் பிளாஸ்திரி எடுத்துட்டு வா..” வந்தனா அலட்சியமான பார்வையுடன் போக, ரவீந்தர் மைதிலியின் விரலை அழுத்திப் பிடித்-

தான்..

“எவ்வளவு ரத்தம்.. ஆழமாக வெட்டிவிட்டது போல..” “என்னாச்சு ரவி..?” கேட்டபடி வந்தவன் பரசுராமன்.. அவன் பின்னேயே வந்தனா.. “கையை வெட்டிக்கிட்டாண்ணா.. வந்தனா பிளாஸ்திரி எங்கே..?” “நீ முதலில் அண்ணியின் கையை விட்-டுட்டு கடைக்கு போ..” பரசுராமன் குரல் உத்தரவாக ஒலித்தது.. “இதற்கு பிளாஸ்திரி ஒட்டிட்டு..” “எல்லாம் அவள் பார்த்துக் கொள்வாள்.. வீட்டு பெண்களுக்கு தடவி, ஒட்டின்னு சேவை பண்ணிட்டு இருந்தோம்னா நம்ம தொழில் அவ்வளவுதான் வா..” அலட்சிய கையசைவுடன் நடந்தான்.

அண்ணனின் முதுகை வெறித்த ரவீந்தர் தானே போய் பிளாஸ்திரி எடுத்து வந்து விரலில் சுற்றி விட்டு “டேக் கேர் அண்ணி..” என்று விட்டு போனான்.. மைதிலி மனம் நைந்து நிற்க, வந்தனா மர்ம புன்ன-கையுடன் நின்றாள்..

# 19

***நழுவிக் கொண்டிருக்கிறாய்***
***என்ற முடிவெடுத்த போது,***
***“கிறேன்” என எனக்கு நீளுகிறது***
***விரல் ஆட்காட்டி,***
***வேண்டாம் பட்டிமன்றம்***
***அணைத்துறங்கலாம் வா..***

“கையில் ஒட்டிய பிளாஸ்திரியோடு எனக்கு உணவு பரிமாறினால் நான் எப்படி சாப்பிடுவது..? அந்த பிளாஸ்திரி அழுக்கு முழுவதும் என் தட்டு சாப்பாட்டில்..” எரிந்து விழுந்தவனை நம்ப முடியாமல் பார்த்தாள் மைதிலி.. பட்ட காயத்திற்கு ஒத்தடம் தர வேண்டாம்.. மீண்டும் அதே இடத்தில் கத்தியை சொருகாமல் இருந்தால் போதாதா..? சாப்பாட்டு அறையை விட்டு மைதிலி வெளியேற.. “நான் சாதம் வைக்கவா பரசு..?” கேட்டபடி உள் நுழைந்தாள் வந்தனா.. இவள் இப்போதும் எங்களை கவனித்துக் கொண்டு இருந்திருக்கிறாள்.. திரும்பி அவளை பார்த்த மைதிலிக்கு.. எப்படி..? என திமிராக புருவம் உயர்த்திக் காட்டினாள் வந்தனா..

அன்று இரவு பால் தம்ளரை தனது பிளாஸ்திரி விரல்களால் தொடாமல் ஒரு தட்டில் வைத்து எடுத்துக் கொண்டு போய் கணவனிடம் கொடுத்தவள், சற்று

சங்கடம் தெரிந்த அவன் முகத்தை ஓரக் கண்ணால் பார்த்தாள்.. ஏதோ பேச வாய் திறந்தவனுக்கு பதிலாக.. "வந்தனாவிற்கு துணையாக நான் அவள் அறையில் படுத்துக் கொள்கிறேன்.." சொல்லிவிட்டு அவன் பதிலை கேட்காமல் அறையை விட்டு வெளியே வந்துவிட்டாள். பரசுராமனின் முகம் கோபத்தில் சிவந்தது.. அவள் கொண்டு வந்த பால் தம்ளரை வெறுப்புடன் தரையில் எறிய என்ன வடிவமாக.. எனப் புரியா கேள்வி கேட்டபடி பால் ஏதோ ஓர் பிடிபடா வடிவத்தில் தரை முழுக்க பரவியது.

"நான் உன்னுடன் படுத்துக்கவா வந்தனா..?" கேட்டபடி வந்த மைதிலியை விழிகள் தெறித்து விடுவது போன்ற ஆச்சரியத்தில் பார்த்தாள் வந்தனா.. "இங்கே படுக்க போகிறாயா..? ஏன்..?" "சும்மாதான்.. பாவம் நீ சின்னப்பொண்ணு.. நைட் அடிக்கடி அப்பா நினைவில் தூக்கம் வராமல் உருண்டு கொண்டிருக்கிறாய்.. உன் துக்கம் மாறும் வரை உன் அறையில் படுத்துக் கொள்கிறேனே.." சொன்னபடி அவளது பதிலை எதிர்பாராமல் அவளருகே கட்டிலில் படுத்துக் கொண்டாள்.. விளக்கை அனைத்த பிறகும் இருவருமே உறங்கவில்லை என ஒருவருக்கொருவர் தெரிந்த பின்னும் வாய் திறந்து ஒரு வார்த்தை பேசாது மௌனமாகவே இருந்தனர் இருவரும்..

பானையாய் விழி மூடிக் கிடந்தனர். "ஏன் மைதிலி இங்கே வந்து படுக்கிறாய்..?" வெகுநேரம் கழித்து மிக மெதுவாக தயங்கிக் கேட்டாள் வந்தனா.. "காரணம் சொன்னேனே.." "அதனை நான் நம்பவில்லை.." "உன் நம்பிக்கை பற்றிய கவலை எனக்கு இல்லை.." முதுகு காட்டி திரும்பிக் கொண்டவளை விவறித்தாள் வந்தனா.. இவள் அபாயமானவள்.. இப்போது என்ன திட்டம் போடுகிறாள்..? குழம்பியது வந்தனாவின் மனம்.

“வந்தனா..” அடுப்படிக்குள் இருந்து மைதிலி அழைத்தாள்.. வந்து நின்றவளிடம் “உன் பரசு அத்-தான் சாப்பிட வந்திருக்கிறார் பார்.. அவருக்கு இட்லி எடுத்து வை..” “நானா..?” “நீயேதான்..” அடுப்பிடம் திரும்பிக் கொண்டாள். தட்டில் இட்லி வைத்த கைக-ளுக்கு புருவம் சுருக்கி நிமிர்ந்து பார்த்தவனுக்கு.. “மைதிலிதான் பரிமாற சொன்னாள்..” என தகவல் சொன்னால் வந்தனா.. பரசுராமன் மௌனமாக தலை குனிந்து சாப்பிட துவங்கினான். இது அன்றோடு நிற்-கவில்லை.. மைதிலி தள்ளி நின்று கொண்டு வந்-தனாவை முன் நிறுத்தியது தொடர்ந்து நடக்க துவங்-கியது..

அத்தோடு இரவுகளை அவள் வந்தனாவின் அறை-யிலேயே கழிக்க ஆரம்பித்தாள்.. மூன்றாவது நாளி-லேயே இது மகாராணியின் கண்களில் பட்டு அவள் மைதிலியை விசாரிக்க ஆரம்பித்தாள்.. “ஏன் எல்லா வேலைக்கும் வந்தனாவையே இழுக்கிறாய் மைதிலி..?” “அவள் அப்பா இறந்ததிலிருந்து கொஞ்சம் வெளியே வரட்டும் அத்தை.. அதற்காகத்தான்.. அவள் மனதை திசை திருப்பத்தான்..”

“ஓ.. அது சரிதான்.. ஆனால்..” மகாராணி குரலை குறைத்தாள். “ராத்திரி ஏன் வந்தனா கூட படுத்துக்-கிற..?” “வந்தனா நைட் முழுவதும் தூக்கம் வரா-மல் நடந்து கொண்டே இருக்கிறாள் அத்தை.. அப்பா இல்லாத சோகத்தில் அவளுக்கு தூக்கம் வர மாட்-டேனென்கிறது போல.. அதனால் உங்கள் மகன்தான் என்னை கொஞ்ச நாட்களுக்கு வந்தனாவிற்கு துணை-யாக அவளது அறையில் படுத்துக் கொள்ள சொன்-னார்..”

இதனை மைதிலி தைரியமாக பரசுராமனின் முகத்தை.. அவன் பார்வையை தளராமல் பார்த்தபடி சொன்னாள்.. ஆம்.. மகாராணி இதை விசாரித்தபடி

இருந்த போது பரசுராமன் அவர்களுக்கு பின்னால்தான் நின்றிருந்தான்.. மைதிலியின் தைரிய புளுகுகளை சலனமற்ற முகத்துடன் கேட்டபடி நின்றிருந்தான்.. “ப்ச், அவன் ஏதாவது சொல்வான்.. அதெல்லாம் வேண்டாம் மைதிலி.. பகல் வேளைகளில் எப்படியோ.. இரவு படுக்க நீ உங்கள் அறைக்கு போய்விடு..” தாயின் தவிப்புடனும், மாமியாரின் உத்தரவுடனும் சொன்ன மகாராணியை என்ன சொல்லி சமாளிக்க மைதிலி யோசனையோடு நகம் கடிக்க, பரசுராமன் தாயின் முதுகுக்கு பின்னிருந்து என்ன செய்ய போகிறாய்...? எனப் புருவம் உயர்த்தினான்..

மைதிலி இப்போது தன் குரலை மிகக் குறைத்துக் கொண்டாள்.. மாமியார் அருகில் நெருங்கி நின்று கொண்டாள்.. குறைந்த தன் குரலைக் கேட்க காதை தீட்டி நின்ற தன் கணவனைக் கிண்டலாக பார்த்தபடி.. “அத்தை அது வந்து.. நான் நம் ஊர் மீனாட்சி அம்மனுக்கு ஒரு வேண்டுதல் வைத்திருக்கிறேன் அத்தை.. மூன்று வாரங்களுக்கு ஒரு விரதம்.. சுத்த பத்தமாக இருந்து ஒருவேளை சாப்பிட்டு கோவிலுக்கு போகனும்.. நம்ம குடும்ப நிம்மதி, கணவர் ஆயுள், ஆரோக்யம் இதற்காகத்தான் இந்த விரதம் அவரே சரின்னுட்டார்.. நீங்க வேண்டாம்னு சொல்லாதீங்க அத்தை..”

கடவுள் விசயம் என்றால் மகாராணி ஒரேடியாக மறுக்க தயங்குவாள் என்று கணக்கிட்டே மைதிலி இப்படி கூறினாள்.. அது சரியென்பது போல் மகாராணி.. “இந்த சின்ன வயசில் எதற்கும்மா இத்தனை கடினமான விரதமெல்லாம்..? ம்.. விரதத்தை ஆரம்பிச்சுட்டேன் சொல்ற, சரி போகட்டும்.. இதோடு சரி.. இனி இந்த மாதிரி விரதமெல்லாம் இருக்க கூடாது சரியா..?” மெல்லிய அதட்டலுடன் மகாராணி உள்ளறைக்கு போய்விட்டாள்..

நான் குசுகுசுவென பேசியது அவனுக்கு கேட்டிருக்காதே சந்தேகத்துடனும்.. வெற்றி மமதையுடனும் பரசுராமனை பார்க்க எப்போதும் போல் அவன் முகத்தில் கருங்கல் பாவனை இருந்தது.. இவன் நான் சொன்னதை கேட்டிருப்பானா..? இல்லையா..? மைதிலி குழப்பத்தில் விழுந்தாள்.. பரசுராமன் நிதான காலெட்டுகளுடன் அவளருகே நெருங்கினான்.. சத்தமின்றி வந்து கொண்டிருந்த அவன் எட்டுக்கள் ஒவ்வொன்றும் பேரிடியாக மைதிலியின் இதயத்தில் விழுந்தன.. படபடத்த விழிகளுடன் மைதிலி பின்னடைந்தாள்.. ஒரு வேளை அடிப்பானோ..? ம்.. அது ஒன்றைத்தான் இவன் இன்னும் செய்யவில்லை.. மற்ற எல்லா அராஜகமும் செய்தாயிற்று..

முறைப்பாய் அவனை பார்த்தபடி வேகமாக உள்ளறைக்குள் ஓட முயன்றவளை குறுக்கே கைநீட்டி சுவற்றில் ஊன்றி தடுத்தான்.. அவன் கண்கள் வைரமென மின்னிக் கொண்டிருந்தது.. இவன் நிச்சயம் ஏதோ வன்முறையில்தான் இறங்க போகிறான், மாமியாரை உதவிக்கு அழைத்துவிட வேண்டியதுதான் என்ற முடிவோடு மைதிலி வாயை திறந்தபோது அபயம் கேட்க துடித்த அவளது இதழ்கள் இரண்டு கொத்தாக அவனது விரல்களால் அழுத்தி பற்றப்பட்டன..

“எத்தனை பொய்.. எவ்வளவு இயல்பாக பேசுகிறாய்.. சரியான சாகசக்காரிடி நீ..” சொன்னபடி அவள் இதழ்களை அழுத்தி நசுக்கினான்.. இதழ்களின் வலி தாங்காது தன் கைகளால் படபடவென அவன் மார்பில் குத்தினாள்.. மாறி மாறி விழுந்த அவளது குத்துக்களில் ஒன்று கூட அவனைக் காயப்படுத்தாது போக, அவன் கை விரல்களின் பிடி மட்டும் இன்னமும் அவள் இதழ்களிலேயே இருந்தது.. ஆனால் நேரம் செல்ல செல்ல அழுத்தம் குறைந்து மென் பிடியாகி பின் வருடலாகி அங்கேயே நிலைத்தது.. சில நொடி-

கள் கழித்தே பிடி மாறி வருடலானதை உணர்ந்த மைதிலி வேகமாக அவன் விரல்களிலிருந்து விடுபட்டுக் கொண்டாள்.. அவன் மார்பில் கை ஊன்றி அவனை தள்ளினாள்.

“செய்யும் தவறெல்லாம் நீங்கள் செய்துட்டு என்னை மாயக்காரி.. சாகசக்காரி என்பீர்களா..?” “ம்.. மாயக்காரி, சாகசக்காரி, வசியக்காரி..” கூடுதலாக மற்றொரு பட்டத்தையும் வழங்கினான். இவனை.. மைதிலி பல்லைக் கடித்தாள்.. முறைத்தாள். “பாக்குறேன்டி, இன்னும் எத்தனை நாளைக்கு என்கிட்ட இருந்து தப்பிக்கிறன்னு பாக்குறேன்..” கட்டைவிரலையும், ஆட்காட்டிவிரலையும் சேர்த்து அவன் கன்னக்கதுப்புகளை அழுத்தமாக நிமிண்டி சிவக்க வைத்தவன்.. வேகமாக விலகிப்போய்விட்டான்.

சை.. சரியான காட்டான், தன் கன்னத்தை வருடியபடி திரும்பிய மைதிலி திகைத்தாள்.. அங்கே வந்தனா நின்றிருந்தாள்.. இவள் என்னவெல்லாம் பார்த்திருப்பாள்..? ஒருவித கூச்ச உணர்வு உடலில் பரவ வேகமாக அடுப்படிக்குள் நுழைந்து கொண்டாள் மைதிலி.. “உனக்கும் பரசுவுக்கும் சண்டையா மைதிலி..?” ப்ரிட்ஜை திறந்து ஒரு கேரட்டை எடுத்துக் கொண்டு சிங்க் குழாயில் கழுவத் தொடங்கினாள் வந்தனா..

வெள்ளை வெளேரென மல்லிகையாய் மலர்ந்து வடிந்து கொண்டிருந்த சாதத்தை கரண்டியில் எடுத்து சோதித்து பார்த்து விட்டு, அடுப்புத் துணியால் பிடித்து சோற்றுப் பானையை தூக்கி வடிக்க தொடங்கினாள் மைதிலி.. “பரசு உன்னை அடிச்சாரா.. என்ன..?” வந்தனா காரட்டை கடித்து தின்ன ஆரம்பித்தாள்.. மைதிலியின் கவனம் வடிந்து கொண்டிருந்த உலை வடிநீரில் இருந்தது.. இவள் பரசு என்னை அடித்தால் அதில் இவளுக்கு மிக சந்தோசம் வரும்.. தன்

வெறுப்பை பல்லைக் கடித்து அடக்கிக் கொண்டாள்..

“உன் உதடும், கன்னமும் ஏன் சிவந்திருக்கிறது மைதிலி..?” வந்தனா இப்போது ஆராயும் விதமாக அவளருகே வந்து நின்றிருக்க மைதிலிக்கு உடம்பு பற்றியெரிவது போல் இருந்தது.. கவிழ்த்து பிடித்திருந்த சோற்றுப் பானையை பட்டென திருப்பி நேராக வைத்தவள் தன் கை விரல்களை வந்தனாவின் முகத்திற்கெதிராக சொடுக்கிட்டாள்.. “ஏய் வெளியே போடி..”

“என்னையா சொல்கிறாய்..?” வந்தனா நம்பமுடியாமல் கேட்க.. “உன்னையேதான் வெளியே போ..” “இதை அப்படியே இந்த வீட்டு ஆட்கள் யாராவது ஒருவர் காதுக்கு கொண்டு போனால் என்ன ஆகும் தெரியுமா..?” “எந்த காதுக்கு வேண்டுமானாலும் கொண்டு போ.. என்னிடம் விசாரிக்க வருபவர்களிடம் நீ சற்று நேரம் முன்பு கேட்டாயே.. அந்தக் கேள்வியை சொல்லுவேன்.. நீ இப்படி என்னைக் கேட்டதை சொல்லுவேன்..”

மைதிலியின் அதிரடியில் வந்தனா அதிர்ந்தாள்.. “என்ன மைதிலி ரொம்ப திமிராக பேசுகிறாய்..? இந்த வீட்டில் உன் நிலைமையை மறந்து விட்டாயா..? உன் பேச்சை இங்கே யாரும் நம்பமாட்டார்கள்..” “நம்பும்படி சொல்ல எனக்கு தெரியும்.. புருசன்.. பொண்டாட்டியை வேவு பார்ப்பதை நீ நிறுத்து..”

“ஏய் என்னை என்ன நினைத்தாய்..? இப்படி என் மேல் இல்லாத பழி போட்டு என்னை வீட்டை விட்டு துரத்த நினைக்கிறாயா..?” மைதிலியின் தோள் தொட்டு உலுக்கினாள்.. மைதிலி அவள் கைகளை பிடித்து தள்ள முயல அவள் விடாமல் மைதிலியை தள்ள அந்த இடத்தில் சிறு தள்ளு முள்ளு உண்டானது..

“மைதிலி.. வந்தனா.. என்ன செய்றீங்க ரெண்டு பேரும்..?” அதிர்ச்சியோடு கேட்டபடி வாசலில் நின்-

றிருந்தாள் மகாராணி.. அவள் அருகே கௌரியம்மா.. அவள் கையில் காய்கறி கூடை இருந்தது.. "அத்தை.." விசும்பியடி அவர்களருகே போய் மகாராணி தோளில் சாய்ந்தாள் வந்தனா.. "என்னை இவள் வீட்டை விட்டு போன்னு சொல்றா அத்தை.." அழுகையோடு தன் புகாரை முதலில் பதிந்து விட்டாள்.. "ந்தா சும்மா எதையாச்சும் சொல்லாதே... மைதிலி அந்த மாதிரி பொண்ணு இல்லை.." கௌரியம்மா அதட்டினாள்.. தோள் சாய்ந்திருந்த வந்தனாவின் தலையை வருடியபடி மகாராணி மைதிலியை கண்டனமாய் பார்த்தாள்.

"நன்றாகப் போய் கொண்டிருக்கும் குடும்பத்தை பிரச்சனை பண்ணி பிரிக்கும் வேலையை அந்த வீட்டுப் பெண்கள்தான் பெரும்பாலும் செய்கிறார்கள்.. நம் வீட்டிலும் அது போல் நடக்க நான் அனுமதிக்க மாட்டேன்.. இந்த வீட்டின் ஒவ்வொரு உறவும் எனக்கு முக்கியம்.. யாரையும் யாருக்காகவும் நான் விட்டுக் கொடுக்க மாட்டேன்.. புரிகிறதா..?" மாமியாரின் அதட்டல் தனக்குத்தான் என உணர்ந்த மைதிலி தலைகுனிந்தாள்.. அம்பின் நுனி தன் பக்கமும் திரும்பலாம் என எய்யும் போதே அவளுக்கும் தெரியும்.. இருந்தும் தனது போரிடலை வெளிப்படுத்தாமலிருக்க அவள் விரும்பவில்லை..

"ஏய் உனக்கும் சேர்த்துத்தான் சொல்கிறேன்.. மண்டையில் ஏற்றிக் கொள்.." மகாராணி இப்போது தன் தோளில் கிடந்த வந்தனாவையும் நிமிர்த்தி உலுக்கினாள்.. அவள் மலங்க மலங்க விழித்தாள்.. "வாங்கக்கா இந்த சீயக்காயை காய வைக்கனும்.." கௌரியம்மாவை அழைத்துக் கொண்டு மகாராணி மொட்டை மாடி ஏறிவிட வந்தனா அதிர்ச்சி விலகாமல் அதே இடத்தில் நிற்க, ஏதோ ஓர் மனதிருப்தியுடன் மைதிலி மீண்டும் சோற்றை வடிக்க ஆரம்பித்தாள்..

சுடு ஆவி பறந்து அவள் கைகளை பதம் பார்த்துக் கொண்டிருந்த போதும், அவள் மனம் ஐஸ் போட்ட சர்பத்தாய் குளிர்ந்து மிதந்தது.. அத்தை என்னை புரிந்து கொண்டார்கள்.. திருப்தியாய் உணர்ந்தவளின் மனம் கணவனிடம் தாவியது. இவனைத்தான் புரிந்து கொள்ளவே முடிவதில்லை.. எப்போது எதை நினைப்பானோ.. ஆனால் அவனது ஆசையை மட்டும் நிறைவேற விடக்கூடாது.. நன்றாக தவிக்கட்டும்.. வன்மமாக நினைத்துக் கொண்டவளின் இரவுப் படுக்கை தொடர்ந்து வந்தனாவின் அறையிலேயே இருந்தது..

ஆனால் அவளது கட்டுக்குள் அடங்குகிறவனா அவன்..? எதிர்பார்க்காத ஒன்றை நிகழ்த்துபவன்தானே பரசுராமன்.. இப்போதும் அப்படியே.. எளிதாக அவளிடம் தன் கணவன் உரிமையை நிலைநாட்டினான்.. மைதிலிதான் தயங்கி தடுமாறி தவித்து போனாள்.

# 20

***உலக வரைபடத்திற்குள்ளும்
உன்னைத்தான் தேடுகிறேன்..
சரக்கொன்றை மரங்களையும்
மஞ்சள் வானத்தையும்.. விட்டு
உன்னை மட்டுமே..***

"குடோன் சாவியை எங்கே..?" பின்னால் கேட்ட பரசுராமனின் குரலுக்கு திரும்பாது அம்மியை இழுத்து அரைத்தாள் மைதிலி.. "அது இருக்கும் இடத்தில்தான் இருக்கும்.." "அங்கே இல்லை.." "உங்கள் அத்தை மகளிடம் கேட்டு எடுத்து போங்க.." இன்னமும் மைதிலி திரும்பவில்லை.. தற்போதைய தனது வழக்கம் போல் தங்களுக்கிடையே வந்தனாவை நிறுத்தினாள். "ஏய் அவளைக் காணோம்டி.. நீ வந்து எடுத்துக் கொடு.." அதிகாரம் சுமந்து வந்த அவனின் குரலுக்கு அம்மி மசாலாவை வழித்த அவன் முகத்தில் அப்பலாமா.. எனும் எண்ணம் மைதிலிக்கு வந்தது..

"ஆணியில் மாட்டியிருக்கிற சாவியை பார்த்து எடுக்க முடியாது.. வீட்டு பொம்பளைங்ககிட்ட வாய் மட்டும் ஏழு ஊருக்கு.." முணுமுணுத்தபடி சாவி இருக்கம் இடத்தில் வந்து பார்க்க, அங்கே சாவியை காணவில்லை.. இந்த வந்தனா எங்கே போய் தொலைந்தாள்.. அவர்களது எதிர்வீட்டை சுத்தம்

செய்ய வேண்டுமென கௌரியம்மாவை அழைத்துக் கொண்டிருந்தாள்.. இருவரும் அங்கேதான் போயிருக்க வேண்டும்.. சமையலுக்கு பயந்து அங்கே ஓடிவிட்டிருப்பாள் எரிச்சலுடன் நினைத்தபடி சாவி கீழே விழுந்து விட்டதா.. குனிந்து சோபாவுக்கடியில் பார்த்தாள்..

சீக்கிரம் சாவியை எடுத்துக் கொடுத்து இவனை இங்கிருந்து அனுப்ப வேண்டும்.. பரபரப்போடு நினைத்தாள்.. காரணம் பரசுராமனின் பார்வை.. அவன் உள்ளே வந்ததில் இருந்து நிமிர்ந்து அவனை ஒருமுறை கூட அவள் பார்க்கவில்லை.. ஆனாலும் அவனது உறிஞ்சல் பார்வையை அவளது உடலின் ஒவ்வொரு பாகமும் உணர்ந்து.. என்ன காரணத்திற்கு இப்படி பார்த்து தொலைகிறான்.. தனது உடையை அநிச்சையாக சரி செய்து கொண்டவள் இப்போது சோபாவை விட்டு பிற இடங்களில் தேட ஆரம்பித்தாள்..

“எங்கே வீட்டில் யாரையும் காணோம்..?” “பெரியம்மா மனது கொஞ்சம் மாறட்டும்னு அத்தை அவர்களை கூட்டிட்டு யாரோ உறவினர் வீட்டு விசேசத்திற்கு போயிருக்காங்க.. வந்தனா அவுங்க வீட்டை க்ளீன் பண்ணனும்னு மாம்டாக்காவை கூட்டிக் கொண்டு..” சொல்லிக் கொண்டே போனவள் தன் தனிமையை உணர்ந்து பேச்சை நிறுத்தி உதட்டைக் கடித்தாள்.. சட்டென திரும்பிப் பார்க்க, பரசுராமனை காணவில்லை.. எங்கே போனான்..? விழிகளை பரபரக்க விட்டபோது வாசல் கதவு திறக்கும் சத்தம் கேட்க.. நல்லவேளை வந்தனா வந்து விட்டாள், நிம்மதி மூச்சுடன் திரும்பியவளின் கழுத்தில் சூடான மூச்சுக்காற்று அனலாய் அடித்தது தாகம் கொண்ட சிறுத்தையின் வேகத்துடன் அவள் மிக அருகே நின்றிருந்தான் பரசுராமன்..

“வா..” இருகைகளையும் விரித்தான்.. “ம்ஹீம்..” தலையசைத்து மிரட்சியாய் பின்னால் நகர்ந்தாள்.. “வ்வா..” அழுத்தம் கூடிய குரலுடன் விரிந்த கைகளுடன் அவளை நெருங்கினான்.. “வே.. வேண்டாம், பகல் நேரம், திடீரென யாராவது..” “வரமாட்டார்கள் வா..” அவளது ஒவ்வொரு மறுத்தலுக்கும் அவனது வேகம் கூடியது..

“யா.. யாரோ கதவை திறந்தார்கள்.. இப்போது வருவார்கள்..” “யாருமில்லை.. நான்தான் கதவை பூட்டினேன்..” அடப்பாவி யாரும் இல்லைன்னு சொன்ன அடுத்த நொடியே விழுந்தடித்து ஓடிப் போய் கதவை பூட்டியிருக்கிறான்.. எமகாதகன்.. “நா.. நான் விரதம் இருக்கிறேன்..” மாமியாரை ஏமாற்ற சும்மா தன் கையில் கட்டி வைத்திருந்த மஞ்சள் நோன்பு கயிற்றை உயர்த்திக் காட்டினாள்.. பரசுராமன் அசராமல் கைநீட்டி அவள் கையிலிருந்த நோம்புக் கயிற்றின் முடிச்சை பட்டென உருவி அவிழ்த்தான்.. கயிற்றை கீழே எறிந்தான்..

“விரதமாடி இருக்கிற விரதம்.. வாடி உன்னை..” மீதி வார்த்தையை முடிக்காமல் குனிந்து அவளைக் கைகளில் அள்ளிக் கொண்டான். வளர்ப்பு பூனையை தூக்கும் வாஞ்சையுடன் அவளை அவன் கைகள் மென்மையாக சுமந்திருக்க, அந்த மென்மைக்கு சம்பந்தமில்லாமல் வன்மையாக அவள் கன்னத்தில் பதிந்தன அவன் இதழ்கள்.. ஆப்பிளை கடித்து தின்னும் அணிலின் வேகம் அப்போது அந்த உதடுகளில் இருந்தன.. “ம்ஹீம்.. என்னை விடுங்க..” சிணுங்கலாய் திமிறியவளை வாகாக தன்னோடு அணைத்து இறுக்கிக் கொண்டவன், காலால் உதைத்து அவர்கள் படுக்கையறைக் கதவை திறந்து உள்ளே போய் கதவை தாளிட்டான்.

தாழிட்ட ஓசையில் அதிகம் திமிறியவளை சமாளித்து கொண்டு போய் கட்டிலில் எறிந்தான்.. உடனே எழுந்து கொள்ள போனவளின் தோளை அழுத்திப் பற்றி மீண்டும் சரித்தான்.. “ஏய் சும்மா குதிக்காமல் இருடி.. எத்தனை நாட்கள் ஆயிற்று..?” மோகம் கொப்பளிக்க சூடேறிய தேகத்துடன் அருகே நெருங்கிய கணவனின் தேகக் காய்ச்சல் மைதிலியின் உடம்பிற்கும் பரவ.. ஆமாம் ரொம்ப நாளாச்சில்ல என்று அவள் மனது அவளிடம் நியாயம் கேட்டது.. மைதிலி விழி மூடி சரிந்து தன்னை கணவனின் கைகளில் ஒப்படைத்தாள்..

தொடர்ந்த நிமிடங்கள் இனிமையும், இளமையும் மோகத் தூண்டலும், தாகத் தணிப்புமாய் கணவன் மனைவிக்கு மட்டுமேயான ஏகாந்த பொழுதுகளாய் இருந்தன.. மிஷின் துப்பிய கரும்புச் சக்கையின் அயர்வை தன் உடல் முழுவதும் உணர்ந்த மைதிலி, சிவந்து கிடந்த தன் முகத்தை கணவனுக்கு காட்ட கூசி, இரு கைகளாலும் முகத்தை மூடிக் கொண்டு படுக்கையில் கிடந்தாள்.. திரி கெட்ட நெருப்பாய் எவ்வளவு வேகமாக பரவுகிறான் இவன்.. சீ, கணவனின் முடிந்து போன கூடலின் பின்பும் தகித்துக் கிடந்த தன் தேகத்தில் கூச்சம் பிடுங்கித் தின்ன, இமைகளை இறுகமூடி இருளாக்கி கிடந்தாள்.

அவளருகே உரசியபடி படுத்திருந்தவன் அவள் கூச்சத்தை மதிக்காது அவள் முகத்தை மூடியிருந்த கைகளை வலுக்கட்டாயமாக விலக்கினான்.. உடன் இன்னும் இறுகிக் கொண்ட அவள் இமைகளின் மீது இதழ்களை அழுத்தி பதித்தான்.. “வித்தாரக்கள்ளிடி நீ..” தீராத் தாபத்துடன் குழைந்து ஒலித்த அவன் குரல் மைதிலியின் உடலில் ஏதோதோ ரசாயணங்களை பாய்ச்சி கொதிக்க வைத்தது.. “எமகாதகன்..” ஒலி வெளியே வராமல் இதழ்களை மட்டும் அசைத்-

தாள். அந்த இதழசைப்பை கேட்கும் சாக்கில் அவள் இதழில் தன் காதினை உரசியவன்.. "வசியக்காரி.." என்று அடுத்தொரு முணுமுணுப்புடன் அவள் காதில் தன் இதழுரசினான்..

இவனது வித்தாரக்கள்ளியின் அர்த்தம் வசியக்காரியா.. அப்படி யாரை நான் வசியம் செய்து வைத்திருக்கிறேனாம், கட்டின புருசனையே வசப்படுத்த தெரியவில்லை, எப்போது பார்த்தாலும் அவனது விரைப்பும், முறைப்பும் மனதிலாட மெல்ல விழி திறந்து பார்த்தாள்.. மனோகரமான முறுவலுடன் அவனது முகம் கண்களுக்கு மிக அருகில் தென்பட அதில் இருந்த அழைப்பிற்கு அஞ்சி மீண்டும் கண்களை மூடிக் கொண்டாள்.. சிரிக்கவே மாட்டானே.. இப்போது என்னை ஜெயித்த புன்னகையா இது..?

"ஏய்.. ஏன்டி.. என்னை பாருடி.." கொஞ்சலாய் ஒலித்த கணவனின் குரலில் தேன் துளிகள் விரவ ஆரம்பித்து விட்ட தன் தேக தேவைக்கு பயந்து எழ முயற்சித்தாள்.. "ப்ச் இப்போது எங்கே போகிறாய்..?" அதட்டலாய் அவளைத் தடுத்தான். "விடுங்க யாராவது வந்துடப் போறாங்க.." "முடியாது.. யார் வந்தாலும் கவலை இல்லை.." அவன் அவளை மீண்டும் கட்டிலில் சரிக்க முயன்றான். "அதுதான் உங்கள் தேவையெல்லாம் முடிந்ததே.. இன்னும் என்ன..? தள்ளிப் போங்க.."

"எந்த தேவைடி முடிந்தது..? அது இருக்குது இன்னமும் நிறைய.. வரிசையாக சொல்லட்டுமா..?" என அவன் பேசத் துவங்க மைதிலி அவனது இரண்டொரு வார்த்தைகளிலே காது கூசி சிவக்க அவசரமாக அவன் வாயை பொத்தினாள்.. "சை என்ன பேச்சு இதெல்லாம்..?" "புருசன் பேச்சுடி இது வா.." அவளை சிந்திக்க விடாமல் இறுக்கினான். மைதிலி மெல்ல அவனிடம் அடங்க ஆரம்பித்த போது வாசல்

காலிங்பெல் அலறியது..

உடன் உடல் தடதடவென நடுங்க அவனை விட்டு விலகி நின்றவளை விசித்திரமாக பார்த்தான். "ஏய் நாம் புருசன் பொண்டாட்டி.. இப்படி பயந்து நடுங்க என்ன தப்பு செய்து விட்டோம்..?" பரசுராமனின் முகம் கொஞ்சம் முந்தைய கனிவை இழந்து பழைய கடுமைக்கு மாறியிருந்தது.. மைதிலி மௌனமாக தலைகுனிந்து நிற்க, அவளை முறைத்தபடி அறை வாசலுக்கு போனவன் திரும்பி அவளை பார்த்துவிட்டு நின்றான். "இதோ வர்றேன்.." வாசலுக்கு சத்தமான பதில் ஒன்றை தந்தவன் மீண்டும் அவளருகே வந்தான்.

கலைந்து கிடந்த அவளது உடைகளை ஓரளவு சீர் செய்தவன் அவளை அப்படியே அள்ளிப் போய் பாத்ரூமினுள் விட்டான்.. "வந்தவர்களை நான் சமாளித்து கொள்கிறேன்.. நீ இந்த தப்பு செய்துவிட்ட உணர்வை மாற்றிக் கொண்டு மெல்ல வெளியே வா.." சொல்லிவிட்டு போய்விட்டான். ஐந்தே நிமிடங்களில் தன்னை சரிபண்ணிக் கொண்டு மைதிலி வெளியே வந்தபோது அங்கே கௌரிம்மா இருந்தார்..

அவரது பார்வை அர்த்தத்துடன் அவள் மேல் படிய மைதிலியின் உடல் கூசியது சை.. இவர் என்ன நினைப்பார்..? "அ.. அது குடோன் சாவி எடுக்க வந்தார் மாம்டாக்கா.. சாவியைக் காணோம்னு நாங்க தேடிட்டு இருந்தோம்.." "கண்டுபிடித்து எடுத்தீங்களா இல்லையா..?" இல்லை இவர் கேள்வியில் உள் ரகசியம் எதுவுமில்லை தன்னைத் தானே சமாதானப்படுத்திக் கொண்டாள்.. "ம்.. இ.. இதோ.. இப்போதே.." வேகமாக மீண்டும் சாவியிருக்கும் இடத்திற்கு போனவள் திகைத்தாள்.

அங்கே சுவற்றில் சாய்வாய் மாட்டியிருந்த பிள்ளையார் போட்டோவின் பின்னாலிருந்து குடோன்

சாவியை அவளைப் பார்த்தபடி நிதானமாக எடுத்துக் கொண்டிருந்தான் பரசுராமன்.. பாவி.. சாவியை தூக்கி இங்கே ஒளித்து வைத்துவிட்டு என்னிடம் வந்து வம்பிழுத்து.. மேலே யோசிக்க முடியாமல் முகம் சிவக்க நின்றவளை, சுவாரஸ்யமாக வேடிக்கை பார்த்தான்.. வேண்டாம்.. ஓடிடு.. மைதிலி மிரட்டலாய் அவனைப் பார்க்க, அவன் அவளுக்கு உதடு குவித்துக் காட்டினான். "போடா.." அவள் உதடசைக்க, அவன் போதையேறிய உணர்வுடன் மீண்டும் அவளருகே வர எட்டு எடுத்து வைத்தான்..

"டேய் பரசு கடைக்கு போகலையா..?" அடுப்படியில் இருந்து கௌரிம்மாவின் குரல் உரத்து ஒலிக்க, அவன் சலித்த முகத்துடன் வெளியேறினான். தன் பக்கமே திரும்ப கூச்சப்படும் தலை குனிந்தே வேலை பார்த்துக் கொண்டிருந்த மைதிலியை கனிவாக கவனித்தபடி இருந்த கௌரிம்மா, மெல்ல அவளருகே வந்து கை வருடினார்.. "சாதாரண விரதம் தானேம்மா.. பாதியில் தடைபட்டால் ஒன்றுமில்லை.. இதற்கெல்லாம் ஆத்தா கோவிச்சுக்க மாட்டா.." முதலில் அவர் சொல்வது புரியாமல் விழித்தவள், பின் புரிந்து உடல் முழுவதும் கூச தவிப்பாய் நின்றாள். சே.. இதுபோன்ற இக்கட்டான நேரங்களில் ஒரு பெண்ணிற்கு வரும் தவிப்பை இவன் புரிந்து கொள்ளவில்லையே.. மைதிலியின் மனம் முரண்டியது..

பரசுராமனிடமோ அதுபோன்ற எந்த தவிப்பும் இல்லை.. எனக்கு உரிமையானது, நான் எடுத்துக் கொள்கிறேன் என்று பாவனையில் இருந்தான் அவன். அன்று இரவு உணவு முடிந்ததும் 'உள்ளே வாடி' என படுக்கையறை பக்கம் காட்டிய கண் ஜாடைகளை கவனிக்காதது போல் தவிர்த்து விட்டு வந்தனாவுடனேயே படுத்துக் கொண்டாள் மைதிலி. தோற்றுக் கொண்டிருக்கிறேன் எனத் தெரிந்தும் மீண்டும் மீண்டும்

அவனிடம் தோற்க அவள் விரும்பவில்லை.. இரண்டு நாட்கள் முன்பு அவன் ஆசையை அனுமதிக்கவே கூடாது என தான் எடுத்த முடிவை நினைத்துக் கொண்டாள்.. ஏமாளி.. தோத்தாளி என அவள் மனது பறையடித்து அறிவித்தாலும், அழகாக புன்னகைத்தன அவள் இதழ்கள்.

"தூங்குகிறாயா..? விழித்திருக்கிறாயா..?" அருகில் கேட்ட வந்தனாவின் குரலுக்கு பதில் சொல்ல விரும்-பாது விழியை இறுக மூடிக் கொண்டாள்.. "தூங்கும் போது கூட இளிச்சிட்டே தூங்குவாயா..?" அலுப்போடு கண் திறந்தாள் மைதிலி.. "உனக்கு இப்போது என்ன வேண்டும் வந்தனா..?" "ஏன் கண்ணை மூடிட்டு சிரிக்கிற..? கனவு காண்கிறாயா..?" "ஆமாம்.. என் புருசனை நினைச்சுட்டிருந்தேன்.." வந்தனாவின் முகம் மாறியது..

"நீ நினைச்சுட்டிருந்தாய் சரி.. அவர் உன்னை நினைக்கனுமே.." "நிச்சயம் என்னைத்தான் நினைச்-சிட்டிருப்பார்.." இதில் மைதிலிக்கு சிறிதும் சந்தேக-மில்லை.. அங்கே அவள் கணவன் அவள் நினை-வுகளுடன் உறக்கம் பிடிக்காமல் படுக்கையில் புரண்டு கொண்டிருப்பான் என்பதில் அவளுக்கு மிக நிச்சயமே.. "அவர் மனதில் என்னைத் தவிர இன்னொரு பெண்-ணிற்கு இடம் கிடையாது.." வந்தனாவின் உறுதிக்குரல் வழக்கமாக கொடுக்கும் மனக்கலக்கத்தை இப்போது மைதிலிக்கு தரவில்லை.. "அத்தை மகளை மனதில் வைத்திருப்பதில் தவறில்லை வந்தனா.. ஆனால் அத்தை மகள்களெல்லாம் மனைவி ஆகிவிட மாட்-டார்கள்.."

"அத்தை மகளென்றாலே மனைவிதான்." "அப்படி ஒரு தப்பான எண்ணம் உன் மனதில் இருக்கிறது.. அத்தை மகள் என்பது ஒரு உறவுதான்.. தாலிகட்டிக் கொண்டவள் மட்டும்தான் மனைவி.." "கழுத்தில் தாலி

இருக்கும் திமிரா உனக்கு..? பரசுவும் நானும் ரொம்ப காதலித்தோம் தெரியுமா..? என்னைக் காதலித்து விட்டு உன் கழுத்தில் தாலி கட்டிவிட்டார்.. என்னை ஏமாற்றி விட்டார்..” மனம் தளரக்கூடாது என நினைத்த பிறகும் வந்தனாவின் காதலித்தோம் என்ற பதம் மைதிலியின் மனதை வெகுவாக பாதித்தது..

“அப்படி அவர் உன்னிடம் சொன்னாரா..?” “எப்படி..?” “உன்னைக் காதலிப்பதாக..” “சொன்னால்தானா..? எனக்காக பரசு ஒவ்வொன்றும் பார்த்து பார்த்து செய்வார்.. எனக்கு சேலை, நகை.. இதோ இந்தக் கொலுசு கூட அவர்தான் வாங்கிக் கொடுத்தார்..” தனது கால்களை தூக்கி கொலுசின் ஓசை எழுப்பிக் காட்டினாள்.. இந்தக் கொலுசு விசயம் மீண்டும் மனதை சோர்வுற வைக்க, தன்னை சமாளித்தாள் மைதிலி.. “இதெல்லாம் பரசு மட்டும்தான் செய்தாரா..?” “புரியவில்லை..” “உனக்கு மூன்று மாமன் மகன்கள் வந்தனா.. பரசு மட்டும்தான் இப்படி உனது தேவைகளை கவனித்து செய்தாரா..? கல்யாணமும், ரவியும் எதுவும் செய்ய வில்லையா..?”

“இல்லையே எல்லோரும் என்னை நன்றாகத்தான் கவனித்துக் கொள்வார்கள்.. அவர்கள் மூன்று பேருக்குமே நான் ஸ்பெசல்தான்..” வந்தனாவின் குரலில் பெருமிதம். “ஆமாம் ஒரே ஒரு அத்தை மகள்.. செல்லப்பெண், அவர்களுக்கும் ஆசை இருக்கும்தான்..” தன்னை ஒத்துப் போன மைதிலியை கூர்ந்தாள் வந்தனா.. “என்ன சொல்ல வருகிறாய்..?” “உன்னை நீயே ஏமாற்றிக் கொண்டிருக்கிறாய் என்கிறேன்.. சாதாரணமாக அத்தை மகள் மீது அத்தான்களுக்கு இருக்கும் பாசத்தை நீ தவறாகப் புரிந்து கொண்டிருக்கிறாய்..”

வந்தனாவின் முகம் குழப்பத்தை காட்டத் துவங்க, மைதிலியின் மனம் நிம்மதியானது. “யோசி வந்தனா..”

என சொல்லி அவளின் தூக்கத்தைக் கெடுத்துவிட்டு, தனது தூக்கத்தை நிம்மதியாக ஆரம்பித்தாள் மைதிலி.

# 21

***நீயின்றி தனித்துறங்கும் இரவுகளில்***
***விண்மீன்கள் மட்டுமே***
***அந்த நிலவு எங்கோ..***
***மேகத்திற்குள்ளோ என்னவோ..***

“நீ ஏதேதோ சொல்லி என்னைக் குழப்புகிறாய்..?” அதிகாலையிலேயே எழுந்து வந்த நின்றிருந்த வந்தனாவை புன்னகையுடன் நிமிர்ந்து பார்த்தாள் மைதிலி, கலைந்த தலையும் கசங்கிய நைட்டியுமாக அவள் இப்போதுதான் படுக்கையில் இருந்து எழுந்து வந்திருந்தாள்.. மைதிலி குளித்து முடித்து தலையில் சுற்றிய ஈர துண்டுடன் வாசலில் கோலம் போட்டுக் கொண்டிருந்தாள். வழக்கமாக வந்தனா எழும் நேரம் இதுவல்ல.. ஆண்கள் கடைக்கு கிளம்பி உணவுண்ண மேஜைக்கு வரும் போதுதான் தூங்கி எழுந்து வந்து நிற்பாள் சாப்பிட அமர்ந்திருப்பவர்களுடன் வாயடித்தபடி தானும் சாப்பிட அமர்ந்துவிடுவாள்..

இன்றோ மைதிலி இரவு கொடுத்த அதிர்ச்சி, அவளைத் தூங்க விடாது அலைக்கழித்து இந்த அதிகாலையே இங்கே கொண்டு வந்து நிறுத்தியிருக்கிறது. “ஏய் நான் சொல்லிக் கொண்டே இருக்கிறேன் நீ பாட்டுக்கு கோலம் போட்டுக் கொண்டிருந்தால் என்ன அர்த்தம்..?” மைதிலி கையிலிருந்த கோலபொடி டப்-

பாவை பிடுங்கினாள்.. “உஷ்.. என்ன வந்தனா இது.. காலங்கார்த்தாலே.. என் வேலையைக் கெடுக்காதே.. நீ இந்த வீட்டுப் பெண்.. இப்படி காலை நேரம் இஷ்டப்படி தூங்கி எழுந்து வேலை எதுவும் செய்யாமல் ஜாலியாக இருக்கலாம்.. ஆனால் நான் அப்படி அல்ல.. இந்த வீட்டு மருமகள்.. அதுவும் பொறுப்பான மூத்த மருமகள்.. உன் மாதிரி இப்படி சிணுங்கிக் கொண்டு இருக்க முடியாது தள்ளி நில்லு.. எனக்கு அடுத்தடுத்த வேலைகள் இருக்கிறது..” வீட்டின் பெரிய மனுசியாய் மைதிலி அதட்ட வந்தனா வாயடைத்துப் போனாள்..

இவள் இப்போது என்ன சொல்ல வருகிறாள்..? அவள் யோசித்து முடிக்கும் முன் மைதிலி அங்கிருந்து காணாமல் போயிருந்தாள்.. வந்தனா அவளை தேடி வீட்டினுள் போனாள்.. காபிக்கு டிகாசன் இறக்கிக் கொண்டிருந்தவளை திரும்ப பிடித்தாள். “என்னை விட இந்த வீட்டில் உனக்குத்தான் உரிமை என்கிறாயா..?” “அப்படி நான் சொல்வேனா வந்தனா.. உன் மாமாவும், அத்தான்களம் என்னை அப்படி சொல்ல விடுவார்களா..? நீ இந்த வீட்டு செல்லப் பொண்ணுடா.. உன் அத்தை, மாமா, அத்தான்களுக்கு போல் எனக்கும் கூட நீ இனி செல்லம்தான்..” சொன்னதோடு அவள் கன்னத்தையும் லேசாக கிள்ளினாள்.. வந்தனா ஒரு மாதிரி விழித்தபடி அவளைப் பார்த்தாள்.

“உனக்கு காபியா பால் ஆற்றவா வந்தனா..?” குரலைக் குழைத்து தாயின் பரிவுடன் மைதிலி கேட்க, வந்தனா சீறினாள். “நான் ஒன்றும் குழந்தை இல்லை..” “ஆனால் குழந்தைக்குத்தான் இது போல் ஜால்ரா கொலுசெல்லாம் வாங்கித் தருவார்கள் தெரியுமா..?” அஞ்சனாவிற்கு அந்தக் கணம் தன் காலில் இருந்த சலங்கை கொலுசு பிடிக்காமல் போனது.. சுழட்டி வைத்து விடலாமா.. யோசிக்க ஆரம்பித்தாள்..

“மைதிலி காபி ரெடியா..?” மகாராணியின் குரலுக்கு, “தோ வந்துட்டேன் அத்தை..” பதிலளித்துவிட்டு காபியை ப்ளாஸ்கில் ஊற்றினாள்.. “ஏய் எனக்கு பதில் சொல்லிவிட்டு போ.. நீ ஏன் நேற்றிலிருந்து ஒரு மாதிரி பேசிக் கொண்டிருக்கிறாய்..?” “வந்தனா குடோனுக்கு லோட் வந்து இறங்கிட்டு இருக்கு.. மாமா, அத்தான்களெல்லாம் அங்கேதான் இருக்காங்க.. அவுங்க எல்லாருக்கும் காபி கொடுக்கத்தான் போய் கொண்டிருக்கிறேன்.. ஸ்கூல் போகிற குழந்தை மாதிரி என் வேலையைக் கெடுக்க கூடாது..” மைதிலியின் உவமானத்தில் வாய் மூடிக்கொண்டு ஒதுங்கி விட்டாள் வந்தனா, முகம் முழுவதும் நிறைந்து ஒளிவிட்ட மத்தாப்புடன் ப்ளாஸ்க், தம்ளர்களுடன் வீட்டின் பின்புறம் வந்தாள் மைதிலி.

அவர்கள் வீட்டின் பின்புறம்தான் மளிகைக் கடைக்கு தேவையான தானியங்களை மொத்தமாக வாங்கி இறக்கி வைக்கும் குடோன் இருந்தது.. மாதம் ஒருமுறை அரிசி, பருப்பு, கம்பு, கோதுமை போன்ற தானிய வகைகளை மொத்தமாக அருகில் இருக்கும் கிராமங்களில் இருந்து கொள்முதல் செய்து அடுக்கி வைத்துக் கொள்வார்கள்.. அந்தக் குடோனின் பின் வாசல் ரைஸ்மில்லில் ஆரம்பிக்கும் அந்த ரைஸ்மில்லின் வாசல் அடுத்த தெருவில் இருக்கும்.. கிராமத்து விவசாயிகளிடம் இருந்து நெல் மூட்டைகளை மொத்தமாக வாங்கி அதனை அவர்கள் ரைஸ்மில்லியே அரைத்து தீட்டி அரிசியாக்கி “மகாராணி..” என்ற பெயரில் ஒரு அரிசி பிராண்ட் வெளியிட்டுக் கொண்டிருந்தார்கள்..

கிட்டதட்ட தமிழ்நாடு முழுவதுமே அந்த பிராண்ட் அரிசி மிக நல்ல பெயருடன் சந்தையில் இருக்கிறது.. இன்று மொத்தமாக தானிய மூட்டைகள் வந்து இறங்கிக் கொண்டிருக்க, அதனை இறக்கி அடுக்கியபடி,

மேற்பார்வையிட்டபடி ஆண்கள் நால்வரும் பின்னால் இருந்தனர்.. "காபி எடுத்துக்கோங்க மாமா..." பெரிய மரநாற்காலியில் அமர்ந்தபடி இறங்கிக் கொண்டிருந்த மூட்டைகளை கவனித்துக் கொண்டிருந்த அருணாச்சலத்திற்கு காபி கொடுத்தாள் மைதிலி..

"பசங்க உள்ளே நிற்கிறாங்க.. அவுங்களுக்கும் கொடும்மா.." காபியை வாங்கிக் கொண்டார்.. "கல்யாண் கொழுந்தன் காபி இந்தாங்க.." அடுக்கிய மூட்டைகளை எண்ணி எழுதிக் கொண்டிருந்த கல்யாண சுந்தரத்திற்கு கொடுத்தவளின் கண்கள் அங்குமிங்கும் குடோனிற்குள் அலை பாய்ந்தன.. "என்னையா தேடுறீங்க..? நான் இங்கே இருக்கேன்.." குரல் கொடுத்தபடி அடுக்கி வைத்திருந்த நெல் மூட்டைகளின் மேலிருந்து குதித்தான் ரவீந்தர்.. அவன் குதித்த வேகத்தில் இரண்டடி பின்னால் நகர்ந்த மைதிலி.. "என்ன கொழுந்தனரே அவ்வளவு உயரத்திலிருந்து இப்படி பட்டுன்னு குதிக்கிறீங்களே.. கால் பிசகிடுச்சின்னா..?" கரிசனம் காட்டிய அவள் குரலுக்கு இணையாக கண்கள் ரவியின் மீதில்லை இன்னமும் பட்டாம்பூச்சியாய் அலைந்து கொண்டிருந்தது..

"அக்கறைக்கு நன்றி அண்ணியாரே.. ஆனாலும் அலாதி அக்கறை உங்களுக்கு.. இப்போ நெல் மூட்டைங்களை எண்ணுறீங்க போல.." "அது எதுக்கு எனக்கு..?" "பிறகு என்ன வேணும் உங்களுக்கு..?" மைதிலி இப்போதுதான் ரவீந்தரின் கேலியை உணர்ந்தாள்.. இவன் ஒருத்தன் இப்படித்தான் எல்லாத்தையும் கவனித்து கேலி பண்ணிட்டே இருப்பான்.. இதுக்குத்தான் இவன் கூட ரொம்ப பேச்சு வச்சிக்கிறது கிடையாது.. செல்லமாக அவனை முறைத்தாள்.. "சரி.. சரி.. முறைக்காதீங்க.. உங்க ஆளு நாலாவது வரிசைக்கு பின்னாடி மூட்டைகளை ஏத்தி அடுக்கிட்டு இருக்கிறாரு.. போங்க.." தலையசைத்து வேகமாக நகர

முயன்றவளின் முன் கை நீட்டி தடுத்தான்.

“அம்மா.. தாயே எனக்கு ஒரு கப் காபி தரமுடியுமா..?” மைதிலி நாக்கைக் கடித்தாள்.. ஐயையோ இவனை மறந்துட்டேனே.. போச்சு இதை வைத்தே என்ன ஓட்டுவான்.. முகம் செவேலென சிவந்துவிட, அவசரமாக காபியை ஊற்றி அவன் கையில் கொடுத்து விட்டு உள்ளே ஓடினாள்.. “கல்யாண் அண்ணா நம்மளை ஓடி ஓடி கவனிக்க இந்த வீட்டில் ஆள் இல்லாமல் போய் விட்டது பார்த்தாயா..?” சோகமாக அண்ணனை தன் கட்சிக்கு இழுத்தான் ரவீந்தர்.. “டேய் பேசாமல் காபியை குடிடா..” கல்யாணசுந்தரம் அதட்டினான்.. இருவரும் நெல் மூட்டைகளின் மேல் அமர்ந்தபடி காபியை குடிக்க ஆரம்பித்தனர்.

தாமரையின் மலர்தலும், செம்பருத்தியின் வண்ணமுமாக கையில் காபியோடு வந்த மனைவியை யோசனையோடு பார்த்தான் பரசுராமன்.. கத்திரிப் பூ வர்ண புடவை அவள் உடலோடு ஒட்டி படிந்து அசையும் சிற்பமாக அவளைக் காட்ட, வந்தனாவிடம் பெற்ற வெற்றியால் மலர்ந்த முகம் ரவீந்தரின் கேலியில் சிவந்து விகசிக்க அந்த குடோனின் மேலே மட்டுமே உயரமாக அமைந்திருந்த சில சன்னல்கள் வழியாக வந்த சிக்கன வெளிச்சத்தில் தேவதையாக தெரிந்தாள் அவள். கையும், காலும் பரபரக்க ஆரம்பித்து பரசுராமனுக்கு.. கண்களை சுழற்றி அருகே யாரும் இல்லாததை உறுதி செய்தான்.. நடனமிடும் மயூரியாய் வந்து கொண்டிருந்த மனைவியை கொத்தித் தூக்கிப் போகும் வல்லூறாய் பார்த்திருந்தான்.. லேசாக நிமிர்ந்து கணவனைப் பார்த்த மைதிலி அவனது கொத்தல் பார்வையில் மேலும் முகம் சிவந்தாள்.

இவனுக்கு நேரம் காலமே கிடையாது.. எப்போது பார்த்தாலும் இப்படியே பார்த்துக் கொண்டு.. இப்போது

காபியை கொடுக்க அவன் பக்கத்தில் போகத்தான் வேண்டுமா என்ற சந்தேகம் அவளுக்கு வந்துவிட, அவளது பாத எட்டுக்கள் மிகவும் தாமதமாக தொடங்கின.. "என்னடி மயில் மாதிரி ஆடி அசைஞ்சு வந்துட்டு இருக்கிற.. சீக்கிரம் வாடி.." கைகளை கட்டியபடி நெல் மூட்டைகள் மேல் சாய்ந்து நின்று கொண்டு அவளை அழைத்தான். அந்த அழைப்பே ஏதோ ஒரு திகிலும், இன்பமும் கலந்து மைதிலியினுள் இறங்கியது.. பரசுராமன் நெல் மூட்டைகளை குத்தி முதுகில் தூக்க இடுப்பில் சொருகி வைத்திருந்த இரும்புக் கொக்கியை எடுத்து கீழே வைத்தான்..

அந்தக் கொக்கியை வைத்து அவன் சற்று முன் அநாயசமாக மூட்டைகளை முதுகில் ஏற்றி அடுக்கியதை பார்த்தபடிதான் வந்திருந்தாள். சிக்ஸ்ஸோ.. எய்ட்டோ உருண்டு திரண்டு நிமிர்ந்து நின்ற கணவனின் உடலில் பதிந்தது அவள் பார்வை.. இது அயராத உழைப்பு தந்த ஆரோக்கியமான உடல்.. கூலிக்கென ஆயிரம் பேரை வைத்துக் கொள்ளும் வசதியிருந்த போது, தன் திருப்திக்காக தாமே இறங்கி உழைக்கும் புகுந்த வீட்டினரை நினைத்து பெருமிதம் உண்டானது அவளுக்கு.. இந்த இடையறாத உழைப்புதான் இந்த உயர்நிலையை அவர்களுக்கு கொடுத்து இருக்கிறது.. மைதிலியின் தந்தை சிவராமனைக் கவர்ந்ததும் இந்தக் குடும்பத்தினரின் சலித்துக் கொள்ளாத உழைப்புதான்..

கட்டான உடலுடன் திமிறி நிற்கும் கணவனின் அழைப்பு பார்வையில் அடி மனம் தண்டனிட, மைதிலியின் காலெட்டுக்கள் மிக மென்மையாக, பொறுமையாக இருந்தன.. "என்னடி அன்ன நடை.. நம்ம முதலிரவில் கூட இப்படி நடந்து வரலை நீ.." அவனை அடைய இன்னமும் சிறிது தூரம் இருக்கும் போதே, பொறுமை இழந்து இரு கைகளையும் நீட்டி.. அவள்

இடை பற்றி தன்னருகே இழுத்தான் பரசுராமன்.. வேக இழுவையில் தொம்மென அவன் உடலோடு மோதியவளின் மனதில் சிறு நெருடல்.. அவன் நினைவூட்டிய முதலிரவினால், கொஞ்சமும் அவளை யோசிக்க விடாமல், என்ன ஏதென்ற பரிதவிப்பில் அவள் இருக்கும் போதே, அவளுடன் அவனுடைய முரட்டுக் கூடல்..

அன்று நைந்த மைதிலியின் கன்னி மனதும், உடலும் இன்னமும் கூட தேறவில்லை.. இதோ.. இப்போது கூட.. மைதிலி அவனிடமிருந்து விலக பிரம்ம பிரயத்தனம் செய்து கொண்டிருந்தாள்.. இடை பற்றி இழுத்த கையோடு, அவள் இதழ்களையும் பற்றியிருந்தான் அவள் கணவன்.. ஆழ்ந்த அவனது ஆளுமையிலிருந்து மீள முடியாமல் தடுமாறிக் கொண்டிருந்தாள் மைதிலி.. எப்போதும் போல் அவனாகவேதான் அவளை விட வேண்டியிருந்தது..

“இரண்டு நிமிசம் அமைதியாக இருக்க முடியாதாடி உனக்கு..?” அவளது திமிறலுக்கு எரிச்சல் காட்டினான்.. மைதிலிக்கும் எரிச்சல் வந்தது.. என்ன அடாவடித்தனம்..? இவன் நினைத்த போது நினைத்த இடத்தில் இவனது உடல் பலத்தை காட்டுவதற்கு நான் ஒத்துப் போக வேண்டுமா..? “ஏய் என்னடி முறைப்பு..?” இரண்டு விரலால் அவள் கன்னத்தில் சுண்டினான்.. சட்டென கன்னம் சுண்டிய அவன் விரல்களை பிடித்தாள்.. பின்னால் திருப்பி வளைக்க முயன்றாள்.. “ஏய் என்னடி பண்ற..?” பரசுராமனின் கண்கள் மின்னின.. குரலில் முகத்தில் சுவாரஸ்யம் இருந்தது..

தன் விரல்களை அவள் கையில் ஒப்புக் கொடுத்திருந்தான். “அதென்ன எப்போது பார்த்தாலும் கிள்ளுவதும், சுண்டுவதும், இழுப்பதும்.. உங்களுக்கு விளையாட்டு பொம்மையா நான்..?” முயன்று அவன் விரல்-

களை பின்னால் மடக்க முயன்றபடி கேட்டாள்.. மெலிதாய் சீட்டியடித்தான் அவன். “ஆமாம்டி அப்படியே கொலு பொம்மை மாதிரிதான் இருக்கிறாய்.. இந்த பொம்மை மட்டும் என் இஷ்டப்படி ஆடினால் எப்படி இருக்கும்..?” பேராசையாய் ஒலித்த குரலுடன் கைநீட்டி அவள் இடை பற்றி நெரிந்தான்..

“என் விரலை என்னடி பண்ற..?” அவன் கேட்டதும் தான் பின்னால் மடக்க முயன்று முடியாமல் அவன் விரல்களை வருடியபடி நின்றிருப்பதை உணர்ந்த மைதிலி வேகமாக தன் பிடியை விட அந்தக் கையாலும் அவளை இழுத்து தன்னோடு இறுக்கியவன்.. “தஞ்சாவூர் தலையாட்டி பொம்மை மாதிரி நான் சொல்வதற்கெல்லாம் கட்டுப்படனும், கேட்பதற்கெல்லாம் தலையாட்டனும்.. மூஞ்சியை திருப்பாமல், இங்கே இப்படி என் முகம் பார்த்து..” திரும்ப முயன்ற அவள் கன்னத்தை அழுத்தி பற்றி தன் முகம் பார்க்க வைத்தபடி அவன் தொடர்ந்து பேசிய தேவைகள் மைதிலியின் உடற் குருதிக்குள் தீ சேர்த்து ஓட வைத்தன..

“சை.. அசிங்கம் பிடித்த ஆள் நீங்க..?” கூச்சமும், கோபமுமாய் அவனைத் தள்ளினாள்.. “உங்களுக்கு என்னைப் பார்த்தாலே இது மட்டும்தான் தோணுமா..?” “அப்படித்தான்டி தோணுது.. நீ இப்படி வடிவாக.. அளவாக.. அழகாக.. இருந்தால் வேறு என்னடி நினைக்க சொல்ற..? எப்போதும் உன்னை மட்டும்தான் நினைக்கிறேன்..” மோகம் கொப்பளிக்க தொடங்கி விட்டது அவன் முகம்.. அவளை இழுத்து மூட்டைகளின் மேல் சரித்தவன், மேலே படர்ந்து இதழ்களை மூடினான்.. நண்டொன்னு உடம்பில் ஊறும் அவஸ்தையுடன் விழி மூடி அவனைப் பொறுத்திருந்தவள், கைகளை அவன் முதுகில் பரப்பி மேலேற்றி அவள் பின் தலை முடியை கொத்தாக பற்றி அவன் முகத்தை

தன்னிடமிருந்து பிரித்தாள். “ஹேய் ரொம்ப தைரியம்டி உனக்கு..” அவள் கைகளுக்குள் சிக்கிக் கிடந்த தன் தலைமுடியோடு ஆச்சரியமாக அவளைப் பார்த்தான். “பட்டப்பகல்ல நாலு பேர் பார்த்துடலாங்கிற இடத்-தில வைத்துக் கொண்டு, என்னதிது..ம்..?” அவன் முடி பிடித்து உலுக்க, அதிர்ந்து விலகுவானென்றோ, வெகுண்டு அறைவானென்றோ எதிர்பார்த்தற்கு மாறாக, திராட்சை ரசமுண்ட போதை கொண்டன அவன் விழிகள்.

“மைனாக்குஞ்சு மாதிரி இருந்துட்டு பருந்துகிட்-டேயே உன் வீரத்தை காட்டுறியா..?” கோபமாய் கேட்-கவேண்டிய கேள்வி குழந்தை கொஞ்சலாய் வெளிப்பட மைதிலி திகைத்தாள்.. இவனை என்ன செய்ய..? சட்டென அவனது சிறு நெகிழ்வில் அவனிடமிருந்து விலகி மூட்டை மேலிருந்து சறுக்கி நகர்ந்து தள்ளிப் போய் நின்றாள். “ஏய்..” வேகத்துடன் கை வீசி வர முயன்றவனை உதட்டில் விரல் வைத்து “உஷ்..” என விழியுருட்டினாள். “சுத்தி ஆட்கள் இருக்காங்க வேலையை பாருங்க..” “ஏய் ஒழுங்காக வந்துருடி..”

“முடியாது.. போடா..” சன்னக்குரலில் அவள் உரைத்த.. “டா..” மேலும் அவன் விழி மின்ன வைக்க, அவன் எடுத்து வைத்த வேக எட்டுக்களை எதிர்பார்த்து சிட்டுக்குருவியாய் பறந்து விட்டாள் மைதிலி..

# 22

***வெட்டப்படுதல் சூதாட்ட நியதி***
***வெட்டுப்படுதலும் எனக்கு நியதிதான்***
***தேய்த்துருட்டி தாயமிட்டு***
***நீ கட்டை உருட்டும் போது மட்டும்..***

“தக்காளித் தொக்கும், காலிபிளவர் ரோஸ்டும் செய்துடும்மா..” மகாராணியின் சொல்லுக்கு தலையாட்டியபடி தன் முதுகை தட்டி விட்டுக் கொண்டாள் மைதிலி.. “இன்னைக்கு முள்ளு முறுக்கு செஞ்சு தாங்க கௌரிம்மா..” வந்தனா கோரிக்கை வைத்துக் கொண்டிருந்தாள்.. “ஆமாம் அப்படியே ஓமப்பொடியும் சேர்த்து செய்து கொடுங்க..” மைதிலி கிண்டல் செய்ய வந்தனா முறைத்தாள்.. “எனக்குரியதை நான் சொல்லிக் கொள்வேன்.. நீ வாயை மூடு..” “குட்டிப் பிள்ளைக்கு தேவையானதை வீட்டுப் பெரியவங்கதான் சொல்லனும் வந்தனா..” அவளைக் கடுப்பேற்றியபடி தன் கையை பின்னால் நீட்டி முதுகை தேய்த்தாள் மைதிலி..

“ஏய் யாருடி குட்டிப்பிள்ளை..?” “அட வந்தனாக்குட்டி உனக்கு ஓமப்பொடியோடு, பூந்தியும் பிடிக்குமேடா.. அது எப்படி நம்ம மைதிலிக்கு தெரிந்தது..? எப்பவுமே இவளுக்கு இது ரெண்டும்தான் பிடிச்ச பலகாரம்..” கௌரிம்மா ஆச்சரியப்பட்டார்.. “இதுல

ஆச்சரியப்பட என்ன இருக்குது கௌரிம்மா.. பல் மொளைக்காத பப்பாக்கள் தின்கிற தின்பண்டங்கள் ஓமப்பொடியும், பூந்தியும், நம்ம வந்தனாவும் அதையே கேட்கிறாள்..” “யாரைடி பப்பா என்கிறாய்..?” வந்தனா சுவற்றில் மாட்டி வைத்திருந்த சொளவை தூக்கிக் கொண்டு மைதிலியை அடிக்க வர, கௌரிம்மா அவளை பிடித்திழுத்தார்.. “சின்னப் புள்ளைங்கிறது சரியாத்தானே இருக்குது.. பேசாமல் உட்காரும்மா..” கௌரிம்மாவின் அதட்டலில் வந்தனாவிற்கு அழுகையே வரும் போல் ஆகிவிட்டது

இவர்கள் அவளுக்கு தொட்டில் கட்டாமல் விட மாட்டார்கள் போலவே.. கோபமாய் மைதிலியை பார்க்க, அவள் தன் முதுகை சொறிந்து கொண்டிருந்தாள்.. “செந்தட்டி தேய்ச்சு குளிச்சியா..? இந்த ராவு ராவுற..?” நக்கலாக கேட்டாள்.. “என்னம்மா தவுட்டு மூட்டை மேலே சாய்ந்து விட்டாயா..?” கௌரிம்மா கேட்டகவும்தான் மைதிலிக்கு உரைத்தது.. “எதிலேயோ போய் முதுகை தேய்ச்சிட்டு வந்து நிக்கிறாங்க.. இந்த வீட்டின் மகா பெரிய மனுசி, கண்ணைப் பிடதியில் வைத்திருப்பாள் போல..” வந்தனா வெளிப்படையாய் அவளைத் தாக்க, கௌரிம்மா அவள் தலையில் வலிக்காமல் கொட்டினாள்..

“சும்மா இருடி, சரிக்கு சரி வாயாடிட்டு.. மைதிலி ஏதோ முதுகு அரிக்குதுங்கிறா பரசு.. என்னன்னு பாரு.. என் கண் பார்வைக்கு ஒண்ணும் தெரிய மாட்டேங்குது..” கௌரிம்மா சொல்லவும் பரசுராமன் சந்தோசமாக மைதிலி அருகில் வந்தான். “எங்கே அரிக்கிறது..? என்ன செய்தாய்..? எங்கே போய் சாய்ந்தாய்..?” அறியாப்பிள்ளையாய் முகத்தை வைத்துக் கொண்டு வந்தான். அவள் முதுகு அழுக்கை தட்டிவிட வருபவன் போல் அவனைப் பார்த்தால் தெரியவில்லை.. “சரியாயிருச்சு.. இப்போ ஒன்றுமில்லை..”

பின்னடைந்தவளை வலுக்கட்டாயமாக இழுத்து திருப்பி முதுகை ஆராய்ந்தான்.

"ஏதோ அலர்ஜியா..?" அவன் கை விரல்கள் அவள் முதுகினை சோதிக்க மைதிலியின் உடல் கொதிகலன் ஆனது. "கையை எடுங்க.." கடித்த பற்களிடையே அவள் வார்த்தைகளை துப்ப, அவன் கைகளின் அழுத்தம் அதிகரித்தது.. "காலையில் குடோனிற்குள் வந்தாயில்லையா..? அப்போது எதன் மீதாவது சாய்ந்திருப்பாய்.. போ போய் டிரஸ்ஸ மாற்று.. இல்லை குளித்து விடு போ..." பரவலான முதுகு வருடல் ஒன்றுடன் அடுப்பு குமிழை திருகி அணைத்தவன் அவளை அடுப்படிக்கு வெளியே திருப்பிவிட்டான்.. ஆளை விடுடா சாமி என மைதிலி அவன் கைபிடியிலிருந்து நழுவி ஓடிவிட்டாள்.. கௌரிம்மா இவர்களை கண்டும், காணாதவர் போல் குனிந்திருக்க, வந்தனாவின் கண்கள் கணவன்.. மனைவி அந்நியோன்யத்தை கண்ணி வைத்தபடி இருந்தது..

மைதிலி உடை மாற்றி வந்த போது.. "எனக்கு கொஞ்சம் சாமான்கள் வாங்கனும் பரசு.. உங்க கூடவே வர்றேனே.." என பரசுராமனின் பின்புறம் பைக்கில் ஏறி அமர்ந்து கொண்டிருந்தாள் வந்தனா.. "பத்திரமாக பிடித்து உட்கார்..." என்ற எச்சரிக்கையுடன் பரசுராமன் வண்டியை எடுக்க வந்தனா மைதிலியை பார்த்த பார்வையில் எகத்தாளம் இருந்தது.. இல்லை தவறாக எதுவும் நினைக்க கூடாது, அவள் இவர்களுக்கு உறவால் அத்தை மகள் என்றாலும், கூடப் பிறந்தவள் போல் ஒன்றாக ஒரே வீட்டில் வளர்ந்தவள்.. இவர்களுக்கிடையே உடன் பிறந்தோர் ஒட்டுதல்தான் மைதிலி மீண்டும் மீண்டும் தனக்குள் சொல்லிக் கொண்டாள். ஆனால் இவர்கள் இருவருக்கும் முன்பு மணம் முடிக்க பேசினார்களே.. என்ற நெருஞ்சி மைதிலியின் மனதை

குத்தியபடியே இருந்தது..

அப்போது அந்த புது உறவு இங்கு அனைவருக்கும், ஏன் அவள் கணவனுக்குமே ஏற்புடையதாகத்தானே இருந்திருக்கிறது.. அந்த திருமண பேச்சை அப்போது அவன் தடுக்கவில்லையே.. எப்போதும் மைதிலியின் மனதை அறுக்கும் ரம்பம்தான் இது.. இப்போதும் அவளை அறுத்துக் கொண்டிருந்தது.. முன்பு எப்ப-டியோ, இப்போது அவள் கணவன் மனதில் வந்தனா இல்லை.. அதனை உறுதியாக சொல்ல அவளால் முடியும், ஏதோ ஓர் வகை திருப்தியில் மனம் நிறைய மைதிலி தன்னைத் தானே அமைதிப்படுத்தியபடி வேலைகளில் ஆழ்ந்தாள்.. கொஞ்சம் கொஞ்சமாக மனம் அமைதியுற ஆரம்பித்த போது, காலிங்பெல் ஒலித்தது..

அந்த வந்தனாதான் வந்திருப்பாள்.. இப்போது அவளது இரட்டை நாக்கு எந்த விசயத்தை உமிழப் போகிறதோ.. வேண்டா வெறுப்போடு போய் கதவைத் திறந்த மைதிலியின் முகம் சூரியப் பிரகாசமானது.. “சுமதி, சௌமியா வாங்கடி வாங்க.. என்னைப் பார்க்க வரணும்னு இப்பவாவது உங்களுக்கு தோணியதே..” சிறிது நாட்கள் கழித்து பார்த்த தோழிகளை உற்-சாகமாக வரவேற்றாள்.. அவர்களுக்கும் சந்தோசமே, தோழியை அணைத்து தங்கள் சந்தோசத்தைப் பகிர்ந்து கொண்டனர்.. மகாராணி வந்து எட்டிப் பார்த்து விட்டு தோழிகள் என்றதும் தலையசைத்து போனாள்..

“ஏய் உன் மாமியார் ஏதாவது சொல்லுவாங்க-ளாடி..?” கிசுகிசுப்பாய் சுமதி கேட்க, “சீச்சீ அதெல்-லாம் இல்லடி.. அவுங்க ரொம்ப நல்லவங்க.. நீங்க உட்காருங்க.. ஜூஸ் எடுத்துட்டு வர்றேன்..” தோழி-களை அமர வைத்து விட்டு ப்ரிட்ஜை திறந்து ஜூஸ் எடுத்துப் போய் கொடுத்தாள்.. ஆவலோடு அருகருகே அமர்ந்து தோழிகள் பேச ஆரம்பித்தனர்.. “மேல் படிப்-

பிற்கு சென்னை போகப் போறேன்டி.. அதற்கு முன் உன்னைப் பார்த்துவிட்டு போவோம்னு வந்தேன்.."

சுமதி தோழியின் கையை பற்றிக் கொண்டாள். "ஹேய் என்னடி திடீர்னு இப்படி ஒரு முடிவு..? உங்க அம்மா மடியை விட்டு இறங்க மாட்டாயே நீ.. இப்போது ஹாஸ்டலில் போய் எப்படி இருப்பாய்..?" "ஆமாம் எத்தனை நாளைக்கு அம்மா மடியிலேயே இருக்க முடியும்..? நீ கூட அப்படித்தான் இருந்தாய்.. இப்போது பார் உன்னை வேரோடு பிடுங்கி இங்கே கொண்டு வந்து போட்டு விட்டு போய்விட்டார்கள்.. நாளை எனக்கும் இதே கதிதானே.. அதற்கு முன் கொஞ்சம் கொஞ்சமாக என் குடும்பத்தின் பிரிவிற்கு பழகிக் கொள்கிறேன்.." தோழியின் நியாய விளக்கம் மைதிலியின் மனதில் பாரமாக ஏறி அமர்ந்தது..

உண்மைதானே இருபது இருத்தைந்து வருடங்கள் உடன் வைத்து போற்றி பாதுகாத்து வளர்த்த மனுசியை எவ்வளவு எளிதாக தூக்கி இன்னொரு வீட்டிற்கு கொடுத்து விடுகிறார்கள்..? மைதலிக்கு கண்கள் கலங்கி கண்ணீர் வரும் போலிருந்தது. "அடியேய் போதும்டி உங்க ஸ்டுப்பிட் சென்டிமென்ட்.. உங்களைப் போல் நம் அம்மாவும், பாட்டியும் நினைத்திருந்தால், நாமே இருந்திருக்க மாட்டோம்.. தேவையில்லாத ஏக்கங்களை விட்டு நிகழ்வுக்கு வாங்க.." சௌமியா இருவரையும் அதட்டினாள். "வெளியூர் படிக்க போவதால், சுமதி என்னைப் பார்க்க வந்தாள்.. நீ எதற்காகடி வந்தாய்..?" மைதிலி தன் மனபாரம் குறைக்க தோழியின் பக்கம் கவனத்தை திருப்பினாள்.. "ம்ஹூம் நான் வந்த விசயமே வேற.." பெருமூச்சு விட்ட சௌமியாவின் விழிகள் ஏக்கமாக அந்த ஹாலை வலம் வந்தன.. "ம்.. புரிஞ்சு போச்சுடி புரிஞ்சு போச்சு.. ஏன்டி இப்படி அலையுற..?" மைதிலியின் முகத்தில் குறுஞ்சிரிப்பு பரவியது..

“போனில் ஒரே ஒரு வார்த்தைதான்டி சொன்னேன்.. மைதிலியை போய் பார்த்து விட்டு வரலாமான்னு யோசிக்கிறேன்னு.. உடனே இவள் என் வீட்டில் ஆஜர்.. சாப்பிட்டுக் கொண்டிருந்தவளை பாதி சாப்பாட்டில் எழுப்பி, கை கூட கழுவ விடாமல் ஸ்கூட்டியில் ஏற்றி இங்கே கூட்டி வந்து..” “பொய்டி மைதிலி.. இவள் மூன்றாவது தடவையாக மோருக்கு சாதம் வைக்கலாமான்னு யோசிச்சிட்டு இருந்தாள்.. இப்படி தின்னால் உடம்பு என்னாகும்கிற நல்ல எண்ணத்தில்தான் இவளை எழுப்பி, கை கழுவின பிறகுதான்டி ஸ்கூட்டி எடுக்க சொன்னேன்..” பதிலுக்கு பதில் பேசினாலும் தங்கள் அலைப்புறுதலை மாற்றிக் கொள்ளவில்லை சௌமியாவின் விழிகள்..

“ஏய் சௌமி நல்லா வசனமாக பேசுறியே தவிர மூளை வேலை செய்யலையேடி உனக்கு.. இந்தப் பட்டப் பகல்ல ஆம்பளைங்க வீட்லயா இருப்பாங்க..” மைதிலி பூடகமாக கேட்டாள்.. “அது தெரியாதாடி எனக்கு.. வர்ற வழியில் ஸ்கூட்டியை உங்க கடை வாசலில் நிறுத்தி, சீரகம் வேணும்னு சாக்கு சொல்லி உங்க கடைக்குள்ளும் நுழைந்து பார்த்துட்டேன்டி.. ம்ஹீம்.. பிரயோஜனமில்லை.. வீட்டுக்கு கால் கிலோ சீரகம் வாங்கினதுதான் மிச்சம்..” சௌமியா விட்டால் வயலின் எடுத்து காதல் சோக ட்யூன் ஒன்று வாசிக்கும் மனநிலையில் இருந்தாள்.

“ஓ.. ரவி கொழுந்தன் கடையில் இல்லையா..? ஏதாவது பர்சேஸ் வேலையாக வெளியே போயிருப்பார்..” “அட என்னடி கொழுந்தன் அவர்.. இவர்னு ஏக மரியாதை அவனுக்கு..” “எனக்கு அந்த உறவுதானே.. அப்படித்தானே கூப்பிட்டாக வேண்டும்..” மைதிலி புன்னகைத்தாள்.. “ம்.. பாரேன் மூன்று வருட நட்பு.. மூன்றே மாதங்களில் உறவாக மாறி ‘ர்’ மரியாதையில் வந்து நிற்கிறது.. அந்த நட்பில் இருந்த

உயிர்ப்பு இந்த உறவில் இருக்கிறதாடி..?'' சுமதி எரிச்சலாக கேட்க, அதற்கும் மைதிலியின் பதில் புன்னகைதான்..

“இவ ஒருத்தி நட்பு, உறவுன்னு எப்போ பாரு இடியாப்பம் பிழிஞ்சிகிக்கிட்டு.. ஏன்டி நட்போ.. உறவோ நம்ம மனதுக்கு பிடித்தவங்க நம் பக்கத்தில் இருந்தால் அது போதாதா..? இதற்கு ஏன் இந்த முழக்கம் முழக்கிற..?'' சௌமியா வாழ்வை அதன் போக்கில் கடக்கும் சூட்சுமம் பேசினாள். “ம், அதுவும் சரிதான்.. எப்படியோ நீ சந்தோசமாக இருந்தால் போதும்டி..'' சுமதி வாஞ்சையுடன் தோழியின் கரம் பற்றினாள். “ரொம்ப சந்தோசமா இருக்கிறேன்டி.. அவர் என்னை நன்றாக வைத்துக் கொள்கிறார்..'' மைதிலியின் நிறைவுப் புன்னகைக்கு தோழிகள் சம்மதமாய் தலையசைத்தனர்.

“வரும் போது உங்கள் கடையில் உன்னவரை பார்த்தோம்.. உள்ளே போகலாமா.. வேண்டாமான்னு வாசலில் தயங்கி நின்று கொண்டிருந்தோம்.. அவரே எங்களை பார்த்துவிட்டு வெளியே வந்து எங்களிடம் பேசினார்.. மைதிலியின் ப்ரண்ட்ஸ்தானேன்னு கரெக்டாக கேட்டு கூல்ட்ரிங்ஸ் வாங்கி கொடுத்தார்.. வீட்டிற்கு வழி தெரியவில்லையான்னு.. வீட்டு வழி சொன்னார்..'' தோழிகளின் விளக்கம் மைதிலிக்கே ஆச்சரியம் தான்.. அவளது கணிப்புபடி அவள் கணவனுக்கு நட்பு, நண்பர்கள் மேலெல்லாம் அவ்வளவு அபிமானம் கிடையாது.. அவனே அவர்கள் திருமணத்தில் பார்த்த அவர்கள் தோழிகளை நினைவு வைத்திருந்து பேசி, வீட்டிற்கு அனுப்பி வைத்திருக்கிறானென்றால், பள்ளம் நோக்கும் மடை நீராய் அவள் மனம் கணவன் புறம் பாய்ந்தது..

“ஹேய் அங்கே பாருடி அவள் ஹஸ்பென்ட் பற்றி பேசிய உடனேயே அவள் முகம் சிவப்பதை..'' தோழிகளின் ஆச்சரியத்தில் மைதிலியின் முகம் மேலும்

சிவந்தது. "விட்டால் நாள் முழுவதும் பேசியே தள்ளுவீங்களே.. வாங்க சாப்பிடலாம்.." மகாராணி வந்து அழைக்க, தோழிகள் இருவரும் மறுத்து எழுந்தனர். "பரவாயில்லை ஆன்ட்டி, நாங்க இன்னொருநாள் வருகிறோம்.." "இன்னொருநாளும் வாங்க, இப்போதும் வாங்க.. வீட்டிற்கு வந்தவங்களுக்கு சாப்பாடு போடாமல் அனுப்புகிற பழக்கம் எங்கள் வீட்டில் கிடையாது.. வாங்க சாப்பிடலாம்.." அதிகாரமாக பேசினாலும் அதில் இழையோடிய அன்பை உணர்ந்து கொள்ள முடிய சுமதியும், சௌமியாவும் திருப்தியாக புன்னகைத்தனர்..

மருமகளின் நட்புகளை ஆதரிக்கும் மாமியார்கள் குறைவுதான்.. மகாராணியின் இயல்பான விருந்தோம்பலில் தோழிகளுக்கு பரம திருப்தி.. "மைதிலி இந்த குடும்பத்தில் உன்னைக் கல்யாணம் செய்து கொடுத்து விட்டார்களே என்று உன் அப்பா, அம்மா மீது எனக்கு கொஞ்சம் கோபம் இருந்தது.. ஆனால் இன்று அதெல்லாம் போச்சு.. சொல்லப்போனால் இங்கே உன்னுடைய வாழ்வை பார்க்க வேண்டுமென்றுதான் நாங்கள் இன்று வரவே செய்தோம்.. மிகுந்த மன நிறைவோடு போகிறோம்.." இலை போட்டு மகாராணி பரிமாறிய விருந்துபச்சாரத்தின் ஊடாக தோழிகள் மைதிலியிடம் முணுமுணுத்தனர்.. மைதிலியின் முகத்தில் பெருமிதம் தாண்டவமாட ஆரம்பித்தது..

நலமும், நன்மையும் விரவிக் கிடந்த அந்த சூழலில்தான் வீணையில் கோர்க்காத தந்தியாய் திமிறலோடு உள்ளே வந்தாள் வந்தனா.. டைனிங் டேபிளில் அமர வைக்கப்பட்டு உபசரிக்கப்பட்டுக் கொண்டிருந்தவர்களை கூர்ந்து பார்த்தாள்.. ஏளனமும், எகத்தாளமும் அவள் பார்வையில் வடிந்தன.. பரசுராமனுடன் போய் தான் வாங்கி வந்த பொருட்களை பெரிய பெரிய பைகளை சோபாவின் மேல் வைத்தாள்..

"அத்தான் நான் வேண்டாம் வேண்டாம்னு சொல்ல சொல்ல இத்தனை சாமான்னை வாங்கிக் கொடுத்துட்டார்.." செல்லமாய் மைதிலியை பார்த்தபடி கொஞ்சினாள்.. "பரசுவை எங்கே வந்தனா..? நீ எப்படி வந்தாய்..?" மகாராணி கேட்க, "என்னை ஆட்டோவில் ஏற்றிவிட்டார்.. அவருக்கு கடையில் முக்கியமான வேலை என்று.." தெளிவாக வராமல் முணுமுணுத்த வந்தனாவின் குரலில் மைதிலியின் முகம் பிரகாசமானது.

"அத்தை இவுங்கெல்லாம் யாரு..?" ஒரு சேரை இழுத்துப் போட்டு கால் மேல் கால் போட்டு அமர்ந்தாள் வந்தனா. "மைதிலியோட தோழிகள்மா.." சொல்லி விட்டு மகாராணி அடுத்த பதார்த்தத்தை எடுக்க அடுப்படிக்குள் சென்றாள்.. "இப்படித்தான் ஒவ்வொரு ப்ரெண்ட் வீட்டுக்காக போயி நல்லா.. சாப்பிடுவீங்களா..?" கையை சாப்பிடுவது போல் சைகை காட்ட சுமதியும், சௌமியாவும் அதிர்ந்தனர். "வந்தனா ஒழுங்காக பேசு.." மைதிலி அதட்டினாள்.. "உனக்கு இங்கே போடுவதே தண்டச்சோறு.. இதில் உன்னைத் தேடி வருபவர்களுக்குமா, வடிச்சு கொட்டனும்.." விசமாய் கக்கிவிட்டு எழுந்து போய் விட்டாள்..

"சாரிடி.. சாரி.. சாரி.. அவள் சின்னப் பொண்ணு.. அவள் பேசியதை பெரிதாக நினைத்துக் கொள்ளாதீர்கள்.." மைதிலி தவித்து தோழிகளிடம் கெஞ்சி நின்றாள்.. "பரவாயில்லை மைதிலி.. நாங்கள் தப்பாக நினைக்க வில்லை.. யாருடி இவள்..? இதற்கு முன் இவளை பார்த்தது இல்லையே.. உன் சொந்தக்கார பெண்ணா..?" "ம்.. அவருடைய அத்தை மகள்.. இப்போது அவளும், அவள் அம்மாவும் இங்கேதான் இருக்கிறார்கள்.." மறைக்க முயன்றும் மைதிலியின் குரலில் தவிப்பு தெரிந்துவிட, அந்த ஆத்மார்த்தமான தோழிகள் பரிவோடு தோழியை பார்த்தனர்..

# 23

*பரிதவிக்க வைத்தாய்*
*அச்சிறு வலியில்*
*மீப்பெரும் நினைவுகள்*
*இருந்தும் முன்*
*அக்கோண வாயோர புன்னகையில்*
*பெருக தொடங்கி விடுகிறது*
*பெரு நதியின் கிளையொன்று*

"என்னடி இவளுக்கு பின்னால் இவ்வளவு பெரிய கதை இருக்குது.. அவளும் விச நாகமாக எச்சை துப்பிக்கிட்டு இருக்கிறாள்.. இவளைப் போய் சின்னப் பொண்ணுன்னு சொல்றியே..?" "எனக்கென்னவோ சில நேரம் அவள் அப்படித்தான்டி தோணுகிறாள்.. பின் விளைவுகள் அறியாத சிறு குழந்தையாக.."

"முட்டாள் உன்னோட தயாள குணத்தையெல்லாம் படிக்கும் போது நம் காலேஜில் ப்ரெண்ட்ஸ்சுக்களுக்கு இடையில் மட்டும் வைத்துக் கொள்.. இது உன் வாழ்க்கை, இங்கே கொஞ்சம் நழுவ விட்டாலும் உன் எதிர்காலமே போய்விடும்.." "நான் என்னடி செய்வது..?" தோழிகளின் அதீத கரிசனத்தில் மைதிலி குழம்பிவிட்டாள்.. ஏற்கெனவே அடிச்சகதியாய் தெளிவற்று குமுறிக் கிடந்த அவள் மனம் அடி ஆழ அழுக்கு மேலெழும்பி அவளைக் குழப்பியது..

“அவள் சின்னப் பெண்ணாக உன் கண்ணுக்குத்தான் தெரிகிறாள்.. எங்களுக்கு வளர்ந்த எருமை மாடாகத்தான் தோணுகிறாள்..” “ஆமாம் முட்டுவதற்கு தயாராக காலை உதைத்துக் கொண்டிருக்கும் எருமை மாடு..” “தள்ளி தள்ளி நிறுத்தினாலும் அத்தை மகள் உறவு உறவுதான்..” “அதிலும் இவள் உன் கணவருக்கு முன்பே திருமணம் பேசப்பட்டவள் கூட.. அதனால் நீ அவளிடம் ஜாக்கிரதையாக இரு..” “எவ்வளவு சீக்கிரம் அவளை இந்த வீட்டை விட்டு அனுப்புகிறாயோ, அவ்வளவு நல்லது உனக்கு..” மாற்றி மாற்றி தோழிகள் பேசிய பேச்சுக்களை கலக்கத்தோடு கவனித்து வந்த மைதிலி இப்போது புன்னகைத்தாள்..

“என்னுடைய ஐடியா கூட அதுதான்டி.. எவ்வளவு சீக்கிரம் முடியுமோ, அவ்வளவு சீக்கிரம் அவளை இந்த வீட்டை விட்டு அனுப்புவது.. அது பெரிய சிரமமும் இல்லை.. வயதுப் பெண்ணான அவளுக்கு திருமண பேச்சை வீட்டிற்குள் கொண்டு வந்து விட்டால், அவளை மணம் முடித்து கொடுத்து வேறு வீட்டிற்கு அனுப்பித்தானே ஆகவேண்டும்..” உணர்ச்சிவசப்பட்டு மைதிலி பேசிய பேச்சிற்கு பக்க மேளம் போல் காலிங்பெல் அலறியது.. சாப்பிட்டு முடித்து விட்டு அவர்கள் மூவரும் வீட்டின் முன் ஹாலில் உட்கார்ந்து சிறிய குரலில் பேசியபடி இருந்தனர்..

தங்கள் தோழியின் புத்திசாலித்தனத்தை பாராட்டி சௌமியாவும், சுமதியும் அவளுக்கு சூப்பர்டி, அசத்திட்ட என கை கொடுக்க, பெருமிதமாய் தோழிகளின் பாராட்டுகளை தலை சாய்த்து வாங்கிக் கொண்டு எழுந்து போய் வாசல் கதவை திறந்தாள் மைதிலி.. வர்தா புயல் போல் உள்ளே வந்தான் பரசுராமன்.. வந்த வேகத்தில் பளாரென அவள் கன்னத்தில் அறைந்தான்..

“என்ன சாப்பாடு கொடுத்து விட்டிருந்தாய்..? வாயில் வைக்க விளங்கலை..” மைதிலிக்கு ஒன்றும் புரியவில்லை.. அடிவாங்கிய கன்னத்துடன் விழித்தாள், சுமதியும், சௌமியாவும் அதிர்ந்து எழுந்து நின்றனர்.. “சா.. சாப்பாடு நல்லாத்தானே இருந்தது..” “பதிலுக்கு பதில் பேசுகிறயா.. நாய்களுக்கு சாப்பாடு போட்டு, அதில் மீதியை எனக்கும் கொடுத்து விட்டாயா..?” அடுத்த அடி.. மைதிலியின் மூளை கலங்கி கண்கள் வடிந்தன..

“எக்ஸ்யூஸ் மீ சார்..” சுமதி மிதமிஞ்சிய அதிர்ச்சியில் வார்த்தை வராமல் நிற்க, சௌமியா மெல்ல வாய் திறந்தாள்.. “ம்..” உறுமலாய் அவர்கள் பக்கம் கைகாட்டினான்.. அந்த ரௌத்ரத்தில் அரண்டு போய் நின்று விட்டனர் இருவரும்.. “வாசலில் நிறுத்தி வைத்த பைக்கை ஒழுங்காக துடைத்து வைக்க மாட்டாயா..? இதைக் கூட செய்யாமல் வீட்டில் என்னதான் வேலை பார்க்கிறாய்..? நல்லா தின்னுட்டு தின்னுட்டு தூங்குவாயா..?” அனல் துண்டுகளாய் வந்து விழுந்த வார்த்தைகளோடு பழுக்க காய்ச்சி இரும்பாய் அவனது கைகளும் அவள் கன்னத்தை மீண்டும் மீண்டும் தீண்டின..

உடல் நடுங்க மைதிலி கீழே சரியப் போக தோழிகள் அவளைத் தாங்க வர, பரசுராமன் அவர்களை நோக்கி விரல் சொடுக்கினான்.. “எங்கள் குடும்ப விசயம்.. உங்களுக்கு தலையிட உரிமை கிடையாது.. நீங்கள் இரண்டு பேரும் தயவுசெய்து..” முடிக்காமல் வாசல் கதவை காட்ட, சுமதி அழவே ஆரம்பித்து விட்டாள்.. சௌமியா அவள் கையை பற்றி இழுத்தபடி வெளியேறினாள்..

நிற்க முடியாமல் சுவரில் சாய்ந்து நின்ற மைதிலியை திரும்பி பார்த்து “உள்ளே போ” உறுமினான்.. நடுங்கிய கால்களுடன் உள்ளே போனவள் பக்கவாட்டில்

பார்வை போன போது அங்கிருந்த சன்னலில் சலனத்தை உணர்ந்தாள்.. உள்ளறை சன்னல் அது.. அங்கிருந்து யாரோ.. யாரோ என்ன.. அந்த வந்தனா-தான் வேடிக்கை பார்த்திருக்கிறாள்.. இவ்வளவு நேரம் பட்ட அவமானத்தை விட இப்போது அதிக அவமா-னமாக இருந்தது மைதிலிக்கு.. உடம்பெல்லாம் எரிய கண்கள் சொருகி மயக்கம் வரும் போலிருக்க உள்ளே போய் படுக்கையில் விழுந்தாள்..

முதலில் சிறிது நேரம் நடந்தது எதையுமே அவள் மூளை ஏற்றுக் கொள்ள மறுத்து முரண்ட, எந்த பிரக்-ஞையும் இன்றி படுக்கையில் கிடந்தாள். சிறிது நேரம் கழித்தே அவளது உணர்வுகள் செயல்பட ஆரம்பிக்க, நடந்த சம்பவங்களை மீண்டும் யோசிக்க ஆரம்பித்-தாள்.. முதலில் அவள் மன கவனத்திற்கு வந்தது அவள் பேசிய அதீத பேச்சுக்கள்தான்.. தவறு.. நான் பேசியது மிகவும் தவறு.. தன்னைத் தானே மிகக் கடிந்தாள்... தன் பாரங்களை பகிர்ந்து கொள்ள ஆளில்லாமல் இருந்தவள், ஒத்த மனமுடைய தோழமை பேச்சுக்களை கேட்கவும் தன்னை மறந்து உணர்வுகளை கொட்டிவிட்டாள் போலும்..

எப்படியாவது தான் பேசியது தவறு.. என தனக்-கான தீர்ப்பை வழங்கியவள், அடுத்து தன் கணவனி-டம் வந்தாள்.. விளக்கம் சொல்லாமலேயே நன்கு தெரிந்தது.. அவன் அவர்களது தரமற்ற பேச்சுக்களை கேட்டு விட்டான் என்று.. எந்த ஆண் மகனுக்கும் இந்த நேரம் கோபம் வருவது இயல்புதான்.. ஆனால் அந்த கோபத்தை அடுத்தவர் முன் இப்படி கட்டிய மனைவி மேல் காட்டுவது என்றால், மைதிலிக்கு உறுத்தியது வேறு எதற்கோ சேர்த்து வைத்திருந்த கோபத்தை இப்போது வெறியோடு மேலே இறக்கியது போல் இருந்தது. இல்லை இது தவறு.. நான் செய்தது எந்த அளவு தவறோ.. அதே அளவு அவன் செய்த-தும் தவறுதான்.. ஆனால் இதனை அவனுக்கு விளக்-

குவது யார்..? வேறு யாரும் வேண்டாம்.. நானே விளக்கம் சொல்கிறேன்.. எனது விளக்கங்களையும், அவனது செயல்பாடுகளையும் இருவருமாகவே பேசி தீர்ப்போம்..

அத்தோடு வந்தனா பற்றிய அவனது கருத்துக்களையும் நான் அவனிடம் தெளிவு பெற வேண்டும்.. திருமணம் முடிந்த உடனேயே பேசித் தெளிந்திருக்க வேண்டிய விசயங்கள்.. சூழல் அமையாததால் முடியவில்லை.. இன்று இருவருமாக நிச்சயம் பேசி தீர்க்கத்தான் போகிறோம்.. கணவனின் அரக்கத்தனம் கன்னங்களில் தங்கி இருந்தாலும், தனது அநீதியை சுட்டிய மைதிலியின் மனது உடனேயே கணவனுக்கான நீதியையும் கூடவே சுட்டியது.. எனவே கணவனின் அராஜகத்திலிருந்து விரைவிலேயே வெளியே வந்துவிட்ட மைதிலி, சீக்கிரமாக தனது வேலைகளை முடித்துக் கொண்டு தங்கள் படுக்கை அறைக்கே வந்து கணவனுக்காக காத்திருக்க தொடங்கினாள்..

வீட்டை விட்டு வெளியேறிய சுமதியும், சௌமியாவும் எல்லையற்ற ஆத்திரத்தில் இருந்தனர்.. எதிரில் யார் வந்தாலும் குதறும் மனநிலையில் இருந்தவர்களின் முன் வரமாக வந்து மாட்டினான் ரவீந்தர்.. "ஹாய் எங்கே இந்தப் பக்கம்..? அண்ணியை பார்க்க வந்தீர்களா..? எங்கள் வீட்டிலிருந்தா வருகிறீர்கள்..?" கொஞ்ச நாட்கள் கழித்து சந்தித்த தோழிகளை ஆவலுடன் வரவேற்றான் ரவீந்தர்.

"அண்ணியா..? இப்போது மைதிலி உனக்கு அண்ணியாக மட்டும்தான் இருக்கிறாளா..?" சுமதி சீறினாள்.. "என்ன சொல்ற சுமதி..? புரியலை.." "உனக்கு புரியாதுடா.. நீயெல்லாம் ஆணாதிக்க சாதி.. பிறக்கும் போதே பொண்ணுங்களை எப்படி வதைக்கலாம்னு திட்டம் போட்டுட்டே பிறக்கிறவர்கள் நீங்கள்.. ஒரு அப்பாவி உங்கள் கையில் மாட்டினால் சின்னா

பின்னமாக்கி விடுவீர்கள்..'' "சுமதி சத்தியமாக புரியவில்லை.. எங்கள் வீட்டில் ஏதோ பிரச்சினைன்னு தெரியுது.. என்னவென்று ப்ளீஸ் சௌமியா நீயாவது சொல்லேன்..''

"டேய் வேண்டாம்.. என் வாயைக் கிளறாதே.. நல்ல வார்த்தை வராது.. கெட்ட கெட்ட வார்த்தையாகத் தான் வரும்.. உனக்கு நாக்கை பிடுங்கிட்டு சாகலாமான்னு இருக்கும்.. எப்போதும் எனக்கு உன் மேல் ஒரு ஈர்ப்பு இருக்கும்டா.. அதற்கு காரணம் கேர்ள்ஸ் மேல் நீ காட்டும் அக்கறை, பரிவு.. நம் காலேஜ் கேர்ள்ஸ் எல்லோருமே என்ன பிரச்சனை என்றாலும் உன்னிடம் தானே ஓடி வருவோம்.. நீயும் பெரிய ஹீரோ மாதிரி அதை முன் நின்று தீர்த்து வைப்பாய்.. பிறகு அந்த பொண்ணுங்க எல்லோரும் உன்னை நினைத்தே கலர் கலர் கனவுகளாக கண்டு கொண்டிருப்பார்கள்.. இப்போது தெரிகிறது.. அது எல்லாம் நடிப்பு என்று இப்போது சொல்கிறேன் கேட்டுக் கொள் இந்த உலகத்தில் நான் வெறுக்கும் ஒரே ஆள் இந்த நிமிடம் நீதான்..'' சௌமியா குமுறிக் கொட்டும் வரை இடையிடாமல் மௌனமாக கேட்டு நின்றான் ரவீந்தர்..

பிறகு வாய் திறந்தான்.. "மைதிலிக்கு என்ன பிரச்சினை..?'' அவனது முகமும்.. அவர்களின் முகத்திற்கு ஈடாக கலங்கியிருந்தது. "உன் அண்ணன் அவளை எங்கள் கண் முன்பாகவே மாட்டை அடிப்பது போல் அடிக்கிறார்டா.. சை என்ன மனித ஜென்மங்கள்டா நீயும் உன் குடும்பமும்..'' பெண்கள் இருவரும் அவன் முகத்தில் காறி உமிழாத குறை.. ரவீந்தர் கண்களை இறுக மூடி நின்று அவர்கள் சொன்ன செய்தியை மெல்ல தனக்குள் ஜீரணித்தான். "அண்ணாவா..? அப்படி..?'' அவன் இதழ்கள் முணுமுணுத்தன..

“உன் அண்ணாவிற்குத்தான் நான்கு நண்பர்கள் சேர்ந்து பேசினால் பிடிக்காதே, தாலி கட்டிய ஐந்தாவது நிமிடமே ஒன்றாக சேர்ந்து கூத்தடிக்காதீர்களென வைதவர் ஆயிற்றே.. இன்றும் அதே திமிர்.. தெனா-வெட்டுடன் நாங்கள் பார்க்க பார்க்க அவளை அடிக்-கிறார்.. திரும்ப.. திரும்ப..” பேச முடியாமல் இருவ-ருமே விசும்ப ஆரம்பித்தனர்.. “இப்படி அடி வாங்கு-கிற பெண்ணாடா அவள்.. எவ்வளவு மென்மையான-வள்.. தேவதை போல் போற்றி வைத்திருக்க வேண்டிய பெண்ணை மனுசியாகக் கூட மதிக்காமல் காலில் போட்டு மிதிக்கிறீர்களே..” அவர்கள் குற்றச்சாட்டிற்கு ரவீந்தர் மெல்ல தலையசைத்தான்.

“உங்கள் எண்ணம்தான் எனக்கும் தோழிகளே.. மைதிலிக்கேற்ற இடம் எங்கள் வீடு கிடையாது என்ற எண்ணம் எனக்கும் உண்டு.. இந்த திருமணம் நடக்க கூடாது என்று நான் அதிகம் நினைத்திருக்கிறேன்.. ஆனால்.. சரி விடுங்கள்.. விதி வலியது.. இப்போது நீங்கள் சொல்வது போல் அண்ணா மோசமானவர் கிடையாது.. நான் அவரிடம் கேட்கிறேன்.. அவருக்கு ஏதாவது காரணம் இருக்கலாம்..”

“இருக்குமே பொண்டாட்டியை அடிக்க எல்லா ஆம்பளைக்கும் ஏதாவது ஒரு காரணம் இருக்கத்தான் செய்யும்.. ஏன்னா அவள்தான் திருப்பி அடிக்க மாட்-டாளே.. அதனால் இல்லாத காரணங்களை உண்-டாக்கி தாராளமாக கை நீட்டலாம்..” “சௌமியா ப்ளீஸ் ரிலாக்ஸ்.. எனக்கு உன் நியாயம் புரிகிறது.. இது நடந்திருக்க கூடாது.. நடந்து விட்ட பிறகு அதை சரிப்படுத்துவது என் கடமை.. நிச்சயம் இதனை நான் சரி செய்கிறேன்.. நீங்கள் என்னை நம்புங்கள் ப்ளீஸ்..” சமாதானமாக நீட்டிய அவன் கையை பட்-டென அடித்து தள்ளினாள் சௌமியா..

"போடா நீயும் உன் சமாதானமும்.. போய் முதலில் உன் வீட்டை சரி பண்ணு.. பிறகு எங்களிடம் வா.. வாடி போகலாம்.." கண்களை துடைத்தபடி ஸ்கூட்டியை ஸ்டார்ட் செய்தாள்..

"மைதிலியை உன் அண்ணியாக நினைக்காதே ரவி.. உன்னால் நீதி சொல்ல முடியாது.. உன் சக தோழியாக நினைத்து அவளுக்கான நியாயத்தை சொல்லு.." ஸ்கூட்டியின் பின் சீட்டில் ஏறிக்கொண்டு சுமதி அவனை எச்சரித்தபடி போனாள்..

ரவீந்தர் கொந்தளிக்கும் மனதுடன் தான் வீட்டிற்கு போனான்.. அவனது வீடு மிக அமைதியாக புத்த விகாரம் போல் இருந்தது.. ஏன் இத்தனை அமைதி.. யோசனையுடன் உள்ளே வந்தவனின் கண்களில் மைதிலி பட்டாள்.. அவள் பக்தியுடன் பூஜையறையில் விளக்கேற்றிக் கொண்டிருந்தாள்.. ஞானம் பெற்ற புத்தபிட்சுவின் அமைதி நிலை அவள் முகத்தில் இருந்தது.. "மைதிலி" அவன் அழைப்புக்கு கேள்வியாய் நிமிர்ந்து பார்த்தாள்..

"சுமதியையும், சௌமியாவையும் வழியில் பார்த்தேன்.. அண்ணன் உன்னை அடித்தாரா..? உங்களுக்குள் என்ன பிரச்சினை..?" மைதிலி நிதானமாக கடவுளுக்கு தீபாராதனை முடித்துவிட்டு அவனுக்கு நீட்டினாள்.. "உங்க அண்ணன் அடித்தாரா..? இல்லையே.. எங்களுக்குள் எந்த பிரச்சனையும் இல்லை.. நாங்கள் நன்றாக இருக்கிறோம்.." தெளிவான வார்த்தைகளோடு மிகத் தெளிவான புன்னகை அவளிடமிருந்து.. ரவீந்தர் உறைந்து நின்றான். மேலே அவன் என்ன செய்வது..?

அண்ணனிடம் நேரடியாக உன் பொண்டாட்டியை அடித்தாயா.. எனக் கேட்க முடியாது.. அது முறையற்றது.. அப்படியே கேட்டாலும், இந்த மைதிலியே வந்து நின்று அப்படி ஒரு சம்பவம் நடக்கவில்லை-

யென சூடம் அணைப்பாள் போலவே.. ரவீந்தர் செய்-வதறியாது குழம்பி நின்றான். மைதிலி தன் அன்-றாட வேலைகளை முடித்து விட்டு அன்று வந்தனா அறைக்கு போகாமல் தங்கள் அறையிலேயே பிசகுக-ளையும், பிணக்குகளையும் பேசித் தீர்க்கும் ஆவலுடன் கணவனுக்காக காத்திருந்தாள்.

# 24

***நான் நினைத்ததில்லை நீ கொடுத்தது***
***நீ கொடுத்தது எதிர்பாராதது***
***நிகழ்வு தப்பிய நிறமங்கள்***
***சந்தேகிக்கிறது உயரங்களை***

“என்ன மைதிலி இன்று என் அறைக்கு படுக்க வரவில்லையா..?” குறும்பு கொப்பளிக்க வந்து நின்றாள் வந்தனா.. மறைக்க முயன்றும் முடியாமல் அவள் முகத்தில் சந்தோசம் நீரலையாய் விரவிக் கிடந்தது.. மைதிலி அவளை வெறித்துப் பார்த்தாள்.. வந்தனா அன்று பரசுராமனுடன் வண்டியில் போனது நினைவு வந்தது.. அப்போது என்னென்ன சொல்லி வைத்தாளோ..? இந்த ராட்சசியால் என் வாழ்வு வீணாகிக் கொண்டிருக்கிறதே.. நினைத்த மறு கணமே அவள் மனசாட்சி அவளை இடித்தது..

இவள் சொன்னாள் என்றால் உன் புருசனுக்கு புத்தி எங்கே போயிற்று..? நாலு இடம் அலைந்து நானூறு மனிதர்களை தினமும் சந்தித்து தொழில் பார்ப்பவன்.. யார்.. எப்படி என இனங் காண முடியாதா..? தவறு இவள் மீதா.. உன் புருசன் மீதா..? மைதிலி வந்தனாவை நிமிர்ந்து பார்த்து புன்னகைத்தாள்.. “என் விரதம் முடிந்து விட்டது வந்தனா.. நான் இன்று முதல் என் கணவரோடுதான் படுத்துக் கொள்ள

போகிறேன்.. புருசன், பொண்டாட்டியின் அந்தரங்கத்தில் தலையிடுவது மகாபாவம் வந்தனா.. அதிலும் நீ திருமணம் முடிக்காத சிறு பெண் வேறு.. நீ இப்படியெல்லாம் என்னோடு பேசுவது உன் அம்மா, அத்தை, மாமா என வீட்டுப் பெரியவர்களுக்கு தெரிந்தால் என்ன நடக்குமென்று நினைத்துப் பார்.."

"என்ன நடக்கும்..? நான் எப்படி பேசினாலும்.. என்ன செய்தாலும்.. இந்த வீட்டினர் யாரும் என்னை வெறுக்கவோ, ஒதுக்கவோ மாட்டார்கள்.. நான் இங்கே அதிகார மையம்.. என் சொல்படிதான் இங்கே எல்லாமே நடக்கும்.. இவற்றையெல்லாம் உன்னால் தாங்கிக் கொள்ள முடியாது.. அதனால்.. நீ.. இந்த வீட்டை விட்டு போய்விடேன்.." மிகச் சாதாரணமாக பேசிய வந்தனா மைதிலிக்குள் கொதிப்பை வி்த்தாள்.. "நான் இந்த வீட்டு மூத்த மருமகள் வந்தனா.. என்னை யாராலும் இந்த வீட்டை விட்டு வெளியேற்ற முடியாது.. என் பிணம்தான் இந்த வீட்டை தாண்டி வெளியே போகும்.. என் உயிர் போகாது.. அது இந்த வீட்டையே தான் சுற்றிக் கொண்டிருக்கும்.." கண்கலங்க உயிர் நெகிழ உள்ளம் உணர்ந்து பேசினாள் மைதிலி..

வந்தனா மெலிதாக கை தட்டினாள்.. "வசனம் நன்றாக இருக்கிறது.. டிவி சீரியல் ஹீரோயின் பேசலாம்.. பேசவும் கேட்கவும்தான் இது போன்ற வசனங்கள் நன்றாக இருக்கும்.. வாழ்ந்து பார்க்கும் போதுதான் அதிலிருக்கும் வேதனை புரியும்.. வீணாக உன் உடம்பை, மனதை வதைத்துக் கொள்ளாதே.. உன்னால் ஜெயிக்க முடியாது.. இங்கிருந்து போய்விடு.." "போக வேண்டியது நானல்ல வந்தனா.. நீதான்.. இது என் வீடு.. என் புருசன் வீடு.. திருமணம் முடித்து வேறு வீட்டிற்கு போக வேண்டியவள் நீதான்.." வந்தனாவின் முகம் சிவந்தது.. கண்கள் கொடூரமாக உருண்டன..

அனலாய் வந்தது அவள் மூச்சு.. மைதிலியை நோக்கி விரலை சொடுக்கிட்டாள்..

"ஏய் சவால் விடுறேன்டி.. உன்னை இந்த வீட்டை விட்டு விரட்டி விட்டு, நான் இந்த வீட்டு மருமகளாகிறேன் பார்க்கிறாயா..?" மைதிலிக்கு சிரிப்பு வந்தது.. "நீ சின்ன பிள்ளைங்கிறதை காட்டிவிட்டாய் பார்த்தாயா..? உன் சவாலெல்லாம் கனவில் தான் நடக்கும்.." "நடத்திக் காட்டுறேன்டி.... நீ என்னதான் தலையணை மந்திரம் போட்டு மயக்கப் பார்த்தாலும் என் பரசு உன்னிடம் மயங்கமாட்டார்.. தோற்றுப் போன உன் மூஞ்சியை நாளை காலையில் நான் பார்க்கிறேன்.. குட் நைட்.." வந்தனா போய்விட்டாள்..

மைதிலி கொஞ்ச நேரம் திக்பிரமை பிடித்து அமர்ந்திருந்தாள்.. பிறகு தலையை உலுக்கி தன்னை தேற்றிக் கொண்டாள்.. அவளுக்கு நம்பிக்கை இருந்தது.. அவள் கணவனிடம் விளக்கமாக பேசினால் அவன் தன் நியாயத்தை புரிந்து கொள்வானென மிக நம்பினாள்.. காத்திருந்தாள்.. பரசுராமன் அன்று வீட்டிற்கு மிக தாமதமாகத்தான் வந்தான்.. நடுநிசியை தாண்டிய பிறகும் சில மணிகள் கழித்தே வீடு திரும்பினான்.. வீடு முழுவதும் ஆழ்ந்த இரவு உறக்கத்தில் இருந்தது..

"எனக்கு சாப்பாடு வேண்டாம்.." கதவு திறந்தவளுக்கு முகம் பார்க்காமல் கூறி விட்டு, படுக்கையறைக்குள் போனவன் தன் தலையணை போர்வையுடன் வெளியே வந்து சோபாவில் படுத்துக் கொண்டான்.. மைதிலி அதிர்ந்து நின்றுவிட்டாள்.. எந்த சூழ்நிலையிலும், எந்த பிரச்சினையிலும் அவள் கணவன் இப்படி தனி படுக்கையை நாடியவனில்லை.. மனைவியுடனான இரவுத் தனிமைக்காக மிக ஆவலுடன் காத்திருப்பவன்.. ஒருநாள் கூட அதை தவற விடும் மனமற்றவன்.. இன்று தானே படுக்கையறையை விட்டு வெளியே வந்து படுத்திருக்கிறான்..

ஏன்..? அந்த அளவு வெறுத்து விட்டேனா நான்..? மைதிலி படுக்கையறையினுள் மனங் கலங்கி தவித்தபடி இருந்தாள்.. ஒரே ஒரு முறை ஹாலுக்கு போய் அவனை எழுப்பினால் என்ன யோசித்து விட்டு, அதே நொடி வந்தனா சொன்ன தலையணை மந்திரம் நினைவு வர, உடன் உடல் அருவெறுப்பில் குலுங்க, தன் கண நினைவுக்கு தன்னையே சபித்துக் கொண்டாள்.. அறை விளக்கை அணைத்து விட்டு அறைக் கதவை கூட மூடாமல், கட்டிலில் படுக்கவும் முடியாமல், உட்காரவும் முடியாமல் தவித்தபடி அறையினுள் நடந்தபடி இருந்தாள்.. ஒருமுறை லேசாக வெளியில் பார்த்தபோது அங்கு பரசுராமனும் படுக்காது இரவில் அங்குமிங்கும் நடந்து கொண்டிருப்பது தெரிந்தது..

மைதிலிக்கு ஏனோ ஒரு வித பயம் உண்டானது.. இவ்வளவு அமைதியற்று அவள் கணவனை ஒரு நாளும் பார்த்ததில்லை.. எந்த சூழலையும் உணர்வற்ற அமைதியான முகத்துடன் எளிதாக ஏற்றுக் கொள்பவன்.. இன்று இப்படி அல்லாடுகிறானென்றால்.. அவன் ஏதோ ஒரு திட்டம் போடுவதாக மைதிலிக்கு தோன்றியது.. அந்த திட்டம் நிச்சயம் தனக்கு எதிரான திட்டம் என அவள் உள் மனம் சொன்னது.. மைதிலி அதைப் போலொரு திகிலிரவை அவள் வாழ்க்கையில் சந்தித்ததில்லை..

"என்னாச்சு..?" பரபரப்பாய் தன்னருகில் வந்து கேட்ட வந்தனாவை நிமிர்ந்தும் பார்க்கவில்லை மைதிலி.. காபி டிகாசனை இறக்கி தம்ளர்களில் ஊற்றி பால் கலந்தாள்.. இரவு முழுவதும் பொட்டு மூடாத கண்கள் நெருப்பை வைத்து தேய்த்தது போல் எரிந்தன.. வந்தனா அப்போதுதான் எழுந்திரிந்திருந்தாள்.. எழுந்த உடனேயே இங்கே வந்து இவளிடம் நிற்கிறாள்.. இரவு புருசனும், பொண்டாட்டியுமாக பேசிய பேச்சுக்களை இப்போது அவளிடம் கூற

வேண்டுமாம்.. சீ.. என்ன பிறவி இவள்..? மனம் வெறுத்தது மைதிலிக்கு..

“பரசு நேற்று என்ன சொன்னார்..?” கேட்க கூசவோ, குன்றவோ இல்லை வந்தனா.. “என் அனுமானம் சரி என்றால் நேற்று பரசு உன்னிடம் ஒரு வார்த்தை கூட பேசியிருக்க மாட்டார்.. சரியா..?” திருட்டுப் பூனையின் கண்களாக மின்னின வந்தனாவின் கண்கள்.. உலகத்து அருவெறுப்பு முழுவதும் திரண்டு உடல் எங்கும் பரவ, மைதிலி அவளை நிமிர்ந்து பார்த்தாள்.. “சீ..” ஒற்றை வார்த்தை, கண்ட கண்ட வார்த்தைகளை பேசி மைதிலி வந்தனாவை வைதிருந்தால் கூட அவளுக்கு இந்த அளவு பாதிப்பு வந்திருக்காது.. இந்த ஒற்றைச் சொல் அவளை மிகப் பாதிக்க, அவள் ருத்ரகாளியாய் மாறினாள்..

“ஏய் என்னடி.. என்னடி நினைத்துக் கொண்டிருக்கிறாய்..?” மைதிலியின் தோளை பிடித்து உலுக்கினாள்.. மைதிலி அசையாமல் நின்றாள்.. “எல்லோரும் உள் வராண்டாவிற்கு வாங்க..” அருணாச்சலத்தின் சத்தம் உரத்து வீடு முழுவதும் ஒலித்தது.. “என்ன விசயம்னு தெரியலையே...” வந்தனா பதட்டத்துடன் முணுமுணுத்து விட்டு வராண்டாவிற்கு போனாள்.. மைதிலிக்கும் படபடப்புதான்.. உள் வராண்டா என்பது அவர்கள் வீட்டின் நடுவாந்தர பகுதி.. எல்லா அறைகளையும் அங்கிருந்து பார்க்க முடியும்..

அருணாச்சலம் அங்கே உட்கார்ந்துதான் காலை பேப்பர் படிப்பது, காபி குடிப்பது, மகன்களிடம் தொழில் பேசுவது, மனைவியுடன் வீட்டு விசயம் பேசுவது எல்லாமே அங்கேதான் அவர்கள் வீட்டின் முக்கிய முடிவுகள் வீட்டு உறுப்பினர்கள் அனைவரும் இருக்கும் காலை நேரத்தில் அங்கேதான் எடுக்கப்படும்.. என்ன முடிவிற்காக மாமா எல்லோரையும் அழைக்கிறார்.. திதும் திதும் மனத்துடன் டிரேயில் காபி தம்ளரை

அடுக்கிக் கொண்டு அங்கே போனாள் மைதிலி.. நடு வராண்டாவில் பெரிய மர நாற்காலி போட்டு அரு-ணாச்சலம் அமர்ந்திருக்க, அவரருகே பரசுராமன் நின்-றிருந்தான்.. மைதிலிக்கு மனதினுள் அமிலம் சுரந்தது..

வீட்டு உறுப்பினர்கள் ஒவ்வொருவராக வர ஆரம்-பித்தனர்.. "எல்லோரும் உட்காருங்க.." அருணாச்சலம் சொல்ல, எல்லோரும் வராண்டாவை சுற்றி ஓடிய படிகளில் ஆங்காங்கு அமர்ந்தனர்.. "காபியை கொடும்மா.." மைதிலி எல்லோருக்கும் காபியை கொடுத்தாள்.. "நீயும் உட்காரும்மா.." கால் நடுங்க ஒரு பக்கமாக அமர்ந்தாள்.. "யாரும் எதிர்பாராமல் ஒரு துக்க நிகழ்ச்சி நம் வீட்டில் நடந்து விட்டது.. அது என் மனதை மிகவும் பாதித்து விட்டது.. எனது ஒரே தங்கை.. அவளுக்கு இறுதி வரை ஒரு தூணாக நான்தான் இருந்திருக்க வேண்டும்.. ஆனால் ஏதோ வீம்பில் அவளையும் அவள் குடும்பத்தையும் தள்ளி வைத்திருந்து விட்டேன்.. என் தங்கை கணவனுடையே உயிரோடு போராடிக் கொண்டிருக்கும் போது கூட நான் என் வறட்டு கௌரவத்தோடு வாழ்ந்து கொண்டி-ருந்திருக் கிறேன்.. என் மனச்சாட்சி என்னை குத்திக் கொல்கிறது.." உணர்ச்சி மிகுந்த அருணாச்சலத்தின் பேச்சு அனைவரையும் கண்கலங்க வைத்தது..

"என் தலை விதிக்கு நீங்கள் என்னண்ணா செய்-வீர்கள்..?" ஈஸ்வரி தேம்பலுடன் எழுந்து வந்து அண்-ணனின் காலடியில் அமர்ந்து கொண்டாள். "நீ என்ன சொன்னாலும் என் மனம் என்னை உறுத்திக் கொண்-டேதான் இருக்கிறது ஈஸ்வரி.. உனக்கான கடமையி-லிருந்து நான் தவறிவிட்டேன்.. உனக்கு நான் முன்பே வாக்கு கொடுத்திருந்தேன்.. உன் மகளை என் மரு-மகளாக்கிக் கொள்வதாக உறுதி கொடுத்திருந்தேன்.. ஆனால் அதனை எளிதாக தூக்கிப் போட்டு விட்-டேன்.. நீ இல்லையென்றாலும் அந்த மறுப்பு இன்ன-

மும் உன் மனதை உருக்கிக் கொண்டிருப்பதை நான் அறிவேன்.. உன் கண்ணீரை துடைக்க, என் பாவத்தை குறைக்க என்ன செய்யவதென தெரியாமல் நான் தவித்துக் கொண்டிருந்த போதுதான் நம் பரசு இந்த யோசனையை சொன்னான்..” இப்போது அனைவரும் ஆவலுடன் பரசுராமனை பார்த்தனர்..

பரசுராமன் தன் தந்தை மீது பார்வையை வைத்திருந்தான்.. “ம்.. சொல்லுங்கப்பா..” தந்தையை தூண்டினான். “நம்ம வீட்டு செல்ல பெண்ணை நம் வீட்டிலேயே வைத்துக் கொள்ள, எப்போதும் போல் அவளை கண் கலங்காமல் பார்த்துக் கொள்ள, உன் மகள் வந்தனாவை என் மகன் கல்யாணசுந்தரத்திற்கு மணம் முடித்து தர கேட்கிறேன் ஈஸ்வரி..” அருணாச்சலம் முடிக்க அவர் உரைத்த செய்தியில் அனைவரும் ஒரு நிமிடம் மௌனமாக..

“வேண்டாம் மாமா..” சொன்னவள் மைதிலி.. அவள் முகத்தில் பதட்டம் இருந்தது.. பயம் இருந்தது.. “இ.. இந்த யோசனை வேண்டாம் மாமா.. நாம் வந்தனாவிற்கு வேறு நல்ல மாப்பிள்ளை பார்க்கலாம்..” மைதிலி பதட்டத்துடன் எழுந்து வந்து அருணாச்சலத்தின் முன் மண்டியிட்டாள்.. “இந்தக் கல்யாணம் வேண்டாம் மாமா..” “ஏய், எந்திரிச்சி அந்தப் பக்கம் போ..” பரசுராமன் பற்களை நறநறத்தான். “மாமா கொஞ்சம் யோசித்து எந்த முடிவையும் எடுங்க.. இப்படி அவசர அவசரமாக எதையும் பேசாதீர்கள்..”

“ஓ என் அண்ணன் முன் யோசனை இல்லாதவர் என்கிறாயா..?” கேட்டவள் ஈஸ்வரி.. அவள் குதறும் பார்வையுடன் மைதிலியை பார்த்துக் கொண்டிருந்தாள்.. அண்ணனின் இந்த யோசனை ஈஸ்வரிக்கு மிகவும் பிடித்திருந்தது.. இதனை இழக்க அவள் தயாராக இல்லை.. “இல்லை பெரியம்மா அப்படி சொல்லவில்லை.. திருமணம் என்பது காலம் முழுவதும்

தொடர வேண்டிய பந்தம்.. அதனை முடிவெடுக்கும் முன் நன்றாக யோசிக்க வேண்டும்..” “அப்போ நான் யோசனையில்லாமல் பேசுகிறேன் என்கிறாய்..?” அரு-ணாச்சலத்தின் கேள்வி குத்தீட்டியாய் மைதிலியை குத்-தியது..

“ஐயோ மாமா நீங்க பெரியவங்க.. நான் அப்படி சொல்வேனா.. நான் சொல்வது..” “ஏய் எந்திரிடி..” பரசுராமனின் கை அவள் தோளில் விழுந்து அழுத்-தியது.. அந்த எச்சரிக்கைக்கு செவி சாய்க்கும் மனநி-லையில் மைதிலி அப்போது இல்லை.. “மாமா யானைக்கும் அடி சறுக்கத்தான் செய்யும்.. எவ்வளவு முன் யோசனையுள்ளவர்களானாலும் சில விசயங்களில் தப்பான முடிவு எடுத்து விடுவார்கள்.. இப்போது நீங்-களும் அது போல்தான்..” அருணாச்சலத்தின் முன் மண்டியிட்டு அமர்ந்திருந்த மைதிலி துள்ளிப் போய் தள்ளி விழுந்தாள்..

ஆம் அவ்வளவு வேகத்துடன் அவளை அடித்து தள்ளியிருந்தான் பரசுராமன்.. அதிர்ந்து விழித்தவளின் முடியை கொத்தாக பற்றித் தூக்கினான். “என்ன பேச்-சுடி பேசிட்டு இருக்கிறாய்..? யாரிடம் பேசுகிறாய்னு உனக்கு தெரிகிறதா..?” மீண்டும் கன்னத்தில் அறைந்-தான்.

“அண்ணா..” பதறியபடி முன்னால் வந்தவன் ரவீந்-தர் மட்டுமே.. மற்றபடி அந்த வீட்டில் உள்ள யாரும் குடும்ப தலைவரை எதிர்த்து பேசிய மைதிலியை மன்-னிக்க தயாராகவில்லை.. “மன்னிப்பு கேளுடி, அப்-பாகிட்டேயும், அத்தை கிட்டேயும் மன்னிப்பு கேளு.. இந்தக் கல்யாணத்தில் எனக்கு எந்த ஆட்சேபமும் இல்லை என்று சொல்லு..”

“மாட்டேன்.. இந்தக் கல்யாணம் எனக்கு பிடிக்-கலை.. இது நடக்க கூடாது..” மைதிலி கத்த பரசுரா-மனின் கை திரும்ப திரும்ப அவள் மீது ஆவேசமாக

பதிய ஆரம்பித்தது.. அவனின் வேகத்தில் அனைவருமே ஸ்தம்பித்து நிற்க, ரவீந்தர் மட்டும் முன் வந்து அண்ணனின் கையை பிடித்தான்.. தடுத்து இழுத்தான்.. "அண்ணா இது தப்பு.. கொஞ்சமாவது மனிதத் தன்மையோடு நடந்து கொள்ளுங்கள்.." "டேய் பரசு.. போதும் நிறுத்து.. மகா அந்தப் பொண்ணை உள்ளே போகச் சொல்லு.." அருணாச்சலம் சொல்ல, மகாராணி மைதிலியின் கையை பிடித்து கூட்டி வந்து அவர்கள் அறைக்குள் விட்டாள்..

"உன்னை புத்திசாலின்னு நினைச்சேன்மா.. ஆனால் என் புருசனுக்கே புத்தி சொல்ல வருவாயென்று நினைக்க வில்லை.. கொஞ்ச வருடங்கள் கழித்து இந்த வீட்டின் நிர்வாகம் உன் கைக்கு வரலாம்.. அப்போது உனது அதிகாரத்தையெல்லாம் காட்டு.. இப்போது மருமகளாக அடக்கமாக இரு.. இந்தக் கல்யாணத்தை நிச்சயம் நாங்கள் நடத்தத்தான் போகிறோம்.." மகாராணி போய் விட்டாள்..

உள் வராண்டாவில் இருந்து கல்யாணசுந்தரம் - வந்தனா திருமணப்பேச்சுக்கள் காற்றுவாக்கில் அரைகுறையாக மைதிலியின் காதுகளில் வந்து விழ, மைதிலி செய்வதறியாது அழுதபடி தரையில் சுருண்டிருந்தாள்..

# 25

**சூறைக்காற்றும் பாறை போக்குமாய்
இப்போதுதான் மாறிவிட்டதிந்த வாழ்வு
உன் கட்டை விரல்
என் கைப்பிடி விட்டு
விலகிய பின்பு தான்..**

“எனக்கு இந்தப் புடவை.. இது ஜரி டூ ஜரிதானே..?” தங்கமாய் மின்னிய அந்தப் புடவையை ஆவலுடன் பிரித்து தன் தோளில் போட்டுக் கொண்டாள் வந்தனா.. குங்குமத்தில் தங்கத்தை ஊற்றியது போல் சிவப்பும், கோல்டுமாக மின்னியது அந்தப் புடவை.. “இது முகூர்த்த சேலைதானே..?” மகாராணி விசாரிக்க, ஈஸ்வரி மகளின் தோளிலிருந்து புடவையை வாங்கி, பின்னால் திருப்பி அதன் பார்டர் பகுதியை ஆராய்ந்தாள்.. “ஆமாங்கம்மா முகூர்த்த சேலைதாங்க... என்பத்தையாயிரம் வரும்.. நீங்க என்னம்மா பார்க்கிறீங்க..? ஒரிஜினல் எங்க ஊர் பட்டுங்கம்மா.. நீங்க இந்த அளவு ஆராய வேண்டாம்.. அருணாச்சலம் அண்ணாச்சி வீட்டுக்கு சாதாரண சேலையை கொடுப்போமா..? நீங்க தலைமுறையாக எங்க கடையில்தானே வாங்குகிறீர்கள்.. அண்ணாச்சி சொன்னா-

ரென்றுதான் நாங்கள் எங்கள் கடையையே கொண்டு வந்துள்ளோம் அள்ளிக் குவித்துக் கொள்ளுங்கள்..” அந்த புடவை வியாபாரி சொன்னது உண்மைதான்..

கிட்டதட்ட கடை போலத்தான் அவர்கள் வீட்டின் கூடம் முழுவதும் பட்டுச்சேலைகள் இரைந்து கிடந்தன.. வாசலில் மிகப்பெரிய வேன் நின்றிருந்தது.. அது காஞ்சிபுரத்தின் பெரிய கடை வேன்... அருணாச்சலம் கேட்டுக் கொண்டதற்கிணங்க பட்டுச்சேலைகளோடு அவர் வீட்டு வாசலில் வந்து நின்று கொண்டிருக்கிறது வழக்கமாக வீட்டு விசேசங்களுக்கு காஞ்சிபுரம் போய் பட்டு எடுப்பவர்கள்தாம், இந்த முறை பெண்கள் வீணாக அங்கே வரை அலைய வேண்டாமென அருணாச்சலம் செய்த ஏற்பாடு இது.. அந்த கடை ஊழியர் அவ்வளவு சொன்ன பிறகும் ஈஸ்வரி அந்தப் புடவையின் முந்தானையும், உடலையும் இணைக்கும் பகுதியை ஆராய்ந்து தனித்தனியே நெய்து சேர்த்திருந்த அதன் காஞ்சிபுரத் தன்மையை அறிந்து கொண்ட பிறகே திருப்தியானாள்..

அதிக உழைப்பு கொண்ட காஞ்சிபுர பட்டுக்களின் சிறப்பே இதுதானே.. “நீங்க ஆயிரம் உறுதி சொன்னாலும், நாங்களே பார்த்தால்தான் எங்களுக்கு திருப்தி.. என்னடி உனக்கு இந்தப் புடவை சரிதானா..?” ஈஸ்வரி கேட்க, முதலில் வேகமாக எடுத்த வந்தனாவின் முகத்தில் இப்போது யோசனை தெரிந்தது.. “இந்த புடவை விலை எவ்வளவு சொன்னீர்கள் அண்ணா..?” “எண்பத்தையாயிரம் அம்மா..” “எனக்கு இது வேண்டாம்.. வேறு காட்டுங்கள்..” “ஏன்டி இதற்கு என்ன..?” “இது ரொம்ப சீப்பாக இருக்கு.. எனக்கு கொஞ்சம் காஸ்ட்லியாக வேண்டும்.. அதுதான் நன்றாக உழைக்கும்.” வந்தனாவின் பதில் காற்றில் மிதந்து வந்து அடுப்படியில் இருந்த மைதிலியின் காதில் விழுந்தது.. அவள் இதழ்கள் விரக்தியாக சிரித்தன..

ஒரு லட்சத்திற்கும் அதிகமான விலையில் காட்டும் புடவையைத்தான் வந்தனா தேர்ந்தெடுப்பாள்.. இதனை அவள் எந்த சபை நடுவிலும் நின்று சொல்ல தயார்.. "இதைப் பாருங்கம்மா.. இது ஒன்று இருபத்தியைந்து வரும்.." கடை ஊழியர் இப்போது எடுத்துப் போட்ட அரக்கு தங்க புடவை வந்தனாவிற்கு மிகவும் பிடித்து விட்டது.. "ஹை அரக்கு கலர்.. என் நிறத்திற்கு எடுப்பாக இருக்கும்.." இதையே வாங்கிக் கொள்கி-றேன். உள்ளே மைதிலியின் உதட்டில் இகழ்ச்சிப் புன்-னகை.. அவளுக்கு திருமணத்தின் போது கணவன் வீட்டார் எடுத்துக் கொடுத்த முகூர்த்த பட்டின் விலை ஒருலட்சம்.. அந்த ஒரு லட்சத்தை விட பத்து ரூபா-யாவது அதிகம் இருக்கும் பட்டுச் சேலைதான் வந்-தனா வாங்கிக் கொள்வாளென அவளுக்கு தெரியும்..

"அடுத்து நிச்சயப்பட்டு காட்டுங்க.. சித்ரா நீ இந்த ரகத்தில் உனக்கு புடவை எடுத்துக்கோம்மா.." மகா-ராணி மகளிடம் சொன்னாள்.. "ஏம்மா உங்க மருமக-ளுக்குத்தான் லட்ச ருபாய்க்கு எடுத்து தருவீங்களா..? எனக்கு ஐம்பதினாயிரம் தானா..?" சித்ரலேகா மற்-போர் வீரனைப் போல் தயாராக நின்றாள்.. "ஐயோ அப்படி யாருடா செல்லம் சொன்னது..? உனக்கு இல்லாததா..? ஏய் நீ பேசாமல் இருடி.. குழந்தை அவளுக்கு பிடித்த சேலையை எடுத்துக்கட்டும்.. நீ உனக்கு எது வேணுமோ அதை எடுத்துக்கடா ராசாத்தி.." அருணாச்சலம் பாசத்துடன் மகளிடம் பேச, சித்ரலேகா உற்சாகமானாள்..

முதலில் போடப்பட்ட மணப்பெண்ணிற்குரிய முகூர்த்த சேலை குவியலிலேயே தனக்கான சேலையை தேடத் துவங்கினாள்.. அவளது செய்-கையை கோபமாக பார்த்தாள் வந்தனா.. எனக்கும் இவளுக்கும் ஒரே விலை சேலையா.. அவள் மனம் ஏற்றுக் கொள்ள மறுத்தது.. இறுதியில் சித்ரலேகா

தேர்ந்தெடுத்த ரத்த சிவப்பு நிற சேலையின் விலை கிட்டதட்ட வந்தனாவின் சேலை விலை.. வந்தனா விளக்கெண்ணெய் குடித்தது போல் முகத்தை வைத்தக் கொண்டாள்..

அவளது முக பாவனையில் பரசுராமனுக்கு சிரிப்பு வர அவன் தான் அமர்ந்திருந்த சேரிலிருந்து குனிந்து கீழே அமர்ந்திருந்த வந்தனாவின் காதிற்குள் கிசுகிசுத்தான்.. “வந்தனா கல்யாணப் பொண்ணுக்கு ஆறுபட்டு சேலைகள் எடுப்பது நம்ப குடும்ப வழக்கம்.. நீ கூடுதலாக ஒன்று எடுத்துக்கோ.. சித்ராவோட புடவையோடு கணக்கு போடும் போது சரியாகிவிடும்..” ஆலோசனை சொன்னான். “ஹை அப்படியா சொல்றீங்க....?” வந்தனா விழிகள் வட்டமாக விரிந்தது.. “மகா மைதிலிக்கும் இதே ரகத்தில் எடுக்க சொல்லி விடு.. எல்லோருக்கும் ஒரே விலையில் இருந்து விட்டு போகட்டும்..” அருணாச்சலம் சொல்ல மகாராணி தலையசைத்து மீண்டும் மைதிலியை அழைத்தாள்..

இனியும் உள்ளேயே இருக்க முடியாது என்று தெரிவிந்துவிட மைதிலி வேண்டா வெறுப்பாக கூடத்திற்கு வந்தாள்... வந்து நின்றவளின் கண்களில் பட்டது, இயல்பான பெண் ஆர்வத்துடன் பார்க்க கண்களை பறிக்கும் வகையில் அங்கே கிடந்த பட்டுப் புடவைகள் அல்ல... சேரில் அவனும் தரையில் அவளுமாக அமர்ந்திருந்தாலும் குனிந்து சிறு குரலில் ரகசியம் பேசிக் கொண்டிருந்த பரசுராமனும், வந்தனாவும்தான் மனதின் வெறுப்பு கண்களில் தேங்கி நிற்க அவள் நின்ற இடம் வேலி மரக் காடானது அவளுக்கு.. “நீயும் இந்த சேலைகளிலிருந்து உனக்கு பிடித்ததை எடுத்துக்கோம்மா..” “எனக்கு பட்டுப்புடவைகளியெல்லாம் அவ்வளவு பழக்கம் கிடையாது அத்தை, கலர் கூட செலெக்ட் பண்ண தெரியாது.. நீங்களே எனக்கு ஒன்று எடுத்து விடுங்கள்..” தரையை பார்த்தபடி

சொல்லிவிட்டு மீண்டும் அடுப்படிக்குள் போய்விட்டாள்.

பட்டுப்புடவை பார்க்க விரும்பாத பெண்ணா.. அங்கே வந்திருந்த கடை ஊழியர்களிலிருந்து குடும்பத்து ஆட்கள் வரை எல்லோருக்குமே மைதிலியின் நடவடிக்கை ஆச்சரியமே.. பரசுராமனின் முகம் இறுகியிருந்தது. "சரி சரி அடுத்தடுத்த புடவைகளை எடுங்க.." அருணாச்சலம் குரல் கொடுக்க, மீண்டும் அனைவரும் புடவைகளுக்குள் நுழைந்தனர்..

"மாடம் டிசைன் காட்டுங்க.." "மல்லி மொட்டு டிசைன்ல அரக்கு கலர் வேணும்.." "இந்த இலந்தைப் பழ டிசைன்ல மாம்பழ மஞ்சள் கலர் இருக்கிறதா..?" "அண்ணி உங்களுக்கு அன்னம் டிசைன் எடுத்துக்கோங்க.." "நான் இந்த மயில் டிசைன் எடுத்துக்கலாமான்னு பாக்குறேன்.." "அத்தை இந்த யாழி டிசைன் புடவையை நான் துணைப் பட்டாக எடுத்துக்குறேன்.." "அம்மா எனக்கு இந்த யானை டிசைன் சேலை ஒன்றும் கூடுதலாக இருக்கட்டும்.." புடவை பற்றிய பேச்சுக்கள் காதில் விழ காதுகளை மூடிக் கொண்டாள் மைதிலி..

அங்கிருந்து எங்கேயாவது தூரமாக ஓடிப் போய் விட வேண்டும் போலிருந்தது அவளுக்கு.. அவளுக்கு கொஞ்சமும் பிடிக்காத இந்த திருமணத்தை நிறுத்துவதற்காக அவளால் முடிந்த அளவு வீட்டினர் அனைவரிடமும் முயற்சித்துவிட்டாள்... ஆனால் கடுகளவு பலன் கூட அவளுக்கு கிடைக்கவில்லை.. இதோ திருமண ஏற்பாடுகள் ஜோராக நடந்து கொண்டிருக்கின்றன.. அன்று அத்தனை பேருக்கு எதிரே வைத்து அவளை அந்த அளவு அடித்த பின்னும் கூட, மைதிலி பரசுராமனிடம் அன்றே பேசவே முயன்றாள்..

இரவு அருகே பேச வந்தவளைப் பார்த்து "வா.." எனக் கை நீட்டினான் அவன்.. அவன் அழைப்பின் நோக்கம் புரிய மைதிலியின் மனம் தனலாய் எரிந்தது..

ஆனாலும் தன் கொதிப்பை அடக்கிக் கொண்டு, “உங்களிடம் சில விபரங்கள் பேச வேண்டும்..” என்றாள்.. “நம் இருவருக்கிடையே பேச இதைத் தவிர வேறு எந்த விசயமும் கிடையாது.. இது சம்பந்தமாக என்ன விபரங்கள் வேண்டுமானாலும் கேள்.. விளக்கங்கள் தருகிறேன்.. மற்ற விசயங்களென்றால் ம்ஹீம் பேச்சே கிடையாது..” கட்டிலை கைகளால் தட்டிக் காண்பிடித்து அவன் சொல்ல மைதிலி நிஜமாகவே அருவெறுத்து போனாள்..

தன் அருவெறுப்பை மறைக்காமல் முகத்திலும் காட்டியவள்.. “சாக்கடையில் குளிக்க சொல்வது போல் இருக்கிறது..” கட்டிலில் இருந்து தலையணை ஒன்றை உருவி எடுத்து தரையில் போட்டுக் கொண்டு படுத்தாள். “ஏய் என்னடி சொன்ன..?” தரையில் படுத்திருந்தவளின் தலை முடியை கொத்தாக பற்றித் தூக்கினான் அவன்.. சுள்ளென்று வலித்த தலைமுடியினால் கவலையின்றி நேராக அவன் பார்வையை சந்தித்தாள் அவள். “என்ன செய்ய போகிறீர்கள்..? நீங்கள் ஆணென்று நிரூபிக்க வேண்டுமா..? அந்த வகை நிரூபணங்கள் எனக்குத் தேவை இல்லை.. ஏனென்றால் அதனை நான் முன்பே மிக நன்றாகவே அறிவேன்.. மிகத் தெளிவாகவே அதை எனக்குக் காட்டியிருக்கிறீர்கள்.. அது பற்றாது.. இன்னும் வேண்டுமென்று நினைத்தால், அதற்கும் நான் தயார்தான்.. மனம் மரித்து போய் உடலும் சவமாகி ரொம்ப நாட்களாகி விட்டது.. சவங்களுக்கு நடப்பதை உணரும் ப்ரக்ஞை இருக்காது.. நீங்கள் உங்கள் இஷ்டம் போல்..” பரசுராமனின் முகத்தில் அடிவாங்கிய அதிர்ச்சி தெரிய, அவள் பேச்சை நிறுத்த, அப்படியே அவள் முகத்தை திருப்பி, தரையில் கிடந்த தலையணையில் புதைத்து அழுத்தினான்..

“வாயை மூடுடி, இனி ஒரு முறை வாயைத் திறந்தாயானால் உன்னைக் கொன்று குழியில் இறக்கி விடுவேன்..” “இனித்தான் அதை செய்யப் போகிறீர்களா..?” தலையணையில் புதைந்து கிடந்த முகம் கேட்ட கேள்வியில் ஆத்திரமானவன், எழுந்து அறையை விட்டு வெளியே போய்விட்டான்.. மைதிலி வெகுநேரம் அழுதபடி தரையில் தூங்காமல் கிடந்தாள்.. அதன் பிறகு கணவன் மனைவி இருவரும் ஒருவருக்கொருவர் பேசிக் கொள்வதில்லை.. ஒருவர் இருக்கும் இடத்தில் அடுத்தவர் இருப்பதில்லை.. ஒரே வீட்டிற்குள் விரோதிகள் போல் வலம் வந்தனர்..

இரவுகளில் அவன் கட்டிலிலும், அவள் தரையிலுமாக படுத்துக் கொண்டனர்.. ஒருவர் முகத்தை ஒருவர் பார்ப்பதை கூட தவிர்த்தனர்.. அதன் பிறகும் மைதிலி அந்த வீட்டில் மற்றவர்களிடம் திருமணத்தை நிறுத்துவதற்கான பேச்சுக்களுக்கு முயவே செய்தாள்.. வீட்டுப் பெரியவர்களான ஈஸ்வரி, மகாராணி, அருணாச்சலம் பக்கம் அவளால் போகவே முடியவில்லை.. ஈஸ்வரியும், மகாராணியும் அப்படி எதுவும் எங்களிடம் பேச வந்து விடாதே என பார்வையிலேயே சொல்லிக் கொண்டிருக்க, அருணாச்சலம் அவள் பார்ப்பதை தவிர்த்தார்.. அப்படியும் வர வைத்துக்கொண்ட தைரியத்துடன் அவர் முன் ஒரு நாள் போன போது.. “என்ன..?” எனக் கேட்ட அவரது அதட்டல் பாவனையில் கால்கள் நடுங்க ஓடி வந்து விட்டாள்.. அடுத்து வந்தனா..

இது சாத்தியமற்ற ஒன்று என்று தெரிந்த பின்னும் அந்த முயற்சியையும் விட அவள் தயாரில்லை.. ஆனால் முடிவு அவள் எதிர்பார்த்ததுதான்.. “நான் உன்னிடம் போட்ட சபதத்தில் ஜெயிக்க கூடாது.. அப்படித்தானே..? எப்பாயாவது என்னை இந்த வீட்டை விட்டு விரட்ட வேண்டும்.. அவ்வளவுதானே..?”

“இல்லை வந்தனா.. நான் சொல்ல வருவது உன் நன்மையைத்தான்..” வந்தனா இரு கைவிரலாலும் காதிற்குள் நுழைத்து மூடிக் கொண்டாள்.. “நீ என்ன சொன்னாலும் நான் கேட்க மாட்டேன்..” மைதிலி பெருமூச்சுடன் அவளை விட்டு நகர்ந்தாள்.. அடுத்து அவளது இலக்கு கல்யாணசுந்தரம்..

“அப்பாவின் பேச்சுக்கு மறுபேச்சு பேசும் எண்ணம் எங்கள் வீட்டில் யாருக்கும் கிடையாது அண்ணி.. உங்கள் திருமணத்தின் போதும் அண்ணன் அப்படித்தான்.. இதோ என் திருமண முடிவும் அப்பாவுடையதுதான்.. இதில் மாற்றமில்லை..” கல்யாணசுந்தரத்தின் பேச்சு மைதிலி எதிர்பார்த்ததுதான் என்றாலும், அவள் எதிர்பார்க்காதது அவனது பார்வை.. எங்கள் குடும்பத்தை அழிக்க வந்த கோடாரிக் காம்பே என்பது போல் அவளைப் பார்த்துக் கொண்டிருந்தான் அவன்.. பரசுராமன் கோபமானவன்.. ரவீந்தர் படபடப்பானவன்.. கல்யாணசுந்தரமும் அமைதியானவன்.. இப்படித்தான் மைதிலி இதுவரை சகோதரர்களை கணித்து வைத்திருந்தாள்.. ஆனால் இப்போது கல்யாணசுந்தரம் அவள் கணிப்பிற்கு அப்பாற்பட்டவனாக விளங்கினான்.. பிடிவாதமாய் விரிந்த அவன் கண்கள் மர்மங்களை சுமந்திருப்பதாய் மைதிலிக்கு தோன்றியது..

இவன் அழுத்தமானவன் அவன் அண்ணனை போன்றே.. இவனிடம் மோதி மீள முடியாது.. மைதிலி சோர்வுடன் திரும்பினாள். இனி மீதமிருப்பவன் ரவீந்தர் மட்டும்தான்.. அவன் இவர்களின் யாரைப் போலவும் இருக்கமாட்டான்.. பொறுமையாக மைதிலியின் பேச்சுக்களை கேட்பான்.. அவள் நியாயங்களை புரிந்து கொள்வான்.. அவளுக்காக குரல் கொடுக்கவும் செய்வான்.. ஆனால்.. ஏனோ மைதிலிக்கு அவனை இப்பிரச்சனைக்காக அணுக தோன்றவில்லை.. ரவீந்தர் இப்பொழுதெல்லாம் அவள் கண்களுக்கு மிகச் சிறிய-

வனாகத் தோன்றினான்.. வீட்டின் கடைப்பிள்ளையை 'கடைக்குட்டி' என ஒதுக்க வைத்து அவனுக்கென்ன தெரியும்.. சின்னப்பிள்ளை என்போமே அப்படித்தான் ரவீந்தர் அவளுக்கு தோன்றினான்..

இருவரும் தங்கள் தோழமையை மறந்து அண்ணி-கொழுந்தன் உறவிற்குள் தங்களை என்று பொருத்திக் கொண்டனரோ அன்றிலிருந்தே மைதிலிக்கு அவன் சிறு பையனாகிப் போனான்.. அவள் அந்த வீட்டின் பெரிய மனுசியாகிப் போனாள்.. வீட்டின் மிக முக்கிய இந்தப் பிரச்சினையை விவரங்களற்ற வீட்டுச் சிறு பிள்ளையிடம் கொண்டு செல்ல அவள் தயாரில்லை.. "போதும் விட்டுவிடு.." பரசுராமனின் குரல் அன்று அதிசயமாக சிறிது மென்மை சுமந்திருந்தது..

"உன்னால் முடியாது மைதிலி.. இந்த திருமணத்தை நிறுத்தும் முயற்சியை விட்டுவிடு.." கொஞ்சநாட்களாக வெட்டுடா.. குத்துடா பாவனையிலேயே அவளிடம் பேசிக் கொண்டிருந்த கணவன், இன்று கொஞ்சம் பரிவாய் குரல் கொடுக்கவும், மைதிலியின் மனதில் சலனம் வந்தது.. மீண்டும் இவனிடம் முயன்றால் என்ன..? ஆவலுடன் நிமிர்ந்து கணவன் முகம் பார்த்-தாள்.. மறு நொடியே அவன் "ஊஹீம்.." என தலை அசைத்தான்.. "இந்தா இது உனக்காக எடுத்த புட-வைகள்.." மூன்று பட்டுப்புடவை அட்டைப்பெட்டி-களை அவளிடம் நீட்டினான்..

எரிச்சலுடன் அவற்றை வாங்கி மேசை மீது எறிந்த-வள் தன் வழக்கமான இடத்தில் படுத்து, போர்வையை இழுத்து தலைவரை போர்த்திக் கொண்டாள். பரசுரா-மன் பெருமூச்சு ஒன்றுடன் கட்டிலில் படுத்துக் கொண்-டான்.

# 26

***காட்டுவழி பாதை பயணம்
உன்னுடனான வாழ்வு
பச்சை பாம்பும் படரும் கொடியும்
ஆனாலும் உயிர் பறவைகளை
கைவிடுவதில்லை வனங்கள்..***

"நம்ம மகளை பார்த்தியாடி மகாலட்சுமி போல் எப்படி ஜொலிக்கிறாளென்று.." சிவராமன் தன் மனைவியிடம் பெருமிதமாய் சொல்லிக் கொண்டிருந்தார்.. "அது மட்டுமா அவளுக்கு அவுங்க வீட்டில் எவ்வளவு பொறுப்பு கொடுத்திருக்காங்க பாருங்க.. மூத்த மருமகளாக பொறுப்பாக கல்யாண வேலைகளை எப்படி ஓடி ஓடி பார்க்கிறாள் பாருங்க.." தாயும், தந்தையும் தன்னையே கவனித்துக் கொண்டிருப்பதை மைதிலி அறிவாள்.. உள் மன புகைச்சல் வெளியே முகத்தில் தெரியாமல் சமாளித்தபடி பரபரவென மண்டபத்திற்குள் இயங்கிக் கொண்டிருந்தாள்..

அவள் செய்ய வேண்டியவைகளாக ஏகப்பட்ட வேலைகள் அவளிடம் கொடுக்கப் பட்டிருந்தன.. அதைத்தான் வீட்டின் முக்கிய ஆளாக தங்கள் மகள் மாறிவிட்டதாக அவளது தாயும் தந்தையும் பெருமை பேசிக் கொண்டிருந்தனர்.. ஆனால் தனக்கு கொடுக்கப்பட்டிருந்த அதிகப்படி பொறுப்புகளின் காரணம்

வேறென்று மைதிலிக்கு தோன்றியது.. நடக்கக்கூடாது என அவள் நிறுத்த சொன்ன திருமணப் பொறுப்புக்-களை அவளே ஏற்று நடத்த வேண்டுமென அவளது வீட்டார் செய்த ஏற்பாடு போல் இது அவளுக்கு பட்-டது.

"ராஜகுமாரி மாதரி இருக்கிறாய்டா தங்கம்.." அம்மா அவளை திருஷ்டி சொடுக்கினாள். இருக்-கத்தானே செய்வேன் ஒரு லட்சரூபாய் புடவையும் பலலட்ச ரூபாய் நகைகளும் அணிந்திருப்பவள் ராஜ-குமாரி, போலத்தானே தெரிவாள்.. வெளியேதான் நான் ராஜகுமாரி.. உள்ளே பிச்சைக்காரி.. நினைவுகள் கசந்து வழிய அதன் சுவடுகள் கண்களை எட்டா-மலிருக்க பாடுபட்டபடி உதடுகளை இழுத்து புன்ன-கைத்துக் கொண்டாள்.. அவள் பார்வை அம்மாவின் அருகே அமர்ந்து அவளை பொறாமையாய் பார்த்த அண்ணி கிரிஜா மேல் விழுந்தது.. 'இப்படி பார்க்காதே அண்ணி.. உனது இந்தப் பார்வைக்கு நான் தகுந்தவள் இல்லை.. நீ நினைக்கும் உயர்ந்த இடத்தில் நான் இல்லை.. கீழே காலடியில் கிடக்கிறேன்.. என் மீது பொறாமைபடாதே, பாவப்படு.. பரிதாபம் கொள்.. ஒரு வகையில் உனது வாழ்க்கை உயர்ந்தது.. கணவன் குழந்தையென எந்த பிக்கல் பிடுங்கலும் இல்லாத தனி வாழ்க்கை.. ஏதேதோ கூனித்தனம் செய்து நீ சாதித்து கொண்ட வாழ்க்கை.. அத்தனை திறனில்லாத நான் இங்கே மெழுகாய் உருகிக் கொண்டிருக்கிறேன்..' மைதிலி மனதிற்குள் புலம்பியபடி வெளிப் பார்வைக்கு புன்னகைத்தாள்..

கிரிஜா அவளை ஊடுறுவது போல் பார்க்க, அந்த பார்வையிலிருந்து தப்ப மண்டப வாயில் பக்கம் நகர்ந்து விட்டாள்.. "இந்தக் கோலத்தில் கலர்பொடி கொஞ்சம் சிதறியிருக்கிறது பாருங்கள்.. போட்டோ, வீடியோவில் அசிங்கமாக தெரியும்.. இதை சரி பண்-

ணுங்கள் அக்கா..'' கோலம் போட்ட பெண்ணை அழைத்து சொன்னாள்.. ''மைதிலி..'' பின்னால் கேட்ட குரலுக்கு திரும்பி விழி விரித்தாள்..

''சுமதி, சௌமியா வாங்கடி வாங்க..'' ''என்னடா இவுங்களை நாம் கல்யாணத்திற்கு கூப்பிடவே இல்லையே.. எப்படி வந்தார்களென்று பார்க்கிறாயா..?'' கொஞ்சம் கோபமாக அவர்கள் கேட்க, ''சீச்சி என்னடி நீங்க.. நான் அப்படி நினைப்பேனா..? நிறைய வேலைகள்டி.. அதனால் உங்களை மறந்து விட்டேன்.. வாங்க உள்ளே வாங்க..'' ''ம்.. நல்லவேளை நீதான் மறந்தாய்.. ரவி மறக்கவில்லை..'' ''ஓ என் கொழுந்தனாரின் தோழிகளா நீங்க.. அப்போது உங்களை கொஞ்சம் விசேசமாக கவனிக்க வேண்டும்.. இல்லை என்றால் என் கொழுந்தன் கோபித்துக் கொள்வாரே..''

''என்னது உன் கொழுந்தனாரின் ப்ரெண்டா..? அப்போது உனக்கு நாங்க அவ்வளவுதானா..? திமிர்டி உனக்கு..'' தோழிகள் இருவரும் மைதிலியை செல்லமாக அடிக்க முயல, அவள் அவர்களிடமிருந்து தள்ள முயல, பிறர் கவனத்தை கவராமல் அங்கே ஓர் குட்டி சண்டை நடந்து கொண்டிருக்க, திடுமென பரசுராமன் வந்து நின்றான்.. மூன்று பெண்களுமே ஸ்தம்பித்து நின்றனர்..

ஐயோ இவனுக்கு இதெல்லாம் பிடிக்காதே.. இப்போது என்ன சொல்ல போகிறான்..? பரிதவித்து நின்ற அவர்கள் பயம் அநாவசியம் போல் அகலமாக புன்னகைத்தான் பரசுராமன்.. ''என்ன மைதிலி விருந்தாட்களை வாசலில் நிற்க வைத்தே பேசிக் கொண்டிருக்கிறாய் உள்ளே கூப்பிட்டு போய் சாப்பிட சொல்லலாமே..'' மைதிலி தன் காதுகளை தேய்த்து விட்டுக் கொள்ள சுமதியும், சௌமியாவும் தங்கள் கண்களை தேய்த்து பார்த்து எதிரிலிருந்த உருவத்தை உணர்ந்து கொள்ள முயன்றனர்..

“நீங்கள் உள்ளே போய் சாப்பிடுங்க மைதிலி கூட்டிப் போம்மா..” முகம் நிறைந்த புன்னகையோடு சொல்லிப் போனவனை மூவராலுமே நம்ப முடியவில்லை.. “என்ன மைதிலி உங்களுக்குள் எல்லாம் சரியாகி விட்டது போல..?” சுமதி நடந்து கொண்டே கிசுகிசுத்தாள். “சரிதாண்டி புருசன் பொண்டாட்டி சண்டை எத்தனை நாளைக்கு..? இன்னைக்கு அடிச்சுக்குவாங்க.. நாளைக்கு கட்டிக்குவாங்க.. இடையில் வந்தோம்னா நாம்தான் பொல்லாப் பிள்ளையாயிடுவோம்..” சௌமியா பாசமுடன் தோழியின் கையை பற்றிக் கொண்டாள். மைதிலி பதில் பேசா புன்னகையுடன் அவர்களை அழைத்துப் போய் பந்தியில் அமர வைத்துவிட்டு அடுத்த வேலைக்கு போனாள்..

அது அவர்களது திருமணம் நடந்த அதே கல்யாண மண்டபம்தான்.. அன்று அவள் மணப்பெண்ணாய்.. இன்று மணமகள் வீட்டாளாய்.. காட்சிகளை மாற்றிய காலத்தை வியந்தபடி மண்டபத்தின் இரண்டாவது மாடியில் நின்றபடி மண்டபம் முழுவதையும் விழியால் ஓட்டினாள். இதோ இப்போது அவள் கணவன் பரபரப்பாக அங்குமிங்கும் நடந்து கொண்டிருக்கிறான்.. மணமகனுக்குரிய எந்த ப்ரத்யேகமும் இன்றி அவர்கள் திருமணத்தின் போதே அவன் இப்படித்தானே வேலை பார்த்துக் கொண்டிருந்தான்.. இதன் அர்த்தம் அவர்கள் திருமணம் அவனது எந்த இயல்பையும் பாதிக்கவில்லை என்பதா..? போகிற போக்கில் இதுவும் ஒன்று என ஏற்றுக் கொண்டதா இந்த திருமணமும்.. நானும்

அவனது விட்டேத்தியான செயல்கள் அதைத்தானே காட்டுகின்றன.. மைதிலி மன வருத்தத்துடன் தன் வாழ்வை தானே வலிக்க வலிக்க வெட்டிக் கூறு போட்டுக் கொண்டிருந்தாள். அவளது மனம் திருமணத்திற்கு முதல்நாள் கணவனை மணமகன் அறையில் சந்தித்த நிகழ்வில் வந்து நின்றது.. அப்போது அவன்

பார்வை.. இப்போதும் அந்த நினைவில் அவள் உடல் சிலிர்த்தது அதென்ன பார்வை.. ஏன் அப்போது அப்படி பார்த்தான்..? கணவனின் பார்வையை ஆராய்ந்து கொண்டிருந்தவளுக்கு.. திடுமென தான் அன்று கணவனின் அறைக்கு போன காரணம் நினைவு வந்தது.. அவள் மனம் பரபரத்தது.. அன்று அவர்கள் திருமணத்தை நிறுத்துவதற்கு சதி நடந்ததே.. அது வந்தனாவின் தந்தையால் நிகழ்த்தப்பட்டது தானே..

இ.. இப்போது இதனை மாமனாரின் காதிற்கு கொண்டு போனால்.. அடுத்த நொடி மைதிலியின் கால்களுக்கு அபார பலம் வந்தது.. அவள் இரண்டிரண்டு படிகளாக இறங்கி, இரண்டாவது மாடியில் இருந்து முதல் மாடிக்கு ஓடினாள்.. நிச்சயதார்த்தம் முடிந்திருந்தது.. காலையில் திருமணம்.. மண்படத்தில் நெருங்கிய உறவினர் மட்டுமே இருந்தனர்.. மற்றவர்கள் கொஞ்சம் கொஞ்சமாக விடை பெற்று வெளியேறிக் கொண்டிருந்தனர்.. வேகமாக இறங்கிக் கொண்டிருந்த மைதிலி திடுமென எதிரே வந்து விட்ட பரசுராமன் மேல் மோதிக் கொண்டாள்..

மேலே வந்து மெத்தென மோதிய மனைவியை சற்று அதீத ஆர்வத்துடனேயே தாங்கி பற்றி நிதானமாக விலக்கிய பரசுராமன் கேட்ட.. "எங்கேடி இவ்வளவு அவசரமாக போகிறாய்..?" கேள்வி கொஞ்சமாக போதை சுமந்திருந்தது.. அவனது கணவன் பார்வையை உணரும் நிலையில் மைதிலி இல்லை.. "மாமாவை பார்க்க போகிறேன்.. ஒரு விசயம் பேச வேண்டும்.." அவளது பரபரப்பு இப்போது அவனுக்குள் சந்தேகத்தை கொண்டு வந்ததிருந்தது.. "என்ன பேசனும்..?" "அது அன்று நம் கல்யாணத்தின் போது.." வேகமாக பேச வாயெடுத்து விட்டு பட்டென வாய மூடிக்கொண்டாள். "ஒன்றுமில்லை.." அவனைத் தாண்டிப் போக போனவளின் இடை பற்றி முரட்டுத்-

தனமாக இழுத்து அருகிலுள்ள அறைக்குள் தள்ளிப் போனான்.. "அப்பாகிட்ட என்னடி பேசப் போகிறாய்..? சொல்லுடி.." உலுக்கினான்.

அதென்ன இவனுக்கு எப்போதும் இப்படி ஒரு அராஜகம் எரிச்சல் பட்ட மைதிலி அவன் கைகளை தட்டி விட்டாள்.. "அன்று நம் திருமணத்தை தடுத்து நிறுத்த உங்கள் மாமா திட்டம் போட்டாரே.. அதை இன்று உங்கள் அப்பாவிடம் சொல்ல போகிறேன்.. உங்கள் மகன் திருமணத்தையே நிறுத்த பார்த்தாரே, அவர் மகளுடனா உங்கள் மகனுக்கு திருமணம் எனக் கேட்கப் போகிறேன்."

"மைதிலி" கர்ஜித்தான். "தப்பு பண்றடி, வேண்டாம்.. இதனால் இரண்டு பேரோட வாழ்க்கையை நீ பாழாக்குகிறாய்.." "உங்களுக்கு புரியவில்லை.. இந்த திருமணம் நடந்தால்தான் அவர்கள் இருவர் வாழ்க்கையும் பாழாகும்.." "உளறாதே.. உனக்கு ஒன்றும் தெரியாது.. பேசாமல் இரு.." "உங்களுக்குத்தான் ஒன்றும் தெரியாத.. நான் மாமாவிடம் பேசத்தான் போகிறேன்.." ஒருவர் இழுக்க ஒருவர் தள்ள என இருவரும் இருக்க, திமிறிக் கொண்டு அறையை விட்டுப் போக கதவை அடைந்து விட்ட மைதிலியை கடைசி நிமிடத்தில் பற்றிய பரசுராமன் அவன் கன்னத்தில் பளாரென அறைந்தான்.. ஒரு நிமிடம் ஸ்தம்பித்து நின்றவள் பின் ஒரு வித உத்வேகத்துடன் மீண்டும் அறைக்கு வெளியே ஓட முயல, அவளை இழுத்து உள்ளே போட்டு மீண்டும், மீண்டும் அவள் கன்னத்தை பதம் பார்த்தான்..

வெறுப்போடு கட்டிலில் தள்ளினான்.. "ரூமை விட்டு வெளியே வந்தால் காலை ஒடித்து விடுவேன்.." எச்சரித்து விட்டு கோபம் குறையாமல் சாத்தி வைத்திருந்த அறைக்கதவை திறந்தவன் திகைத்தான்.. அறை வாசலில் ரவீந்தர் நின்றிருந்தான்.. வெறுப்போடு அண்-

ணனை அவன் பார்த்த பார்வை இங்கே நடந்தவற்றை அவன் பார்த்துவிட்டான் என சொன்னது.. “ரவி அவள்..” விளக்கம் சொல்ல வந்த அண்ணனை கை உயர்த்தி தடுத்தான். “வேண்டாம் அண்ணா.. கொஞ்சம் கொஞ்சமாக என் மதிப்பிலிருந்து இறங்கிக் கொண்டிருக்கிறீர்கள்.. உங்களது இந்த தவறான செயல்களுக்கு மேலே ஏதாவது நியாயம் கற்பித்து இன்னமும் என் மதிப்பிலிருந்து இறங்காதீர்கள்.. ப்ளீஸ் போய்விடுங்கள்..” ரவீந்தர் கை கூப்ப பரசுராமன் செய்வதியாது காயப்பட்ட பார்வையுடன் அங்கிருந்து அகன்றான்..

அறையினுள்ளிருந்து கேட்டுக் கொண்டிருந்த மெல்லிய விசும்பல்கள் நெஞ்சத்தை கத்தியாக அறுக்க, சமாதானத்திற்கு உபயோகிக்க கூட வார்த்தைகள் வசப்படாமல் கையறு நிலையில் அறை முன்பாகவே குறுக்கும் நெடுக்குமாக நடந்தான் ரவீந்தர்.. “ரவி..” அழைத்தபடி அருகே வந்த சுமதியும், சௌமியாவும் அவனுக்கு அப்போது பயத்தைக் கொடுத்தனர்.. முன்னொரு நாள் இது போன்று நடந்து விட்ட ஒரு தவறில் அவர்கள் கொதித்த நினைவு வந்தது.. இப்போது மீண்டும் அதே தவறு, ரவீந்தர் அப்போது அவர்கள் சாடுவது போல் அந்த வீட்டு மனிதனாக மாறினான்..

மைதிலியின் தோழியாக இல்லாமல் அவள் கணவனின் தம்பியாக மாறினான்.. “ஹாய் சாப்பிட்டாயிற்றா..?” முக பாவனை மாற்றி அவர்களை விருந்தோம்பினான்.. “ஓ.. வயிறு முட்ட சாப்பிட்டாயிற்று.. ருசியான சாப்பாடு.. மைதிலியை எங்கே ரவி சொல்லிக்கொண்டு கிளம்புகிறோம்.. நாளைக் காலை வருகிறோம்..” “அது.. அண்ணிக்கு நிறைய வேலை இல்லையா..? அலுத்துப் போய் சீக்கிரம் படுத்துவிட்டார்கள்.. நீங்கள் போய்விட்டு வாருங்கள்.. அண்ணி-

யிடம் நான் சொல்லிக் கொள்கிறேன்..”

“ம்.. இன்னமும் அண்ணி.. இதை மாற்ற மாட்டாயா..?” செல்லமாக சலித்தபடி தோழிகள் விடைபெற குற்றவுணர்ச்சியுடன் அவர்களை வழியனுப்பினான் ரவீந்தர்.. ரவி நீ நடந்து கொண்டது தவறு.. நீ உன் நட்பிற்கு நியாயம் செய்யவில்லை.. ரவீந்தரின் மனசாட்சி அவனை தொடர்ந்து இம்சித்தது.. அவன் வெகு நேரம் யோசித்த பின் ஒரு முடிவுக்கு வந்தான்.. மைதிலியிடம் பேசி விடுவோம்.. அவள் இருந்த அறையை நோக்கி நடந்தான்.. அப்போது அறைக்கதவை திறந்து கொண்டு மைதிலி வெளியே வந்தாள்.. தளர்ந்த நடையுடன் மண்டபத்தின் பின்புறம் நடக்க ஆரம்பித்தாள்.

இவள் இந்த நேரம் எங்கே போகிறாள்..? ரவீந்தரும் மைதிலியை பின் தொடர்ந்தான்.. அவ்வளவு நேரமாக மைதிலியை தன் கண் பார்வையில் வைத்திருந்த பரசுராமன் மைதிலியையும், அவள் பின்னால் போகும் ரவீந்தரையும் புருவம் சுருக்கி பார்த்தான். பிறகு அவர்கள் அறியாமல் அவனும் அவர்கள் பின்னால் போனான்..

# 27

***பிரியத்தின் அடர்த்தி கூடும் போது***
***கைகுமித்து விடுகிறாய்..***
***இனியென்ன இருக்கிறது..?***
***என்னை பிழிந்து தருவதை தவிர..***

"மைதிலி.." பின்னால் கேட்ட அழைப்பில் திடுக்கிட்டு திரும்பிப் பார்த்தாள் மைதிலி.. அவள் மன அமைதிக்காக தனிமை வேண்டி இங்கே வந்து இந்த மரத்தடியில் அமர்ந்திருந்தாள். "ஏன் மைதிலி இங்கே தனியாக வந்து உட்கார்ந்து விட்டாய்..?" "அது.. சும்மா கொழுந்தன்.. உள்ளே ரொம்ப இறுக்கமாக இருந்தது.. அதனால்தான் இங்கே கொஞ்சம் காற்றாட உட்கார்ந்தேன்.." "உன்னிடம் கொஞ்சம் பேச வேண்டும் மைதிலி.." "சொல்லுங்க கொழுந்தன்.."

"மைதிலி ப்ளீஸ்.. கொஞ்ச நேரம் நமக்கிடையே இருக்கும் இந்த உறவு முறையை மறந்து விட்டு, நாம் நமது கல்லூரிக் காலத்திற்கு போகலாம்.. நான் என்னுடைய கல்லூரி தோழி மைதிலியிடம் பேச விரும்புகிறேன்.." மைதிலி ஒரு நிமிடம் கண்களை இறுக மூடித் திறந்தாள்.. "இங்கே உட்கார் ரவி.. உனக்கு என்ன வேண்டும்..?" அருகிலுள்ள இடத்தைக் காட்டினாள்.. அவளருகே அமர்ந்து கொண்ட ரவீந்தர்.. "நீ ஏன் இப்படி மாறிவிட்டாய் மைதிலி.." என்றான்.

“நானா..? நான் என்ன மாறிவிட்டேன்..?” “ஒன்று-மறியாத அப்பாவி போல் நடிக்கிறாயே.. இதைத்தான் சொல்கிறேன்.. என் தோழி மைதிலிக்கு இது போன்ற பாவனைகள் வராது.. அவள் நேர்மையானவள்.. நடிக்க தெரியாதவள்.. எப்போதும் நிமிர்ந்து நிற்பவள்.. அவள் இப்போது எங்கே போனாள்..?” “நான் அப்படியேதான் இருக்கிறேன் ரவி..” மைதிலியின் குரல் இறங்கியிருந்தது.. “பொய் மைதிலி.. நீ பழைய மைதிலியாக இருந்திருந்தால் இங்கே நம்ம வீட்டில் உனக்கு நடந்து கொண்டிருக்கும் கொடுமைகளுக்கு இப்படியா வாய் மூடிக் கொண்டிருப்பாய்..?” மைதிலி பதில் சொல்லாமல் தன் விரல் நகங்களை ஆராய்ந்தாள்.. “உனக்கு நம்ம சண்முகவள்ளி மேடத்தை நினைவு இருக்கிறதா மைதிலி..? நம் காலேஜ் புரபசர்.. அவருக்கும் அவர் கணவருக்கும் ஏதோ குடும்ப சண்டை.. அவர் கணவர் நம் மேடத்துடன் பேச காலேஜுக்கு வந்தவர், எப்படியோ பேச்சு வளர்ந்து நம் மேடத்தை கைநீட்டி அடித்துவிட்டார்.. அப்போது ஸ்டாப் ரூமில் சில ஸ்டூடண்டும் லெக்சரர்சும் தான் இருந்தார்கள்.. ஆனாலும் அப்போது அங்கே இருந்த நீ எப்படி கோபத்தில் பொங்கினாய்.. அது எப்படி ஒரு பெண்ணை அவர் உங்கள் மனைவியாகவே இருந்தாலும் இப்படி பொது இடத்தில் வைத்து அடிக்கலாம் என மேடம் தடுக்க தடுக்க அவர் கணவரிடம் சண்டைக்கு போனாயே.. இறுதியில் மேடத்தின் கணவர் மேடத்திடம் சாரி சொன்ன பிறகுதானே விட்டாய்..

இந்த சம்பவம்தான் காலேஜில் உன்னை நான் கவனிக்க வைத்தது.. உன்னுடைய தோழமை வேண்டும் என்று ஏங்க வைத்தது.. அநீதி கண்டு பொங்கிய அந்த என் தோழி இப்போது எங்கே மைதிலி..?” மைதிலி இன்னமும் தன் நகங்களைத்தான் ஆராய்ந்து கொண்டிருந்தாள்.. “லேடீஸ் பாத்ரூமிற்குள் எட்டிப்

பார்த்தவன், காதலென்ற பெயரோடு கல்லூரிக்கு பின்புறமிருந்த மறைவு பகுதிக்கு உடன் படித்தவளை கூட்டிப் போனவன், பிராக்டிகல் கிளாசில் சில்மிசம் செய்த புரபசர், ஏன் ஒரு மாதிரி தவறான வார்த்தைகள் பேசிய கரஸ்பாண்டன்ட் என யாரையும், எந்த ஆணுடைய அநீதியையும் நீ மன்னித்த தில்லை.. தைரியமாக எதிர்த்து நின்றாய்.. என்னைப் போல் ஒருத்தி என உன்மீது எனக்கு விசேச பிரியம் உண்டானது.. உன்னை எனது நெருங்கிய நண்பர்களில் ஒருத்தியாக உயர்த்திக் கொண்டு, எப்போதும் உன்னுடன் சேர்நது சுற்றிக் கொண்டிருந்தேன்..

கல்மிசமில்லாத நம் தூய நட்பை தவறாகப் பார்த்தவர்களைக் கூட கண்டு கொள்ளாமல் நாம் தொடர்ந்து நட்புடனே பழகி வந்தோம்.. என்ன மைதிலி இதெல்லாம் உனக்கு ஞாபகம் இருக்கிறது தானே..?" "என் வாழ்வின் பசுமையான நாட்கள் அவை ரவி.. என்னால் மறக்க முடியாது.." "அப்படியே நாம் இருந்திருக்கலாம் மைதிலி, ஆனால் விதி விடவில்லை.. உனக்கும் என் அண்ணனுக்கும் திருமணம் பேசினார்கள்.. எனக்கு ஏனோ சரி வராது என்று தோன்றியது.. எங்கள் வீட்டிற்கு வாழ வரும் பெண் எதிர் பேச்சு பேசாது, சத்தமில்லாமல் அடுப்படி வேலைகளை பார்க்கவேண்டும்.. இந்த குணங்கள் உனக்கு பொருந்தாது.. எனவே இந்த திருமணமும் பொருந்தாது என நினைத்தேன்.. எங்கள் வீட்டிலும் இந்த கல்யாணத்தை எதிர்த்து பேசினேன்..

அப்பாவும், அண்ணனும் ஒரு அதட்டலில் அடக்கி விட்டனர்.. உன் மூலமாக திருமணத்தை நிறுத்த எண்ணி உன்னிடம் பேச முயன்றேன்.. நீ அப்போதெல்லாம் என்னிடம் பேசவே தயாராக இல்லை.. விலகி விலகி போனாய்.. ஏன் மைதிலி..?"

“பெரிதாக எந்த விசயமும் இல்லை ரவி.. உன் அண்ணனுடன் எனக்கு திருமணம் பேசுகிறார்கள்.. நீயும் அது விசயம் பேசத்தான் என்னை அணுகுகிறாய் என தெரியும்.. அது இவ்வளவு சீரியசாக இருக்கும் என நான் நினைக்கவில்லை.. ஒரு நண்பனாக என்னை திருமண விசயம் சொல்லி கலாட்டா செய்வாய் என நினைத்தேன்.. எனக்கு என்னவோ அப்பொழுதெல்லாம் உன்னிடம் பேசவே மிகவும் வெட்கமாக இருக்கும்.. அதுதான் விலகி போனேன்..”

“எல்லாவற்றையும் சரியாக கணிப்பாயே மைதிலி.. இந்த விசயத்தில் மட்டும் எப்படி தவறான எண்ணம் கொண்டாய்..? நான் உன்னிடம் எங்கள் வீட்டை, என் கோபக்கார அண்ணனை விளக்க முயன்றேன்.. நன்றாக யோசித்து இந்த திருமண முடிவை எடு என உன்னிடம் எச்சரிக்கை கொடுக்க நினைத்தேன்.. ஆனால் அதற்கான சந்தர்ப்பத்தை எனக்கு சூழலும் கொடுக்கவில்லை.. நீயும் கொடுக்கவில்லை...!” மைதிலி மீண்டும் மௌனமாகிவிட்டாள்..

“அதன் பிறகு உன்னை இங்கே இதே மண்டபத்தில் அதோ அந்த சுவர் ஓரமாக உங்கள் திருமணத்திற்கு முதல் நாள் சந்தித்தேன்-இல்லையில்லை நீயாகவே என்னைத் தேடி வந்தாய்.. ஒரே ஒரு நொடி இந்த திருமணத்தை நிறுத்தச் சொல்கிறாயோ என நினைத்தேன்.. ஆனால் நீ இந்த திருமணம் நிற்கக் கூடாது என்றாய்.. இந்த திருமணத்தை நடத்த வேண்டும் என்றாய்.. அப்போது உன் முகத்தில் தெரிந்த பரிதவிப்பு.. உண்மையாகவே சொல்கிறேன் மைதிலி அப்போது நான் மிக நிம்மதியாக உணர்ந்தேன்.. என் தோழிக்கு இந்த திருமணம் பிடித்திருக்கிறது.. அவள் இந்த திருமணத்தை விரும்புகிறாள்.. மிகப் பெரிய ரிலாக்சேசனை அப்போது உணர்ந்தேன்.. உற்சாகமாக உன்னை அண்ணனிடம் அழைத்து போனேன்.. திருமணம் நிற்காமலி-

ருக்க திட்டங்கள் போட்டோம்.. அழகாக திருமணத்தை நடத்தினோம்.. என் மிகப் பிரியமான தோழி எனக்கு உறவினளாக மாறியதில் எனக்கு மிக மகிழ்ச்சி..”

“நானும் மிகுந்த மன திருப்தியோடுதான் உங்கள் வீட்டிற்கு மருமகளாக வந்தேன் ரவி..” “வந்தாய் மைதிலி.. ஆனால் எங்கள் வீட்டிற்குள் வந்த பிறகு நீ ஏன் உன் குணாதிசயங்களை மாற்றிக் கொண்டாய் மைதிலி..? ஏன் அடக்கமாக அடுப்படிக்குள் போய் உட்கார்ந்தாய்..? தலை நிமிராமல் வீட்டு வேலைகள் செய்தாய்..?” “இது பெரிய அதிசயமில்லை ரவி.. இதுதான் நம் நாட்டு பெண்கள் ஒவ்வொருவரின் நிலை.. திருமணத்திற்கு முன் ஒரு வாழ்க்கை, திருமணத்திற்கு பின் ஒரு வாழ்க்கை... இது நம் நாட்டு பெண்களின் தலையெழுத்து.. நானும் விதிவிலக்கல்ல..”

“சராசரி பெண்ணாகி விட்டாயே மைதிலி..” ரவீந்தரின் வேதனை குறையவில்லை.. “அதுவும் சமீபமாக நம் வீட்டில் உனக்கு நடக்கும் அநியாயங்கள், அவற்றையெல்லாம் எப்படி பொறுத்து போகிறாய் மைதிலி.. அண்ணன் இந்த அளவு கொடுமைக்காரராக இருப்பார் என்பது எனக்கு அதிர்ச்சி என்றால் அதைவிட பெரிய அதிர்ச்சி அவரது அராஜகங்களையெல்லாம் நீ தாங்கிக் கொண்டு இருப்பது.. தோழனாகவும் முடியாமல் கொழுந்தனாகவும் முடியாமல் தவித்துக் கொண்டிருப்பது நான்தான்.. சுமதியும், சௌமியாவும் அன்று என்னை வெளியில் பார்த்து என் முகத்தில் காறி துப்பாத குறைதான்.. அதன் பிறகு உன்னிடம் பேச முயல நீ வழக்கம் போல் விலகி போனாய்.. ஏன் மைதிலி..?”

“ப்ச்.. என்ன பேச சொல்கிறாய் ரவி..?” “அன்று சுமதி, சௌமியா முன்னால்.. பிறகு நம் வீட்டில் உள்ள அனைவர் முன்னாலும்.. மீண்டும் மீண்டும் நீ அடி வாங்குகிறாய்.. அமைதியாக இருக்கிறாய்.. எனக்கு

புரியவில்லை மைதிலி.. ஏன் சின்னண்ணா.. வந்தனா கல்யாணத்தை நிறுத்த நினைக்கிறாய்..? ஏன் அண்ணனிடம் அடி வாங்கிக் கொண்டு பேசாமல் இருக்கிறாய்..?" மைதிலியிடமிருந்து பதிலில்லை.. "நீ பேசமாட்டாய் என்று எனக்கு தெரியும் மைதிலி.. நீ மௌனம் காக்க காக்க நான் என்னை பெரிய குற்றவாளியாக உணர்கிறேன்.. இதோ இப்போது சற்று முன் கூட அண்ணனிடம் அறைக்குள் வைத்து அடி வாங்கினாயே அதையும் வெறுமனே பார்த்துக் கொண்டுதான் இருந்தேன்.. அது மட்டுமல்ல அப்போது உன்னைப் பார்க்க வந்த நம் தோழிகளுக்கு உன் நிலைமை தெரியக் கூடாதென பொய் சொல்லி திருப்பி வேறு அனுப்பினேன்.. அந்த நேரத்தில் நீ மைதிலியின் தோழனாக இல்லாமல் அருணாச்சலத்தின் மகனாக பரசுராமனின் தம்பியாக மாறி விட்டாயே என என் மனமே என்னை குத்திக் கொன்று கொண்டு இருக்கிறது.."

"இதில் உன குற்றம் என்ன இருக்கிறது ரவி..? தேவையில்லாமல் உன்னை நீயே குழப்பிக் கொள்ளாதே.. நீ சரியாகத்தான் நடந்து கொள்கிறாய்.. ஏதாவது நினைத்து உன்னையே குழப்பிக் கொள்ளாதே.." "இல்லை மைதிலி நான் சரியில்லை.. ஒரு உண்மையான நண்பனுக்கான கடமையை நான் செய்யவில்லை.. இதுவரை அப்படி இருந்தேன்.. இனியும் அதே போல் இருக்கமாட்டேன்.. நாம் இப்போது ஒரு முடிவுக்கு வருவோம்.. நாளை இந்த திருமணம் நடந்து முடியட்டும்.. அதன் பிறகு நீ.. உனக்கு வேதனை தரும் இந்த வாழ்க்கையை தொடர்ந்து வாழ வேண்டும்.. நீ உன் அம்மா வீட்டிற்கு போய்விடு.."

"வாயை மூடு ரவி.." மைதிலியின் வேகத்தில் ரவீந்தர் திகைத்துப் போனான்.. வேகத்துடன் எழுந்து நின்ற மைதிலி உதடுகளை கடித்து தன்னைக் கட்-

டுப்படுத்திக் கொண்டாள்.. கண்களை இறுக மூடி நின்று தன்னை ஆசுவாசப்படுத்திக் கொண்டாள்.. பின் மெல்ல கண்திறந்தாள் புன்னகைத்தாள்.. "என்ன கொழுந்தனாரே நாளைக் காலையில் கல்யாணம் ஆயிரம் வேலை இருக்கு.. அதைப் பற்றி யோசிக்-காமல் கண்ட கழுதையெல்லாம் பேசிக் கொண்டு இருக்கிறீர்களே.. சின்னப் பையன்ங்கிறது சரியாத்தானே இருக்கிறது.. வெட்டியாக வாய் பார்க்காமல் எந்திரிச்சு உள்ளே போங்க கொழுந்தனாரே காலையில் சீக்கிரம் எழுந்திரிக்க வேண்டும்.." சொன்னதோடு தாயின் பரி-வோடு தன் கையை நீட்டி ரவீந்தரின் தலையை வரு-டினாள்..

ரவீந்தர் கண்ணசைக்காமல் அவளைப் பார்த்தபடி இருந்தான்.. பெருமூச்சு விட்டான்.. "சோ யூ ஹேவ் டிசைடேடு யுவர் லைப்.. ரைட்..?" "யெஸ் இட்ஸ் மை லைவ்.. ஒன்லி ஐ ஹேவ் தி ரைட்ஸ் டூ டெட்டர்-மைன் இட்..." மைதிலி... புன்னகைத்தாள்... எழுந்து மண்டபத்தை நோக்கி நடந்தாள்..

இரண்டு எட்டுக்கள் வைத்து விட்டு நின்று திரும்பி.. "இனி நமக்குள் அண்ணி-கொழுந்தன் உறவு முறை மட்டுமே இருக்கட்டும்.. நம் நட்பை நாம் மறந்து விடு-வோம்.. அண்ணி என்ற மரியாதையோடே நில்லுங்-கள்.." உறுதி தெறிக்க பேசியவள், அந்த பேச்சின் கடுமையை குறைக்க இறுதியில் புன்னகைத்தாள்.. "குளிர ஆராம்பித்துவிட்டது கொழுந்தன்.. உள்ளே போய் சமர்த்துப் பிள்ளையாக படுங்கள்.. நாளை நிறைய வேலை இருக்கிறது.." போய்விட்டாள்.. ரவீந்-தர் அதன் பிறகு வெகுநேரம் அங்கேயே அமர்ந்திருந்-தான்..

# 28

***சருகாகி நொறுங்கிடுவேனென<br>உறுதிப்படுகையில்..<br>ப்ரியத்தின் சொற்கள் சில<br>எதிர்பாரா உன் முத்தம்..***

"அம்மா.. அந்த சந்திரஹாரம் மட்டும் இன்னைக்கு எனக்கு தாங்கம்மா ப்ளீஸ்.." கேட்ட சித்ரலேகாவை முறைத்தாள் மகாராணி.. "ஏன்டி அதே மாடல்ல உனக்கு ஒண்ணு செய்து போட்டோமே அது என்ன ஆயிற்று..?" "ம்க்கும் அதில் கண்ணி விட்டுப் போச்சு.. ஆயிரம் தான் பார்த்து பார்த்து செய்தாலும், அந்தக் கால நகைகள் போல வருமா..?" சித்ரலேகா ஆசையுடன் அவர்கள் வீட்டு பாரம்பரிய நகைகளை வருடினாள்..

அந்த நகைகள் குடும்பத்திற்கு வரும் மருமகள்களுக்கு என மகாராணி உறுதியாக சொல்லிவிட, சித்ரலேகா முகத்தை தூக்கி வைத்துக் கொள்ள, அருணாச்சலம் மகளை சமாதானப்படுத்தி தங்கள் குடும்ப நகைகளைப் போன்றே இன்னொரு செட் செய்ய சொல்லி அதனை மகளுக்கு கொடுத்திருந்தார்.. ஆனாலும் சித்ரலேகாவிற்கு அந்த தனது பாட்டி காலத்து நகைகள் மேல் இருந்த மோகம் போகவில்லை.. சந்திரஹாரம் மட்டும் எனக் கேட்டுவிட்டு

அத்தோடு சேர்த்து நெல்லிக்காய் மாலையையும், மரகத அட்டிகையையும் கூடுதலாக வாங்கி அணிந்த பின் தான் அவள் முகத்தில் திருப்தி வந்தது..

புதிதாக வரப்போகும் மருமகளுக்கென தங்கள் பரம்பரை நகை பெட்டி முழுவதையும் மகாராணி வந்தனாவிடம் கொடுத்துவிட அவளது முகம் கோபுர தீபமாக ஜொலித்தது.. மூக்குத்தியையும் விட்டு வைக்காமல் அவள் பூட்டிக் கொள்வதை பொறாமையோடு பார்த்திருந்தாள் சித்ரலேகா.. அவளது பொறாமையை தூண்டும் விதமாக கண்ணாடியில் ஒவ்வொரு நகையாக அவள் பார்வையில் படும்படி தூக்கிக் காட்டி வந்தனா அணிய சித்ரலேகா பற்களை நறநறத்தாள்.. “நீ இந்த செட்டை போட்டுக்கோம்மா..” அவர்கள் முன் பெட்டி நிறைய நகைகள் இருந்தாலும் மகாராணி மைதிலிக்கு நீட்டிய சிறு நகைப்பெட்டி மேல் இரு பெண்களின் கவனமும் போனது.. அது முத்துக்களை தங்க நூலில் கோர்த்து இடையிடையே தங்க உருண்டைகளையும் சேர்த்து செய்யப்பட்ட முத்து ஆபரணம்.. நீள மாலை, கழுத்தட்டி, காதணி, கையணி என அனைத்தும் ஒரே டிசைனில் இருந்தது.. “எனக்கு என் நகைகள் இருக்கிறதே அத்தை..” மைதிலி தயக்கத்துடன் சொல்ல, “இதையும் சேர்த்து போட்டுக்கொள் என்றேன்..” மகாராணி அதட்ட மௌனமாக நகை பெட்டியை வாங்கிக் கொண்டாள் மைதிலி..

“நகை வேண்டாமென்று சொல்லும் ஒரே பெண் நான் அறிந்த வரை நீங்கள்தான் அண்ணி..” என்றபடி வந்தான் ரவீந்தர்.. மைதிலி புன்னகைத்தாள்.. தனது நகைகளை சுழட்டி வைத்துவிட்டு அந்த முத்து செட்டை மட்டும் அணிந்து கொண்டாள்.. பாசிமாலை மாதிரி இருக்கிறது என வந்தனாவும், சித்ரலேகாவும் ஒதுக்கிய செட்தான் அது.. ஆனால் இப்போது மைதிலியின் கழுத்தில் ஏறவும் மிக அழகாக ஜொலித்தது..

பாரம்பரியமான அந்த நகை இப்போது நவீன நாகரீக-மாகவும் தோன்றியது.. ஒருவேளை அதனை மைதிலி அணிந்த விதத்தில் கூட அந்த சிறப்பை பெற்றிருக்-கலாம்.. மைதிலி அணிந்திருந்த மயில் கழுத்து நிற பட்டுப்புடவைக்கு சரியான பொருத்தமாக அந்த முத்-துமாலை அமைந்துவிட சித்ரலேகாவும், வந்தனாவும் விழி விரித்தனர்..

“அம்மா நம்ம முத்துமாலைதானா இது..? இதற்கு முன்பு இத்தனை அழகாக இருந்ததில்லையே..?” சித்-ரலேகா வியப்புடன் மைதிலி அருகில் வந்து நகையை தொட்டுப் பார்த்தாள்.. “ஆமாம் அதேதான்.. உனக்கு வேண்டும் என்றால் நீயும் உன் முத்துமாலையை போட்டுக்கொள்..” மகாராணி தன் கழுத்தில் காசுமா-லையை போட்டுக் கொள்ளத் தொடங்கினாள்..

தனக்கு முத்துமாலை சரியாக வருமா.. சித்ரலேகா யோசனையில் இறங்க, “இதோ இப்படி கொத்தாக அள்ளும் அளவிற்கு கழுத்தில் போட்டிருக்கும் நகை-களை சுழட்டி வைத்து விட்டு, முத்துமாலையை மட்-டும் போட்டுக் கொள், அப்போது அழகாக இருக்கும்.. வந்தனா இந்த யோசனை உனக்கும் தான்..” அக்கா-விற்கும் அத்தை மகளுக்கும் ஒரே நேரத்தில் ஆலோ-சனை வழங்கினான் ரவீந்தர்.. “ம்ஹூம் நான் கல்-யாணப் பெண்ணல்லவா.. எப்படி நகைகளை குறைக்க முடியும்..?” ஆட்சேபித்தபடி மேலும் ஒரு கோதுமை மாடல் செயினை தன் கழுத்தில் போட்டாள் வந்தனா..

சித்ரலேகா யோசித்தபடி இருந்துவிட்டு.. “அப்படியா அண்ணா..?” என உத்தரவாதம் கேட்டது உள்ளே நுழைந்த பரசுராமனிடம்.. “நீ எந்த நகை போட்டாலும் அழகுதான்டா செல்லம்.. ஒரு மணி நேரத்திற்கு ஒரு-முறை நகைகளை மாற்றிக் கொண்டே இரேன்..” என தங்கைக்கு அருமையான ஆலோசனை வழங்கியவன், “நீ சொல்வதும் சரிதான் வந்தனா.. இன்று உங்கள்

கல்யாணநாள்.. இந்த நாளில் நீதான் கதாநாயகி.. அதனால் நீ எல்லா நகைகளையும் போட்டுக்கொள்... இதோ இதையும் சேர்த்தே போட்டுக் கொள்ளேன்..'' என்றபடி இன்னமும் நகைப்பெட்டிக்குள் மீந்திருந்த இரண்டொரு செயின்களையும் எடுத்துக் கொடுத்தான்..

வந்தனாவின் முகம் தாமரையாய் மலர, இன்னும் எங்கெங்கு என்ன நகைகளை மாட்டலாமென்ற ஆலோசனையில் இறங்கினாள் அவள்.. பரசுராமனின் பார்வை இப்போது மனைவி பக்கம் திரும்பியது.. மைதிலி கணவனுக்கு முதுகு காட்டி நின்றபடி கண்ணாடியில் தன் அலங்காரத்தை சரி செய்து கொண்டிருந்தாள்.. பரசுராமன் அவள் தோள் தொட்டு தன்புறம் திருப்பினான்.. "எங்கே மைதிலி உன் நகைகளை பார்க்கலாம்..'' திடுமென அவன் இப்படி எல்லோர் முன்னாலும் கேட்பான், தொட்டு திருப்புவானென எதிர்பார்க்காத மைதிலி திருதிருத்து நின்றாள்..

பரசுராமனனின் பார்வை பாலை நில வீழ் நீர் போல் மனைவி மேல் விழுந்த வேகத்தில் அவள் நெற்றி, கண், காது, மூக்கு, வாய் என அவள் முகம் முழுவதும் அவசரமாக பரவி அவளுள்ளேயே அமிழ்ந்தது.. "சேலையும் நகையும் உனக்கு நன்றாக பொருந்தியிருக்கிறது மைதிலி..'' முணுமுணுத்தான்.. மைதிலி மீண்டும் கண்ணாடி முன் திரும்பிக் கொண்டாள். "அம்மா என் புது செருப்பை எடுங்க..'' கண்ணாடியை பார்த்தபடி வந்தனா குரல் கொடுக்க, ஈஸ்வரி எடுத்து வந்த செருப்பை வேண்டாம் என்றான் பரசுராமன்.. "வந்தனா இந்த செருப்பு உனக்காக ஸ்பெசலாக வர வைத்தேன்.. இதைப் போட்டுக்கொள்..'' தான் கொண்டு வந்த பையிலிருந்து ஒரு அட்டைப் பெட்டியை எடுத்துக் கொடுத்தான்..

"ஆஹா ரொம்ப அழகாக இருக்கிறதே..'' வந்தனா கன்னத்தில் கை வைத்து கூச்சலிட, அவள் செருப்பை

எட்டிப் பார்த்த சித்ரலேகாவின் முகம் வாடியது.. "எனக்கு கிடையாதா அண்ணா..?" "உனக்கு வாங்காமல் வருவேனா செல்லம்.. இதோ பார் இது உனக்கு.." "ரொம்ப அழகாக இருக்கிறது பரசு.. இது வித்தியாசமாக இருக்கிறதே.. எங்கே வாங்கினாய்..?" மகாராணி ஆச்சரியத்துடன் அந்தக் காலணிகளை வருடினாள்..

"பாம்பேவா அண்ணா..?" ரவீந்தர் விசாரிக்க, "இல்லடா.. ராஜஸ்தான்.. நம் கடையில் ரொம்ப வருடங்களாக சரக்கு வாங்குவாரே மார்வாடி.. அவர் மூலமாக சொல்லி வைத்து ராஜஸ்தானில் இருந்து வர வைத்தேன்.. மைதிலி இது உனக்கு.." மைதிலி சுற்றியிருந்தோருக்கிடையே மறுக்க முடியாத நிலைமையில் தயங்கி வாங்கினாள்.. ஆனால் அந்த பெட்டியை பிரித்து பார்த்ததும் ஆச்சரியத்தில் விழி விரித்தாள்..

அவள் கட்டியிருந்த மயில் கழுத்து நிற புடவைக்கு மேட்சான நிறமுடைய காலணி.. பாத விரல்களை முழுமையாக மூடிக்கிடந்த செருப்பின் முன் பகுதியில் பரவி விழுந்து கிடந்தது ஒரு மயிலிறகு.. அதன் பின்பகுதி செருப்பின் பக்கவாட்டுப் பகுதிகளில் நீண்டிருக்க, மயில் தோகையின் மைய கண் பகுதியில் ஒரு கரு நீல் ஒற்றைக் கல் பெரிதாக பொருத்தப்பட்டிருந்தது.. என்ன அழகான செருப்பு.. மைதிலியால் அதனை ரசிக்காமல் இருக்க முடியவில்லை..

"பிடித்திருக்கிறதா..?" ரகசியமாய் கேட்ட கணவனை புதிராக பார்த்தபடி திரும்பிக் கொண்டாள்.. எப்படி என் சேலைக்கேற்ற செருப்புகளை வாங்கினான் யோசித்தபடி ஒரு ஸ்டூலில் அமர்ந்து அந்த செருப்பை தன் காலில் மாட்ட முயன்றாள்.. "அப்படி இல்லை மைதிலி.. இப்படி இந்த வயரை இழுத்து இந்த கொக்கியில் மாட்ட வேண்டும்.." விளக்கம் கொடுத்தபடி அவளுக்கு கீழ் தரையில் மண்டியிட்டு அமர்ந்து அவள் செருப்பின் வயரை இழுத்து மாட்டியவனின்

கைகள் அவள் பாதங்களை அழுத்தமாக பற்றியது.. மென்மையாக வருடியது..

மைதிலி புரியாமல் அவன் முகம் பார்க்க பரசுராமனின் பார்வை யாசிப்பாய் அண்ணாந்து மனைவியை பார்த்தபடி இருந்தது.. இவன் இப்போது எதற்கு இப்படி பார்க்கிறான்.. மைதிலிக்கு புரியவில்லை.. அவள் தன் பாதங்களை அவன் கைகளிலிருந்து விடுவித்துக் கொள்ள முயன்றாள்.. பரசுராமன் விடாமல் அழுத்திப் பிடித்தான்.. வந்தனாவும், சித்ரலேகாவும் தங்கள் அலங்காரங்களில் கவனமாக இருக்க, மகாராணி அவர்களுக்கு முதுகு காட்டி கண்ணாடி பக்கம் திரும்பியிருந்தாள்.. கணவன்-மனைவியின் இச் சிறு விளையாட்டை பார்த்தபடி இருந்தது ரவீந்தர்.. அவன் முகம் ஆச்சரியத்தில் இருந்தது.. மைதிலி தன் பாதங்களை விடுவித்துக் கொள்ள முயற்சித்தபடி இருக்க, பரசுராமன் அதற்கு அனுமதிக்க வில்லை.. அவளை நோக்கிய தனது பார்வையையும் மாற்றிக் கொள்ளவில்லை..

“டேய் பரசு உனக்கு வேலை இல்லையாடா..?” மகாராணிதான் கண்ணாடி முன் இருந்து திரும்பவில்லை.. ஆனாலும் பின்னால் நடப்பதை கவனித்திருக்கிறாள்.. “போய் பந்தியை கவனிடா, ரவி நீ போய் வரவேற்பில் நில்லு..” பரசுராமன் இப்போது மைதிலியின் பாதத்தை விட்டு விட்டு எழுந்தான்.. “வா போகலாம்..” அவள் எழ கை நீட்டினான்.. எங்கே கூப்பிடுகிறான்.. மைதிலி விழித்தாள்.. “பந்தியில் இருப்பவர்களை கவனிக்க வேண்டுமே.. நாம் இருவரும் போகலாம்..” மைதிலி எழுந்து கொண்டாள்.. நீட்டிய அவன் கையை பிடிக்காமலேயே..

இருவருமாக வெளியேறுகையில் வாசலருகே அமர்ந்திருந்த தம்பியின் கன்னத்தில் இடித்தான் பரசுராமன்.. “இங்கே என்னடா பார்வை..? போய் வர்றவங்களை வரவேற்று கூட்டி வா..” செல்லமாக மிரட்-

டினான்.. "செய்த தப்பிற்கு மன்னிப்பு கேட்பதெல்லாம் பெரிய விசயம் அண்ணா.. அதுவும் நீங்கள் மன்னிப்பு கேட்ட விதம் சூப்பர்.." "டேய் ஏதாவது புரளியை கிளப்பி விடாதடா.. நான் யாரிடம் எப்போது.. மன்னிப்பு கேட்டேன்..?" பரசுராமன் தலை உயர்த்தி கெத்தாக காட்டிக் கொள்ள, அண்ணனும், தம்பியும் புன்னகையுடன் மைதிலியை பார்க்க, அவள் யாரோ, யாரைப் பற்றியோ பேசுகிறார்களென்ற பாவத்துடன் அவர்களை கடந்து போனாள்..

"ம்ஹும் அண்ணா ரொம்ப கஷ்டம்.." ரவீந்தர் அண்ணனுக்காக பரிதாபப்பட, அவன் ரவீந்தரை முதுகில் மொத்தினான். "டேய் நீ உன் வேலையை பார்த்துக்கிட்டு போடா.. என்னை நான் பார்த்துக் கொள்வேன்.." "ஓ.கேண்ணா ஆல் தி பெஸ்ட்.." புன்னகையோடு அண்ணனை வாழ்த்திவிட்டு போனான்.. பரசுராமன் கண்களால் மைதிலியை சலித்து பந்தியில் உபசரித்தபடி நின்றிருந்தவளுடன் போய் சேர்ந்து கொண்டான்.. அடிக்கடி அவள் தோளை உரசியபடி தானும் பந்தியை கவனிக்க தொடங்கினான்.. திருமண வேலைகளாக எங்கே போனாலும் தன்னை உரசியபடியே பின்னால் வந்த கணவனின் செயலில் மைதிலி குழம்பினாள்..

இவன் ஏன் இப்படி நடந்து கொள்கிறான்..? சுமதியும், சௌமியாவும் திருப்தியான முகம் காட்ட, சிவராமனும், சரஸ்வதியும் பரவச முகம் காட்டினார்கள்.. இந்த பாவனைகள் மைதிலியினுள் ஒரு வித சலிப்பை தந்தன.. இதோ இப்படி என்னை உரசிக் கொண்டு கொஞ்சலும், குழைவுமாக இருக்கும் இவனது மறுபக்கத்தை இவர்கள் யாரும் அறிய மாட்டார்கள்.. நான் மட்டுமே அறிந்த அரக்க குணம் அது.. விரக்தியாக நினைத்துக் கொண்டாள்.. திருமண நேரம் நெருங்க, நெருங்கிய உறவினர்கள் மணமேடையில் ஏறி மணமக்-

கள் அருகே நின்றனர்..

உடல் முழுவதும் பூட்டிக் கொண்டிருந்த பொன்னகைகளால் முகம் புன்னகையால் ஜொலிக்க மணமேடையில் அமர்ந்திருந்தாள் வந்தனா.. இந்த பட்டும், நகைகளும் மட்டுமே வாழ்க்கை இல்லை வந்தனா.. அற்பமான இந்த பொருட்களுக்காக அற்புதமான உன் வாழ்க்கையை அடகு வைத்துவிட்டாயே.. மைதிலி மனக்கலக்கத்துடன் வந்தனா முகம் பார்த்து நின்றாள்.. "என்ன யோசனை மைதிலி.. தாலி கட்டும் நேரம் வந்துவிட்டது அங்கே பார்...?" அவள் தோள்களை இடித்துக் கவனப்படுத்தினாள் பரசுராமன். கெட்டிமேளம் முழங்கத்துவங்க மலர்களும் அட்சதைகளும் மேடையில் குவியத் தொடங்கின..

தன் கையில் இருந்த அட்சதையை பார்த்தபடி மைதிலி அப்படியே நின்றிருந்தாள்.. அவள் தோள் சுற்றி தன் இடக்கரத்தை போட்டு ஆதரவாக அணைத்தான் பரசுராமன்.. "ஷ் மைதிலி தப்பு எதுவும் நடக்காது.. அவர்கள் நல்லபடியாக வாழ்வார்கள்.. கடவுளை வேண்டிக் கொண்டு அவர்களுக்கு ஆசிர்வாதம் சொல்லு.." பரசுராமனின் வார்த்தைகள் அந்நேரம் மைதிலிக்கு பாலைவனச் சோலையாக தெரிந்தது.. "தாயே மீனாட்சி இவர்கள் இருவரும் நெடுங்காலம் ஒற்றுமையான தம்பதிகளாக வாழ வேண்டும் தாயே.." மதுரையை ஆண்டவளிடம் மனமுருக வேண்டிவிட்டு தன் கையிலிருந்த அட்சதைகளை மணமக்கள் மேல் போட்டாள்.. பரசுராமன் மனைவியை பின்பற்றினான்..

மந்திரங்கள் முழங்க, மங்கல இசை ஒலிக்க கல்யாணசுந்தரம் வந்தனாவின் கழுத்தில் திருப்பூட்டினான். "மைதிலி மறுவீட்டுக்கு நம் வீட்டுக்கு பொண்ணு மாப்பிள்ளை வருவதற்கு முன்பு, நீ போய் நம் வீட்டை ஒரு பார்வை பார்த்து விடுகிறாயா..? நேற்று நம்

சொந்தங்கள் நிறையபேர் அங்கே தங்கினார்கள்.. வீடு எப்படி கிடக்கிறதோ தெரியவில்லை.. போட்டோ வீடியோ எடுப்பார்கள்.. நீ முன்னால் போய் கொஞ்சம் சரிப்படுத்தி வைத்து விடேன்..” மகாராணியின் பேச்சுக்கு தலையசைத்து கிளம்பிய மைதிலியுடன் அட்டைப்பூச்சியாய் ஒட்டிக் கொண்டான் பரசுராமன்..

“நானும் உடன் போகிறேன்மா.. மைதிலியை வீட்டில் கொண்டு போய் விட ஆள் வேண்டுமே..” காரை ஓட்டியபடி நொடிக்கொரு தடவை தன்னை திரும்பிப் பார்க்கும் கணவனின் பார்வையை உணர்ந்தும் மைதிலி ஒருமுறை கூட அவன்புறம் திரும்பவில்லை.. “இந்த சேலை உனக்கு பிடித்திருக்கிறதா மைதிலி..? உன் நிறத்திற்கும், உடலுக்கும் அழகாக பொருந்தியிருக்கிறது.. அன்று நீ புடவை செலக்ட் பண்ண வரமாட்டேனென்று விட்டாய்.. இந்தப் புடவையை உனக்காக நான்தான் செலக்ட் செய்தேன்..” மைதிலிக்கு ஆச்சரியம்தான்.. இந்த புடவை மிக அழகாக இருந்தது.. இவ்வளவு ரசனையானவனா அவள் கணவன்..? “உனக்கு புடவை எடுத்த அன்றே அதற்கு பொருத்தமாக இந்த செருப்புகளையும் ஆர்டர் கொடுத்து விட்டேன்.. அந்த மார்வாடி என்னிடம் போட்டோக்கள் கொண்டு வந்து காட்டினார்.. அதில் இரண்டு மூன்று மாடல்களை சேர்த்து உன் புடவைக்கு பொருத்தமாக இந்த மயில்தோகை ஐடியாவும் பண்ணி இந்த செருப்புகளை ஸ்பெசல் ஆர்டர் கொடுத்து வாங்கினேன்..”

இதுவும் மைதிலிக்கு ஆச்சரியம் கொடுக்கும் தகவலே.. தொட்டதெற்கெல்லாம் மனைவியை பாய்ந்து பாய்ந்து அடிக்கும் ஒரு சராசரி ஆணின் ரசனை, இது போல் மேம்பட்டதாக இருக்குமென அவளால் நம்ப முடியவில்லை.. “உனக்குப் பிடித்திருக்கிறதுதானே..?” மனைவியின் விருப்பத்தைக் கேட்கும் ஆவல் அவனிடம்.. “சேலையும், நகையும், செருப்பும் மட்டுமே

வாழ்க்கை என நினைக்கும் சராசரி பெண்ணில்லை நான்..” பட்டென பேசினாள்.. பரசுராமன் மௌனமாகிவிட்டான்.. அதன் பிறகு கார் ஓட்டுவதில் மட்டுமே கவனம் காட்டினான்.. இருவருமாக வீட்டிற்குள் வந்ததும் வாசல் கதவை பூட்டி அதன் மேல் சாய்ந்து நின்றான் பரசுராமன்..

“மைதிலி..” வீட்டினுள் போய்க் கொண்டிருந்தவளை அழைத்தான்.. அவனது குரலில் வேறுபாட்டை உணர்ந்த மைதிலி மெல்ல அவனை திரும்பிப் பார்த்தாள்.. பரசுராமனின் பார்வை மயிரிழை கூட பிசகாது மனைவியின் மீது அச்சடித்து நின்றிருந்தது..

# 29

***யுகங்கள் தாங்கிய
வெள்ளிநிலா இரவுகள் ப்ரியமானவை,
தீ சுவைத்து தித்திப்பதில்லை நாவு
ஆனால் உனதந்த முத்தம்...***

தங்களது தனிமையின் போது கணவன் அவளிடம் தேடும் தேவைகள் நினைவு வர, மைதிலியின் முகம் கோபத்தில் சிவந்தது.. இப்போது இவன் இதுபோல் முகத்தை வைத்துக் கொண்டு அழைப்பது அதற்காகத்-தானே இருக்கும்.. சை இவனுக்கு எந்நேரமும் அந்த நினைவு மட்டும்தானா..? மனம் கசக்கு கண்கள் கனல் கக்க அவனை முறைத்து விட்டு வீட்டிற்குள் நடந்-தாள். “ஒரே ஒரு நிமிடம் மைதிலி..” பரசுராமன் இரண்டே எட்டுக்களில் அவளை அணுகி தோள்களை பற்றினான். “என்னை விடுங்க..” திமிறியவளை, “ஒன்றுமில்லை மைதிலி.. ஒரே நிமிடம்தான்.. நீ நினைப்பது போல் இல்லை..” நெகிழ்வான குரலில் கூறியவன் மைதிலியை தன் மார்பில் சாய்த்து மென்-மையாக இதமாக அணைத்துக் கொண்டான்.

அவனுக்கு பழக்கமற்ற இந்த மென்மையில் வியந்-தபடி, டிக் டிக் என தன் காதுகளில் கேட்ட அவனது இதயத்துடிப்பில் மனம் தடுமாற அவனுள் அடங்கி நின்றாள் மைதிலி.. “மைதிலி..” என ஆரம்பித்தவன்

பின் மௌனமானான்.. சிறிது நேரம் கழித்து மீண்டும் ஒருமுறை அவளை அழைத்தவன் மீண்டும் மௌனமானான்.. திரும்ப திரும்ப அவள் பெயரை மட்டுமே ராமஜெயம் போல் உச்சரித்தபடி நின்றான்.. அவன் குரலில் தவிப்பும், உடலில் நடுக்கமும் உணர்ந்த மைதிலி மெல்ல நிமிர்ந்து அவன் முகத்தை கேள்வியாக பார்த்தாள்.. அந்த சிறு விலகலிலும் பதறியவன் மீண்டும் அவளை தன் கைகளுக்குள் இழுத்துக் கொண்டான்.

"என்னை விட்டுப் போய் விடாதே மைதிலி.." புலப்பமான வேண்டுதலோடு இருந்தது அவன் குரல். "என்னாச்சு உங்களுக்கு..?" மைதிலிக்கு சந்தேகம் வந்திருந்தது.. அவள் இவ்வளவு நேரமாக அவளை அடித்ததற்காக கணவன் வருந்துகிறான் என்றே நினைத்திருந்தாள்.. ஆனால் இது வேறு ஏதோ விசயமென்று இப்போது தோன்றியது. "நா.. நான் தப்பு செய்துவிட்டேன் மைதிலி.. என்னை மன்னித்துவிடு.." மைதிலி விழி விரித்தாள் - "மன்னிப்பு" அவள் கணவன், அருணாச்சலம் அண்ணாச்சியின் மகன், மதுரையின் சிறந்த வியாபாரி, மரியாதையான பெரிய மனிதன், மூட்டை மூட்டையாய் பணம் சம்பாதிக்கும் வித்தை கற்றவன். பகிரங்கமாக மன்னிப்பு கேட்கிறான்.. ஒரு பெண்ணிடம்.. அவன் மனைவியிடம்.. முதலில் நெகிழ்ந்த மைதிலியின் மனம், அடுத்த நிமிடமே விழித்துக் கொண்டது..

இவன்.. ராஜ சிம்மாசன ராஜகுமாரன் இவ்வளவு இறங்கி வந்து மன்னிப்பு கேட்கிறானென்றால், அவளது மன வீணை அபஸ்வர கீதமொன்றை வழியவிட்டது.. "எதற்கு மன்னிப்பு..?" "உனக்கு செய்த கொடுமைகளுக்கு.." "என்ன செய்தீர்கள்..?" "உன் உணர்வுகளை மதிக்காமல் நடந்து கொண்டதற்கு, உன்னை அடிமையாக நடத்தியதற்கு, உன்னை கை நீட்டி அடித்-

ததற்கு..” இன்னமும் ஏதோ சொல்ல வந்து அவன் குரல் தடுமாறி நின்றது. மைதிலி அவன் முகத்தி-லிருந்து பார்வையை எடுக்காமல் நின்றாள்.. பரசுரா-மன் தடுமாறினான்.. வியர்த்த முகத்தை துடைத்துக் கொண்டான்.. தயங்கி தயங்கி பேச ஆரம்பித்தான்..

“நம் திருமணபேச்சு வீட்டில் ஆரம்பித்ததும் அதனை ரவீந்தர் மிகவும் எதிர்த்தான் மைதிலி.. அந்-தப் பெண் என் தோழி.. நம் வீட்டிற்கு ஒத்து வரமாட்-டாள் என்றான்.. ஆனால் அப்பா முடிவெடுத்து விட்-டார்.. வாயை மூடுடா என்றுவிட்டார்.. அப்போது வந்தனா என்னிடம் உங்களைப் பற்றி சொன்னாள்..”

“எங்களை.. என்றால்..?”

“உ.. உன்னையும், ரவீந்தரையும் பற்றி.. நீங்கள் இருவரும் ஒருவரையொருவர் கா.. காதலிப்பதாகவும், அதனால் இந்த திருமணத்தை நிறுத்தும்படியும் சொன்-னாள்..” மைதிலியின் முகத்தில் அதிர்ச்சி அப்பட்ட-மாக தெரிந்தது.. கண்கள் வேதனையில் கலங்கியது.. “நா.. நான் உங்களை பற்றி விசாரித்தேன்.. நீங்கள் இருவரும் நெருக்கமாக பழகுவதாக எனக்கு தகவல் கிடைத்தது.. நா.. நான்.. அ.. அப்போது அதனை நம்பினேன்..”

மைதிலி ஆக்ரோசத்துடன் அவன் சட்டையை கொத்தாகப் பிடித்தாள்.. “என்னடா சொன்னாய் நீ..?” அவள் முகத்தில் அருவெறுப்பு இருந்தது.. அசிங்கம் இருந்தது.. “அந்த நிலை எனக்கும் மிகவும் கொடு-மையாகவே இருந்தது மைதிலி.. உண்மையை சொல்ல வேண்டு மென்றால் அதனை நான் நம்ப விரும்ப-வில்லை.. நமது திருமணத்தை நிறுத்தவும் விரும்ப-வில்லை நம் திருமணம் நடந்தது..” மைதிலி தலையில் கை வைத்தபடி தரையில் அமர்ந்து விட்டாள்.

இரக்கமுடன் அவளைப் பார்த்த பரசுராமன் தனது ஒப்புக் கொடுத்தலை நிறுத்த விரும்பவில்லை

தொடர்ந்தான். “திருமண மண்டபத்தில் நீங்கள் இருவரும் தனியாக நின்று பேசிக் கொண்டிருந்ததை பார்த்தேன் மைதிலி.. என் மனம் வெடித்தது.. இந்த திருமணத்தை நிறுத்துவதை யோசித்துக் கொண்டிருந்தேன்.. அப்போதுதான் நீங்கள் இருவரும் என்னைத் தேடி வந்தீர்கள்.. இந்த திருமணம் நின்று விடக்கூடாது என்ற தவிப்புடன் வந்தீர்கள்.. என் மனத்தில் ஒளி தெரிந்தது.. எனது தவறான நினைப்பிற்கு வருந்தினேன்.. நம் திருமணம் நடப்பதற்கான பாதுகாப்பு ஏற்பாடுகள் செய்தேன்.

ஆனால் மணமேடையில் என் அருகே மணப்பெண்ணாக அமர்ந்திருந்த உன் பார்வை முழுவதும் ரவீந்தர் மேலேயே இருந்தது.. திரும்பவும் எனக்குள் குழப்பம்.. தாலியை கையில் எடுத்துக் கொண்டு உன்னிடம் சம்மதம் கேட்டேன்.. நீ முகம் சிவக்க தலை குனிந்து “ம்” என்றாய் பார்.. அப்போது நான் இந்த உலகத்தையே வென்ற மகிழ்ச்சியடைந்தேன்.. உன் கழுத்தில் தாலி கட்டிய மறு நிமிடமே எனக்கு உன் மீது அதிகாரம் வந்துவிட்டது. நீ என்னுடையவள் என்ற உரிமை தோன்றிவிட்டது. எப்போதும் உன்னை என் கைகளுக்குள் வைத்து பாதுகாக்கும் வேகம் வந்தது.. நமது முதலிரவன்று உன்னுடன் மனம் விட்டு பேச எனக்கு பயமாக இருந்தது.. ரவீந்தருக்கு ஆதரவாக, அவனைப் பிடிக்குமென்பது போல் நீ ஏதாவது சொல்லி விட்டாயானால் அதனை.. என்னால் தாங்கமுடியாது. அதனாலேயே அன்று உன்னை பேச அனுமதிக்காமல் என்னுடையவளாக்கிக் கொண்டேன்.. முழுக்க முழுக்க நீ எனக்குரிமையானவளாக இருக்க வேண்டும் என்ற அவசரம் எனக்கு..

நம் திருமணம் முடிந்த இரண்டாவது நாளே என் மனம் உணர்ந்துவிட்டது. உனக்கும் ரவீந்தருக்கும் இடையே நட்பை தவிர வேறெந்த உணர்வும் இல்-

லையென்று.. இதனை நான் வந்தனாவிடம் தெரியப்படுத்தினேன்.. அவள் ஒத்துக் கொள்ள மறுத்தாள். நீ ரவீந்தரை உயர்வாக நினைத்தாய்.. என் முகம் பார்க்கவே யோசிக்கும் நீ ரவீந்தரின் முகம் பார்க்கவும் மலர்ந்தாய்.. அவனிடம் சிரித்து பேசினாய்.. இதெல்லாம் எனக்கு ஆத்திரத்தை கொடுத்தது..

நீங்கள் இருவரும் உங்கள் உறவுகளை சொல்லாமல் இன்னமும் கல்லூரி காலத்திலேயே இருந்தீர்கள்.. அதனை என் மனம் ஒப்புக் கொள்ளவில்லை. என் தம்பி என் மனைவிக்கான மரியாதையை உனக்கு கொடுக்க வேண்டும் என நினைத்தேன்.. இந்தக் குழப்பங்களால் என்னால் உன்னை மனதளவில் நெருங்க முடியாது போனது.. ரவீந்தர் உலக சுற்றுலா கிளம்பி போனான்.. ஆனால் அப்போது நமக்கிடையே பிரச்சினையாக மாமாவின் உடல்நலம், அவரது மரணம், என வந்துவிட்டது.

நீ அன்று வந்தனாவிடம் வாசலில் வைத்து கோபமாக பேசியது எனக்கு பிடிக்கவில்லை.. ஏனென்றால் நான் அவர்களை நம் வீட்டோடு மீண்டும் இணைத்துக் கொள்ளும் தருணத்தை எதிர்பார்த்துக் கொண்டிருந்தேன்.. நீ அவர்களை எடுத்தெறிந்து பேசியது எனக்கு அப்போது பிடிக்கவில்லை.. பிறகு மாமாவின் மரண வீட்டில் வைத்து நீ ஆதரவாக என்னை வருடினாயே, அந்தக் கனம் நமக்கிடையே உள்ள பிணக்குகளெல்லாம் மாறிவிட்டதாக நினைத்தேன்.. இனி நம் வாழ்வு சுமூகமாகும் என நம்பினேன்.. அத்தையும், வந்தனாவும் நம் வீட்டிற்கே வந்தனர்.. உனக்கு அது பிடிக்கவில்லை போல..

நீ வந்தனாவை வீட்டை விட்டு வெளியேற்ற நினைத்தாய்.. இதனை என்னால் நம்ப முடியவில்லை.. நீ என்னைப் போன்றே வந்தனா, அத்தையை நம் குடும்ப ஆட்களாக ஏற்றுக் கொள்ள வேண்டுமென எதிர்பார்த்தேன். ஆனால் உன்னால் வந்தனாவுடன்

ஒத்துப் போக முடியவில்லை.. எப்போதும் உங்கள் இருவருக்கும் சண்டை வந்து கொண்டே இருந்தது.. இதனால் எனக்கு உன் மீது அதிருப்தி கூடிக் கொண்டே போனது.. வந்தனா நீ நிச்சயம் அவளை வீட்டை விட்டு விரட்டி விடுவாய் எனக் கவலைப்பட்டுக் கொண்டே இருந்தாள்.. நான் அப்படி நடக்காது என்று அவளை சமாதானம் செய்து கொண்டிருந்தேன்..

ஆனால் அவள் சொன்னதே உண்மை போல் நீ உன் தோழிகளிடம் அவளை வீட்டை விட்டு அனுப்ப போவதாக என் காதுபடவே பேசிக் கொண்டிருந்தாய்.. என்னால் நம்பவே முடியவில்லை.. உன்னை இப்படி பார்க்க நான் விரும்பவில்லை. என் ஆத்திரம் அதிகமாகி அன்று உன் தோழிகள் முன்பாகவே உன்னை..'' நீண்ட விளக்கங்களுக்கு பின் பரசுராமன் நிறுத்தினான்..

மைதிலியை பார்க்க, அவள் இப்போது தன் கால்களைக் கட்டிக் கொண்டு தரையில் அமர்ந்திருந்தாள்.. ஒரு மாதிரி வெறித்த பார்வையுடன் எதிரே பார்த்திருந்தாள்.. அவள் முகத்தில் கலக்கம் இல்லை.. கண்களில் சோகம் இல்லை.. கருங்கல்லை ஒத்த ஒரு கடினம் மட்டுமே இருந்தது.. அவளது அந்த நிலையில் மனம் வேதனையுற பரசுராமன் தயங்கி நிற்க.. ''ம்.. அப்புறம்..'' எனக் கேட்டு அவனை தொடர தூண்டினாள்..

''நீ திருமணம் முடித்து வந்தனாவை வேறு வீட்டிற்கு அனுப்ப போவதாக சொன்னாய்.. நான் அதே திருமணத்தை முடித்து அவளை வீட்டிலேயே வைத்துக் கொள்ள நினைத்தேன்.. அதனாலேயே அப்பாவிடம் கல்யாணசுந்தரம் - வந்தனா திருமணம் பற்றி பேசினேன்..'' ''ம்.. அப்புறம்..'' மைதிலியின் அதே கேள்வியில் துணுக்குற்றான்.. ''வே.. வேறு என்ன..?''

“எல்லாம் சரிதான்.. இப்போது திடீரென இந்த ஞானோதயம் வருவதற்கு என்ன காரணம்..? இவ்வளவு நாட்களாக பேசாததையெல்லாம் இன்று பெண்டாட்டியிடம் ஏன் சொல்ல தோன்றியது..?” “அ.. அது மைதிலி இதனை நான் உன்னிடம் மறைத்து விடலாம்.. ஆனால் இன்று என் மனக்கசடுகளையெல்லாம் உன் காலடியில் கொட்டி விட வேண்டுமென்ற தீர்மானத்தில் இருப்பதால், இனி நம் எதிர்கால வாழ்வில் எந்த நெருடலுமின்றி நாம் சந்தோசமாக வாழ வேண்டும் என்பதற்காக இதனையும் உன்னிடம் சொல்லி விடுகிறேன்.. நான் நேற்று இரவு திருமண மண்டபத்தில் நீயும், ரவீந்தரும் பேசிக் கொண்டிருந்ததைக் கேட்டேன்.. உங்கள் கள்ளமில்லா உள்ளத்தை தெரிந்து கொண்டேன்.. என்னையே நொந்து கொண்டேன்..” பேசியபடி மைதிலியின் முகத்தை பார்த்த பரசுராமன் திகைத்தான்

மைதிலியின் முகத்தில் புன்னகை நிறைந்திருந்தது.. வரட்டுப் புன்னகை.. துவண்டு கீழே அமர்ந்திருந்தவள் எழுந்து நின்றாள்.. பரசுராமனின் கண்கள் நேருக்கு நேர் பார்த்தாள்.. “இவ்வளவு நேரமாக நீங்கள் சொன்ன விபரங்களிலேயே இதுதான் ஹைகிளாஸ்.. ஆக நானும் ரவீந்தரும் எங்களுக்கிடையே இருக்கும் உறவை தெளிவாக பேசிக் கொண்டதை கேட்ட பிறகுதான் உங்களுக்கு என்னிடம் மன்னிப்பு கேட்க தோன்றியிருக்கிறது.. அப்படித்தானே..?”

“இல்லை மைதிலி.. அது அப்படி இல்லை.. உங்கள் இருவர்மீதும் எனக்கு தப்பான அபிப்ராயம் எப்போதும் இருந்ததில்லை.. நான்தான் சொன்னேனே.. நீ என்னை விட அவனை உயர்வாக நினைத்தாய்.. அதைத்தான் என்னால் தாங்கிக் கொள்ள முடியவில்லை.. இப்போது எல்லாம் சரியாகி விட்டதாக எனக்குள் ஓர் எண்ணம்.. என் எண்ணப்படி வந்தனா-

வையும் பாதுகாப்பாக நம் வீட்டிற்குள்ளேயே கொண்டு வந்து விட்டாயிற்று.. இனி நாம் ஒற்றுமையாக வாழ ஆரம்பிக்கலாம் என்று நினைத்தேன்.. அப்போதுதான் உங்கள் இருவருடைய பேச்சுக்களை கேட்டேன்.. இனி உன்னிடம் மன்னிப்பு கேட்க கொஞ்சமும் தாமதிக்க கூடாது என்ற முடிவெடுத்து.. இதோ..” மீதியை முடிக்காமல் கேட்டேனென சைகை செய்தான்..

மைதிலி பற்கள் தெரிய நன்றாக மலர்ந்து சிரித்தாள்.. “நல்ல சமாளிப்பு” என்றாள்.. “தவறாக எதுவும் நினைக்க வேண்டாம் மைதிலி.. இதுதான் உண்மை.. என் மனதை அப்படியே சொல்லி விட்டேன்.. உனக்கு என் மீது நிறைய வருத்தங்கள், கோபங்கள் இருக்கும்.. அவற்றையெல்லாம் மறந்து விட்டு..”

“உங்களோடு கட்டிலில் புரள வந்து விட வேண்டுமா..?” “மைதிலி..” பரசுராமன் அதிர்ந்தான்.. “என்னிடம் உங்களது ஒரே தேவை அதுதானே.. அதை மட்டும்தானே எதிர்பார்ப்பீர்கள்.. இப்போதும் நான் அதை செய்யதானே விரும்புவீர்கள்..” “மைதிலி.. கொஞ்சம் யோசித்து பேசு..” “ஓ நீங்கள் யோசிக்காமலேயே செய்து விட்ட செயல்களுக்கு நான் யோசித்து யோசித்து பேச வேண்டுமோ..?” பரசுராமனின் முகம் மிகுந்த வேதனையை காட்டியது..

பேசு என்பது போல் அவளைப் பார்த்தபடி கைகளைக் கட்டிக் கொண்டான்.. “அதெப்படி நீங்கள் எல்லாப் பாவகங்களும் செய்துவிட்டு, ஒரே ஒரு மன்னிப்பை கேட்கவும் நான் எல்லாவற்றையும் மறந்து மன்னித்து விட வேண்டுமா..?” “நீங்கள் என் உடலை காயப்படுத்தியதைக் கூட என்னால் தாங்கிக் கொள்ள முடியும்.. ஆனால் மனதை..? அந்த மரணகாயத்தை எப்படி மறக்க முடியும்..?” “என்னவெல்லாம் பேசிவிட்டீர்கள்..? எப்படி யெல்லாம் நடந்து விட்டீர்கள்..?” பரசுராமன் பதிலே பேசாமல் உன் துக்கங்களை

கொட்டி ஆற்றிக்கொள் என்பதாக மௌனமாக நின்றிருந்தான்..

“உங்களுக்கு ஒன்று தெரியுமா.. நீங்கள் என்னை விரட்டி விரட்டி அடித்த போது, என் உணர்வுகளை உங்கள் காலடியில் போடு மிதித்த போது மிக அதிக வேதனை எனக்கு வந்த போதும் உங்களை விட்டுப் பிரிய வேண்டுமென நான் நினைத்ததே இல்லை தெரியுமா..? ஆனால் இப்போது நினைக்கிறேன்.. நானும் ரவீந்தரும் பேசிக் கொண்டதை கேட்டேன் என்றீர்களே, அந்தக் கணத்திலிருந்து நினைக்கிறேன்.. உங்களைப் பிரிந்து விட வேண்டும், உங்களை விட்டுப் போய்விட வேண்டுமென்று நினைக்கிறேன்..”

“மைதிலி..” பரசுராமன் பதட்டத்துடன் கத்தினான். “இப்போது கூட என் தன்மானத்தை காட்டாவிட்டால் நான் உப்பு போட்டு சாப்பிடுவதில் அர்த்தமே இல்லை..” “இல்லை மைதிலி.. இது தவறான முடிவு.. நாம் பிரியக்கூடாது.. நான் உன்னை விடமாட்டேன்..” “எங்களை முன்னால் பேச விட்டு பின்னால் ஒளிந்திருந்தீர்களே அந்த நிமிடமே என் மேல் உங்களுக்கு இருந்த அதிகாரம் போய்விட்டது..”

“வேண்டாம் மைதிலி.. அப்படி சொல்லாதே.. நான் செய்தது பெரிய தவறுதான்.. அதற்கு இவ்வளவு பெரிய தண்டனை கொடுக்காதே..” “உடல் நடுங்ககிறதா..? மனம் கலங்குகிறதா..? இதயம் துடிக்கிறதா..? எனக்கும் இப்படித்தான் இருந்தது.. நேற்று வரை எனக்கு.. இனி உங்களுக்கு..” மைதிலி அவனுக்கு முதுகு காட்டி திரும்பி நின்று கொண்டாள்..

“நமது கணவன்-மனைவி உறவு இன்னமும் சில நாட்கள்தான்.. இங்கே இந்த வீட்டில் எனக்கு ஒரு கடமை இருக்கிறது.. அதனை முடிக்காமல் போனால் என்னை என் மனட்சாட்சி கொன்றுவிடும்.. அந்த வேலையை முடித்து விட்டு, நம் திருமண பந்தத்தையும்

முறித்து விட்டு நான் என் பிறந்த வீட்டிற்கு போய் விடுவேன்..” வான் அசரீரி போல் ஒலித்த மைதிலியின் நிச்சய குரலுக்கு பதில் சொல்ல பரசுராமனால் முடிய-வில்லை.. அவன் தவறு செய்தவனாய் தலைகுனிந்து இருந்தான்..

வாசல் அழைப்பு மணி ஒலிக்க ஒட்டவைத்துக் கொண்ட புன்னகையுடன் மைதிலி போய் கதவை திறந்தாள்.. புது மண மக்களுக்கு ஆரத்தி எடுத்து வரவேற்றாள்.. நிமிடத்தில் அந்த வீட்டு மருமகளாகி தன் கடமைகளை செய்யத் தொடங்கினாள்.. ஆனால் அந்த பின்னிருந்த பற்றற்ற விலகளால் பரசுராமன் மட்டுமே உணர்ந்தான்.

# 30

**வளரும் நிலவில் மாடிச்செடிகளோடு**
**பேசும் காற்று,**
**கூடு விட்டு கூடு பாய**
**என்னை தேர்ந்தெடுக்காதே..**

மெல்லிய மஞ்சளில் வெளிச்சம் உமிழ்ந்து கொண்டிருந்த இரவு விளக்கைப் பார்த்தபடி படுத்திருந்தான் பரசுராமன்.. கீழே தரையில் பாய் விரித்துப் படுத்திருந்த மைதிலி உறங்கவில்லை என்பதனை உணர்ந்தான்.. அவள் ஏதோ தவிப்புடன் உறங்கப் பிடிக்காமல் உருண்டு கொண்டிருந்தாள்.. படுக்க வரும் நேரம் வரை எப்போதும் போல் வீட்டு வேலைகளை பொறுப்புடன் பார்த்தவள், இரவு புது மணமக்களுக்கான முதலிரவு ஏற்பாடுகளை வந்தனாவின் பிறந்த வீடான ஈஸ்வரியின் எதிர் வீட்டில் செய்து முடித்து விட்டு அறைக்குள் அசதியுடன் நுழைந்தாள். பாயை விரித்து கீழே படுக்க ஆயத்தமானாள்..

“நீ கட்டிலில் படுத்துக்கொள் மைதிலி, நான் பாயில் படுத்துக் கொள்கிறேன்..” “தேவையில்லை.. நான் இங்கே இருக்க போவதே இன்னும் சில நாட்கள்தான்.. இந்த சில நாட்களுக்காக யாரும் எந்த தியாகமும் செய்ய வேண்டாம்..” படுத்துக் கொண்டாள். இனி இதுபோன்ற குத்தல் பேச்சுக்களுக்கு எப்போதும் தயா-

ராக இருக்க வேண்டும் என பரசுராமன் தன் மனதை தயார் நிலையில் வைத்துக் கொண்டாலும், 'இருக்கப் போவது சில நாட்கள்' எனும் மைதிலியின் சொற்கள் அவனுக்கு உயிர் வாதையைக் கொடுத்துக் கொண்டி-ருந்தது.

"ஏன் மைதிலி தூக்கம் வரவில்லையா..? புரண்டு கொண்டே இருக்கிறாயே..? உடம்பு வலிக்கிறதா..?" அவள் புரளலில் மனம் தாங்காமல் கேட்டான். "உடம்பு வலித்தால் கால் பிடித்து விடலாமென்று நினைத்தீர்களோ..? நீங்கள் கால் பிடித்து விடும் லட்-சணம் எனக்கு தெரியும்.." சுவர் பந்தாய் அவன் முகத்தில்றைந்தன வார்த்தைகள்.. பரசுராமன் கண்-களை மூடிக் கொண்டான்..

அதன் பிறகு மைதிலி உருளவில்லை.. ஆனால் அவள் உறங்கவும் இல்லை என்பதை பரசுராமன் உணர்ந்தான்.. வெகு நேரம் விழி மூடாமல் கிடந்து விட்டு அதிகாலையில்தான் சிறிது கண்மூடினான் பரசு-ராமன். திரும்ப அவன் கண் விழித்து பார்த்த போது நன்றாக விடிந்திருக்க.. மைதிலி எழுந்து போயிருந்-தாள்.. அவன் முகம் கழுவித் துடைத்துக் கொண்டி-ருந்த போது மைதிலி அறைக்குள் பரபரப்போடு வந்-தாள்.. அவள் முகத்தில் ஆத்திரம் நிரம்பியிருந்தது..

"இதற்குத்தானே பயந்தேன்.. கொஞ்சம் கூட என் பேச்சைக் கேட்காமல் இப்படி செய்து விட்டீர்களே..?" "என்னாயிற்று மைதிலி..? எதற்கு இத்தனை கோபம்..? வா இப்படி உட்கார்.. நிதானமாக பேசுவோம்." ஆறு-தலாய் தோள் தொட வந்தவளின் கைகளை பட்டென தட்டிவிட்டாள்.. "மனப்பொருத்தம் இல்லாதவர்களுக்கு உங்கள் வீம்பிற்காக திருமணம் செய்து வைத்து அவர்-கள் வாழ்க்கையையே கெடுத்து விட்டீர்களே.." "யார்.. கல்யாணசுந்தரம் - வந்தனாவையா சொல்கிறாய்..? அவர்களுக்கு என்னம்மா..? என்ன நடந்தது..?"

“ஒன்றும் நடக்கவில்லை.. அதுதான் பிரச்சனை.. அப்பா சொன்னதற்காக திருமணம் செய்து கொண்டவர், என்னுடன் போட்ட சவாலுக்காக திருமணம் செய்து கொண்டவள், இவர்களுடைய வாழ்க்கை எப்படி நல்லபடியாக ஆரம்பிக்கும்..?”

“ஏய் நில்லு நில்லு.. என்ன சொன்னாய்..? வந்தனா உன்னிடம் சவால் விட்டாளா..? என்னவென்று..?” “நான் சொன்னால் நீங்கள் நம்புவீர்களா..? உங்கள் வீட்டுப் பெண் சொல்வதெல்லாம் உண்மையாகத் தெரியும்.. நான் அடுத்த வீட்டுப்பெண்.. நான் உண்மையே சொன்னாலும் பொய்யாகத்தான் தோன்றும்..”

“ப்ச்.. ஏன் மைதிலி இப்படி வார்த்தைக்கு வார்த்தை குற்றம் சொல்கிறாய்..? நான் உன்னை மிக மிக நம்புகிறேன்.. போதுமா..? இப்போது சொல்லு.. வந்தனா உன்னிடம் என்ன சொன்னாள்..?” மைதிலியினுள் திடுமென ஒரு வன்மம் புகுந்து கொண்டது.. “அண்ணனை காதலித்துக் கொண்டிருப்பவளை தம்பிக்கு மணம் முடித்து வைத்தால், அவள் எப்படி நிம்மதியாக வாழ்வாள்..?”

“மைதிலி..” அதட்டலுடன் கையை ஓங்கிவிட்டான் பரசுராமன்.. உயர்ந்து நின்ற அவன் கையை புன்னகையோடு பார்த்தாள் மைதிலி.. “அடிக்கவில்லை..?” பரசுராமனின் கை கீழே தொய்ந்து இறங்கியது.. அவன் முகத்தில் நெஞ்சில் காயம் வாங்கிய புலியின் வாதை இருந்தது.. அவள் தோள்களை இருகையாலும் அழுத்திப் பற்றினான்.. அந்த அழுத்தத்தில் வலி தெறிக்க, மைதிலி அவனை எரிச்சலாகப் பார்க்கும் போதே குனிந்து அவள் தோள்களில் தலையை சாய்த்துக் கொண்டான்.

“தப்பாக பேசாதே மைதிலிப்ளீஸ்.. நடந்ததை சொல்லு..” தெருவில் விளையாடி கீழே விழுந்து காயம்பட்ட குழந்தை தாயின் தோள் சாய்ந்து விம்-

முமே, அப்படித்தான் பரசுராமன் அப்போது இருந்தான், குழைய தொடங்கிய தன் மனதை அதற்கு அனுமதிக்-காது அதட்டி நிமிர்த்திய மைதிலி..

"நீங்களும் வந்தனாவும் காதலித்தீர்களா..?" தோளில் பரசுராமனின் கை அழுத்தம் அதிகரித்தது.. "பழிக்கு பழியா மைதிலி..? நான் உன்னைக் கேட்-டதற்கு எனக்கு பதிலா..?" "இல்லை.. இப்படி நான் சொல்லவில்லை.. வந்தனாதான் சொன்னாள்.." பரசு-ராமன் வேகமாக முகம் நிமிர்ந்தான். "வந்தனாவா.. அவளா உன்னிடம் சொன்னாள்..?"

"நான் சொன்னது சரியாகிவிட்டது பார்த்தீர்களா..? நீங்கள் நம்பவில்லை.." "எப்போது சொன்னாள்..?" பரசுராமனின் குரல் வறண்டு வந்தது.. "ம் சரியாக சொல்வதனால், மார்ச் 20ம் தேதி.."

"என்ன மார்சசா.. நம் திருமணத்திற்கு முன்பா..? அப்போதே நீங்கள் இருவரும் சந்தித்தீர்களா..? உண்-மையாக சொல் மைதிலி.." படபடத்தவன் மைதிலியின் கேலிப் புன்னகை முகத்தை பார்த்ததும், தன் பேச்சை நிறுத்தினான்... அவள் தோள்களை அரவணைத்துக் கொண்டு அவளை அழைத்துப் போய் கட்டிலில் அமர்த்தினான்.. அவளைப் பார்த்தபடி தானும் கட்டி-லில் திரும்பி அமர்ந்தான்.

"சொல்லு மைதிலி.. ஒன்று விடாமல் சொல்லு.." "வந்தனா என்னை நான் படித்த காலேஜிக்கு வந்து பார்த்தாள்.. நீங்களும் அவளும் ரொம்ப வருடங்களாக காதலித்து வருவதாகவும் குடும்ப சண்டையால் இப்-போது இரு வீட்டிற்குமிடையே பேச்சு இல்லை ஆனால் விரைவில் சரியாகிவிடும். அதன் பிறகு எங்-கள் திருமணம் நடந்து விடும்.. அதனால் இப்போது இந்த திருமணத்தை நான் நிறுத்தி விட வேண்டு-மென்று கேட்டாள்.. ஒருதடவை இல்லை.. மூன்று தடவை நம் திருமணத்திற்கு முன்பே அவள் என்னை

சந்தித்திருக்கிறாள்..”

“நான் அவளை மிகவும் நம்பினேன்.. பாம்புக்கு பால் வார்த்து வந்திருக்கிறேன் போலவே..” பரசுராமனின் குரலில் வேதனை இருந்தது.. “நம் திருமணத்திற்கு பிறகு நான் வாசலில் கோலம் போட்டுக் கொண்டிருந்த போதும்.. இதையேதான் சொன்னாள்.. நான் உங்களை விட்டுப் போய் விட வேண்டுமாம்.. அவள் இங்கே உங்களை கல்யாணம் முடித்து வந்துவிடுவாளாம்..” பரசுராமன் அளவற்ற மின்சாரம் தாக்கி அதிர்ச்சியில் இருந்தான்..

“அவள் அவ்வளவு உறுதியாக சொல்லும் போது, எனக்கென்னவோ அவள் உங்களை மிகவும் தீவிரமாக காதலிக்கிறாள் என்றே தோன்றுகிறது..” கன்னத்தில் கை வைத்துக் கொண்டு நிதானமாக சொன்னாள் மைதிலி.. பரசுராமன் கோபமாக எழுந்தான்.

“நான் இப்போதே போய் அவளிடம் கேட்கிறேன்..” மைதிலி அவன் கையை பிடித்து தடுத்தாள்.. “என்ன கேட்க போகிறீர்கள்..? நீ என்னைக் காதலித்தாயா என்றா..?” “அதனை நான் இப்போது கேட்டுத் தெளிந்து கொள்வது அவசியம்தானே மைதிலி..” “ஆமாம் அவசியம்தான்.. ஆனால் அதனை யாரிடம் கேட்கப் போகிறீர்கள்..? வந்தனா இப்போது உங்கள் அத்தை மகளல்ல.. உங்கள் தம்பி மனைவியிடம் போய் என்னைக் காதலிக்கிறாயா எனக் கேட்பீர்களா..? உங்களுக்கே அசிங்கமாக படவில்லை..?”

வேகம் போய் பரசுராமன் தொய்ந்து அமர்ந்து விட்டான்.. “கடவுளே..” பரிதவிப்புடன் தன் தலையை தாங்கிக் கொண்டான்.. மைதிலி கண்ணகற்றாமல் அவன் தவிப்பை பார்த்தபடி அமர்ந்திருந்தாள்.. “வந்தனாவிற்கு குழந்தை உள்ளம் மைதிலி.. பின் விளைவுகளை யோசிக்காத குழந்தை அவள்.. அந்த சிறு பிள்ளை புத்தியில்தான் இப்படியெல்லாம் பேசிவிட்-

டாள்.'' "அவள் குழந்தை போன்றவள்தான்..'' மைதிலியும் ஒத்துக் கொண்டாள்..

"உங்களுக்கு முன்பாக நானும் அதை உணர்ந்து கொண்டேன்.. தன் தாய் மாமனின் வீட்டில் தன்னை தவிர்த்து மற்றொரு பெண்ணின் அதிகாரத்தை அவளால் ஒத்துக்கொள்ள முடியவில்லை.. அப்படி வந்துவிட்ட என்னை விரட்ட நினைத்தாள்.. இது முழுக்க சிறுபிள்ளைத் தனம்தான்.. அவளது அந்த அறியாமையை அவளையே உணர வைத்து, எல்லாவற்றையும் சரி பண்ண முயற்சித்துக் கொண்டிருந்தேன்.. இடையில் நீங்கள் புகுந்து எல்லாவற்றையும் கலைத்து விட்டீர்கள்..''

"கல்யாணும், வந்தனாவும் மகிழ்வாக வாழத் தொடங்கி விட்டால் எல்லாம் சரியாகிவிடும் மைதிலி..'' "வாழ வேண்டுமே.. இதோ இப்போதுதான் அவர்கள் முதலிரவு அறைக்குள் போய்விட்டு வருகிறேன்.. அவர்கள் வாழ்க்கையை ஆரம்பித்ததற்கான எந்த அறிகுறியும் அங்கு இல்லை..'' மைதிலியின் குரலில் கலக்கம் வந்திருந்தது.. பரசுராமன் அவளை வாஞ்சையாய் பார்த்தான்.

"இவர்களது வாழ்க்கையைத்தான் கவலைப்பட்டுக் கொண்டிருந்தாயா..? இதைத்தான் முடித்து விட்டுப் போவேன் என்றாயா..?'' "ஆமாம்.. வந்தனாவின் வாழ்க்கை நான் செம்மையாக்க நினைத்த ஒன்று.. அதனை நல்லபடியாக மாற்ற வேண்டியது என் கடமை..'' "எனக்கென்னவோ இதில் கவலைப்பட ஒன்றும் இருப்பது போல் தெரியவில்லை.. கணவன்-மனைவி இன்றில்லாவிட்டால், நாளை சேர்ந்து வாழ ஆரம்பித்து விடப் போகிறார்கள்..''

"கணவன்-மனைவி என்ற எண்ணமே இல்லாதவர்கள் எப்படி சேர்ந்து வாழ்வார்கள்..?'' "எனக்கு புரியவில்லை மைதிலி..'' "நீங்கள் வந்தனாவை காத-

லித்தீர்களா..?'' பரசுராமன் முகத்தில் கோபச் செம்மை ஏறியது.. பற்களை கடித்து தன் கோபத்தை அவன் அடக்கினான்.. மைதிலி அவனை வேடிக்கை பார்த்தாள்.. "அடிப்பீர்களென்று நினைத்தேன்..'' மைதிலியின் பார்வை பரசுராமனின் கைகளில் இருந்தது..

பரசுராமன் கைகளை குவித்து கட்டிலில் குத்தினான். "வேறு பேசு மைதிலி..'' "ம்ஹூம் இதுதான் ரொம்ப முக்கியம்.. பதில் சொல்லுங்கள்.. நீங்கள் வந்தனாவை காதலித்தீர்களா..?'' "இல்லை..'' "பிறகு அவளை கல்யாணம் செய்து கொள்ள எப்படி சம்மதித்தீர்கள்..'' "அது.. அப்பா சொன்னதால்.. உன் கேள்வி தேவையற்றது மைதிலி.. நம் நாட்டு குடும்பங்களில் இன்னமும் திருமணங்கள் அம்மா, அப்பா சொல்லுக்காகவும், தொழிலுக்காகவும், சொந்தத்துக்காகவும் இப்படித்தான் இன்னமும் முடிவு செய்யப்படுகின்றன.. காதலெல்லாம் பின்னால் அவர்களுக்குள் வருவதுதான்.. இப்போது கல்யாண்-வந்தனா திருமணமும் அப்படித்தான்..''

"நீங்கள் சொல்வது சரிதான்.. ஆனால் இந்த திருமணம் அந்த வகையை சேர்ந்தது இல்லை.. முகம் தெரியாத யாரோ இருவர் மணம் செய்து கொண்டு பிற்பாடு காதல் வர கூடி வாழ்ந்து விடலாம்.. ஆனால் சிறுவயது முதல் ஒரே வீட்டிற்குள் உடன் பிறந்தவர்களின் பாசத்தோடு பழகி கொண்டிருந்தவர்களுக்கிடையே திடுமென திருமணம் செய்து வைத்தால்..''

"மைதிலி..'' பரசுராமனின் குரலில் அதிர்ச்சி.. "நீங்கள் அண்ணன் தம்பி மூவருமே வந்தனாவை இன்னொரு சித்ரலேகாவாகத்தான் பார்க்கிறீர்கள்.. பழகி வந்திருக்கிறீர்கள்.. எங்கள் வீட்டுப்பெண் என்று அவளை கொண்டாடியிருக்கிறீர்கள்.. மகள் போல் வீட்டினுள் வளைய வந்தவளுக்கு திடுமென மருமகள் பதவி கொடுத்தால்..?'' பரசுராமன் நெற்றியை தேய்த்-

தபடி யோசனையில் ஆழ்ந்து விட்டான்.

"நன்றாக யோசித்து சொல்லுங்கள்... சித்ரா அண்ணிக்கும், வந்தனாவிற்கும் உங்கள் மனதில் என்றாவது வேறுபாடு நினைத்திருக்கிறீர்களா..?" இல்லையென தலையசைத்தான். "உங்களுக்கும் வந்தனாவிற்கும் திருமணம் நடந்திருந்தாலும் இதே சங்கடம்தான்... இப்போதும் கல்யாண் கொழுந்தனோ வந்தனாவோ இந்த நிதர்சனத்தை உணரவில்லை.. அப்பா சொல் கல்யாணுக்கென்றால் வந்தனாவிற்கு தன்னைக் கொண்டாடி வளர்த்த இந்த வீட்டை விடமனமில்லை.. ஆனால் திருமணம் முடிந்ததும்தான் இருவரும் தங்களுக்கென ஒரு தனி வாழ்விருப்பதை உணர்ந்திருக்கிறார்கள்.. தடுமாறுகிறார்கள்.."

"மைதிலி உன் வாதம் என்னை மிகவும் குழப்புகிறது." "எனக்குமே குழப்பம்தான்.. என் சிந்தனை தவறு என்றோ, தவறாக போய்விட வேண்டுமென்றேதான் இதோ இன்று காலை வரை நினைத்துக் கொண்டிருந்தேன்.. ஆனால் அது சரிதானென்று இப்போது சற்று முன் தெரிந்து விட்டது.."

"அப்படியே இருந்தாலும், இது சரியாகிவிடாதா..?" "சரியாக வேண்டும்.. இல்லையென்றாலும் சரியாக்க வேண்டும்.. இனி நான் அதைத்தான் முயலப் போகிறேன்.." "நிச்சயம் சரியாகிவிடும் மைதிலி.. உன்னுடைய முயற்சியில் என்னையும் சேர்த்துக் கொள்.. ராமருக்கு உதவிய அணில் போல் என் பங்கும் இதில் இருக்கட்டும்." வேண்டலோடு நீண்ட கணவனின் கையை யோசனையாகப் பார்த்தாள்.

. "இந்த பொருந்தாத திருமணத்தில் எனது பங்கு ரொம்பவே இருக்கிறது மைதிலி.. இதனை நான்தான் சரி செய்ய வேண்டும்.. ஆனால் அதற்கான வழி எனக்கு தெரியவில்லை.. எனக்காக அதனை என் மனைவி செய்ய நினைக்கும் போது அவளுக்கு நான்

உதவுவதுதானே முறை.."

"மனைவி, மாங்காய் என்பது எதுவும் பேச வேண்டாம்.. நான் வந்தனா-கல்யாண் வாழ்வு சீரடையத் தொடங்கியதும் இங்கிருந்து போய்விடுவேன்.." மைதிலி உறுதியாக பேசினாள்..

# 31

***ஆழ்கடலுக்குள் அமிழ்த்துகிறாய்
சமுத்திர சங்குகள் சில
கால்களில் இடறுகின்றன
முதுகோடும் நண்டாய் உன்னுடனோர்
சுய மீட்பெனக்கு..***

“சரிதான் மைதிலி, அதனை அப்போது பார்த்துக் கொள்ளலாம்.. நீ இங்கிருந்து போகும் போது, அதுவரை நீ என் மனைவிதானே..” தானாகவே அவளது கையை பற்றிக் கொண்டான்.. “அப்படி ஒன்றும் இல்லை.. இது மாதிரி எண்ணத்தோடு என் அருகில் வர வேண்டாம்..” “அச்சோ இப்படி சொன்னால் எப்படி மைதிலி.. நீ என் மனைவியாக இருக்கும் பட்சத்தில்தான் உன்னால் என் தம்பி.. தம்பி மனைவியின் பிரச்சனைகளை தீர்க்கமுடியும் மறந்து விடாதே..” பரசுராமன் தன் கைகளுக்குள் இருந்த மைதிலியின் கையை பொக்கிசம் போல் மறுகையால் பொத்திக் கொண்டான்.

“கிண்டல் பண்ணுகிறீர்களா..?” “கிண்டலா..? உன்னையா..? எவ்வளவு உயர்வானவள் நீ.. எவ்வளவு தூய்மையான சிந்தனைகள் உனக்கு.. நம் குடும்பத்தை இந்த அளவு சீராக்க நினைக்கும் உன்னை சில நாட்களுக்கு முன்பு குடும்பத்தை பிரிக்க வந்தவள் என

தவறாக நினைத்தேனே... அந்த எண்ணத்திற்கு நிச்சயம் எனக்கு தண்டனை வேண்டும் மைதிலி.. உன் கைகளாலேயே..'' அவள் கையை தன் கன்னத்தில் பதித்துக் கொண்டான்.. ''அறிவில்லாமல் உன்னை எத்தனை தடவை அடித்திருக்கிறேன்..? இப்போது உன் முறை மைதிலி, பழிக்கு பழி வாங்கிவிடு..'' மைதிலி திகைத்தாள்..

இவன் என்ன சொல்கிறான்.. இவனை அடிக்க சொல்கிறானா..? அதெப்படி அவளால் முடியும்..? எந்தப் பெண்ணால் அவள் புருசனை.. இல்லை இல்லை.. ஒரு ஆண்மகனை கைநீட்டி அடிக்க முடியும்..? ம்ஹீம் முடியாது.. தன் எண்ணங்களைக் கூட மாற்றி நினைத்துக் கொண்டவள் தன் இயலாமையை அவனுக்கு காட்ட விரும்பவில்லை..

''இப்போதும்.. அடி வாங்குவதும் கூட உங்கள் விருப்பம்தானோ..? நீங்கள் அடி என்றால் அடித்து விட வேண்டுமா..? அடிக்கத்தான் போகிறேன்.. இப்போதல்ல.. எனக்கு தோன்றும் போது.. என் மனது வெறுப்படையும் போது, நிச்சயம் உங்களுக்கு அடி இருக்கிறது.. எதிர்பார்த்து காத்திருங்கள்..'' பரசுராமனின் கண்கள் ஒளி வீசியது.. முகம் மலர்ந்தது..

''காத்திருக்கிறேன் மைதிலி..''

பொண்டாட்டி அடிப்பேன் என்று சொன்னால் எந்த புருசனாவது சிரிப்பானா..? லூசா இவன்.. இப்போது எதற்கு இளிக்கிறான்..? வெறுப்போடு அவன் முகத்தை பார்த்த மைதிலி அப்போது தான் அதனை உணர்ந்தாள்.. அவன் எடுத்து பதித்துக் கொண்ட அவள் கை அவனது கன்னத்திலேயே இருந்தது.. இன்னமும் காலை சேவிங் முடித்திராத சொர சொரப்பான அவன் கன்னத்தை உணர்ந்தபடி அங்கேயே தங்கியிருந்த தனது உள்ளங்கையில் அதிர்ந்த மைதிலி அவசரமாக தன் கையை உதறினாள்.

“கண்டிப்பாக உங்களுக்கு அடி இருக்கிறது..” அவன் கன்னம் பதிந்த கையை தன் முந்தானையில் துடைத்துக் கொண்டாள்.. வேகமாக அறையை விட்டு வெளியேறினாள். “எப்போது வேண்டுமானாலும் என்னைக் கூப்பிடலாம் மைதிலி..” பின்னால் ஒலித்த குரலுக்கு அவனை திரும்பி முறைத்தாள்.. “கல்யாண்வந்தனாவிற்காக சொன்னேன்மா... நீ வேறு எதற்கென்று நினைத்தாய்..?” அப்பாவி வேடமிட்டான்.

“பக்கத்தில் வீட்டாட்கள், இருக்கிறார்களா.. வெளியாட்கள் இருக்கிறார்களா என்ற கவலையின்றி பட் பட்டென்று கைநீட்டி அறைவீர்களே.. அது போன்ற ஒரு சூழலுக்காக நானே அழைக்க வேண்டுமோ.. என நினைத்துவிட்டேன்..” அவனது அப்பாவி வேடத்தை தான் வாங்கிக் கொண்டு விழி விரித்தவள் துயரம் கண்டு விட்ட அவன் முகத்தில் திருப்தியாகி வெளியே போனாள்..

“சம்பிரதாயங்களெல்லாம் சும்மா ஒரு கணக்குக்குத்தான் அண்ணி.. ஓரளவு அதனை நாம் கடைபிடித்தாயிற்று.. சாந்தி முகூர்த்தம் பெண் வீட்டில் என்பதால் நேற்று உங்கள் வீட்டில் அந்த சடங்கை முடித்தாயிற்று.. இனி என்ன..? நீங்கள் வழக்கம் போல் இங்கேயே இருக்க வேண்டியதுதானே..?” மகாராணி தன் நாத்தனாரை உரிமையுடன் அதட்டிக் கொண்டிருந்தாள்..

ஈஸ்வரி தயங்கிக் கொண்டிருந்தாள்.. “வந்தனா உங்கள் வீட்டு பெண் அண்ணி.. அவளை இங்கே விட்டு விடுகிறேன்.. நான் என் வீட்டிற்கு போய் விடுகிறேன்..” “அதுதான் ஏன் என்கிறேன்.. இது உங்கள் பிறந்தவீடு.. இங்கேயே இருப்பதில் உங்களுக்கு என்ன தயக்கம்..?” “இதுவரை இது என் பிறந்த வீடாக மட்டுமே இருந்தது.. இப்போது என் சம்பந்தி வீடாகவும் மாறிவிட்டது.. பிறந்த வீட்டில் எத்தனை நாட்-

கள் வேண்டுமானாலும் இருக்கலாம்.. ஆனால் சம்பந்தி வீட்டில் அளவோடுதான் இருக்க முடியும்..'' ஈஸ்வரியின் நியாயம் மைதிலிக்கு மிகவும் கொடுமையாகத் தெரிந்தது..

இதென்ன சம்பிரதாயம் கணவனை இழந்து தனிமையில் இருக்கும் பெண், ஒரே மகளையும் திருமணம் செய்து அனுப்பிவிட்டு மேலும் தனிமையில் இருக்க வேண்டும் என்பது.. எந்த வகையான சாஸ்திரம்..? மைதிலி வந்தனாவைப் பார்க்க அவள் ஒரு ஓரமாக அமர்ந்தபடி தன் கை வளையல்களை நகர்த்திக் கொண்டிருந்தாள்.. தாயை பிரியும் வேதனை அவள் முகத்தில் தெரிந்தது.. மகாராணியின் மறுப்புகளுக்கு புன்னகையோடு பதிலளித்தபடி ஈஸ்வரி தன் வீட்டிற்கு கிளம்பிக் கொண்டிருந்தாள்..

மைதிலி கண்களை சுற்றி கணவனை தேடி அவன் பின் வாசலில் இருப்பதை பார்த்து அங்கே போனாள்.. குடோனுக்குள் கொண்டு போகாமல் வெளியே அடுக்கப் பட்டிருந்த சில மூட்டைகளை சோதித்துக் கொண்டு நின்றிருந்தான் அவன்.. "கல்யாணம் முடிந்த கையோடு ஒருபெண் பிறந்த வீட்டை சொந்தங்களை தலை முழுகி விட வேண்டுமா..? என்ன நியாயம் இது..?'' வேங்கையாய் தன் முன் நின்ற மனைவியை பார்த்ததும் விழிகளை உருட்டினான் பரசுராமன்.. கொஞ்சம் பதட்டமாக சுற்றும் முற்றும் பார்த்துக் கொண்டான்.

"மைதிலி அடிக்க போகிறாயா..?'' பாவனை காட்டினான். மைதிலிக்கு அப்போது உண்மையாகவே அவனை அடிக்கத் தோன்றியது.. ஒற்றை விரலை அவன் முன் ஆட்டினாள்.. "கிண்டல் பேசாதீர்கள்.. நான் சீரியசாக பேசுகிறேன்..'' "ஹி.. ஹி.. சீரியசாக பேசினாலும் இந்த விரலை மடக்கி கொள்ளேன் மைதிலி.. நம் வேலையாட்கள் எல்லாரும் வரும்

நேரம்..” கொஞ்சம் அசடு வழிந்தபடி பத்திரம் சொன்ன அவள் ஒற்றை விரலை மடக்கி இறக்கி-னான்..

போனால் போகிறதென பெரிய மனது பண்ணி விரலை மடக்கிக் கொண்ட மைதிலி, “உங்க அத்தை அவர்கள் வீட்டிற்கு கிளம்பிக் கொண்டிருக்கிறார்கள்.. இது இனிமேல் சம்பந்தி வீடாம்.. இங்கே இருக்க மாட்டார்களாம். வந்தனா விழித்துக் கொண்டு உட்-கார்ந்திருக்கிறாள்.. என்ன நியாயம் இதெல்லாம்..?”

“மைதிலி உனக்கு என் மீது கோபம் இருப்பது தெரியும்.. அதற்காக இந்த நாட்டில் யார் என்ன தவறு செய்தாலும் அதற்கு நான்தான் காரணம் போல் என்னை அதட்டுகிறாய் பார்.. அதனை என்னால் சகித்துக் கொள்ளவே முடியவில்லை...” சோகம் போல் சொல்லிவிட்டு தோளில் கிடந்த துண்டினால் கண்களை ஒற்றிக் கொண்டான்.. மைதிலி எரிமலையாய் பொங்கி அவன் தோள்களை குத்தினாள்..

“விளையாடும் நேரமா இது..?” “ஏய் அடிக்கும் முன்னால் சொல்லி விடு என்றேனே..” பரசுராமன் மேலும் அவளை வம்பிழுத்துக் கொண்டிருக்க.. “அண்ணா என்ன விசயம்னா..?” கல்யாணசுந்தரம் குடோனுக்குள்ளிருந்து வெளியே வந்து நின்றிருந்தான்.. அண்ணியின் தோளடித்தலுக்கு காரணம் தெரிந்து கொள்ளும் ஆர்வம் அவனிடமிருந்தது.. “ஏன்டா நாங்க புருசனும் பொண்டாட்டியும் அந்தரங்கமாக ஏதாவது பேசிக்கொள்வோம்.. அடித்துக் கொள்வோம்.. அதற்கு விவரம் கேட்பாயா நீ..? சும்மாவே உனக்கு கிடைக்க வேண்டிய அடியை நான் வாங்கிக் கொண்-டிருக்கிறேன்.. போடா.. உன் பொண்டாட்டி அழுது கொண்டிருக்கிறாளாம்.. போய் என்னவென்று கேளு..”

“வந்தனவா.. எதற்கு அழுகிறாள்..?” “ஆமான்டா அதையும் என்னிடமே கேளு.. சீக்கிரம் போடா

அடுத்த அடி எனக்கு விழப் போகுது..'' அண்ணனின் அலப்பறையில் சிரிப்பு வந்து விட கல்யாணசுந்தரம் வீட்டிற்குள் போனான். மைதிலி நறுக்கென்று பரசு-ராமனின் தோளில் கிள்ளினாள்.. "என்ன கலாட்டா இது..? எப்போதும் உங்களை அடித்துக் கொண்டிருப்-பது போல்..'' "பொய்யா சொல்கிறேன்.. இங்கே பார்..'' தன் தோள்களை கிள்ளியபடி இருந்த அவள் விரல்க-ளைக் காட்டினான்..

மைதிலி வேகமாக கையை எடுத்துக் கொண்டாள்.. "நான் உங்களைத்தானே போய் கேட்க சொன்னேன்.. அவரை ஏன் அனுப்புகிறீர்கள்..?'' அடுத்த குற்றச்-சாட்டை ஆரம்பித்தாள்.. "அழுவது அவன் பொண்-டாட்டிம்மா.. சமாதானம் அவன்தான் செய்ய வேண்-டும்..'' "ஓ..'' மைதிலி புரிதலுடன் விழி விரித்தாள். "இதெல்லாம் தெரிந்து கொள்ள நிறைய சூட்சுமங்கள் படிக்க வேண்டும்.. தெரிந்து கொள்கிறாயா.. சொல்-லித்தரவா..?'' மனைவியின் 'ட' வாய் குவிந்த வாயில் குவிந்திருந்தது பரசுராமனின் பார்வை.. மைதிலி அவசரமாக தன் முகத்தை அவனிடமிருந்து திருப்பிக் கொண்டாள்..

"நான் உங்கள் அத்தையிடம் உங்களை பேசச் சொன்னேன்.'' அவனை விட்டு தள்ளி நின்று கொண்-டாள்.. "பேசலாம் மைதிலி வா..'' அவளுக்கு கை நீட்டினான். "நான் எதற்கு..?'' முறைத்தாள்.. "நீ பக்-கத்தில் இல்லாமல் நான் எந்த வேலையை செய்திருக்-கிறேன் மைதிலி..'' பரசுராமன் விரல் சூப்பும் பப்பா-வாக மாறியிருந்தான்.. மைதிலி பல்லைக் கடித்தாள்.. இவன் அலப்பறை தாங்க முடியவில்லையே..

"என்ன பிரச்சனை அண்ணி..?'' ரவீந்தர் இப்போது குடோனுக்குள் இருந்து வந்திருந்தான்.. அவனது பார்வை சந்தேகத்துடன் இருவர் மீதும் படிந்தது.. "ம்.. அடுத்த ஆராய்ச்சி வந்தாச்சு.. உன் தளபதி.. எனக்-

கெல்லாம் இப்படி ஏன்னு கேட்க ஆளில்லை.." பரசு-ராமன் சலித்துக் கொண்டான்..

"டேய் போதும்டா அப்படி பார்க்காதே.. இங்கே இப்போது அடியும், கிள்ளலும் வாங்கிக் கொண்டிருப்-பது நான் தான்.." "அப்படியா..?" ரவீந்தரின் பார்வை மைதிலியிடம் உறுதி கேட்க, அவள் விழித்தாள்.. ரவீந்தரின் சந்தேகம் அதிகரித்தது.. குற்றல் பார்வையு-டன் அண்ணன் பக்கம் பார்த்தான்.

"நம்பவில்லையென்றால் இங்கே பார்.. கிள்ளிய தடத்தை.." சற்று முன் மைதிலி அழுத்திக் கிள்ளி-யதால் சிவப்பாய் தனது தோளில் இருந்த இரண்டு புள்ளிகளைக் காட்டினான்.. "ஓகே கன்டினியூ.." என்-றபடி மீண்டும் குடோனிற்குள் திரும்பினான்.. "பாவி இவனெல்லாம் ஒரு தம்பியா..?" பரசுராமன் வெறுத்துப் பேச மைதிலிக்கு சிரிப்பு வந்தது.. கை மூடி வாயை மறைத்தாள்..

"டேய் எங்கேடா பேகிறாய்..? இதோ இந்த மூட்-டைகளெல்லாம் ஈரமாக இருக்கிறது.. பிரித்து களத்தில் காய வைக்க சொல்லு.. காயும் வரை நீ பக்கத்தி-லிருந்து கவனி.." குட்டியாய் தம்பிக்கு ஒரு தண்-டனையை வழங்கி விட்டு "வாம்மா.." என மனைவி-யின் கையோடு கை கோர்த்துக் கொண்டு வீட்டிற்குள் போனான்..

ரவீந்தர் முகம் நிறைந்த புன்னகையுடன் உற்சாக சீட்டியுடன் மூட்டைகளை தன் தோளில் ஏற்ற தொடங்கினான்.

வந்தனாவின் அருகே நாகரீக இடைவெளியுடன் அமர்ந்திருந்த கல்யாணசுந்தரத்தை கவனித்தபடி, மைதிலியின் அருகே தோளுரச அமர்ந்தான் பரசு-ராமன்.. கோபமாய் திரும்பி பார்த்த மைதிலியிடம்.. "புருசன் பொண்டாட்டின்னா இப்படித்தான் உட்காரனும் மைதிலி.." என்றபடி வந்தனா - கல்யாணை கண்-

களால் காட்டினான்.. மைதிலி புரிந்து கொண்டு கணவனின் உரசலை பல்லைக் கடித்துக் கொண்டு பொறுத்துக் கொண்டாள்..

அவர்கள் எல்லோரும் ஈஸ்வரி வீட்டை விட்டு வெளியேறுவதை பற்றிப் பேச அமர்ந்திருந்தனர். “ஏன் ஈஸ்வரி இப்படி பிடிவாதம் பிடிக்கிறாய்..?” அருணாச்-சலம் தங்கையை அதட்டலாக கேட்டார். “உலக நடப்-புதானே அண்ணா.. எப்போதும் உலகத்தோடு ஒத்துப் போக விடுவதுதானே நல்லது..” “உறவுகளால் உண்-டானதுதான் உலகம் அத்தை.. உறவுகளை மதிக்காமல் உலகத்தை பேண போகிறீர்களா..?” பரசுராமன் கோப-மாகவே கேட்டான்.

. “கொஞ்சம் எட்டத்தில் இருக்கும் உறவுகள்தான் எப்போதும் நிலைத்திருக்கும் பரசு..” ஈஸ்வரி புன்ன-கையுடனேயே சொன்னாள்.. “எல்லாமே நாமே உரு-வாக்கிக் கொள்ளும் சட்டங்கள்தான் அத்தை.. அதனை நாமே மாற்றுவதில் எந்த தவறும் கிடை-யாது..” கல்யாணசுந்தரம் கூறினான். “ரொம்ப சந்-தோசம் மாப்பிள்ளை.. உங்கள் பேச்சு எனக்கு மிகவும் நிம்மதியைக் கொடுக்கிறது.. ஆனாலும் என்னை என் வழியில் விட்டு விடுங்கள்..” கல்யாணசுந்தரம் முகத்தை சுளித்தான்..

“எதற்கு இந்த திடீர் மரியாதை..? எப்போதும் போல் பெயர் சொல்லியே கூப்பிடுங்கள்..” “ம்ஹூம் அது தப்பு.. இனி தாங்கள் எனக்கு மாப்பிள்ளைதான்..” “என்னமோ செய்யுங்கள்..” கல்யாணசுந்தரம் எரிச்ச-லுடன் எழுந்து போய்விட்டான். அனைவரும் எவ்வ-ளவோ எடுத்து சொல்லியும் ஈஸ்வரி இங்கே தங்குவ-தற்கு ஒத்துக் கொள்ளவே இல்லை. என் வீடு.. என் கணவரின் வீடு.. அங்கேதான் என் கடைசி காலம் கழியவேண்டும் என அவள் கண்கலங்க சொன்னபிறகு ஓரேடியாக அவளை மறுக்க யாராலும் முடியவில்லை..

"நீங்க நினைத்ததை சாதித்து விட்டீர்கள் இல்லையாம்மா..? நான் தப்பு செய்துவிட்டேனோன்னு இப்போது ரொம்ப நினைக்கிறேன்.." வந்தனா தழுதழுத்த குரலில் சொல்லிவிட்டு எழுந்து போய் விட்டாள்.. மைதிலி வேதனையுடன் "பார்த்தீர்களா..?" என பரசுராமனிடம் ஜாடையாக கேட்க, அவன் இரு விழிகளையும் அழுந்த மூடித்திறந்து அவளுக்கு ஆதரவு பார்வை அளித்தான்..

# 32

**எனதல்லாத ஒன்றென உன்னை**
**நினைக்க தொடங்கிய நாள் முதல்**
**அலறி சிரிக்கின்றன சுவர் கண்ணாடிகள்**
**உன்னை மட்டுமே பிரதிபலித்தபடி**

"உங்கள் வீட்டிற்கு கிளம்பி விட்டீர்களா அண்ணி..?" மைதிலி சித்ரலேகா அறை வாசலில் நின்று கொண்டு மெல்ல கேட்டாள்.. சித்ரலேகா அவசரமாக கட்டில் மேல் பரப்பி வைத்திருந்த தனது பேக்குகளை மூடினாள். ஒரு பேக் ஜிப் மூட முடியாமல் பிதுங்கியபடி இருக்க, அதன் மேல் ஒரு துண்டினை போட்டு மூடினாள்.. "ஆ.. ஆமாம் அண்ணி.. என்ன விசயம்..? உள்ளே வங்களேன்.." "சும்மா உங்களுடன் பேசலாம்னு வந்தேன்.." அறையினுள் நுழைந்த மைதிலிக்கு உட்கார இடமில்லாமல் கட்டில், சோபா, சேர் எல்லாம் சித்ரலேகாவின் பேக்குகளினால் நிரம்பியிருந்தது..

"அது.. சும்மா அம்மா நாலைந்து புடவை கொடுத்தாங்க கொஞ்சம் வெள்ளி சாமான், என் ராஜாக்குட்டிக்கு சாப்பிட தட்டு, குடிக்க டம்ளர்னு அவ்வளவுதான்.. அதைத்தான் எடுத்து வைத்துக் கொண்டிருந்தேன்.." பிறந்த வீட்டிலிருந்து தான் எடுத்துப் போகும் சாமான்களை தன் அண்ணன் மனைவிக்கு காட்ட

விரும்பவில்லை அவள்.. இரண்டு பேக்குகளை எடுத்து கட்டிலுக்கடியில் தள்ளினாள்..

“உட்காருங்க அண்ணி..” இப்போது கிடைத்த இடத்தைக் காட்டினான்.. அவள் மறைக்க நினைத்த விசயத்தை தான் கவனிக்கவில்லையெனக் காட்டிக் கொண்டு அமர்ந்தாள் மைதிலி. “அண்ணி கொழுந்தனையும் வந்தனாவையும் கவனித்தீர்களா..?” “யாரை கல்யாண் அண்ணனையும் வந்தனாவையுமா.. அவர்களுக்கு என்ன..?” “வந்து அவர்கள்.. வந்து.. சந்தோசமாக.. இருக்கிறார்களா..?” எப்படி சொல்ல எனத் தெரியாமல் மைதிலி தடுமாறினாள்..

“ஏன் அவர்களுக்கென்ன.. நல்லாத்தான் இக்கிறார்கள்.. வந்தனா அம்மா கொடுத்த பாட்டியோடு நகைங்களை இன்னமும் அம்மாகிட்ட திருப்பிக் கொடுக்கலை தெரியுமா..? அம்மா கிட்ட சொன்னால் கண்டுக்க மாட்டேங்கிறாங்க.. நீங்க அம்மாகிட்ட ஒரு வார்த்தை சொல்லுங்களேன்..”

மைதிலிக்கு வெறுப்பு வந்தது.. சை என்ன பெண்கள்..? எந்நேரம் நகை, புடவை என்று.. பல்லைக் கடித்தாள்.. “அண்ணி நான் அதை சொல்ல வரவில்லை.. வந்தனா முகத்தை பார்த்தால் கொஞ்சம் கவலை தெரியவில்லை..” “ஏனோ..? அவளுக்கு எதற்கு கவலை..? நல்லா புளியங்கொம்பாய் பிடித்திருக்கிறாள்.. பட்டும், நகையும் வந்து குமியும்.. வாசப்படியே விட்டு இறங்கும் போது காரில் கால் வைக்கலாம்.. இதுக்கு மேல் என்ன வேண்டும்..?”

“என்ன அண்ணி.. இது மட்டும் ஒரு பொண்ணுக்கு போதுமா.?” “வேறு என்ன வேண்டும்..?” “வாழ்க்கையில் நிம்மதி வேண்டாமா..? கணவனிடம் சந்தோசம் வேண்டாமா..?” “அதற்கும் தான் அவளுக்கு என்ன குறைச்சல்..?” “

அண்ணி அவர்கள் முதலிரவு நல்லபடியாக நடந்தது போல் தெரியவில்லை.. கணவன் மனைவிக்குள் ஒட்டுதல் தெரியவில்லை..'' ''அப்படியா சொல்கிறீர்கள் நான் கவனிக்கவில்லையே..''

''என்ன அண்ணி நீங்கள் பெரியவர்கள்.. இதையெல்லாம் கவனிக்க வேண்டமா..?'' ''பெரியவளா.. எனக்கு அப்படி என்ன வயதாகி விட்டது.. உங்களைவிட இரண்டே வயதுதான் எனக்கு கூடுதல்.. என் ராசாக்குட்டி பிறந்து விட்டதால் எனக்கு வயசாயிடுச்சுன்னு நினைக்க வேண்டாம்..'' தொட்டிலில் தூங்கிக் கொண்டிருந்த தனது பத்து மாத மகனைப் பார்த்தபடி சண்டை போடும் பார்முக்கு வந்தாள் சித்ரலேகா.

''ஐயோ அண்ணி.. நான் உங்களைப் போய் அப்படி சொல்வேனா..? நீங்கள் இன்னமும் ஸ்கூல் போகும் சின்னப்பொண்ணு போல் இருக்கிறீர்கள்.. உங்களுக்கு ஒரு குழந்தை இருக்கிறதென்றால் யாரும் நம்ப மாட்டார்கள்..'' கூசாமல் ஐஸ் வைத்தாள்.. சித்ரலேகா முகம் மலர்ந்தாள்.. இன்னமும் இரண்டு பேக்குகளை கட்டிலுக்கடியில் தள்ளிவிட்டு இப்போது கிடைத்த இடத்தில் தான் அமர்ந்து கொண்டாள்..

''ம் சொல்லுங்க..'' ''அண்ணி நேற்று காலையில் அவர்கள் முதலிரவு அறைக்குள் போய் பார்த்தேன்.. வைத்த பழங்கள், இனிப்புகளெல்லாம் அப்படியே இருந்தது.. பாலும் அப்படியேதான் இருந்தது.. அவள்வந்தனாவைப் பார்த்தாலும்.. வந்து முதலிரவு முடிந்த பெண் போல் தெரியவில்லை...'' ''அப்படியா.. இதை அம்மா, அத்தை எப்படி கவனிக்காமல் விட்டார்கள்..?''

''அதுதான் தெரியவில்லை அண்ணி, அவர்கள்.. பெரியவர்களிடம் பேச ஒரு மாதிரி இருந்தது அதுதான் உங்களிடம் சொல்ல வந்தேன்..'' ''அண்ணி, இந்த வந்தனா இருக்கிறாளே, அவள் ஏழுருக்கு நாட்டாமை

பண்றவ.. கல்யாண் அண்ணன் அப்பாவி, இவள் அவனை இழுத்து தூக்கி இடுப்புல வச்சுக்கிடுவா.. அவ சாமர்த்தியம் அம்மா, அத்தைக் கெல்லாம் தெரியும்.. அதுதான் அவளைக் கவனிக்காமல் இருந்திருப்பாங்க.."

"இருந்தாலும் நாம் ஒரு வார்த்தை கேட்கனுமில்ல அண்ணி.. எனக்கென்னவோ வந்தனா இந்தக் கல்யாணத்தினால் சந்தோசமாக இல்லைபோலன்னு தோணுது.." "கல்யாணத்துக்கு முன்னால் அத்தனை சேலை, இத்தனை நகைன்னு கேட்டு கேட்டு வாங்கி போட்டு போட்டு சந்தோசப்பட்டாளே, அவளுக்கா கல்யாணத்தில் இஷ்டமில்லைன்னு சொல்றீங்க..?"

"அது வேறு அண்ணி.. அவள் சின்னப் பிள்ளைத்தனமாக ஏதோ முடிவெடுத்துட்டு இப்போது முழிக்கிறாளோ என்று எனக்கு இருக்கிறது.." "இதனை நீங்கள் அவளிடமே கேட்டு விட வேண்டியதுதானே..?" "கேட்கலாம்.. ஆனால் எப்படி கேட்பதென்றுதான் தெரியவில்லை.."

"இதில் என்ன தயக்கம்..? வாங்க நாமளே கேட்டுவிடுவோம்.." சித்ரலேகா உடனே கிளம்பிவிட்டாள். வந்தனா அவளது அறையில் கட்டிலில் படுத்துக் கொண்டு விட்டத்தை வெறித்துக் கொண்டிருந்தாள்.. இரண்டு பேரும் ஒன்றாக உள்ளே வரவும் முதலில் விழித்தவள் பிறகு சந்தேகமாக பார்த்தாள்.. "என்ன விசயம்..?" "சும்மாதான் வந்தனா.. உன்கிட்ட பேசலாம்னு வந்தோம்.." சித்ரலேகா வந்தனாவின் தோள் பற்றி அவளை எழுப்பி உட்கார வைத்து விட்டு கட்டிலில் உட்கார்ந்து கொண்டாள்..

"ம் சொல்லு வந்தனா.. அப்புறம் எல்லாம் எப்படி போகுது..?" "எது..?" "அதுதான்மா உன்னோட லைப்.. மேரேஜ் லைப்.. எப்படி போகுது..?" "நல்லாத்தான் போகுது.. ஏன் கேட்குறீங்க..?" "அண்ணி கேட்-

டுக்கோங்க அண்ணி.. நல்லாத்தான் போகுதாம்..” சித்ரலேகா பட்டென போட்டு உடைக்க வந்தனா மைதிலியை முறைத்தாள்.. “இதெல்லாம் உன் வேலையா..? உனக்கு இப்போ என்ன தெரியனும்..?” “ஏய் அண்ணியை எதற்குடி முறைக்கிறாய்..? எனக்கு பதில் சொல்லு.. அண்ணனும் நீயும் சந்தோசமாக இருக்கிறீர்களா..?” பட்டென நேரடியாகக் கேட்ட சித்ரலேகாவை மைதிலி ஆச்சரியமாக பார்க்க வந்தனா கோபமாக பார்த்தாள்..

“அதைப் பற்றி உனக்கு என்னடி..? என் பெர்சனல் விசயங்களில் நீ ஏன் தலையிடுகிறாய்..?” “இது உன் சம்பந்தப்பட்டது மட்டும் இல்லை.. என் அண்ணனின் வாழ்க்கையும் இருக்கிறது.. அத்தோடு நம் குடும்ப கௌரவமும் சேர்ந்து இருக்கிறது.. நான் கேட்கத்தான் செய்வேன்..” “உனக்கெல்லாம் பதில் சொல்ல வேண்டிய கட்டாயம் எனக்கு இல்லை..”

“வந்தனா உன் நன்மைக்காகத்தான் நாங்கள் இங்கே பேசிக் கொண்டிருக்கிறோம்.. இப்படி எடுத்தெரிந்து பேசினால் எப்படி..?” மைதிலி அதட்டினாள்.. “என் வாழ்க்கையை பற்றி நீங்கள் கவலைப்பட வேண்டாம்.. நான் பார்த்துக் கொள்வேன்.. ஏய் மைதிலி உன்னோடு போட்ட சவாலில் நான் ஜெயித்து விட்டதால் என்னை ஏதாவது பொய் காரணம் சொல்லி வீட்டை விட்டு அனுப்ப நினைக்கிறாயா..?”

“சவாலா..? அது என்ன சவால்..?” சித்ரலேகாவின் குரலில் சுவாரஸ்யம் கூடியிருந்தது.. “சித்ரா இவள் என்னை இந்த வீட்டிற்குள் இருக்க விடாமல் வேறு வீட்டிற்கு விரட்டுவேன் என்று சவால் விட்டாள் தெரியுமா..? ஆனால் அதில் நான் ஜெயித்து விட்டேன்.. உன் அண்ணனை கல்யாணம் செய்து கொண்டு இங்கேயே வந்துவிட்டேன்.. அது பொறுக்க முடியாமல் ஏதேதோ என்னைப் பற்றிக் கதை சொல்லிக் கொண்-

டிருக்கிறாள்..” வந்தனா தன் பக்க ஆதரவிற்காக மாமன் மகளை இழுத்தாள்..

“என்ன அண்ணி நீங்கள் இப்படி செய்யலாமா..? இது உங்களுக்கே நியாயமா..?” சித்ரலேகா குரல் உயர்த்த மைதிலி குழம்பினாள்.. “இப்படி ஒரு அருமையான திட்டம் வைத்திருக்கிறீர்கள்.. முன்பே என்னிடம் சொல்லியிருக்கலாமே.. நானும் உங்களுக்கு உதவி இருப்பேன்... உங்கள் எண்ணமும் பலித்திருக்கும், இப்போது பாருங்கள் என்னவெல்லாம் நடந்து விட்டது..” சித்ரலேகா கன்னத்தில் கை வைத்துக் கொண்டாள்..

“ஏன்டி உனக்கு கொழுப்பா..?” வந்தனா சித்ரலேகாவை கொட்ட அவள் பதிலுக்கு கிள்ளினாள்.. “உனக்குத்தான்டி கொழுப்பு, கண்டபடி சபதமெல்லாம் போட்டு கல்யாணம் செய்து கொண்டு இப்போது என் அண்ணனின் வாழ்க்கையை கெடுத்துக் கொண்டிருக்கிறாய்..” “நான் இல்லைடி.. உன் அண்ணன்தான் என் வாழ்க்கையில் விளையாடிக் கொண்டிருக்கிறார்..”

“நீ முதலில் ஒழுங்கான பொண்டாட்டியாக இருடி..” “நீ முதலில் உன் வீட்டிற்கு கிளம்பிப் போ.. இங்கே உனக்கு என்ன வேலை..?” “அடியேய் என்னையா போகச் சொல்கிறாய்..? உன்னை நான் வீட்டை விட்டு விரட்டாமல் விடமாட்டேன்.” சித்ரலேகாவின் வார்த்தைகள் வந்தனாவினுள் தாக்கத்தை உண்டாக்க, அவள் கண்கள் கலங்க ஆரம்பித்தது..

அப்போது அறை வாசலுக்கு போன அவளது பார்வை விரிந்தது.. “பரசு..” கத்தியபடி கூடத்திற்கு ஓடினாள்.. “என்ன அண்ணி இப்படி பேசிவீட்டீர்கள்..?” மைதிலி கேட்க.. “இவளுக்கெல்லாம் இப்படித்தான் பொட்டில் அடித்தது போல் பேசனும் அண்ணி இல்லைன்னா மூளையில் ஏறாது.. அங்கே பாருங்கள் கள்ளிக்கு கண்ணீர் கடைக்கண்ணுலன்னு சொல்-

வாங்க.. என்னமா நடிக்கிறாள் பாருங்க..'' சித்ரா நொடித்தாள்..

வந்தனா கூடத்தில் பரசுராமனின் கையை பிடித்துக் கொண்டு தேம்பிக் கொண்டிருந்தாள்.. "பரசு மைதிலியும், சித்ராவும் சேர்ந்து என்னை வீட்டை விட்டு போன்னு சொல்றாங்க..'' அடிப்பாவி.. என்றிருந்தது இரு பெண்களுக்கும்.. "அண்ணி இனி நாமளும் களத்தில் இறங்கலைன்னா சரிபட்டு வராது.. இப்போ என் ஆக்ட்டை பாருங்க..'' சித்ரலேகா மூக்கை உறிஞ்சி கண்களை கசக்கிக் கொண்டாள்..

"அண்ணா..'' நாடகபாணியில் கைகளை விரித்துக் கொண்டு, அழுகை குரலோடு அண்ணனிடம் ஓடினாள்.. "இரண்டு நாள் அண்ணா.. இரண்டே இரண்டு நாள் அதிகமாக இங்கே இருந்துவிட்டேன்.. அதற்கு இவள் எப்படியெல்லாம் பேசுகிறாள் தெரியுமா..? வந்த வேலை முடிந்து விட்டால் அவரவர் இடத்தை பார்த்து போக வேண்டியதுதானே என்று கேட்கிறாள்..'' பரசுராமன் இரு பெண்களின் புகார்களில் விழித்தான்..

விழியுயர்த்தி அறை வாசலில் நின்ற மனைவியிடம் பார்வையால் விளக்கம் கேட்க மைதிலி தோள்களை குலுக்கினாள்.. "என்னம்மா என்ன நடந்தது..?'' கேட்டபடி ஆளுக்கொன்றாக தன் கைகளை பற்றி நின்றவர்களிட மிருந்து தன் கையை எப்படி உருவிக் கொள்வதென யோசித்தான்.. "இவள் என்னை உன் புருசன் வீட்டுக்கு போ என்கிறாள்..'' "இவர்கள் இருவரும் சேர்ந்து என்னை வீட்டை விட்டு விரட்ட முயல்கிறார்கள்..''

"வந்தனா அப்படி சொல்ல மாட்டாள் சித்ரா... மைதிலி நல்லபெண் வந்தனா..'' இருவரையும் அவன் சமாதானப்படுத்த, "ஓஹோ உங்க பொண்டாட்டிக்கு சப்போர்ட்டா..?'' வந்தனா எகிறினாள்.. "என் புருசன் எனக்கு சப்போர்ட்.. உனக்கு சப்போர்ட் வேண்டுமா-

னால் உன் புருசனை கூப்பிடேன்..” மைதிலியும் இப்போது களத்தில் இறங்கிவிட பரசுராமன் அதிகமாக விழித்தான்.

“மைதிலி நான் பாவம்.. இப்படி மும்முனைத் தாக்குதல் நடத்தினால் நான் என்ன செய்வது..? யாருக்கு சப்போர்ட் செய்வது..?” மைதிலியிடம் முணுமுணுக்க அவள் அதைப் பற்றிக் கவலைப்படவில்லை.. “இவள் செய்யும் அநியாயத்தை என்னவென்று கேட்டுக் கொடுங்கள்..” தன் பங்குக்கு கணவனிடம் பிராது கொடுத்தாள்.. “கல்யாண் என்னைக் காப்பாற்றுடா..” பரசுராமன் அலறினான்..

அப்போதுதான் வீட்டிற்குள் நுழைந்த கல்யாணசுந்தரம் மூன்று பெண்களிடையே விழித்தபடி நின்று கொண்டு அலறும் அண்ணனை பார்த்து திகைத்தான்.. “என்ன அண்ணா..?” ராமணின் லட்சுமணனாக அண்ணனுக்கு தோள் கொடுக்க வந்தான்..

மைதிலி பரசுராமனின் கையை பற்றியிருந்த வந்தனாவின் கையை நாசூக்காக எடுத்து விட்டு தான் கணவனின் கையோடு கை கோர்த்துக் கொண்டாள்.. “உன் ஆள் வந்தாச்சு வந்தனா.. நீ அங்கே போய் புகார் படி..” வந்தனா திணறியபடி நிற்க.. “ஏய் போடி..” என சித்ரலேகா அவளை கல்யாணசுந்தரம் பக்கம் தள்ளிவிட அவள் இதனை எதிர்பாராது தடுமாறி கல்யாணசுந்தரம் மேல் மோதினாள்..

அவன் அவசரமாக அவளை பற்றி நிறுத்தி நிதானப்படுத்த வந்தனா வேகமாக அவனிடமிருந்து விலகி அனைவரையும் கோபமாக முறைத்துவிட்டு வேகமாக தன் அறைக்குள் போய் விட்டாள்.. “நீ ஏன்டா நின்னு கொண்டிருக்கிறாய்..? போய் உன் பொண்டாட்டியை சமாதானப்படுத்து..” பரசுராமன் சொல்ல கல்யாணசுந்தரம் தயங்கி நின்று விட்டு பிறகு மெதுவாக அறைக்குள் நுழைந்தான்.

“ம்.. ஏதோ நம்மால் முடிந்தது.. இனி அவரவர் பாடு..” கைகளை உதறிக் கொண்ட சித்ரலேகா.. “அண்ணா நான் இன்று என் வீட்டிற்கு கிளம்புகிறேன் அண்ணா..” என அறிவித்து விட்டு தன் அறைக்கு போனாள்.. “இதென்ன ஐடியா மைதிலி..?” பரசு-ராமனின் ஆட்காட்டி விரல் தன் உள்ளங்கையில் அழுந்த பதிந்து கோலமிடுவதை உணர்ந்த மைதிலி அவன் கையை உதறினாள்..

“அடிப்பீர்கள் என எதிர்பார்த்தேன்..” “எதற்கு..?” “வந்தனா என்னைப் பற்றி கம்ப்ளைன்ட் செய்தாளே.. அப்படி அவள் பேசும் போதெல்லாம் எனக்கு தண்-டனை தருவதுதானே உங்கள் பழக்கம்..” தன் கன்-னத்தை தடவியபடி மைதிலி கேட்க பரசுராமனின் முகம் கறுத்தது.

# 33

***சேர்த்து வைத்த என் ஞாபகங்களுக்கும்
சொந்தம் கொண்டாடும் நீ
ஊசியிலை மரக்காடுகளாய்
எனை உயிர் வாதை செய்கிறாள்..***

"மாமாவிற்கு உடம்பு சரியில்லாமல் இருந்த நேரம் அது மைதிலி.. அப்போது நான் சோகத்தில் இருந்த அத்தை, வந்தனாவின் மனதை நோகடிக்காமல் பேச வேண்டிய கட்டாயத்தில் இருந்தேன்.." முன்பு தான் பேசிய பேச்சுக்களுக்கு சமாதானமாக பேச வருபவனை அலட்சியப்படுத்தி, கண்களை இறுக மூடிப் படுத்திருந்தாள் மைதிலி.. "நீ ஏன் நமது கல்யாணத்திற்கு சம்மதித்தாய் மைதிலி..?" திடுமென பரசுராமன் கேட்க மைதிலி கண்களை திக்கென திறந்து பார்த்தாள் அரை இருளில் அறைக்குள் மெலிதாய் ஒலித்த பரசுராமனின் குரல் அவளை இம்சித்தது.. இப்போது இவனுக்கு அந்த விபரங்கள் எதற்காம்..?

"அது எதற்கு இப்போது..?" "உன் அம்மா, அப்பாவிற்காகத்தானே..?" மைதிலி மீண்டும் கண்களை இறுக மூடிக் கொண்டாள்.. சொல்ல மாட்டேன் போடா.. உதடுகளை சத்தமின்றி அசைத்துக் கொண்டாள்.. "அப்படித்தான் உன் அண்ணன் என்னிடம் கூறினார்.." "என்ன..? அண்ணன் உங்களை சந்தித்-

தாரா..?" மைதிலி இப்போது பாயில் எழுந்து அமர்ந்திருந்தாள்..

"ஆமாம்.. நம் திருமணத்திற்கு முன் ஒருமுறை நம் கடைக்கு வந்தார்.. என்னை வெளியே பேச அழைத்தார்.. அப்போது கடை பிசியான நேரம்.. என்னால் வர முடியாது என்றேன்.. அங்கேயே என் பக்கத்தில் நின்றுகொண்டு உங்கள் வீட்டை பற்றிக் கூறினார்.. மைதிலிக்கு என்னைப் போல் படித்த மாப்பிள்ளையை கல்யாணம் செய்து வைக்க நினைக்கிறேன் என்றார்.. எனக்கு கொஞ்சம் கோபம் வந்தது.." தங்களை ஒதுக்கிவிட்டான் என நினைத்த அண்ணன், தனக்காக திருமணத்திற்கு முன்பே மாப்பிள்ளை வீட்டினரிடம் பேசி இருக்கிறான் என்பது மைதிலிக்கு நெகிழ்வாக இருந்தது..

அவள் அண்ணனின் நினைவில் இருந்த போது பரசுராமன் சொன்ன கோபம் அவளுக்கு எரிச்சல் மூட்ட.. "இருபத்து நான்கு மணி நேரமும் வத்தலை வாயில் போட்டு மென்று கொண்டே இருப்பீர்களோ..? அந்தக் காட்டத்தைத்தான் எல்லோர் மேலும் காட்டுவீர்களோ..?" எரிந்து விழுந்தாள்..

"என் இடத்தில் உன்னை வைத்துப் பார் மைதிலி, உன்னைவிட நல்ல மாப்பிள்ளையை என் தங்கைக்கு பார்க்கப் போகிறேன்.. அதனால் இந்த திருமணத்தை நிறுத்தி விடு என்று ஒருவர் வந்து சொல்லும் போது ஒரு சாதாரண மனிதனுக்கு கோபம் வராதா..?" அவனது நியாயம் சரியாகப்பட மைதிலி மௌனமானாள்..

"உங்களது தங்கையையே திருமணத்தை நிறுத்தச் சொல்லுங்களேன் என்றேன்.. அவள் பெண்பிள்ளை.. அவளால் எப்படி அம்மா அப்பாவை எதிர்த்து பேச முடியும்.. என்று கேட்டார்.. எங்கள் வீட்டிலும் அப்படித்தான்.. ஆண், பெண் என எங்கள் பெற்றோர்

எங்களை பிரித்துப் பார்ப்பதில்லை என்றேன்.. வருத்தத்தோடு போய்விட்டார்.'' ஆக இவனுக்கு அண்ணன் மீது, என் மீது என நிறைய அதிருப்தியும், கோபமும் இருந்திருக்கிறது.. அதுதான் அடிக்கடி என் மீது வெடித்திருக்கிறது.. நினைத்ததை கேட்டும் விட்டாள் மைதிலி..

''அந்த உங்களது வேகத்தைத்தான் என் மீது வெறுப்பாக காட்டினீர்களோ..?'' பரசுராமன் கட்டிலில் எழுந்து அமர்ந்தான்.. விடிவிளக்கின் ஒளியில் அரை குறையாக வரி வடிவமாக தெரிந்தவளை பார்த்தான்.. ''எனது எந்த பேச்சுக்கும் இப்போது உன்னிடம் மதிப்பு இருக்காது எனத் தெரியும் மைதிலி.. இருந்தும் நான் இப்போது இதைப்பற்றி சொல்லியே ஆக வேண்டும்..'' என்ன சொல்ல போகிறான்.. மைதிலியின் மனது படபடத்தது.. ''நான் உன்னை மிக விரும்பி, ஆசைப்பட்டு, காதலித்து மணம் முடித்துக் கொண்டேன்.. என்று சொன்னால் நம்புவாயா..?''

''ஒரு பர்சென்ட் கூட நம்பமாட்டேன்..'' ''ஏன்..?'' ''ஒரு காதல் கணவன் மனைவியை நடத்தியது போன்றா என்னை நடத்தினீர்கள்..?'' ''அது.. சூழ்நிலை..'' ''நம் இருவரின் தனிமையில் கூடவா.. உங்களின் சூழ்நிலை..?''

''ஏன் இல்லாமல்..? இதோ இப்போது இல்லை.. இது போல் ஒரு குளிரான இரவில் தேவதை போன்ற மனைவியை தரையில் பாயில் படுக்க விட்டு விட்டு நான் தள்ளியிருந்து பார்த்துக் கொண்டு மட்டுமே இருக்க வேண்டுமென்ற சூழ்நிலை வரவில்லையா..?'' பரசுராமனின் ஏக்க குரலில் மைதிலிக்கு குளிரை தாண்டி உடல் வியர்த்துவிட்டது.. என்ன பேசிக் கொண்டிருக்கும் போது, எங்கே வந்து நிற்கிறான் பார்.. எமகாதகன்.. மைதிலி அவனுக்கு முதுகு காட்டி திரும்பி படுத்துக் கொண்டாள்..

“என்ன மைதிலி பதிலையே காணோம்..?” சீண்டினான்.. மைதிலி கண்களோடு காதுகளையும் மூடிக்கொள்ள முயன்றாள்.. ஆனால் காதுகளுக்கு இமைகள் இல்லையே, இழுத்து மூடிக்கொள்ள, பக்கத்தில் வருவானோ.. அதிர்ந்த அவளது இதய ஓசைக்கு போட்டியாக கேட்டது அவனது காலடியோசை.. எதற்கு வருகிறான்..? வந்து என்ன செய்வான்..? எதிர்பார்ப்பு கலந்த திகில் அவள் உடல் முழுவதும் பரவியது..

குளிருக்கு இதமாக மென் வெப்பத்துடன் அவள் உடலை மூடியது ஒரு போர்வை.. “நல்லா போர்த்திட்டு நிம்மதியா தூங்குடி, யார் எப்படிப் போனா உனக்கென்ன கவலை..?” எரிச்சலான அவனது முணுமுணுப்பு.. மைதிலி கால் பெருவிரல் முதல் தலை வரை இறுக்கமாக இழுத்துப் போர்த்திக் கொண்டாள்.. அப்படியும் அவன் பார்வை போர்வையை தாண்டி அவள் உடல் முழுவதும் அலைவது போல் ஒரு பிரமை.. போர்வைக்குள் இன்னமும் தன்னைக் குறுக்கிக் கொண்டாள்..

“நேராகப் படு மைதிலி உடம்பு வலிக்க போகிறது..” அவன் அக்கறை காட்ட அவள் உடல் அதிர்ந்தது.. உடல் வலியை தொடர்ந்து அவனது காலமுக்கல் நினைவு வர, மைதிலி மனம் தத்தளித்தது.. அவளது தலைப்பகுதி போர்வை இழுக்க படவிடாமல் இறுக்கி பற்றினாள்.. “ஷ் மைதிலி என்ன இது.. விடு மூச்சு முட்டும்..”

தலை மேல் இருந்த போர்வையை இழுத்து கழுத்து வரை விட்டான்.. மடித்து குறுக்கியிருந்த அவள் கால்களை அழுத்தி பற்றி நேராக இழுத்து நீட்டி படுக்க வைத்தான். “இப்படி நேராக படு.. கை கால்களை முறுக்காதே..” அக்கறையாய் அதட்டியவனை அரை இமை திறந்து அவள் பார்க்க அரை இருளில் கருணையாய் மின்னின அவள் பல்வரிசை.. இப்போது

எதற்கு இளிக்கிறானாம்.. மீண்டும் கண்களை இறுக மூடிக் கொண்டு, மனதிற்குள் ஒன்று, இரண்டு என எண்ணத் தொடங்கினாள்..

பரசுராமன் அவளருகே குத்திட்டு அமர்ந்து அவள் முகம் நோக்கி குனிந்தான்.. "கடையில் சுற்றி வத்தல் மூட்டைகள் இருந்தாலும் நான் ஒரு நாளும் வத்தலை அள்ளி தின்றதில்லை மைதிலி.. முந்திரிப் பருப்பு தின்றிருக்கிறேன்.. கிஸ்மிஸ் பழம் தின்றிருக்கிறேன்.. கிஸ்மிஸ் தெரியும்தானே மைதிலி.. நீ சாப்பிட்டி-ருக்கிறாயா..? இனிப்பும் புளிப்புமாக வித்தியாசமான சுவையுடன் இருக்கும் உன் குணத்தை போன்ற சுவை அதற்கு மெல்ல மெல்ல அதிக ருசி கொடுக்கும்.." பேசியபடி அவன் நாவை சுவைத்து மெல்லிய சொட்டா போல் ஓசை எழுப்ப மைதிலியின் உடல் நடுங்கியது.

இவன் எதற்கு இந்த நடுராத்திரியில் கிஸ்மிஸ் பழத்தின் சுவையை ஆராய்ந்து கொண்டிருக்கிறான்..? அவள் தனது எண்களின் எண்ணிக்கை வேகத்தை அதிகரித்தாள்.. இருபத்தியிரண்டு, இருபத்தி மூன்று.. பரசுராமன் பக்கமிருந்து எந்தச் சத்தமும் இல்லாது போக, எழுந்து போய் விட்டானா என்ன.. கண்களைத் திறக்கலாமா என அவள் யோசித்துக் கொண்டிருந்த போது அவளது பெருமூச்சு கேட்டது.. தொடர்ந்து அவன் எழுந்து கொண்டான்..

"தூங்கு மைதிலி.." என்று விட்டு கட்டிலுக்கு நடந்-தான்.. மைதிலி நிம்மதி பெருமூச்சு விட்டாள்.. அப்-போது முப்பத்தி ஏழு என்ற எண்ணிக்கையில் இருந்-தாள்.. ஐம்பது வரை அவனது அருகாமையை சகித்-துக் கொண்டு படுத்திருக்க வேண்டும்.. பிறகும் அவன் விலகிப் போசாவிட்டால் தான் எழுந்து அறையை விட்டு போய்விட வேண்டும் என்ற திட்டம் வைத்திருந்-தாள்.. நல்லவேளை அப்படி எதுவும் நடக்கவில்லை..

கண்களோடு ஆர்ப்பரிக்கும் மனதினையும் அடக்கியபடி தூங்க முயன்றாள்..

“மைதிலி சித்ரா உன்னிடம் என்ன சொல்லிவிட்டு போனாள்..?” வந்தனா திடுமென கேட்க மைதிலி யோசித்தாள்.. “எதைப் பற்றிக் கேட்கிறாய் வந்தனா..?” “அதுதான் நம் பரம்பரை நகைகளை பற்றி ஏதாவது சொன்னாளா..? என்ன சொன்னாள்..?” மைதிலி சலிப்புடன் வந்தனாவை முறைத்தாள்.. “சித்ராவிற்கு ரொம்ப நாட்களாகவே பாட்டியின் நகைகள் மீது ஒரு கண் மைதிலி.. நாம் கொஞ்சம் ஜாக்கிரதையாக இருக்க வேண்டும்.. இல்லாவிட்டால் அத்தைக்கு ஐஸ் வைத்து பேசி பாதி நகைகளை அடித்துக் கொண்டு போய்விடுவாள்..” தீவிரமாக பேசியவளை வெறித்-தாள்..

சித்ரலேகா போகும் முன், ‘அண்ணி கல்யாண அண்ணா - வந்தனா வாழ்க்கை விசயத்தில் கொஞ்சம் தடுமாற்றம் தெரியத்தான் செய்கிறது.. நீங்கள் கவனித்து சரிப்படுத்த முயற்சியுங்கள் எனது உதவி எதுவும் தேவைப்பட்டால் சொல்லுங்கள்..’ என்று சொல்லி விட்டு போயிருந்தாள்.. அப்படிப் பட்டவளை இவள் எப்படி பேசுகிறாள் பார்..

“இந்த நகைகளை உரிமை கொண்டாடத்தான் இந்-தக் கல்யாணத்திற்கு சம்மதம் சொன்னாயா வந்-தனா..?” “ம்.. அதற்காகவும் தான்.. உனக்காகவும் தான்..” “எனக்காக.. நான் என்ன செய்தேன்..?” “என் தாய்மாமா வீடு.. இங்கு நீ எப்படி அதிகாரம் அதிகாரம் செய்யலாம்..?”

“இது எல்லாப் பெண்களுக்கும் வரும் உரிமை பிரச்-சினைதான் வந்தனா.. அவர்கள் பிறந்த வீட்டிற்கு உரி-மையானவளாக இன்னொரு வீட்டு பெண் வரும்போது, இதுவரை நான் உரிமையோடு வளைய வந்த வீட்-டில் இப்போது இன்னொருத்தியா..? என்ற எரிச்சல்

வரும்.. அதனால்தான் மதினி-நாத்தனார் சண்டைகளெல்லாம் வரும்.. ஆனால் நீ.. உன் விசயம் வேறாயிற்றே.. உனக்கு ஏன் இந்த பொறாமை வந்தது..? நீ இந்த வீட்டை உன் தாய் வீடாக நினைத்தாயா..?" மைதிலியின் விசயக்கேள்வி வந்தனாவை குழப்பியது..

"ம்ஹூம் அதெப்படி.. என் அம்மா வீடு.. எதிர் வீடு.. இது என் மாமாவீடு.." "ஓ.. அப்போது உன் பரசு அத்தான் மீது உனக்கு இருந்த உரிமை..? அது எந்த வகை..?" "அ.. அது.." வந்தனா தடுமாறினாள்.. "நான் சொல்லவா..? அண்ணனுக்கு புதிதாக வந்த அண்ணி மீது வரும் பொறாமை உனக்கு என் மீது.. அதனாலேயே எங்களை.. எங்கள் நெருக்கத்தை நீ வெறுத்தாய் எங்களைக் கண்காணித்தாய்.. உன் உரிமையை நான் பறிக்க வந்தவள் போல் என்னை பார்த்தாய்.. கோபப்பட்டாய்.. இதனை நான் உனக்கு விளக்கும் முன்பு.. நீ உன் வாழ்க்கை விசயத்தில் தவறான முடிவு எடுத்து விட்டாய்.."

வந்தனா விழி விரித்து பார்த்தாள்.. அப்படியா எனும் சுய அலசலில் இறங்கினாள்.. மைதிலி அவளை யோசிக்க விட்டு நின்ற போது, "மைதிலி.." பரசுராமனின் குரல் பின்வாசல் பக்கம் கேட்க, மைதிலி அங்கே போனாள்..

பின்வாசலுக்கும் அடுப்படிக்கும் இடையே ஒரு நீண்ட ரேழி.. அங்கே உரல், அம்மி, துணி துவைக்கம் கல், பாத்திரம் கழுவும் சிங்க் என இருக்கும்.. சன்னல்கள் இல்லாததால் அந்த இடத்தில் பகலிலும் வேலை செய்யும் போது விளக்கை போட வேண்டும்.. அந்த இடத்தை தாண்டும் போது மைதிலி பக்கவாட்டில் இழுத்துக் கொள்ளப்பட்டாள்.. முதலில் திடுக்கிட்டு வாய் திறந்து கத்த நினைத்தவள் இடை அழுத்திய கணவனின் கை ஸ்பரிசத்தை உணர்ந்து கத்தலை கைவிட்டாள்.. ஆனால் அரை இருளில் திண்ணென்ற

மார்பின் மீது, சுருண்டிருந்த ரோமங்களின் மெத்தில் பதிந்து கிடந்த தன் கன்னம் உணர்ந்த இளஞ்சூட்டில் உடல் சொடுக்கிய ஓர் மின்னலை உணர்ந்தவள், வெகுண்டு அவனை தள்ள முயன்றாள்..

“ஷ் மைதிலி.. அப்படியே இரு.. வந்தனாவிற்கு ஒரு சின்ன டெஸ்ட்..” கிசுகிசுத்தான்.. மைதிலி உடன் தன் திமிறலை குறைத்துக் கொண்டாள்.. அவனை அண்ணாந்து பார்த்தாள்.. “நான் திரும்பிக் கொள்கிறேன்.. வந்தனா வருகிறாளா பார்..?” திரும்பி அவளை மறைத்து நின்று கொண்டு அணைத்தாற் போல் காட்டிக் கொண்டான்.. மைதிலி அவன் தோள்களை பற்றி எட்டி அவள் தோள்களுக்கு மேல் அரைக் கண் பார்வை பார்த்தாள்.. வந்தனா மைதிலி விட்ட இடத்திலேயே நின்றிருந்தாள்.. தீவிர யோசனையில் இருந்தாள்.. அவளது மனம் சுற்றுப்புற நிகழ்வுகளில் பதியவில்லை..

“ம்ஹூம் வந்தனா அங்கேயேதான் நிற்கிறாள்..” மகிழ்ச்சியாக சொன்னாள்.. நாங்கள் இருவரும் எங்கே போகிறோம், என்ன செய்கிறோம்.. என எந்நேரமும் கண்காணித்தபடி பின்னாலேயே சுற்றிக் கொண்டிருந்தவள்.. இப்போது இத்தனை அருகில் ஒரு ஊடு சுவருக்கு அந்தப் பக்கம் அணைத்து நிற்பவர்களை உணரவில்லையென்றால், அவளது கவனிப்பு மாறிவிட்டது.. அவளது கண்காணிப்பு குறைந்து விட்டது என்ற அர்த்தம்தானே..

மைதிலி உற்சாகத்துடன் தரையை விட்டு லேசாக எழுப்பி குதித்தாள்.. “வந்தனாவின் கவனத்தில் நாம் இல்லை.. அவள் தன்னயே நினைத்துக் கொள்கிறாள்..” அவளது உற்சாகத்திற்கு பதிலாக பரசுராமனின் வேதனையான “ஆ” கேட்டது “அடிப்பாவி கிராதகி...” மெல்லமாய் முனங்கினான்.. “என்ன ஆச்சு..?” மைதிலி பதறினாள்..

“என் காலடி..” “உங்க காலை ஏன் என் காலுக்கடியில் நீட்டினீர்கள்..?” “நான் நீட்டினேனா.. நீ தாண்டி வந்தனாவை பார்னு சொன்னவுடனேயே ஸ்டூல் மேல் ஏறுவது போல் என் பாதம் மேல் ஏறிப் பார்க்கிறாய்.. பல்லைக் கடித்துக் கொண்டு பொறுத்துக் கொண்டிருக்கும் போது என் பாதங்களின் மேலேயே குதிக்கவேறு செய்கிறாய்..? இது நியாயமா..? என் பிஞ்சு உடம்பு உனது இந்த வன்முறையை தாங்குமா..?” வலி போல் பேசியவனின் குரலில்தான் திணறல் இருந்தது.. அவனது முகத்திலோ டன் டன்னாக பரவசம் வடிந்தது..

மைதிலி சட்டென இன்னமும் தான் ஏறி நின்றிருந்த அவன் பாதங்கள் மேலிருந்து இறங்கினாள்.. தன் கைகள் வளைத்திருந்த அவன் தோள்களையும் விடுவித்தாள்.. சை.. எப்படி இது போல் சொரணை இல்லாமல் இவன் மேல் சாய்ந்து கிடந்தேன்..? அவள் முகத்தின் குருதி ஓட்டம் அந்த அரை இருளில் மாங்கனியாக மின்ன, “அழகாக இருக்கிறாய் மைதிலி..” பரசுராமனின் மோகக் குரலில் அஞ்சியவள் அவனை உதறிவிட்டு, வேகமாக விலகி பின்னால் போய்விட்டாள்..

# 34

*தவறவிட்ட நுணுக்கமொன்று*
*என் பெருவிரல் ரேகைக்குள்*
*ஒத்தியெடுக்க எத்தனிக்கையில்*
*விரியத் தொடங்குகின்றன*
*என் சிப்பிக் கனவுகள்..*

“தவறான எண்ணத்தில் இல்லை மைதிலி.. உண்மையாகவே வந்தனாவிற்கு உணர்த்துவதற்காகத்தான்..” இரவில் அவளிடம் சமாதானமாக பேசினான் பரசுராமன்.. “நாங்கள் பேசியதை கேட்டுக் கொண்டிருந்தீர்களா..?” “ஆமாம்.. திடீரென்று இந்த யோசனை வந்தது.. முன்பு வந்தனா இப்படி நம்மைக் கண்காணித்துக் கொண்டே இருந்தாளா..?” “ம்..” “இதையெல்லாம் என்னிடம் ஏன் சொல்லவில்லை மைதிலி..?” “சொல்லிவிட்டு இன்னும் இரண்டு அறை சேர்த்து வாங்கவா..?” அடுத்து பரசுராமனிடமிருந்து பேச்சில்லை..

அறை மௌனமும் இருளுமாக இருந்தது.. “நான் உன்னை மிகவும் நோகடித்திருக்கிறேன் மைதிலி.. சாரிம்மா..” மெல்லிய குரலில் இறைஞ்சலாக பேசினான்.. “ஒரே ஒரு சாரி எல்லாவற்றையும் சரி செய்து விடுமா..?” “இல்லைதான்.. ஆனால் இது என் திருப்திக்காக மைதிலி..” திடுமென மைதிலி விசும்பினாள்.. “அ.. அப்போது என்னை நீங்கள் எவ்வளவு கேவல-

மாக நினைத்திருந்திருக்கிறீர்கள்.. எவ்வளவு அசிங்கமாக கணித்து வைத்திருக்கிறீர்கள்..?" விசும்பல் அதிகமாகி அழுகையாக, சத்தம் வெளி வராமலிருக்க தலையணைல் முகத்தைப் புதைத்துக் கொண்டு தேம்பினாள்..

ஐந்து நிமிடங்கள் அவளை அழ விட்டவன் பின் மெல்ல எழுந்து அருகே வந்தான்.. "நீ நினைப்பது போல் இல்லை மைதிலி, உன் வாழ்க்கையையே கெடுக்க நினைத்தாள் வந்தனா.. ஆனால் நீ அவளுடைய வாழ்க்கைக்காக உருகிக் கொண்டிருக்கிறாய்.. அதற்காக என்னிடம் அத்தனை அடி வாங்கினாய்.. எவ்வளவு உயர்ந்த பெண் நீ.. உன்னை அது போன்ற கேவலமானவளெனும் வார்த்தைக்குள் கூட பொருத்த முடியுமா..? பளபளவென துலக்கி வைத்த குத்து விளக்காக நீ ஜொலித்துக் கொண்டிருந்தாய்.. உன்னை எனக்கு மட்டுமே உரியவளாக்கிக் கொள்ளும் வேகம்தான் எனக்கு.. பாசமோ பரிவோ, நட்போ எதுவானாலும் உனக்கு நான் மட்டுமே தரவேண்டும் என்ற அதிகாரம் எனக்கு.. அதுதானே தவிர நான் உன்னை ஒரு நாளும் கீழாக நினைத்ததில்லை.." பேசியபடி அவளருகே அமர்ந்தவன் அவள் தலையை தலையணை மேலிருந்து எடுத்து தன் மடியில் வைத்துக் கொள்ள முயன்றான்..

மைதிலி விருட்டென எழுந்தாள்.. அவனைத் தள்ளிவிட்டு பின்னால் நகர்ந்து போய் சுவற்றில் சாய்ந்தாள்.. "என்னைத் தொடாதீர்கள்.. உடம்பெல்லாம் எரிகிறது எனக்கு.." "மைதிலி.." கையை அவள்புறம் நீட்ட, அவள் மேலும் அலறினாள்.. "இல்லை.. வேண்டாம்.. நான் உங்களை வெறுக்கிறேன்.. உங்களோடு வாழத் தயாராக இல்லை.." கத்தியபடி எழுந்து அறைக்கதவை திறந்து வெளியே ஓடினாள்.. அவளுக்கு அப்போது பரசுராமனின் தொடுகையில்

சிலிர்த்துக் கொண்டிருந்த தன் உடலுக்கு தண்டனை கொடுத்தாக வேண்டும்.. வெளியே மழை கொட்டிக் கொண்டிருந்தது.. அதை குறியாக வைத்து வேகமாக ஓடி பின் வாசல் கதவை திறந்த மைதிலி திகைத்து அங்கேயே நின்று விட்டாள்..

அவளுக்கு தன் வேதனை மறந்து விட்டது.. மைதி-லியின் திடீர் செய்கைகளில் அதிர்ந்த பரசுராமன் வேகமாக அவள் பின்னேயே வந்தான்.. வாசல்படியில் நின்றவளின் தோள்களை பற்றி உலுக்கினான்.. “ஏய் ஏன்டி இப்படி செய்கிறாய்..? உனக்கு கொஞ்சமாவது என்னைப் புரிகிறதா..? நான் உன் மீது உயிரையே வைத்திருக்கிறேன்.. அதை எப்படி உனக்கு நிரூபிக்-கட்டும்..?” பரசுராமனின் பேச்சுக்கள் எதுவும் மைதிலி-யின் மூளையில் பதியவே இல்லை.. அவள் வெளியே மழைக்குள் கை நீட்டிக் காண்பித்தாள்..

பரசுராமன் திரும்பிப் பார்க்க அங்கே அடர்த்தியாக கொட்டிக் கொண்டிருந்த மழைக்குள் அசையாமல் நின்றிருந்தாள் வந்தனா.. “கடவுளே..” முனங்கலுடன் நெற்றியை பிடித்த பரசுராமன், “போ..” என மைதி-லியை வந்தனா பக்கம் கை காட்டி விட்டு வீட்டிற்குள் போனான்.. தம்பியின் அறைக்கதவை தட்டினான்..

கதவை திறந்த கல்யாணசுந்தரம் அண்ணனை எதிர்பாராமல் திகைத்தான்.. “என்ன அண்ணா..?” “என்னடா நடக்குது இங்கே..?” “எ.. என்ன அண்ணா..?” “அறைஞ்சேன்னா படவா.. பல்லெல்-லாம் பேர்ந்துடும்.. உனக்கும் உன் பொண்டாட்டிக்கும் என்னடா பிரச்சினை.. அவளை எங்கேடா..?” “அதெல்லாம் ஒன்னுமில்லை அண்ணா.. அவள் அங்கே ஹாலில்..” எட்டிப் பார்த்தவன் அங்கே சோபாவில் அவளைக் காணாது பதறி விழிகளை சுழற்றி பின்வாசல் பக்கமிருந்து சொட்ட சொட்ட நனைந்தபடி வரும் தன் மனைவியை பார்த்து திகைத்-

தான்.

"தள்ளி நில்லுடா.." வாசலை அடைத்து நின்றிருந்த தம்பியை பரசுராமன் தள்ள, மைதிலி வந்தனாவை அறைக்குள் அழைத்து வந்தாள்.. பரசுராமன் கல்யாணின் கையை பிடித்து இழுத்து ஹாலுக்கு கூட்டி வந்தான்.. "டேய் என்னடா இதெல்லாம்..?" "அண்ணா அவளுக்கும் எனக்கும் சின்ன சண்டை.. அவள் கோபித்துக் கொண்டு வந்து சோபாவில் படுத்தாள்.. திடீரென எப்போது எதற்கு வெளியே போனாள்னு எனக்கு தெரியலை அண்ணா.." திரும்ப திரும்ப கல்யாணசுந்தரம் இதனையே சொல்ல பரசுராமனுக்கு சலிப்பு வந்தது..

"டேய் உன் பொண்டாட்டி.. உன் பொறுப்பு.. நீ இன்னமும் சின்ன பையன் இல்லை.. இப்போது உனக்காக ஒரு குடும்பம் இருக்கிறது.. அந்த பொறுப்போடு நடந்து கொள்.." மைதிலி கதவை திறந்து வந்தாள்.. "டிரஸ் மாற்றி படுக்க வைத்திருக்கிறேன்.. சூடாக பால் கொண்டு வருகிறேன்.."

அடுப்படிக்குள் போய் பாலை சுட வைத்து எடுத்து வந்தாள். பரசுராமன் அவள் கையிலிருந்த தம்ளரை வாங்கி கல்யாணசுந்தரத்திடம் கொடுத்தான். "இந்தாடா போய் குடிக்க கொடுத்து தூங்க வை.." "வந்தனா என்ன சொன்னாள் மைதிலி..?" தங்கள் அறைக்குள் நுழைந்ததுமே பரசுராமன் கேட்டான்.

"ம் எப்போதும் போல் பேசினாள்.. உன் வேலையை பார்த்துக் கொண்டு போ.. உனக்கு நான் பதில் சொல்ல வேண்டிய அவசியமில்லை என்றாள்.. உங்கள் தம்பி என்ன சொன்னார்..?" "சின்ன சண்டை.. ஹால் சோபாவில் படுத்திருந்தாள்.. எப்போது மழைக்குள் போனாளென்று தெரியாது என்கிறான்.." மைதிலி பெருமூச்சு விட்டாள்..

“இவர்களை எப்படி சரி பண்ண போகிறோம்..?” “அதெல்லாம் சரி செய்து விடலாம் மைதிலி.. நீ கவலையில்லாமல் இப்போது தூங்கு..” சொன்னபடி பரசுராமன் கண்களை மூடிக் கொள்ள மைதிலியும் விழி மூடி உறங்க ஆரம்பித்தாள்.. சற்று முன் தங்கள் வாழ்க்கை பற்றிய கவலையில் இருந்த தம்பதிகள் இப்போது தங்கள் குடும்பத்தினரின் பிரச்சனையில் தங்களது பிரச்சனையையே மறந்து போயினர்..

“நேற்று உனக்கும் உன் புருசனுக்கும் என்ன சண்டை வந்தனா..?” மர மத்தால் கீரையை கற்சட்டியில் இட்டு கடைந்தபடி கொஞ்சம் தள்ளி மாவு சலித்துக் கொண்டிருந்த கௌரிம்மாவின் காதில் விழாமலிருக்க குரலை குறைத்துக் கேட்டாள் மைதிலி.. வெங்காயம் உரித்துக் கொண்டிருந்த வந்தனா.. மைதிலியை நிமிர்ந்து பார்த்து முறைத்துவிட்டு குனிந்து கொண்டாள்..

அவள் கண்கள் கலங்கி கண்ணீர் வடிந்தபடி இருந்தது.. “இது வெங்காய கண்ணீர் மட்டும்தானா வந்தனா..?” வந்தனா கோபத்தில் வேகமாக கையை உதற அவள் கைபட்டு வெங்காய கூடை கவிழ வெங்காயம் அறை முழுவதும் சிதறி ஓடியது.. சரியாக அந்த நேரம் அடுப்படிக்குள் வந்தாள் மகாராணி.. அவள் முகத்தில் கோபம் கொப்பளித்தது..

“என்ன செய்றீங்க இங்க..?” பல்லைக் கடித்தாள்.. “தெரியாமல் கை தட்டி விட்டது அத்தை..” வந்தனா முணுமுணுத்தாள்.. இப்படி ஒரு சிறு குரலில் அவள் இதற்கு முன் மகாராணியிடம் பேசியதில்லை.. அத்தை என்ற அதிகார அழைப்புடன் உரிமை தெறிக்க தேவைகளை அதிகாரமாகத்தான் மாமன் மனைவியிடம் சொல்வாள்.. இப்போதோ மகாராணி அத்தை என்ற பதவியில் இருந்து ஏதோ ஒரு புள்ளியில் மாமியாராகி மாறிப் போய்விட, முன் போல் அதிகாரம் காட்ட வந்-

தனாவால் முடியவில்லை.. அந்த வீட்டில் தனது நிலை மாறுதலை அவளால் ஒப்பவும் முடியவில்லை..

"இன்னமும் சின்னப்பிள்ளை மாதிரி தட்டி விட்டு விளையாண்டு கொண்டிருந்தால், வேலை ஆவது எப்போது..? ம் சீக்கிரம் சமையலை முடிங்க.. இன்று கல்யாணப் பத்திரிக்கை வைக்க இரண்டு உறவுக்காரங்க வருவாங்க.. அவுங்களுக்கு சாப்பாடு போட்டு விட்டுத்தான் அனுப்பனும்.." உத்தரவிட்டு விட்டு போனாள்..

வந்தனா மகாராணி முதுகுக்கு வெவ்வெவ்வே என வக்கலம் காட்டினாள்.. கௌரிம்மா அவள் தலையில் கொட்டினார்.. "இதென்னம்மா பெரியவங்க கிட்ட மரியாதை இல்லாமல்.." "ம்க்கும் உங்க அண்ணன் பொண்டாட்டிக்கு அதிகாரத்தை பார்த்தீங்களா கௌரிம்மா..?" வந்தனா குறைபட்டாள்..

"அவளுக்கென்னம்மா ராஜாத்தி.. அவள் புருசன் அவளுக்கு ராச பதவி கொடுத்து அந்த உயரத்தில் வைத்திருக்கிறார்.. அவள் அதிகாரம் பண்ணுகிறாள்.. உங்களுக்கு ஏன் வேகுகிறது..?" "ஓ அப்போ எங்க புருசனெல்லாம் எங்களை சமையல்காரி ரேஞ்சுக்கு வைத்திருக்கிறார்கள்னு சொல்றீங்களா மாம்டக்கா.." இதனை மைதிலி வந்தனாவோடு தனக்கும் சேர்த்தே கேட்டாள்.. ஏனெனில் அவளுக்கும் அந்தக் கேள்விக்கான பதில் தேவையாக இருந்தது.. "அதென்னம்மா அப்படிக் கேட்கிறாய்..? எல்லோரும் எடுத்த எடுப்பிலேயே ராணியாக ஆசைப்பட்டால் எப்படி..? மகாராணி பதினேழு வயதில் கல்யாணம் முடித்து இந்த வீட்டுக்கு வந்தாள்.. எந்நேரமும் சிட்டாக சுற்றி சுற்றி வேலை செய்வாள்.. ஒரு நேரம் சும்மா இருக்கமாட்டாள்.. இப்போதுதான் அதுவும் இரண்டு வருடங்களுக்கு முன்பு அந்தக் கர்ப்பபை ஆபரேசன் செய்த பிறகுதான் வேலையிலிருந்து ஒதுங்கி ஓய்வாக இருக்கிறாள்.. அப்படி அவளை என் அண்ணன் வைத்தி-

ருக்கிறார்..”

“நீங்கள் சொல்வது சரிதான் மாம்டக்கா.. ஒரு பெண்ணிற்கு வரும் நன்மையும், தீமையும் அவள் கணவனை வைத்துத்தான் வருகிறது..” மைதிலியின் பேச்சில் அசங்கிய வந்தனா அவளை நிமிர்ந்து பார்க்க.. “அப்படித்தானே வந்தனா..?” என அவளை-யும் தன் கூட்டுக்கு அழைத்துக் கொண்டாள். “உன் புருசனும் என் புருசனும் அம்மா அப்பாவிற்கு கால-முக்கி விட்டுக் கொண்டிருந்தால், நாம் எந்தக்காலம் மகாராணியாக வந்தனா..?” மெல்ல வந்தனாவை ஆழம் பார்த்தாள்..

“அப்படிங்கிற.. அப்போ என்ன செய்வது..?” வந்-தனாவை வாய் திறந்து தன்னுடன் இயல்பாக பேச வைக்கவே மைதிலி இம் முறையை கையாண்டாள்.. “பேசாமல் நாம் இருவரும் நம் புருசன்களை கூப்-பிட்டுக் கொண்டு தனிக்குடித்தனம் போய் விட்டால் என்ன..?” வந்தனாவின் ஐடியாவில் மைதிலிக்கு திக்-கென்றது..

“போகலாம் வந்தனா.. ஆனால் பார் இந்த பரம்-பரை நகைகள்.. இந்த பரம்பரை தொழில்கள் எல்லாம் என்ன ஆகும்..? அவையும் நம்மை விட்டு போய்-விடுமே..” “ஆமாமில்ல.. சரி வேண்டாம் இங்கேயே இருக்கலாம்..” மைதிலி வாஞ்சையாக அவளை பார்த்-தாள்.

“நேற்று ஏன் மழையில் நனைந்தாய் வந்தனா..?” மெல்லக் கேட்டாள்.. சட்டென கை வேலையை விட்டு எழுந்தாள் வந்தனா.. “எனக்கு தலைவலிக்கிறது.. நான் போய் படுக்க போகிறேன்..” போய்விட்டாள்.. அதன் பிறகு அறையை விட்டு வெளியே வரவே இல்லை.. “என்ன ஏதாவது தகவல் கிடைத்ததா..?” கேட்ட பரசுராமனுக்கு மைதிலி உதட்டை பிதுக்கி-னாள்..

அன்று இரவு அவர்கள் அறைக்கதவு தட்டப்பட கதவை திறந்த மைதிலி வெளியே பதட்டத்துடன் நின்றிருந்த கல்யாண சுந்தரத்தை பார்த்ததும் பதறினாள்.

# 35

***ஒப்பீடுகளுக்கு எனை கொடுத்த***
***உளறல் இரவுகள் சில***
***சதா இம்சித்தபடி மனமோரம்,***
***சவட்டியடிக்கும் சாட்டை விளார்கள்***
***மட்டும் உன்னோரம்..***

“ஏங்க இங்கே வாங்களேன்..” மைதிலி.. பதட்டத்துடன் பரசுராமனை அழைக்க, அவன் வேகமாக எழுந்து வந்தான். “கல்யாண் என்னடா இந்த நேரத்தில்..?” “அண்ணா வந்தனாவிற்கு காய்ச்சல் அடிக்கிறது.. உடல் முழுவதும் கொதிக்கிறது.. ரொம்ப அனத்துகிறாள்.. அண்ணி நீங்கள் ஏதாவது மாத்திரை வைத்திருக்கிறீர்களா..?” “இதோ கொண்டு வருகிறேன்...” மைதிலி மாத்திரையோடு சூடான பாலும் எடுத்துக் கொண்டு போய் வந்தனாவை எழுப்பி விழுங்க வைத்தாள்..

“நேற்று அவளை மழையில் நனைய விட்டாயே.. அதுதான் இந்தக் காய்ச்சல்.. கொஞ்சம் கவனமாக இருந்திருக்கலாமே..” பரசுராமன் கல்யாணசுந்தரத்தை திட்டினான்.. அனத்தல்கள் குறைந்து வந்தனா தூங்க ஆரம்பிக்கவும் இருவரும் தங்கள் அறைக்கு வந்தனர்.. வந்தனாவின் காய்ச்சல் விடிந்ததும் மிக அதிகமாக இருந்தது.. ஈஸ்வரியும், மகாராணியும் வந்து பார்த்து

கவலைப்பட அருணாச்சலம் கல்யாணசுந்தரத்தை ஆஸ்பத்திரிக்கு அழைத்து போக சொன்னார்.. கல்யாணசுந்தரம் காரில் வந்தனாவை கூட்டிப் போய் எல்லா டெஸ்டும் எடுக்க, டைபாய்டு என்று உறுதி செய்யப்பட்டது.. வீட்டினர் அனைவரும் வந்தனாவை மிக ஜாக்கிரதையாக கவனித்துக் கொண்டனர்.. சுத்தமான வெள்ளை டவலால் இதமான சுடு தண்ணீர் தொட்டு தனது உடலை துடைத்துக் கொண்டிருந்த மைதிலியை கண்ணில் நீரோடு பார்த்தாள் வந்தனா..

"அம்மாவை எங்கே மைதிலி..? நீ ஏன் இதையெல்லாம் செய்கிறாய்..?" "உன் அம்மா அத்தையோடு கோவிலுக்கு போயிருக்கிறார்கள் வந்தனா.. ஏன் இதையெல்லாம் நான் செய்யக் கூடாதா..?" "எனக்கு மனசாட்சி உறுத்துகிறது மைதிலி.." "எதற்கு..?" "நா.. நான் உனக்கு நிறைய துரோகங்கள் செய்து இருக்கிறேன்.. உன் வாழ்க்கையையே கெடுக்க நினைத்திருக்கிறேன்.." "ப்ச் அதெல்லாம் முன்பு எப்போதோ.. நீ சிறுபிள்ளைத் தனமாக செய்தது.. அதையெல்லாம் நான் பெரிதாக நினைத்துக் கொள்ளவில்லை.."

மைதிலி வந்தனாவின் கால்களை துடைக்க ஆரம்பிக்க.. வந்தனா எழுந்த அவள் கைகளைப் பிடித்துக் கொண்டாள்.. "வேண்டாம் மைதிலி.. இதற்கெல்லாம் நான் தகுதியானவள் இல்லை.." "உடம்பு சரியில்லாமல் படுத்திருப்பவர்களுக்கு வேலை செய்வது கடவுளுக்கு சேவை செய்வதற்கு ஒப்பானது.. பேசாமல் இரு.." அவளை அதட்டிவிட்டு தன் வேலையை தொடர்ந்தாள். உடம்பை துடைத்து வேறு நைட்டி மாற்றிவிட்டு அவள் தலையை சிக்கெடுத்து பின்ன ஆரம்பித்தாள்..

"நா.. நான் உன்னிடம் நிறைய தப்பாக பேசியிருக்கிறேன்.. மைதிலி.. ப.. பரசு.. அத்தானை பற்றி நா.. நான் சொன்னதெல்லாம் உண்மையில்லை.." மைதிலி

நிதானமாக "தெரியுமே.." என்றாள்.. "தெரியுமா..? எப்போது..?" "அப்போதே.. நீ என்னிடம் சொல்லும் போதே.. என் புருசனை பற்றி எனக்கு தெரியாதா வந்தனா..?" வந்தனா சத்தமாக அழத்துவங்கினாள்..

"நீ ரொம்ப நல்லவள் மைதிலி.." "அப்படி ஒன்றும் இல்லை.. நானும் உன்னைப்போல் சாதாரண மனுசிதான்.. உன்னிடம் நிறைய பேச வேண்டும் வந்தனா.. ஆனால் இப்போது வேண்டாம்.. ஒரு வாரம் போகட்டும் உன் உடல் கொஞ்சம் தேரட்டும்.. அதற்கு பிறகு நாம் இருவருமாக உட்கார்ந்து பேசலாம்.. சரியா..?" தன் கன்னத்தில் தட்டிப்போன மைதிலியை பிரமிப்பாக பார்த்திருந்தாள் வந்தனா..

மைதிலி பின்வாசல் பக்கம் நின்று கொண்டிருக்கும் போது வீட்டினுள் யாரோ அழைக்கும் சத்தம் கேட்க வேகமாக வந்து பார்த்தாள்.. கௌரிம்மா வேலைகளை முடித்து விட்டு வீட்டிற்கு போய் விட்டார்.. மகாராணியும், ஈஸ்வரியும் வெளியே போயிருக்க வந்தனா தூங்கிக் கொண்டிருந்தாள்.. யாரோ வந்தனாவின் அறைக்குள் போவது போல் தெரிய மைதிலி வேகமாக யாரென பார்க்க அறைக்கு அருகே போனாள்.. உள்ளே கல்யாணசுந்தரத்தின் சத்தம் கேட்க, அப்படியே நின்று விட்டாள்..

உள்ளே கல்யாணசுந்தரம் வந்தனாவிடம் மெல்லிய குரலில் பேசிக் கொண்டிருந்தான்.. "வந்தனா.." "இங்கே என்னைப் பார்.." "நான் இப்போது உன்னிடம் பேசியே ஆக வேண்டும்.." "எதற்காக உன்னை நீயே இப்படி வருத்திக் கொள்கிறாய்..?" கல்யாணசுந்தரத்தின் இத்தனை கேள்விகளுக்கும் பிறகு வந்தனா மெல்ல வாய் திறந்தாள்..

"நா.. நான் பெரிய தப்பு செய்துவிட்டேன்.." "நம் கல்யாணம் முடிந்த நாளிலிருந்து இப்படியே பேசிக் கொண்டு இருக்கிறாயே.. அப்படி என்ன தப்பு செய்து

விட்டாய்..?" "நம் கல்யாணமே ஒரு தப்புதான்.. நான் வேறு ஏதோ நினைப்பில் நம் கல்யாணத்திற்கு சரி சொல்லி விட்டேன்.. நம்முடையது தவறான திருமணம்..?"

"ஏன் வந்தனா அப்படி சொல்கிறாய்..?" "ஆமாம் அப்படித்தான்.. என்னால் உங்களை என் கணவராக நினைக்க முடியவில்லை.. நாம் கணவன் மனைவியாக இணைந்து வாழ முடியாது..?" "ஏன்..? அப்படி என்ன தவறு நம் திருமணத்தில்..?" "நான் உங்களை என் கணவரென்ற ஸ்தானத்தில் வைத்து இதுவரை பார்த்ததில்லை.. இனியும் பார்க்க முடியுமென்று தோன்றவில்லை.. இப்படி நமது வாழ்வு வீணாக போவதற்கு பதில் நாம் இருவரும் பிரிந்து விடுவோம்.."

"வாயை மூடுடி.." கல்யாணசுந்தரத்தின் ரௌத்ரத்தில் வெளியே நின்றிருந்த மைதிலியின் தேகம் நடுங்கியது.. கல்யாணசுந்தரம் அமைதியானவன்.. அதிர்ந்து பேசாதவன்.. அவனிடமிருந்து இப்படி ஒரு கோபமா..?

"ஏய் இங்கே பாருடி.. நீ வேண்டுமானால் என்னை கணவன் நிலையில் வைத்துப் பார்க்காமல் இருந்திருக்கலாம்.. ஆனால் நான் உன்னை என் மனைவியின் நிலையை தவிர வேறு எந்த மாதிரியாகவும் உன்னை நினைத்து பார்த்ததில்லை.. எனக்கு காதல் என்ற உணர்வை மனதிற்குள் கொண்டு வந்தவளே நீதான்.. என்னுடைய டீன் ஏஜ் பருவ இறுதியிலிருந்து நான் உன்னைத்தான் என் மனைவியாக மனதில் நினைத்திருந்தேன்.. அப்போதுதான் திடீரென உனக்கு அண்ணனை மணம் பேசினார்கள்.. நான் அதிர்ந்து விட்டேன்.. அண்ணனுக்கும், உனக்கும் அதில் விருப்பம் போல் தெரிய, நான் பேசாமலிருக்க வேண்டிய நிர்பந்தம் உங்கள் திருமணம் முடிந்ததும் ஊரை விட்டே எங்காவது போய்விட நினைத்திருந்தேன்.. அப்போது கடவுளின் கருணையால் அந்த திருமண ஏற்பாடு

நின்றுவிட நான் சந்தோசமானேன்.. கூடவே நம் இரு குடும்பங்களுக்கிடையே பகையும் வந்து விட்டது.. ஆனால் அதில் எனக்கு கவலையில்லை.. ரொம்ப நாட்களுக்கு நமது குடும்ப பகை நீடிக்காது என எனக்கு தெரியும்.. அதனால் காத்திருந்தேன்..

அண்ணனுக்கும் வேறு இடத்தில் திருமணம் பேசி முடித்து விட, நான் நமது திருமண பேச்சிற்கான சரியான தருணத்திற்காக காத்திருந்தேன்.. இந்த நேரத்தில் மீண்டும் ஒரு தடங்கள்ல.. உன் அப்பா இறந்து போனார்.. அது நான் எதிர்பார்க்காதது.. அப்பா இறந்த துக்கத்தில் கதறி அழுது கொண்டிருந்த உன்னை வாரி எடுத்து அணைத்து ஆறுதல் கூற நினைப்பேன்.. ஆனால் முடியாது.. நீ என் பக்கமே திரும்பக் கூட மாட்டாய்.. நான் வான் தேவதையை பார்த்திருக்கும் பக்தனாய் உன்னைப் பார்த்தபடி நிற்பேன்.. நீயும், அத்தையும் நம் வீட்டிற்குள் வரவும் எனக்கு நம்பிக்கை அதிகரித்தது..

எப்படியும் நமது திருமணம் நடந்துவிடும் என்ற நம்பிக்கை.. நேரம், காலம் கூடி வந்து நம் வீட்டில் பெரியர்களாகவே நம் திருமண பேச்சை தொடங்கிவிட நான் சந்தோசமாக சம்மதித்தேன்.. நீயும் சந்தோசமாகத்தான் நம் திருமணத்திற்கு சம்மதித்திருக்கிறாய் என நினைத்தேன்.. ஆனால் நீ நம் திருமணம் முடிந்த நாளிலிருந்து அழுகிறாய், தவிக்கிறாய், என்னைத் தவிர்க்கிறாய்.. ஏன் வந்தனா..? என்ன காரணம்..? என்னைப் பிடிக்கவில்லையா..? இதோ இப்போது கூட ஒரு வாரமாக காய்ச்சலில் விழுந்து கிடக்கிறாய்.. என் மனது வலிக்கிறது.. உனக்கு சிகிச்சைக்காக என்று கூட உன் அருகில் என்னால் வர முடியவில்லை.. நீ என்னை அதற்கு அனுமதிக்கவில்லை.. எனக்கு மிகவும் வருத்தமாக இருக்கிறது வந்தனா..” கல்யாண சுந்தரம் பேசி முடித்ததும்

வந்தனா சத்தமாக அழத்துவங்க.. அவன் அவளை அள்ளி எடுத்து தன் மார்பில் போட்டுக் கொண்டான்..

தலை வருடி சமாதானம் செய்யத் துவங்கினான்.. “வேண்டாம்டா.. அழாதடா.. என் செல்லம் இல்ல.. அழக் கூடாது..” சேயை சமாதானப்படுத்தும் தாயாக மாறினான்.. “விடுங்க என்னை.. நீங்க முதல்ல இங்கி-ருந்து போங்க.. நான் யோசிக்கனும்..” வந்தனா விம்-மியபடி சொல்ல கல்யாணசுந்தரம் அவளை மெதுவாக தன்னிடமிருந்து பிரித்து கட்டிலில் படுக்க வைத்தான். “ஒரு வாரம் போகட்டும் வந்தனா.. உன் உடம்பு முழுக்க சரியானதும் நாம் பேசுவோம்..” தலையை அன்பாக வருடிவிட்டு வெளியேற மைதிலி வேகமாக அடுப்படிக்கு வந்துவிட்டாள்..

அவள் மனம் சிட்டுக்குருவியாக சிறகடித்தது.. அவள் எப்படி பயந்து கொண்டிருந்தாள்.. உன் பயம் அர்த்தமற்றது என்று கூறும் விதமாக எவ்வளவு அற்-புதமான சம்பவங்கள் நடந்து கொண்டிருக்கின்றன.. கல்யாணசுந்தரத்தின் காதல் அவளுக்குள் ஆச்சரி-யத்தையும், மகிழ்ச்சியையும் ஒரு சேர கொடுத்தது.. அவன் மேல் ஒரு புதிய மரியாதையே வந்திருந்தது.. உடனே மிக உடனேயே அவளுக்கு பரசுராமனை பார்க்கும் ஆசை வந்தது.. இந்த நல்ல செய்தியை அவனுக்கு சொல்ல வேண்டுமே.. மதிய உணவுக்கு அவன் வரும் நேரத்திற்கு காத்திருக்க, சாப்பாட்டை கடைக்கு கொடுத்து விடும்படி போன் வந்தது.. இனி இரவுதான் வீட்டிற்கு வருவான்..

ம்ஹூம் அதுவரை என்னால் பொறுக்க முடியாது.. யோசித்த மைதிலி, ஒரு முடிவுக்கு வந்தாள்.. வீட்டிற்கு வந்த மகாராணியிடம் சொல்லி விட்டு, கடையில் இருக்கும் தன் குடும்பத்தினருக்கான உணவு கேரியரு-டன் தானே கடைக்கு கிளம்பினாள்.. தான் அறிந்து

கொண்ட நல்ல செய்தியை கணவனிடம் பகிர்ந்து கொள்ள அவள் மனம் துடித்துக் கொண்டிருந்தது..

# 36

***பிரியத்தை சொற்களாக்க***
***வாலாட்டி நிற்கிறதந்த வாஞ்சை நாய்***
***தர்க்கங்கள் விட்டு விட்டு***
***இளைப்பாறலாமா.. தாழ்வாரமோரம்..***

கடை வாசலில் மைதிலியை பார்த்ததும் ரவீந்தரின் புருவம் உயர்ந்தது. "அண்ணி நீங்க எங்கே இங்கே..?" "சாப்பாடு கொண்டு வந்தேன்.." கேரியரை உயர்த்திக் காட்டினாள். "ம்.. சரி சரி புரியுது.. தலைவர் உள்ளே இருக்கிறார்.. இதோ இந்த வழியாக போங்க.." தான் நின்று கொண்டிருந்த சிறிய வாசலை நகர்ந்து காட்டினான். அவனது உடனடி கேலியில் முகம் சிவந்த மைதிலி.. நான் ஒன்றும் உன் அண்ணனோடு ரொமான்ஸ் செய்ய வரவில்லை.. ஒரு முக்கியமான விசயம் பேச வந்திருக்கிறேன்.. என மனதிற்குள் கூறிக் கொண்டாள்.

"நான் போயிக்கிறேன்.. நீங்க ஒழுங்காக புளியை நிறுத்து போடுங்க.." பிசுபிசுப்பான புளியை ஓலைப் பெட்டியிலிருந்து எடுத்து தராசில் வைத்து நிறுத்துக் கொண்டிருந்தவனை அதட்டியபடி அந்தக் குறுகிய வாசல் வழியாக கடையின் உட்புறம் நுழைந்தாள். அவள் நுழைந்த இடம் மூட்டைகளால் நிறைந்திருந்தது. அரிச, கோதுமை, கம்பு, சோளம் போன்ற

தானிய மூட்டைகள் அதனருகே இரண்டு வேலையாட்கள் நின்று அவற்றை சரி பார்த்துக் கொண்டிருந்தனர். “முதலாளி பின்னால் இருக்கிறார்மா..” இவளுக்கு தகவல் தந்தனர். அதையடுத்த மைதிலி நுழைந்த அறையில் புளி, கருப்பட்டி, மண்டைவெல்லம் வெல்லக்கட்டி போன்ற பொருட்கள் பெரிய ஓலைப்பெட்டிகளில் வைக்கப் பட்டிருந்தன..

அவற்றை கொண்டு வந்திருந்த வியாபாரி ஒருவருடன் பேசியபடி நின்றிருந்தார் அருணாச்சலம்.. “என்னம்மா என்ன விஷயம்..?” மாமனாரின் உயர்ந்த குரலில் அவளுக்கு நாக்கு உலர்ந்தது.. “நா.. நான் சாப்பாடு கொண்டு வந்தேன் மாமா..” “அட இதுக்காக நீ ஏன்மா அலைகிறாய்..? ஒரு போன் செய்திருந்தால் கடைப்பையனை அனுப்பியிருப்பேனே..” “ப.. பரவாயில்லை மாமா.. வீட்டில் வேலை முடிந்தது.. அதுதான் நானே கொண்டு வந்துவிட்டேன்.”

“சரி சரி பின்னாடி கொண்டு போய் ஆபிஸ்ரூமுல வை..” சொல்லிவிட்டு தனது வியாபாரத்தை பேச ஆரம்பித்தார்.. மைதிலி மளிகைகள் அடுக்கப்பட்டிருந்த மேலும் சில அறைகளைக் கடந்து கடையின் பின்புறம் வர, அது பெரிய மைதானமாக இருந்தது.. அந்த வீதியில் இருக்கும் எல்லா கடைகளுக்கும் அது பின்புறம் போலும்.. காய்கறிகள், பழங்கள், மளிகைகள் என கலவையாக சாமான்கள் பெரிய பெரிய லாரிகளில் வந்து இறங்கிய வண்ணம் இருந்தன. மைதிலியின் கண்கள் பரசுராமனை தேடின.. இவனை எங்கே..? ஒவ்வொரு கடை வாயிலாக சலித்தாள்..

அப்போது அவள் நின்றிருந்த இடத்திற்கு பக்கவாட்டில் அவனது சத்தம் கேட்டது. சாதாரணமாக இல்லை.. மதம் கொண்ட யானையின் பிளிறல் போல் ஒலித்தது.. தொடர்ந்து சப் சப்பென அறையும் ஒலியும் கேட்டது. மைதிலியின் மனது படபடத்தது.. யாரை

அடிக்கிறான்..? இவன் எப்போதும் இப்படித்தான் யாரையாவது அடித்துக் கொண்டே இருப்பானா..? மெல்லிய பதட்டத்துடன் இறங்கிய படிகளை ஏறி நின்று பார்த்தாள்.. பக்கவாட்டு சந்துக்குள் இருந்து ஒருவனை அடித்து இழுத்து வந்தான் பரசுராமன்.

"ஏன்டா பெரிய வெண்ணையாடா நீ.. ஒரு மாதமாக உன்னை எச்சரித்துக் கொண்டு இருக்கிறேன்.. நீ கண்டுக்காமல் நான் செய்வதைத்தான் செய்வேன்னா என்னடா அர்த்தம்..? இன்னும் உனக்கு இரண்டே நாள்தான் டைம்.. அதுக்குள்ளே பழுக்க வச்ச தாரையெல்லாம் தூக்கிட்டு போய் அவுட்டர்ல குப்பைக் கிடங்கில் போடுற.. என்ன செய்வாயா..?" பேசியபடியே அவனை திரும்ப திரும்ப அடித்துக் கொண்டிருந்தான் சுற்றிலும் இருந்தோர் இந்த சண்டையை கண்டு கொள்ளாமல் அவரவர் வேலையில் இருக்க, வேடிக்கை பார்க்க நின்றிருந்த சொற்ப ஆட்களும் நல்லா மூஞ்சியல குத்துங்க, மூக்கை உடைங்க என்று பரசுராமனை உற்சாகப்படுத்திக் கொண்டிருந்தனர்.

"என்ன அண்ணி பயந்துட்டீங்களா..?" பின்னால் வந்து நின்று ரவீந்தர் கேட்டான். "அண்ணனும், தம்பியும் ஒன்றுபோல் இருப்பீர்கள் போல, நீங்களும் இப்படித்தானே காலேஜில் கை நீட்டிக் கொண்டிருப்பீர்கள்.."

"ம்.. இது அப்பா எங்களுக்கு கற்றுத்தந்தது.. அநியாயத்தை தட்டிக் கேட்க வேண்டும் என்று எங்கள் சிறு வயதிலிருந்தே சொல்லியே வளர்த்திருக்கிறார்.. அண்ணன்தான் அதில் பயமில்லாமல் முதலில் நிற்பார்.. கல்யாண் அண்ணா யாருடைய வம்பிற்கும் போகாமல் அமைதியாக போய்விடுவார்.. நான் கொஞ்சம் அண்ணனை பின்பற்றுவேன்.. உள்ளே நிறைய பயம் இருக்கும்.. அதை வெளியே காட்டிக் கொள்ள மாட்டேன்.."

"ஹா.. பயமா.. உங்களுக்கா..? யாரிடம் கதை விடுகிறீர்கள்..? நம் காலேஜ் புரொபசர் ஒருவரை

அடித்து புரட்டியிருந்தீர்களே.. பயந்தவர் அடிக்கும் அடியா அது..?" "அண்ணி காதை கொண்டாங்க உங்களிடம் மட்டும் அந்த ரகசியத்தை சொல்கிறேன்.. அன்று அந்த புரொபசரை அடித்தது நான் இல்லை.. அண்ணன்தான்.."

"என்ன..? நம் காலேஜ் புரொபசரை உங்க அண்ணன் எப்படி..?" "நிறைய நம் காலேஜ் அநியாயங்களுக்கு அண்ணன்தான் ஹெல்ப் பண்ணுவார் அண்ணி.. அந்த புரொபசர் நம் காலேஜ் பொண்ணுங்களுக்கு செக்ஸ் டார்ச்சர் கொடுத்துக் கொண்டிருந்தார்.. எதிர்ப்பவர்களை இன்டர்னல் மார்க்கை காட்டி மிரட்டினார்.. நிறைய கேஸ்ஸ் என்னிடம் கம்ப்ளைன்ட் சொல்ல, நான் அண்ணனிடம் சொன்னேன்.. இது போன்ற அநியாயங்களை அண்ணன் பொறுத்துக் கொள்ளவே மாட்டார்.. நீ படிக்கிற பையன்.. இதில் தலையிடாதேன்னு சொல்லிட்டு காலையில் வாக்கிங் போன புரொபசரை அடித்து புரட்டியதும், மறுநாள் அந்தப் பெண்ணின் காலில் விழுந்து மன்னிப்பு கேட்க வேண்டுமென்று அனுப்பி வைத்ததும் அண்ணன்தான்.."

"ஓ.." மைதிலியின் விழிகள் ஆச்சரியத்தில் விரிந்தன.. "உங்க அண்ணன் செய்த வேலைகளுக்கு நம்ம காலேஜில் நீங்க ஹீரோ பட்டம் வாங்கிக்கிட்டீங்களாக்கும்..?" கொழுந்தனை கிண்டலடித்தாள்.. "பார்த்தீங்களா உங்க புருசனை பெரிதாக நினைத்து என்னை டம்மியாக்கிட்டீங்களே.." ரவீந்தர் சோகம் காட்டினான்.. "உங்க அண்ணனை பற்றித்தான் எனக்கு முன்பே தெரியுமே.."

"எப்போது தெரியும்..?" "அவரை நான் முதன் முதலில் சந்தித்ததே இதுபோல் ஒரு அடிதடியில்தான்.. இப்போதாவது கையால் அடித்துக் கொண்டிருக்கிறார்.. அப்போது அரிவாளை தூக்கிக் கொண்டு ஓடி வந்-

தார்..” “அப்படியா.. அது எப்போது..?”

“அது இரண்டு வருடம் இருக்கும்.. நான் அப்பாவுக்கு சாப்பாடு கொடுக்க வந்தேன்.. அப்போது ஒருவரை அரிவாளால் விரட்டிக் கொண்டு வந்தார் உங்கள் அண்ணன்.. நான் கொஞ்சம் அசந்திருந்தாலும் அந்த அரிவாள் அன்று என் கழுத்தில் பதிந்திருக்கும்.. ஏதோ பரிதாபத்தில் பெண்ணென்ற எண்ணத்தில் போனால் போகிறதென விட்டு விட்டார் என நினைக்கிறேன்..”

“ஆஹா என்ன ஒரு அருமையான சிச்சுவேசன்.. தலைவனும் தலைவியும் மீட் பண்ண இதைவிட அழகான சிச்சுவேசன் இருக்க முடியாது.. சோ.. அன்று அரிவாள் தூக்கி வந்தவர் உங்கள் மனதில் ஹீரோவாக பதிந்துவிட்டார் சரியா..?” கணித்து கேட்டவனின் தலையில் கொட்டும் ஆவல் மைதிலிக்கு வந்தது.. இவன் ஒருத்தன் அர்த்தமில்லாமல் உளறிக் கொண்டு..

“வேண்டாம் கொழுந்தனாரே..” விரலாட்டி அவள் எச்சரிக்க, “சரி சரி இந்த ரகசியத்தை யாரிடமும் சொல்ல மாட்டேன்.. சத்தியம் வேண்டுமானால் செய்து தரவா..?” ரவீந்தர் தனது கேலியை தொடர்ந்தான். பரசுராமன் அப்போதுதான் மைதிலியை பார்த்தான்.. ரௌத்ரம் தாண்டவமாடிக் கொண்டிருந்த அவன் முகம் அகல்விளக்கு ஒளியாக அமைதியானது.. கருணையும், சாந்தமும் வந்துவிட்டது

தன் கைகளுக்குள் இருந்தவனை.. “நான் சொல்வதை செய்வாய்தானே..?” என உலுக்க, “இன்னைக்கே செஞ்சிடுறேங்க..” என கையெடுத்துக் கும்பிட்டான் அவன்.. ‘தட்’டென அவனை தரையில் தள்ளிவிட்டு மைதிலியை நோக்கி வந்தான் பரசுராமன் காருண்யம் வழிந்த அவன் பார்வையில் பிறரரியாத பிரத்யேக ரகசிய புன்னகை ஒன்றும் மனைவிக்காக

இருந்தது..

“அடடா, நொடியில் அண்ணன் எப்படி முகத்தை மாற்றுகிறார்..?” அருகிலிருந்து ஆச்சரியப்பட்டுக் கொண்டிருந்த ரவீந்தரை மைதிலி முறைத்தாள்.. “மைதிலி..” ஆச்சரியமாக அழைத்தபடி நின்றான் பரசுராமன். “என்னம்மா ஏதாவது முக்கியமான விசயமா..?” “ஒன்றும் இல்லையே.. நான் சாப்பாடு கொண்டு வந்தேன்..” இல்லையென்று மறுத்துக் கொண்டே ஆமாம் என்று கண்ணால் சேதி சொன்னாள் கணவனுக்கு..

“சரி வா.. எனக்கு பசிக்கிறது.. சாப்பாடு பரிமாறு..” “அப்படியே எனக்கும்..” ரவீந்தரும் தயாராக.. “டேய் நீ போய் கருவாடு வந்து இறங்கிடுச்சான்னு பாரு.. வந்துடுச்சுன்னா எண்ணி ஏற்று.. பிறகு வந்து சாப்பிடு..” என்றான். “சே இந்த வீட்டில் என்ன கொடுமையெல்லாம் நடக்கிறது.. எனக்கு ஒரு வாய் சாப்பாடு போட ஆளில்லை..” புலம்பியவனின் தலையை தட்டினான். “குறையாடாமல் போடா.. நீ இங்கே வா மைதிலி..” ஆபிஸ் அறைக்குள் அழைத்துப் போனான்.

அவள் கையிலிருந்த கேரியரை வாங்கி டேபிள் மேல் வைத்தான். “என்ன விசயம் மைதிலி..? வந்தனா ஏதாவது சொன்னாளா..? நீ முன்பு போல் அவள் சொல்வதை யெல்லாம் என்னிடம் மறைக்க கூடாது.. எல்லாவற்றையும் சொல்லிவிட வேண்டும்..” படபடப்பாக பேசியவனை ஆச்சரியமாக ஏறிட்டாள்.. இவன் சற்று முன் சிங்கம் போல் கர்ஜித்து நின்றதென்ன..? இப்போது ஒரு சிறு விசயத்திற்கு இத்தனை படபடப்பு காட்டுவதென்ன..? ஆதரவாக புன்னகைத்தாள்..

“ஒன்றும் பயப்படும் விசயம் இல்லை.. சந்தோசமான விசயம்தான்.. நீங்கள் அடித்து அடித்து அசதியாக இருப்பீர்கள்.. சாப்பிட உட்காருங்கள்.. சாப்பிட்டுக் கொண்டே பேசலாம்..” பரசுராமனின் முகத்தில் சிறிது

சங்கடம் தெரிந்தது.. மனைவி முன் இது போன்ற நிலையில் தென்பட அவன் விரும்பவில்லை எனத் தெரிந்தது.. மைதிலி இலையை விரித்து உணவு பரிமாற ஆரம்பித்தாள்..

"அவன் தப்பு செய்தான் மைதிலி.. அதுதான் அடித்தேன்.." சோற்றை பிசைந்தபடி மெல்லிய குரலில் சொன்னான். "ம்.." மைதிலி உம் கொட்டியபடி கீரையை அவன் இலையில் வைத்தாள்.. "என்ன தப்பென்று கேட்க மாட்டாயா..?" "அதுதான் தப்பென்று சொல்லிவிட்டீர்களே.. இதுபோன்ற விசயங்களில் எனக்கு உங்கள் மேல் நம்பிக்கை இருக்கிறது.."

"நன்றி மைதிலி.. என்னவென்று கேட்காமலேயே என்னை நம்பியதற்கு.." "இதற்கெல்லாம் எதற்கு நன்றி..?" மைதிலி மெல்ல முணுமுணுத்தாள்.. "நீ கேட்காவிட்டாலும் நான் சொல்லிவிடுகிறேன் மைதிலி..

அவன் நம் பக்கத்து கடையில் வாழை மண்டி வைத்திருக்கிறான் மொத்தமாக வாழைத்தார்களை இறக்கி வைத்து விற்பனை செய்பவன் பத்து வருடங்களாக ஒழுங்காகத்தான் தொழில் பார்த்துக் கொண்டிருந்தான்.. அவனது நேர்மையான தொழில் முறையை விசாரித்து அறிந்து கொண்டுதான் இங்கே அவன் கடை போட அனுமதி கொடுத்தோம்.. இப்போது ஆறு மாதங்களாக அவன் சரியில்லை.. ஏதோ தவறு செய்கிறானென தெரிந்தது.. ரவீந்தரை விட்டு கண்காணிக்க சொன்னேன்.. இரவு நேரங்களில் அவன் கடைக்குள் கார்பைடு கற்களை வைத்து வாழைத்தார்களை பழுக்க வைத்துக் கொண்டிருந்ததை ரவீந்தர் கண்டுபிடித்து விட்டான்.. ஒரு மாதமாக அவனை எச்சரித்துக் கொண்டிருந்தேன்.. அவன் கேட்பதாக இல்லை.. அதனால் தான் இன்று கை நீட்ட வேண்டியதாயிற்ற.."

"போலிசில் கம்ப்ளைண்ட் பண்ணியிருக்கலாமே..?"

“இல்லை மைதிலி.. இதோ இந்த வணிக வளாகம் முழுவதும் வியாபாரிகள்தான்.. விதம் விதமான வியா-பாரங்கள் நடக்கின்றன.. இந்த வியாபார சங்கத்திற்கு அப்பாதான் தலைவர்.. இங்கே வியாபாரம் பார்க்கும் வியாபாரிகள் நியாயமான முறையில் வியாபாரம் செய்ய வேண்டுமென்பதே எங்கள் ஆசை.. அதனை நாங்கள் தீவிரமாக பின்பற்றி வருகிறோம்.. நாம் வியா-பாரிகளாக சேர்ந்து ஒற்றுமையாக தொழில் பார்க்க-வேண்டும்.. நல்லது, கெட்டதை நாமே சரி செய்து கொள்ள வேண்டும்.. போலிசை உள்ளே விடக் கூடாது என்பது எங்கள் சங்க கொள்கை.. இதுவரை இப்படித்-தான் இங்கே தொழில பார்த்து வருகிறோம்.. இதற்கு கட்டுப்படாதவர்களை இப்போது போல்..”

“போட்டு மொத்துவீர்கள்..” மைதிலியின் முகத்தில் புன்னகை இருந்தது.. அவள் முகத்தை உற்றுப் பார்த்த பரசுராமன்.. “உனக்கு கோபம் ஒன்றும் இல்லையே மைதிலி..?” என்றான்.. “எதற்கு கோபம்..?”

“என் மீது.. இவன் யாரையென்றாலும் இப்படித்தான் அடிப்பான் போல, என்று என்னை நினைத்துவிட வில்லையே..” இவ்வளவு நேரம் இருந்த உற்சாகம் மாறி மைதிலியின் முகம் வாடியது.. அவள் மௌன-மாக பரிமாறுவதை தொடர்ந்தாள்.. கொஞ்சநேர அமைதிக்கு பின், பரசுராமன் மெல்ல கேட்டான்..

“என்ன விசயமாக இவ்வளவு தூரம் வந்தாய் மைதிலி..?” மைதிலிக்கு தான் வந்த விபரம் நினைவு வந்துவிட, உடனே உற்சாகம் வந்துவிட்டது. “நான் கல்யாண கொழுந்தன் - வந்தனாவை பற்றி பேச வந்-தேன்.. இன்று அவர்கள்..” என ஆரம்பித்து தான் கேட்ட விசயங்களை சொல்லி முடித்தாள்..

“ஏய் மைதிலி..” என்றொரு மெல்லிய கூச்சலுடன் பரசுராமன் இடது கையை நீட்டி அருகில் நின்று பரி-மாறிக் கொண்டிருந்தவளின் இடையை வளைத்து தன்

மீது இழுத்துக் கொண்டான். "இது எவ்வளவு முக்கி-யமான விசயம்.. இதை சொல்லாமல் ஏதேதோ பேசிக் கொண்டிருந்தாயே.." "உடனே இதனை உங்களிடம் சொல்ல வேண்டுமென்றுதான் இங்கே ஓடி வந்தேன்."

"கடவுளே எவ்வளவு பெரிய பாரம் தீர்ந்தது.." பரசு-ராமன் பெருமூச்சு விட, அதில் விரிந்து விகசித்த அவன் முகத்தை பார்த்தபடி இருந்தாள் மைதிலி. "நல்ல செய்தி சொல்லியிருக்கிறாய் மைதிலி உனக்கு இனிப்பு கொடுக்க வேண்டுமே.." பரசுராமன் சுற்றம் முற்றும் பார்த்தான்.

# 37

**புளகாங்கிதமடைய வைக்கும் உன்**
**புன்னகை இதழ்களின் நியாயங்களை**
**நானே தான் உருவாக்கிக் கொள்கிறேன்..**

“திடுமென இங்கே இனிப்பிற்கு எங்கே போவீர்கள்..?” மைதிலி குறுநகையுடன் அவனை பார்த்தாள்..
அந்த அறையை ஆபிஸ்ரூம் என்று பெரிதாக சொல்லிக் கொண்டாலும் அப்படி சொல்வதற்கான அடையாளம் அந்த அறையின் நடு மையத்தில் கிடந்த பெயின்ட் உதிர்ந்த, பரசுராமன் உட்கார்ந்து சாப்பிட்டுக் கொண்டிருந்த அந்த சிறிய மர மேஜை ஒன்றுதான்..
மற்றபடி அந்த அறையிலும் சுற்றி மளிகை சாமான்களே அடுக்கப்பட்டிருந்தன.. சாக்கு மூட்டைகளும், ஓலைப் பெட்டிகளுமாக நிறைந்து கிடந்த அந்த இடத்தில் டேபிளை தவிர, இருவர் நிற்குமளவு மட்டுமே இடமிருந்தது.. இங்கே இனிப்புக்கு எங்கே போவான்.. மைதிலி நினைத்த மறுநொடியே அவள் வாய் தித்திப்பால் நிறைந்தது..

அங்கே ஓலைப்பெட்டியில் இருந்த கருப்பட்டியில் ஒரு துண்டு எடுத்து அவள் வாயில் திணித்திருந்தான் பரசு-

ராமன்.
“உடன்குடி கருப்பட்டி மைதிலி.. சுத்தமாக ருசியாக இருக்கும்..”
திடுமென இனிப்பு நிரம்பிய தனது வாயால் திணறிய மைதிலி.. “ம்.. என்ன இது...” சிணுங்க, அவள் இதழோரம் லேசாக வடிந்த எச்சிலை தனது ஆட்-காட்டி விரலால் தொட்டெடுத்து தன் நாக்கில் வைத்-துக் கொண்டான் பரசுராமன்..
“இனிப்பான செய்தி கேட்ட எனக்கு.. இனிப்பும் வேண்டாமா..?” மைதிலியின் உடல் சிலிர்க்க முகம் சிவந்தது..
“கருப்பட்டி நல்ல டேஸ்ட் தானே மைதிலி..?”
மைதிலி பதில் சொல்லாமல் அவன் முகம் பார்க்கவும் முடியாமல் தடுமாறி தலை குனிந்த போது..
“எக்ஸ்கியூஸ்மீ நான் உள்ளே வரலாமா..?” என வெளியிலிருந்து ரவீந்தர் குரல் கேட்க, கணவனை விட்டு விலகி நின்று கொள்ள எண்ணி தன்னை பார்த்த மைதிலி அதிர்ந்தாள்.. என்ன இது..? இது எப்போது நிகழ்ந்தது..?
அவள்.. மைதிலி.. அவள் கணவனின்.. பரசுராமனின் மடியில் அமர்ந்திருந்தாள்.. சாப்பிடாத இடது கையால் வளைத்து அவளை மடிமேல் இருத்தியிருந்தவன் சாப்-பிட்டுக் கொண்டிருந்த வலது கையால் அவளுக்கு கருப்பட்டி ஊட்டிக் கொண்டிருந்தான்.. முதலில் அவள் கல்யாண்-வந்தனா விசயம் சொன்ன போது உற்சாக கூவலுடன் அவளை இழுத்துக் கொண்டானே.. அப்-போதே இது நடந்திருக்க வேண்டும்..
கடவுளே கிட்டதட்ட கால்மணி நேரமாக அவனது மடிமீதா அமர்ந்திருந்திருக்கிறேன்.. மைதிலிக்கு நொடி-யில் உடல் வியர்த்து விட வேகமாக அவனை விட்டு விலகி எழுந்து நின்றாள்..
“அதில் உட்காரு மைதிலி..” பரசுராமன் மெல்லிய

குரலில் ஒரு மூட்டையை கையை காட்ட, தன் கால்களின் நடுக்கத்தை மறைக்க மைதிலிக்கும் இப்போது இந்த அமர்வு தேவைப்பட்டது.

“சாப்பிட்டாச்சா அண்ணா..” கேட்டபடி உள்ளே வந்த ரவீந்தரை பார்த்தும் மைதிலிக்கு அந்த சந்தேகம் வந்தது.. இவன் எப்போது வந்தான்.. பார்த்திருப்பானோ.. ஐயோ பார்த்திருந்தானால் போச்சு.. வெறும் பார்வைக்கும் பேச்சுக்குமே நூறு கிண்டல் பேசுவான், இப்போது இந்த நெருக்கத்தை வேறு பார்த்திருந்தானானால்.. மைதிலி தலையை கைகளில் தாங்கிக் கொண்டு குனிந்து கொண்டாள்..

“ஆமாண்டா நீ உட்கார்ந்து சாப்பிடு..” சொல்லிவிட்டு தன் இலையை சுருட்டி எடுத்துக் கொண்டு சாதாரணமாக போன பரசுராமனின் முதுகை முறைத்தாள் மைதிலி..

எமகாதகன் எல்லாம் இவனால் வந்தது.. இவனை யார் உற்சாகத்தை இப்படிக் காட்ட சொன்னது..? நகம் கடித்தாள்..

“ரவிக்கு சாப்பாடு போடு மைதிலி..” பரசுராமன் சொல்ல அவனை முறைத்தாள்.. கையும், காலும் நடுங்கிக் கொண்டிருக்கும் போது அவள் எங்கே சாதம் பரிமாற..?

“நான் போட்டுக்கிறேண்ணா.. ஏண்ணா அண்ணி உங்களிடம் அந்த விசயத்தை சொன்னார்களா..?” கேட்டபடி ரவீந்தர் சாப்பிட அமர்ந்தான்..

“எந்த விசயத்தை..?”

“அதுதான் அண்ணா.. நீங்கள் அரிவாள் தூக்கிக் கொண்டு ஓடிவந்ததை..”

மைதிலி வேகமாக எழுந்து இலையோரம் இருந்த அப்பளத்தை எடுத்து ரவீந்தர் வாயில் திணித்தாள்.

“அப்பளம் எடுத்துக்கோங்க.. சாப்பிடும் போது என்ன பேச்சு..? பேசாதீர்கள்..” என்றாள்.. ரவீந்தர் விழித்-

தான்..
அப்போது ஒரு போன் வர பரசுராமன் பேசியபடி வாசல் பக்கம் நகர்ந்து நின்றான்.
ரவீந்தர் “ஏன் அண்ணி..?” என்றான்..
“அ.. அதெல்லாம் அவருக்கு தெரியாது.. நீங்க அந்த விசயமெல்லாம் பேச வேண்டாம்..”
“என்ன அண்ணி இதுவரை நீங்கள் அண்ணனிடம் சொன்னதில்லையா..?” ஆச்சரியமாக கேட்டான்.. அவன் அவர்கள் இருவருக்கு மட்டுமே தெரிந்த ஒரு விசயத்தை சொல்லி இருவரையும் கலாட்டா செய்யும் நோக்கத்தில் இருந்தவன்..
“இனித்தான் சொல்ல வேண்டும்..” மைதிலி சமாளித்துக் கொண்டிருக்கையில், பரசுராமன்..
“மைதிலி எனக்கு ஒரு வெளி வேலை வந்துவிட்டது.. வருகிறாயா.. உன்னை வீட்டில் விட்டு விட்டு போகிறேன்..” என அழைக்.. மைதிலி வேகமாக தலையை உருட்டியபடி கிளம்பிவிட்டாள்..
இரண்டு நாட்கள் கழித்து பரசுராமன் மைதிலியிடம் விசாரித்தான்..
“என்ன மைதிலி எதுவும் மாற்றம் தெரிகிறதா..?”
“ம்ஹூம்..” மைதிலி உதட்டை பிதுக்கினாள்..
“எப்போதும் போல் இரண்டு பேரும் பட்டும் படாமலுமாகத்தான் இருப்பது போலிருக்கிறது..”
“இதோ நம்மை போன்று கட்டிலும், பாயும் தனித்தனியாகத்தான் அங்கேயும்..?”
மைதிலியிடமிருந்து பதில் வராமல் போக, அவளை திரும்பிப் பார்த்தான்..
“என்ன மைதிலி சத்தத்தைக் காணோம்..”
“சரியான கேள்விக்கு மட்டும்தான் இங்கே பதில் கிடைக்கும்..”
“நான் கேட்டது சரியில்லாத கேள்வியா..? தவறு இருக்கிறதா அதில்..?”

மைதிலி வாய் திறப்பதாக இல்லை..
“நீ வந்தனாவிடம் பேசேன் மைதிலி..”
“ஆமாம் பேசத்தான் போகிறேன்..” மைதிலியின் உடனடி பதிலுக்கு ‘ம்’ கொட்டியவன் கண்களை இறுக மூடிக்கொண்டான்..
“எனக்கு என்னை நினைக்கவே ரொம்பவும் கேவலமாக இருக்கிறது மைதிலி..” வந்தனாவின் குரலில் அழு-கையின் ஆரம்பம் தெரிந்தது.. மைதிலிக்கு ஆயாசமாக வந்தது..
என்ன பெண்ணிவள்.. ஏதாவது ஒரு விசயத்தை எப்-படியாவது நினைத்துக் கொண்டு மனதை வருத்தியே தீருவேன் என்ற முடிவில் இருப்பவள்..
“எதற்கு வந்தனா..?” கேட்டுவிட்டு அவள் பதில் சொல்ல வாய் திறக்கும் முன்பாகவே..
“இதோ பார் திரும்ப உனக்கு துரோகம் செய்து விட்-டேன், குற்றம் செய்துவிட்டேன் என்று ஆரம்பத்தி-லிருந்து வராதே.. ஒரு வாரமாக உன் வாயிலிருந்து அதை மட்டுமே கேட்டு கேட்டு என் காதுகளில் ஓட்டை விழுந்து விட்டது. திரும்பவும் அதையே பேசி-னாயானால் நான் பின்விளைவுகளை பற்றி நினைக்கா-மல் இதோ இங்கே குதித்து விடுவேன்..” எதிரேயிருந்த தெப்பக்குளத்தைக் காட்டினாள்..
அவர்கள் இருவரும் மதுரை மீனாட்சியை தரிசிக்க வந்திருந்தனர்.. ஆணாதிக்கம் அடர்ந்திருந்த அந்தக் காலத்திலேயே அத்தனை ஆண்களையும் அடக்கி நாட்டையே ஆண்டவளாயிற்றே அந்த அன்னை.. அவளிடம் தங்கள் வாழ்க்கை செழிக்க வேண்டிக்-கொண்டு, இருவருமாக தெப்பக்குள படிக்கட்டுகளில் வந்து அமர்ந்திருந்தனர்.. வந்தனா திரும்பவும் சோககீ-தம் வாசிக்க ஆரம்பிக்க மைதிலி அவளை அதட்டிக் கொண்டிருந்தாள்..
வந்தனா புன்னகைத்தாள்..

“நான் அதனை சொல்ல வரவில்லை மைதிலி.. என் வாழ்க்கையைப் பற்றி பேச வந்தேன்..”
“ம்.. இது ஓகே சொல்லு..” மைதிலி கன்னத்தில் கை வைத்து கதை கேட்க தயாராக, வந்தனா அவள் தலையில் கொட்டினாள்..
“ஏய் நான் எவ்வளவு சோகமாக என் நிலைமை சொல்ல போகிறேன்.. நீ சீரியல் பார்ப்பவள் போல் உட்கார்ந்திருக்கிறாயே..”
“என் மேல் தப்பில்லம்மா.. நீதான் சீரியல் ஹீரோயின் மாதிரி மூக்குறிஞ்சிக் கொண்டு இருக்கிறாயே.. பிறகு எனக்கு அந்த பீலிங்தானே வரும்..”
“ஹீரோயினா..? நானா..? நான் சீரியல் வில்லியாக கூட தகுதியில்லாதவள்.. எனக்கு போய் ஹீரோயின் போஸ்ட் கொடுக்கிறாயே..”
வந்தனாவின் வேதனையில் மைதிலி துணுக்குற்றாள்.. இத்தனை வேதனையா.. இவள் மனதில் என்னதான் இருக்கிறது..?
“சீரியல்களிலெல்லாம் இப்போது ஹீரோயினை விட வில்லிகளுக்குத்தான் அதிக வாய்ப்பு வந்தனா.. அதுவும் வில்லிகள்தான் ஹீரோயின்களைவிட அழகாக இருக்கிறார்கள்.. ஹீரோயின்களைவிட அழகான வில்லிகளுக்குத்தான் அதிக ரசிகர்களும் இருக்கிறார்கள்.. நீயும் அதுபோல் ஒரு அழகான ராட்சசியாக இருந்து விட்டு போயேன்..”
“சரிதான் என்னையெல்லாம் மனித பிறப்பில் சேர்க்கவே முடியாது.. நான் ராட்சசி இனமாகத்தான் இருக்கும்.. அந்த சூர்ப்பனகையின் அவதாரமாக இருப்பேனாயிருக்கும்..”
இதற்கு மேல் தாங்க முடியாமல் மைதிலி வந்தனாவின் தோளில் பட்டென அடித்தாள்..
“நீ இப்படி வாய்க்கு வந்தபடி உளறுவதை நிறுத்தப் போகிறாயா இல்லையா..? அப்படி என்ன பெரிய தப்பு

செய்து விட்டாய் நீ..?"
வந்தனா மைதிலியை இமைக்காமல் பார்த்தாள்..
"நம் வீட்டில் எல்லோரும் என்னைக் குழந்தையாக நினைக்கின்றனர் மைதிலி.. உனக்கு மட்டும்தான் என் மறுபக்கம் தெரியும்.. என் குரூரத்தை நீ மட்டுமே அறிவாய்.. உனக்கு கூட நான் செய்த தப்பு புரியவில்லையா..?"
"நம் வீட்டில் நானும் ஒரு உறுப்பினர் வந்தனா.. அங்கே எல்லோருக்கும் நீ குழந்தை என்றால் எனக்கும் அப்படித்தான்.. சொன்ன பேச்சு கேட்காமல் அடாத செயல்கள் செய்யும் பிள்ளையை நேர்மையான தாய் தண்டிப்பாளே தவிர ஒதுக்க மாட்டாள்.. கொஞ்சம் பொறாமை கொண்ட பிடிவாதக் குழந்தை என்பதை தவிர உன்னிடம் எனக்கு வேறு எந்த குற்றமும் தெரியவில்லை.."
வந்தனா விம்மலுடன் மைதிலி மடியில் சாய்ந்து விட்டாள்.. ஏதோ பேச வாய் திறந்தவளின் இதழ்கள் மேல் தன் கைவிரல்களை வைத்து அழுத்தினாள் மைதிலி..
"என்னைப் பற்றி எதுவும் பேசக்கூடாது.. உன்னை, உன் கணவனை உங்கள் வாழ்க்கையை பற்றி மட்டும் பேசு.."
"என்னை பற்றியா.. நா.. நான்.. ஏன் இன்னும் உயிரோடு இருக்கிறேன் மைதிலி..?"
"ப்ச் திரும்ப உளற ஆரம்பித்து விட்டாயா..?"
"ஒழுக்கம்தான் ஒரு பெண்ணிற்கு உயிர்.. நா.. நான் அதனையே காற்றில் பறக்க விட்டு விட்டு.."
"வந்தனா உன் நிலைப்பாடு எனக்கு சத்தியமாக புரியவில்லை.."
"கொஞ்சம் யோசி மைதிலி புரியும்.. இதனை உன்னைத்தவிர வேறு யாராலும் புரிந்து கொள்ள முடியாது.. இந்த கேவலத்திற்கான தீர்வை நான் வேறு யாரிடமும் பெறவும் முடியாது.."

“ஏய் மேலும் மேலும் புதிர் போடாமல் என்னவென்று சொல்லித் தொலைடி..” மைதிலி எரிச்சலுடன் கத்தினாள்.

“அண்ணனை காதலித்து விட்டு தம்பியை திருமணம் செய்து கொண்டிருக்கிறேனே.. நான் எவ்வளவு கேவலமான பெண்ணாக இருப்பேன் மைதிலி..”

வந்தனா விம்ம, மைதிலிக்கு அவளது மன உளைச்சலுக்கான காரணம் புரிந்தது.. அதே நேரம் கல்யாண்- வந்தனாவின் வாழ்க்கையை சீர் செய்து விடலாமென்ற நம்பிக்கையும் வந்தது.

# 38

***வெயில் கசியவிடும் நிழலென***
***மேலப்பிக் கொள்கிறாய் திட்டு திட்டாக,***
***குழி விழுந்த கன்னங்களில்***
***பரவச தேங்கல்கள்***

“கொஞ்சமாக ஊற்று..” சொல்லிவிட்டு திரும்பி பக்கத்தில் உட்கார்ந்திருந்த கல்யாணசுந்தரத்திடம் ஏதோ தொழில் பேச ஆரம்பித்தான் பரசுராமன்..

மைதிலி சாம்பாரை கரண்டி நிறைய அள்ளி இலையில் ஊற்ற அது வடிந்து பரசுராமனின் மடியில் சூடாக பட்டு அவனது உடையை பாழாக்கியது..

“ஏய் அறிவிருக்காடி உனக்கு.. கொஞ்சமாக ஊற்றுன்னு சொல்லிக் கொண்டே இருக்கிறேன்.. கண்ணு தெரியாதா உனக்கு..” ஆத்திரத்தோடு கத்திய பரசுராமனின் கை மைதிலியின் கன்னத்தில் இடியாக இறங்கியது..

“அண்ணா..” கல்யாணசுந்தரம் பதறி எழுந்தான்.

“நீ உட்கார்ந்து சாப்பிடுடா.. இந்தக் கழுதை செய்த காரியம்.. என் உடையெல்லாம் பாழாகிவிட்டது.. இனி இதை மாற்றி.. கிளம்பி..” புலம்பலோடு தன் அறைக்குள் போனான்..

மைதிலி கலங்கிய கண்களுடன் பின் வாசலுக்கு

போய்விட்டாள்.. அடுப்படிக்குள் ஓர் ஓரமாக நின்றிருந்த வந்தனா நிகழ்ந்தவற்றை அதிர்ச்சியோடு பார்த்துக் கொண்டிருந்தாள்..

ஆண்கள் அனைவரும் கிளம்பிப் போனதும் வந்தனா மைதிலியிடம் வந்தாள்.. மைதிலி கோதுமையை கிரைண்டரில் போட்டு ஆட்டிக் கொண்டிருந்தாள்..

“உனக்கு ரொம்ப கஷ்டமாக இருந்ததா மைதிலி..? எனக்கு அதிர்ச்சியாக போய்விட்டது தெரியுமா..?”

“எதற்கு வந்தனா..?”

“பரசு அத்தான் இப்படி பட்டென கைநீட்டி விட்டாரே..”

“பச்.. இது எனக்கு புதிதா என்ன..? எனக்கு பழகி விட்டது வந்தனா..?” மைதிலி அரைத்த கோதுமையை பக்குவம் பார்த்து அள்ள ஆரம்பித்தாள்..

“இதற்கு முன் அத்தான் உன்னிடம் அப்படி நடந்து கொண்டதற்கு பின் காரணமாக நான் இருந்தேன்.. ஆனால் இப்போது ஒரு காரணமும் இன்றி உன்னுடன் இப்படி நடந்து கொள்கிறாரே..”

“நீ சொன்னதால் அப்போது இப்படி நடந்து கொள்ள இல்லை வந்தனா.. அவருடைய குணாதிசயமே இதுதான்.. விடு.. நான் என்னை அதற்கேற்றாற் போல் பழக்கிக் கொள்கிறேன்..”

“இது அநியாயம் மைதிலி.. உன்னை கைநீட்டி அடிக்க எப்படி அவருக்கு மனது வருகிறது..”

“எல்லா புருசனும் பொண்டாட்டியை தேவதையாக கொண்டாடுவார்களா என்ன..? என் புருசனுக்க நான் ராட்சசி போல் தெரிகிறேன் போல..”

மைதிலி கோதுமையை பிழிந்து பாலெடுக்க ஆரம்பித்தாள்.. வந்தனாவின் மனதினுள் அவள் சொன்ன தேவதையும், ராட்சசியும் தட்டாமாலை சுற்றினர்.. கல்யாணின் வான் தேவதை அவள் மனம் முழுவதும் நிறைந்து பரவியது..

“நான் பரசு அத்தானிடம் பேசப் போகிறேன் மைதிலி..”

“என்ன பேசப் போகிறாய்..?”

“நான் உன்னை பற்றி முன்பு தப்பாக கூறியதையெல்லாம் சொல்ல போகிறேன்..”

“அம்மா தாயே உன் திருவாயை மூடிட்டு இரு.. அவரிடம் என்னைப் பற்றி யார் நன்றாக கூறினாலும் அவருக்கு என் மீதுதான் சந்தேகம் வரும்.. நான்தான் அவர்களை அப்படி பேச வைக்கிறேன் என்பார்.. அதுவும் இப்போது நாம் இருவரும் கொஞ்சம் ஒற்றுமையாக வேறு இருக்கிறோம்.. நிச்சயம் நான்தான் உன்னை அனுப்பி வைத்திருக்கிறேன் என்றுதான் நினைப்பார்.. நீ எனக்கு ஏதாவது செய்ய வேண்டுமென்று நினைத்தால் என்னைப் பற்றி எதுவும் பேசாமலிருந்தாலே போதும்..”

வந்தனாவின் முகம் சோர்ந்தது..

“பரசு அத்தான் முன்பெல்லாம் இப்படி கிடையாது மைதிலி.. ரொம்ப நல்லவர்..”

“எல்லா ஆண்களும் மனைவியிடம் ஒரு முகமும், வெளியில் ஒரு முகமும் காட்டுவார்கள் தான் வந்தனா.. சரி நீ போய் படுத்து ரெஸ்ட் எடு.. நான் இந்த அல்வாவை கிண்ட ஆரம்பிக்கிறேன்..”

கோதுமை பாலை இரும்புச் சட்டியில் ஊற்றி அடுப்பில் ஏற்றினாள்..

“ஐயோ இது ரொம்ப நேரம் ஆகுமே நான் உனக்கு ஹெல்ப் பண்ணுகிறேன் மைதிலி..”

“வேண்டாம் வந்தனா.. காய்ச்சல் வந்த உடம்பு.. ரொம்ப அலட்ட வேண்டாம்.. போய் படுத்துக்கொள்.. கௌரிம்மா இப்போது வந்து விடுவார்கள்.. அவர்களிடம் கிண்ட சொல்லிவிட்டு நான் கொஞ்சம் படுத்து எழுகிறேன்..”

வந்தனா போகவும் மைதிலி கிண்ட ஆரம்பித்த

அல்வா மெல்ல பதத்தை நெருங்கிக் கொண்டிருக்கும் போது பரசுராமன் வந்தான்.. தொடர்ந்து கிண்டியதால் கை வலிக்க ஆரம்பிக்கவே இரண்டு கைகளையும் மாற்றி மாற்றி அல்வாவை கிண்ட உபயோகித்தபடி இருந்தவளின் கை இதமாக பற்றப்பட்டது..

“நான் கொஞ்ச நேரம் கிண்டவா மைதிலி..” கேட்டபடி நின்றவனை கண்டதும் மைதிலி கண்களை அவசரமாக சுழற்றி பார்த்தாள்..

“நீங்கள் ஏன் இங்கே வந்தீர்கள்..? இப்போது இங்கே என்ன வேலை..? வந்தனா பார்த்து விட்டால் அவ்வ-ளவுதான் போங்க..”

“அவள் தூங்கியிருப்பாள்.. நீ நகர்.. நான் இதைக் கொஞ்ச நேரம் பார்க்கிறேன்..” அவளை விலக்கிவிட்டு கரண்டியை தான் வாங்கி கிண்டத் தொடங்கினான்.. அல்வா இறுகும் பதத்திற்கு வந்து விட்டதால் கிண்டு-வது கடினமாக இருக்க, இழுத்து சேர்த்து லாவகமாக கிண்டியவனை பார்த்த மைதிலியின் மனதிற்கு பழி தீர்த்துக் கொள்ள கிடைத்த சந்தர்ப்பத்தை விடும் எண்ணமில்லை..

“ஆம்பளைங்க வெளி வேலையை பார்க்க போகாமல் இப்படி வீட்டிற்குள் இருந்து கொண்டு பொம்பளைங்-களுக்கு வேலை செய்து கொண்டிருந்தால் அந்தக் குடும்பம் உருப்படுமா..?”

பரசுராமனின் கை ஒரு நிமிடம் நின்று பிறகு மீண்டும் அல்வாவை கிண்ட ஆரம்பித்தது.. முகம் எந்த உணர்ச்சியையும் காட்டாமல் இறுகி இருந்தது..

“என்னங்க நான் சொல்வது சரிதானே..?” மேலும் சீண்டியவளை உதட்டில் விரல் வைத்து.. “உஷ்” என அதட்டினான்..

“கொஞ்ச நேரம் பேசாமல் இப்படி உட்கார்..” என்ற-வன் கை கரண்டியை சட்டியில் விட்டு விட்டு அவளது இடையை இரு கைகளாலும் பற்றி தூக்கி அடுப்பு

மேடை மேல் அமர்த்தினான்..
“ஷோகேஸ் பொம்மை போல் இருக்கிறாய்..” முணுத்தபடி அவள் இடையை வருடிக் கொண்டே நிதானமாக கையை எடுத்தவன் மீண்டும் கரண்டி பிடித்து அல்வா கிண்ட தொடங்கினான்..
“பதம் பார்த்து சொல்லு..”
பரசுராமனின் பார்வை அல்வாவில்தான் இருந்தது.. மைதிலியின் பார்வைதான் அல்வாவிற்கும் அவனுக்குமான அலைபாய்ந்தது..
“உங்கள் அம்மா வந்து இப்போது பார்க்க வேண்டும்.. என் மகன் கையில் கரண்டியை கொடுத்து விட்டாயேடி என்று என்னை இந்த வீட்டை விட்டு விரட்டி விட்டுத்தான் மறுவேலை பார்ப்பார்கள்..”
“அப்படி யாரும் உன்னை இந்த வீட்டை விட்டு அனுப்ப முடியாது..”
“நானாக போக நினைத்தால் தடுக்கவும் முடியாது..”
“ப்ச் ஏன் தேவையில்லாதவற்றை பேசுகிறாய்..? இப்போது அடுப்பை மட்டும் கவனி..”
“ம்.. போதும், நிறுத்துங்க அடுப்பை அணைத்து விட்டு அந்த தாம்பாளத்தில் தூக்கி கொட்டுங்க..”
நெய் தடவிய தாம்பாளத்தில் பொன் நிறத்தில் விழுந்து பரவியது கோதுமை அல்வா.. வாசம் சமையலறையை நிறைத்தது..
“ரொம்ப நல்லா வந்திருக்குங்க அல்வா..” மைதிலி விழி விரிந்தாள்..
“ஆமாம் பிடித்தமானதை மனதில் நினைத்துக் கொண்டே சமைத்தால் சமையல் நன்றாக வரும்னு அம்மா சொல்வாங்க..”
“அப்படி எந்த பிடித்தமானதை நினைத்தீர்கள்..? அடுத்து எப்போது என்னை அடிக்கும் சந்தர்ப்பம் கிடைக்கும் என்று யோசித்துக் கொண்டே அல்வா கிண்டினீர்களோ..?”

பரசுராமன் மைதிலியின் குத்தலை எதிர்பார்த்தே இருந்தான் போலும்.. அவன் முக பாவனையில் மாற்றம் இல்லை..

“இல்லை வேறு நினைத்துக் கொண்டிருந்தேன்..”

“என்ன நினைத்தீர்கள்..?”

“அப்படியே உன்னை இழுத்து அணைச்சு படபடன்னு பேசுற அந்த உதட்டை...” என நிறுத்த மைதிலியின் முகம் வெளுத்தது.. பேந்த பேந்த விழித்தாள்.. பரசுராமன் அடக்கிய புன்னகையுடன் அவள் முகத்தை வேடிக்கை பார்த்தபடி ஒருநிமிடம் இருந்துவிட்டு..

“இரண்டு உதட்டையும் சேர்த்து கடித்து வைத்து விடலாமான்னு யோசித்துக் கொண்டிருந்தேன்..” தயக்கமின்றி சொல்லி முடித்தான்..

“இப்போது அல்வாவை துண்டு போட்டு விடலாம்..” மைதிலி வேகமாக அவனுக்கு முதுகு காட்டி நின்றபடி அல்வாவை கத்தியால் கோடு போட துவங்கினாள்..

“எப்படி துண்டு போடுவது மைதிலி..?” கேட்டபடி அவளுக்கு பின் நின்று கொண்டு கைகளை நீட்டி கத்தியோடு தாம்பாளத்தில் நகர்ந்து கொண்டிருந்த அவள் கை மீது தன் கையை வைத்தான்..

“காலையில்தான் வந்தனா முன் சண்டை போட்டாக வேண்டுமென்று சண்டை போட்டோம்.. இப்போது இப்படி நிற்பதை அவள் பார்த்துவிட்டால்..”

“புருசன் பொண்டாட்டிக்குள் சண்டையும், கொஞ்சலும் சாதாரணமென்பதை அவள் தெரிந்து கொள்ளட்டும்..” பரசுராமன் சிறிதும் விலகவில்லை..

“அடிப்பது போல் நடிக்க நான் ரொம்பவும் கஷ்டப்பட்டு விட்டேன் மைதிலி..”

அவன் மூச்சுக்காற்று தன் கன்னத்தில் தகிப்பதை எச்சில் விழுங்கி சகித்தவள், “நடிக்காமல் உண்மையாகவே அடித்திருந்தீர்களானால் மிகவும் இலகுவாக இருந்திருக்கும்..” மீண்டும் குத்தினாள்..

பரசுராமன் பதிலின்றி மெல்ல தன் நெருக்கத்தைக் குறைத்துக் கொண்டு விலகுவதை உணர்ந்தவள்..

“உங்களுக்கு நீங்கள் நினைப்பது உடனே நடக்க வேண்டும் அவ்வளவுதானே..?” தொடர்ந்து சீண்டி-னாள்.

“ஆமான்டி எனக்கு எப்போதும் நான் நினைப்பது தான் நடக்க வேண்டும்.. இப்போது என்ன நினைக்கிறேன் தெரியுமா..?”

அவனது வேக குரலில் கலவரம் வர, மைதிலி சுதா-ரித்து திரும்பும் முன் பின்னிருந்து அப்பலாய் அவள் மேல் படிந்து கொண்டான்.. அழுத்தமாக அவள் கன்-னத்தில் இதழ் பதித்தான்..

மைதிலி அவனைத் தள்ள முயல, அவளது காதுக்-குள்.. “ஷ் மைதிலி அசையாமலிரு.. பின்னால் வந்-தனா இருக்கிறாள்..” சொல்லிவிட்டு அடுத்த கன்னத்-தில் இதழ் பதித்தான்..

மைதிலி கண்களை இறுக மூடி அவன் அணைப்-பிற்குள் துவண்டு நின்றிருந்தாள்.. பரசுராமன் அடுத்து தன் இதழ்களை அவள் பின் கழுத்தில் பதித்தவன், அதே நிலையிலேயே சிறிது நேரம் இருந்தான்..

“போய்விட்டாள்..” முணுமுணுத்தான்.. மைதிலி வேக-மாக அவன் அணைப்பிலிருந்து வெளியே வந்து அவனை முறைத்தாள்..

“என்ன இது.. அவள் சொல்லித்தான் நீங்கள் என்னை அடிக்கிறீர்கள் என்ற அவளது குற்றவுணர்வை போக்க-வும், உங்கள் மேல் அவளுக்கு இருக்கும் நல்ல அபிப்-ராயம் மாறவும் என்னுடன் சண்டையிடுவது போல் நடிக்க சொன்னால், அவள் முன்பே அப்படி.. செய்கி-றீர்களே..”

“எப்படி செய்தேன் மைதிலி..?” பரசுராமன் அப்பாவி-யாய் விழி விரித்தான்.. மைதிலி ஆத்திரத்துடன் பற்-களை கடித்தாள்..

“உன் யோசனை சரிதான் மைதிலி.. நான் கூடுதலாக புருசன் பொண்டாட்டி சண்டை பொழுது போனால் போய்விடும் என்பதையும் காட்ட விரும்பினேன்..” பரசுராமனின் பார்வை அர்த்தத்தோடு மைதிலி மேல் படிந்தது..

“எல்லா சண்டைகளும் அப்படி உடனே மறந்து போய் விடுவதில்லை..” மைதிலி பிடிவாதமாக சொல்லிவிட்டு அடுப்பு பக்கம் திரும்பிக் கொண்டாள்..

# 39

***சகுனியின் சகோதரனாய்
உன் தாயமாட்டம்,
திட்டமிடல் ஏதுமின்றி அப்படியே
எனக்கு பிடித்து போனதிது..***

“பட் பட்டென்று அடிக்கிறார்.. உன்னால் அதற்கு பிறகும் அவரோடு.. வந்து எப்படி அவரோடு சேர்ந்து வாழ முடிகிறது மைதிலி..?”

“தாலி கட்டி விட்டாரே, புருசனாச்சே..”

“கல்லானாலும் கணவன், புல்லானாலும் புருசனா.. இதை என்னால் ஒத்துக்கொள்ள முடியாது..” வந்தனா முகம் சுளித்தாள்.. மைதிலி புன்னகைத்தாள்.. மாலை நேரம்.. வேலை முடித்து ஓய்வாக இருவரும் மொட்டை மாடியில் அமர்ந்திருந்தனர்..

“அநியாயம் செய்யும் புருசனை நானும் ஒத்துக் கொள்ள சொல்லவில்லை..”

“இது அநியாயம் இல்லையா..?”

“அன்பும், காதலும் இருக்கும் இடத்தில் எதுவுமே அநியாயம் கிடையாது வந்தனா..”

வந்தனா மைதிலியின் தோள் தொட்டு தன் பக்கம் திருப்பினாள்..

“நீ பரசு அத்தானை காதலிக்கிறாயா மைதிலி..?”

மைதிலி தலையசைத்தாள்.. தன் இரு கைகளையும் விரித்தாள்..

“ரொம்ப..”

“எப்படி மைதிலி..? எப்போதிருந்து..?”

“அது எனக்கே தெரியாது.. அவரை முதன் முதலாக பார்த்த கணத்திலிருந்து இருக்கலாம்..”

“கண்டதும் காதலா.. இதென்ன சினிமாவா..?”

“காதலென்றாலே சினிமாதானா வந்தனா.. ஏன் நிஜ-வாழ்வில் நாம் காதலிக்க கூடாதா..?”

“அம்மா, அப்பா சொல்பவருக்கு கழுத்தை நீட்டி ஒரு கடமை போல் அவரோடு சேர்ந்து வாழவும் ஆரம்-பித்து விடுகிறோம்.. உடனே குழந்தைகள்.. இதில் காதல் கத்தரிக்காயெல்லாம் எங்கிருந்து வரும்..? இந்-தக் காதல் எப்படித்தான் இருக்கும் மைதிலி..? எனக்கு புரிந்து கொள்ளவே முடியவில்லை..” வந்தனா அலுத்-தாள்..

“காதலென்றால் பார்க், சினிமா போவதும், கடலில் கால் நனைப்பதும், ஹோட்டலில் சாப்பிடுவதுமா வந்-தனா.. நம் அம்மா, அப்பா எல்லாம் அப்படித்தான் இருந்தார்களா..? அவர்களுக்கிடையே காதல் இல்லை-யென்று சொல்ல முடியுமா..?”

“அதையேதான் நானும் சொல்கிறேன் மைதிலி.. அவர்கள் எல்லோரும் கல்யாணம் முடித்த கடமைக்-காக வாழ்பவர்கள்தானே.. உன் போல்.. என் போல்..”

“அவர்களுக்கிடையே காதல் இல்லையென்று எதை வைத்து சொல்கிறாய் வந்தனா..? உன் அப்பா இறந்த பிறகும் தன் ஒரே மகளுடன் கூட தங்கும் வாய்ப்பி-ருந்தும் அவர் எனக்கு கொடுத்த வீட்டில்தான் என் கடைசிக்காலம் கழியவேண்டும் என எதிர்வீட்டில் இருக்கிறார்களே உன் அம்மா, அதன் காரணம் என்ன வந்தனா..? அங்கே

அவர்கள் மனதோடு உன் அப்பாவுடன் வாழ்ந்து

கொண்டிருக்கிறார்கள்.. இதன் பெயர் என்ன..? காதல் இல்லையா..?"

"இத்தனை வயதிற்கு பிறகும் தனது சிறு வேலைக்கும் மனைவியையே நாடுகிறாரே நம் மாமா.. உடனே ஓடுகிறார்களே அத்தை.. இது காதலில்லையா..?"

"காலையில் அடித்துவிட்டு மதியமே சமாதானமாக வந்து அல்வா கிண்டிக் கொடுக்கிறாரே உன் அத்தான்.. இது காதலில்லையா..?"

"மனதுக்கு பிடித்த அத்தை மகளை மனைவியாக்கிய பின்பும் அவளது மனம் மாறும் வரை தொடாமல் பொறுமையாக காத்திருக்கிறாரே என் கொழுந்தன் இது காதலில்லையா..?"

வந்தனா அதிர்ந்து நின்றுவிட்டாள்..

"மைதிலி.. உனக்கு.."

"எல்லாம் தெரியும் வந்தனா.. இப்படி ஒரு அருமையான புருசன் கிடைத்தும் அவரோடு சேர்ந்து வாழாமல் தள்ளி வைத்திருக்கிறாய் பார்.. உன் போல் ஒரு முட்டாள் பெண்ணை நான் பார்த்ததில்லை.."

வந்தனா உடனே முகத்தை மூடி அழத் துவங்கினாள்..

"அவர் நல்லவர்தான் மைதிலி.. ஆனால் நான் நல்லவளில்லை.. ரொம்பக் கெட்டவள்.. அவர் கூட வாழும் தகுதியில்லாதவள்.."

"ஓ.. அப்படியா.. அப்போ சரி.. நீ உன் அம்மா வீட்டிற்கு போய்விடு.. நாங்கள் அவருக்கு வேறு திருமணம் செய்து வைத்து விடுகிறோம்.."

வந்தனா திக்கென நிமிர்ந்தாள்.. அவள் அழுகை நின்றிருந்தது..

"என்ன மைதிலி இப்படி சொல்கிறாய்..?"

"பிறகு என்ன செய்வது வந்தனா..? நீ தான் அவரைக் காதலிக்கவில்லை.. அவரோடு வாழவும் தயாராக இல்லை.. இனி அவரவர் வாழ்க்கையை அவரவர் பார்த்துக் கொள்ளுங்கள்.."

“என்னால் முடியவில்லை மைதிலி.. அவர் தொட்-டாலே எனக்கு கூசுகிறது..”
“ஓ அதனால்தான் அன்று இரவு மழையில் நின்-றாயா..?”
“ம்..”
“அவர் தொடுவதை தடுக்க மழையில் நின்றாயா..? தொட்டதை மறக்க மழையில் நின்றாயா வந்தனா..?”
வந்தனா திடுக்கிட்டு பார்த்தாள்.. பதிலின்றி உதடு கடித்தாள்..
“உன்னை நீயே ஏமாற்றிக் கொள்ளதே வந்தனா.. முத-லில் உன் தாழ்வு மனப்பான்மையிலிருந்து வெளியே வா.. நீ புதிதாக திருமணம் முடித்து வந்திருப்பவள் என நினைத்துக் கொள்.. உன் வாழ்க்கையை வாழ ஆரம்பி..”
வந்தனா குழப்பத்துடன் தலையசைத்து கீழே இறங்கிப் போனாள்..
“வந்தனா என்ன சொல்கிறாள் மைதிலி..?”
“பேசியிருக்கிறேன் யோசிக்க ஆரம்பித்திருக்கிறாள் பார்க்கலாம்..” மைதிலி பாயை உதறி தரையில் விரித்-தாள்.
பரசுராமன் அவளை பார்த்தபடியே கட்டிலில் அமர்ந்து இருந்தான்..
“கல்யாணும் - வந்தனாவும் உன் ஆசைப்படி சேர்ந்து வாழ ஆரம்பித்து விட்டால்..”
“ஏன் அந்த ஆசை உங்களுக்கு இல்லையா..?”
“ம்.. இருக்கிறது.. ஆனால் உன் அளவு தீவிரமாக இல்லை..” மைதிலி அதிர்ந்து அவனைப் பார்த்தாள்..
“ஏன்..?”
“என் நிலைமையே இங்கே கவலைக்கிடமாக இருக்கி-றதே.. இதில் என் தம்பி வாழ்க்கையை நான் என்ன பார்க்க..?”
பிரிந்து படுத்திருக்கும் தங்கள் இருவரையும் அவன்

காண்பிக்க மைதிலி பதில் பேசாமல் திரும்பி படுத்துக் கொண்டாள்.. இவனுக்கு எந்நேரமும் அதே நினைப்பு-தான்.

“அவர்கள் மகிழ்ச்சியாக வாழ ஆரம்பித்து விட்டால் எனக்கு என்ன தருவாய் மைதிலி..?”

மைதிலி திரும்பி அவனை முறைத்தாள்..

“உங்கள் தம்பி வாழ்வு..”

“நீ காட்டும் அதிக அக்கறையில் அவன் என் தம்பி என்பதைவிட உன் கொழுந்தன் என்பதுதான் மனதில் முதலில் நிற்கிறது.. சொல் மைதிலி... எனக்கு என்ன தருவாய்..? ஒரு நல்ல நிகழ்வு நடந்தால் அதற்காக பாடுபட்ட நாமும் அதைக் கொண்டாட வேண்டுமல்-லவா..?”

“ம்.. நடக்கட்டும்.. பார்க்கலாம்..”

“வாக்கு மாறக் கூடாது மைதிலி..”

“நான் எப்போது வாக்கு கொடுத்தேன்..”

“இதோ இப்போது கொஞ்ச நேரம் முன்பு வாக்களித்-தாயே.. என் விருப்பம் போல் நடந்து கொள்வதாகக் கூறினாயே..”

மைதிலி பல்லைக் கடித்தாள்.. எமகாதகன்.. தலைய-ணையை தூக்கி அவன் மேல் எறிந்தாள்..

“புளுகு மூட்டை..” வைதாள்..

“ஆ.. ஐயோ.. கொலை.. என் பொண்டாட்டி என் மீது கல்லைத் தூக்கி போடுகிறாள்..” அவன் நாடகத்தன-மாக கத்த, வேகமாக எழுந்து போய் அவன் வாயை பொத்தினாள்.

“ஏன் கத்துகிறீர்கள்..? எல்லோருக்கும் கேட்க போகி-றது..”

“சரி.. அப்போது யாருக்கும் கேட்காமல் மெதுவாக பேசுவோம்..” அவன் அவள் முகத்தை நெருங்கி மெல்ல உதட்டசைக்க ஆரம்பிக்க, அவன் மார்பில் கை வைத்து தள்ளியவள்..

“வெளியே போய் படுத்துக் கொள்வேன்..” எச்சரித்தாள்.. அவ்வளவுதான் பரசுராமன் அமைதியாகி விட்டான்.

“வேண்டாம் மைதிலி சும்மா உன்னை பார்த்துக் கொண்டாவது இருக்கிறேன்..” நல்லபிள்ளையாக படுத்துக் கொண்டான்.

தன் பாய்க்கு திரும்பிய மைதிலியின் மனதில் அடுத்து ஒரு திட்டம் உண்டானது.. ஆனால் வந்தனா மறுநாள் வேறொரு திட்டத்துடன் வந்தாள்.. மறுநாள் காலை காபிக்கு பாலை மைதிலி சுடவைத்துக் கொண்டிருக்கும் போதே வந்தனா அந்த அதிரடித் திட்டத்துடன் வந்தாள்..

“நான் இன்று அவரிடம் பேசப் போகிறேன் மைதிலி, என்னைப் பற்றி எல்லாவற்றையும் சொல்லப் போகிறேன்.. எனது கெட்ட புத்தியை சொல்லப் போகிறேன்.. நான் உன் வாழ்க்கையில் விளையாண்டதை சொல்லப் போகிறேன்.. உங்கள் கல்யாணத்தை நிறுத்த போட்ட திட்டத்தை சொல்லப் போகிறேன்..”

மைதில் வான் இடிந்து தலை மேல் விழுந்தது போல் அதிர்ந்தாள்..

# 40

***நிராகரிப்பையும் மிக நேர்த்தியாய்
நிகழ்த்தி செல்கிறாய்..
நிராதரவுகளின் தார் சாலையில்
புளியம்பழ உலுப்பலாய் என் மனம்..***

“அவள் அப்பாவை நச்சரித்து நம் திருமணத்தை நிறுத்த போட்ட திட்டத்தை சொல்லப் போகிறாளாம்.. நம் திருமணத்திற்கு முன் என்னை மிரட்டியதை, ரவீந்தர் பற்றி சொன்னதை எல்லாம் எல்லாவற்றையும் கொழுந்தனிடம் சொல்லப்போகிறாளாம்..” மைதிலி கலங்கிய குரலில் கணவனிடம் ஒப்பித்துக் கொண்டிருந்தாள்..

பரசுராமன் எந்த சலனமுமின்றி கண்ணாடியை பார்த்து தலை சீவியபடி உம் கொட்டிக் கொண்டிருந்தான்.

“அத்தனை செலவு செய்து ஏற்பாடு செய்திருந்த திருமணத்தை நிறுத்துவதென்றால்.. அதையும் வந்தனாவின் அப்பா செய்தாரென்று உங்கள் தம்பிக்கு தெரிந்தால் வந்தனா மீது மட்டுமில்லாமல் அவள் குடும்பத்தின் மீதே ஒரு வெறுப்பு வந்துவிடாதா..?”

பரசுராமன் பதிலின்றி பவுடரை தன் உடல் முழுவதும் போட்டுக் கொள்ள தொடங்கினான்.. அவன் முகத்தில் யோசனை தெரிந்தது..

“பி.. பிறகு நம் விசயம்.. கல்யாண் கொழுந்தன் உங்கள் மீது நிறைய மரியாதை வைத்திருப்பவர்.. உங்கள் கல்யாணத்தை நிறுத்த நினைத்து முடியாமல் திருமண வாழ்வையும் கெடுக்க நினைத்ததை, அதையும் வந்து.. அதில் ரவீந்தரையும் சேர்த்து பேசியதை.. இ.. இதையெல்லாம் எந்தக் கணவன் ஏற்றுக் கொள்வார்..?”

பரசுராமன் பீரோவை திறந்தான்.. மைதிலியின் இத்தனை நேர விளக்கத்திற்கும் அவன் வாயே திறக்கவில்லை மைதிலி எரிச்சலாக அவனைப் பார்த்தாள்.. திறந்து கொண்டிருந்த பீரோவை மறைத்து இடையில் நின்றாள்..

“நான் பேசுவதை கேட்கிறீர்களா இல்லை..? வாயைத் திறந்து ம் கொட்டினால்தான் என்ன..? வாய் முத்து உதிர்ந்து விடுமா..?”

பரசுராமனின் முகம் புன்னகையில் மலர்ந்தது.. திறந்து இருந்த பீரோ கதவுக்குள் அவளை இழுத்துக் கொண்டவன்..

“வாயில் முத்து எதுவும் இல்லை மைதிலி.. பார்க்கிறாயா..?” அவள் முகத்தை மிக நெருங்கி தன் முகத்தை கொண்டு போனான்..

மைதிலி கண்களை இறுக மூடிக் கொண்டாள்.. அவன் மீசை முடியை தன் கன்னத்தில் உணர்ந்தவள், அவன் மார்பில் கை வைத்து தள்ள முயன்றாள்..

“என்ன செய்கிறீர்கள்..? தள்ளிப் போங்கள்..”

“நீ ஏதோ சந்தேகம் கேட்டுக் கொண்டிருந்தாயே.. மைதிலி.. அதை தீர்க்கும் கடமை எனக்கு இருக்கிறதேம்மா..”

“நான் என்ன கேட்டால் நீங்கள் என்ன சொல்கிறீர்கள்..?” தலையை பின்னால் நகர்த்தி அவன் அருகாமையை தவிர்க்க நினைத்தாள். ஆனால் இம்மியும் பின்னால் நகர முடியாது என்றன.. அவள் பின் நாப்தலின் வாசனையோடு தேய்த்து அடுக்கப்பட்டிருந்த

அவனது உடைகள்..
"எவ்வளவு முக்கியமான விசயம் பேசும் போது என்ன செய்து கொண்டிருக்கிறீர்கள்..?"
மைதிலியின் குரலில் லேசான கரகரப்பு தெரிய பரசு-ராமன் தன் குறும்பு பேச்சை மாற்றிக் கொண்டான்.
"வந்தனா எண்ணப்படியே நடக்கட்டும் மைதிலி.. எல்-லாம் நல்லபடியாக நடக்கும் என்றே நம்புவோம்.."
"அதெப்படி நல்லபடியாக நடக்கும்..? தன் குடும்-பத்தை, குடும்பத்தினரை ஏதோ ஓர் வேகத்தில் கெடு-தல் செய்ய நினைத்தவளை எந்த ஆணுக்கு பிடிக்-கும்..?"
"இதனை நீ அவளிடமே சொல்லியிருக்கலாமே..?"
"சொன்னேன்.. எங்கள் இருவருக்கும் இடையே உண்-மையான காதல் இருந்தால் இதெல்லாம் ஒரு பொருட்-டாக அவருக்கு இருக்காது என்கிறாள்.."
பரசுராமன் புன்னகைத்தான்.. மைதிலிக்கு பின்னால் கைநீட்டி பீரோவிலிருந்து ஒரு சட்டையை எடுத்து போட்டுக் கொள்ள தொடங்கினான்.
"வந்தனாவை சிறு பெண் என்று நினைத்திருந்தேன்.. அவள் இந்த அளவு யோசிக்கிறாளா..? இனி அவள் வாழ்வை அவள் பார்த்துக் கொள்வாள் மைதிலி.. நாம் கவலைப்பட வேண்டாம்.."
பரசுராமனின் பட்டன் போடத் தொடங்கிய கையை விலக்கி விட்டு தானே அவன் சட்டை பட்டன்களை போட்டுவிட ஆரம்பித்தாள் மைதிலி..
"எனக்கென்னவோ இதுவும் அவளது சிறுபிள்ளைத் தனமாகத்தான் தோன்றுகிறது.. இது சரியாக வருமா..?" பட்டன் போட்டு முடித்து விட்டு அண்-ணாந்து தன் முகம் பார்த்து கலக்கமாக கேட்ட மனை-விதான் இப்போது பரசுராமனின் கண்களுக்கு குழந்-தையாக தென்பட்டாள்..
அவன் அவள் கன்னங்களை பற்றி தன் அருகே

இழுத்து செல்லமாக நெற்றியோடு நெற்றியை மென்மையாக மோதினான்..

“எல்லாம் நல்லபடியாக முடியும்டா.. கவலைப் படாதே.. இன்று கடைக்கு சரக்கு வரும் நாள்.. வேலை அதிகம் இருக்கும்.. சீக்கிரம் போக வேண்டும்..” வெளியேற நகர்ந்தவன் ஆச்சரியத்தில் விழி விரித்தான்..

மைதிலி இரு கைகளாலும் அவன் சட்டையை இறுகிப் பிடித்தபடி நின்றிருந்தாள்.. அவள் கண்கள் ஏதோ யோசனையில் அலைந்தபடி இருக்க, தானிருக்கும் நிலையை அவள் உணரவில்லை எனப் புரிந்தான் பரசுராமன்..

“டேய் செல்லம் சட்டையை விடுடா.. நான் போகனும்..” சற்று பலமாக அவள் கன்னத்தில் தட்ட, மைதிலி தன் பிரமை கலைந்தாள்.. வேகமாக கையை எடுத்தவள்.. “சாரி” என்றபடி கசங்கியிருந்த அவன் சட்டையை தன் கைகளால் தேய்த்து சரிப்படுத்த முயன்றாள்..

“சீக்கிரம் வந்துடுங்க.. நீங்க வரும் வரை என் மனது பாரமாகத்தான் இருக்கும்..”

பரசுராமனுக்குள் குறும்பு வந்து ஒட்டிக் கொண்டது.

“உன் மனபாரம் தீர நான் ஒரு வழி சொல்லவா..?”

மைதிலி என்னவென்ற கேள்வியோடு அவன் முகம் பார்க்க, அவன் குனிந்து துடித்துக் கொண்டிருந்த அவள் இதழ்கள் மீது தன் உதடுகளை அழுத்தமாக பதித்து நிமிர்ந்தான்..

“இனி நான் வரும் வரை என்னை, என் முத்தத்தை மட்டும் நினைத்துக் கொண்டிரு..” சட்டென விலகி வெளியே போய்விட்டான்..

திறந்து கிடந்த பீரோவை மூடத் தோன்றாது, அதே இடத்திலேயே மைதிலி வெகுநேரம் உறைந்து போய் நின்றிருந்தாள்..

அந்த வருடக் கணக்கை மொத்தமாக பார்க்க வேண்டுமென்று ஆண்கள் அனைவரும் அன்று கடையிலிருந்து சீக்கிரமே வந்து விட்டனர்.. உன் முற்றத்தில் அமர்ந்து பெரிய பெரிய கணக்கு நோட்டுகளை வைத்துக் கொண்டு கொடுக்கல், வாங்கல், இருப்பு, வரவு, செலவு என நோட்டுகளில் குறித்துக் கொண்டிருந்தனர்..

வந்தனா மெல்லிய பரபரப்புடன் ஹாலில் அங்குமிங்கும் நடந்து கொண்டிருந்தாள்.. அவளது நிலை புரிந்த மைதிலி அவளை அடுப்படிக்குள் அழைத்தாள்.

“நன்றாக யோசித்துப்பார் வந்தனா.. இப்போது நீ செய்ய நினைத்திருக்கும் காரியத்தில் ஏதாவது ஒரு இழை தவறினாலும் அதன் பாதகம் உன் பக்கம்தான் திரும்பும்.. பாதிக்கப்பட போவது உன் வாழ்வுதான்..” கடைசி முயற்சியாக திரும்ப அவளிடம் பேசினாள்..

“நன்றாக யோசித்து விட்டேன்.. முடிவும் எடுத்து விட்டேன்..” வந்தனா தன் பிடியிலேயே நின்றாள்.

“வேண்டாம்மா.. நம் வாழ்க்கையில் நடந்த எல்லா விசயங்களையும் புருசனிடம் சொல்லியே ஆக வேண்டுமென்ற எந்தக் கட்டாயமும் கிடையாது..”

“அப்படி பூசி மொழுக எனக்கு பிடிக்கவில்லை மைதிலி.. நான் என் வாழ்க்கையின் கறுப்பு பக்கங்களை என் கணவருக்கு காட்டத்தான் போகிறேன்..”

“எதை காட்டப் போகிறாய் வந்தனா..? யாரிடம்..?” அடுப்படி வாசலில் திடுமென வந்து நின்ற கல்யாண சுந்தரத்தை பார்த்ததும் இரு பெண்களுமே அதிர்ந்தனர்..

“நீ.. நீங்கள் கணக்கு பார்க்க போகவில்லையா.. போங்க கொழுந்தன்..” மைதிலி அவனை அவசரமாக வெளியேற்ற முயல கையுயர்த்தி அவளை நிறுத்தினான் கல்யாணசுந்தரம்..

“தலை பயங்கரமாக வலித்தது அண்ணி.. அப்பாவிடம்

சொல்லிவிட்டுத்தான் எழுந்து வந்தேன்.. எனக்கு ஒரு காபி போடுங்க.. நீ என்ன பேச நினைத்தாய் வந்தனா..?"

வந்தனா அதிர்ச்சியிலிருந்து மீண்டு கொண்டாள்.

"நம் எதிர்கால வாழ்க்கையை, அது சீராக அமைவதற்காக என் முன் வாழ்க்கையை பற்றி உங்களிடம் பேச நினைத்தேன்.."

"எனக்கு தெரியாத முன் வாழ்க்கை ஒன்று உனக்கு இருக்கிறதா என்ன..?"

"நிச்சயம் இருக்கிறது.."

"அப்ப சரி.. வா நாம் பேசலாம்.." மைதிலி கொடுத்த காபியை ஒரு கையில் வாங்கிக் கொண்டவன், மறு கையை வந்தனாவை நோக்கி நீட்டினான்.. வந்தனா தயங்காமல் அவன் கையை பற்றிக் கொண்டாள்.

"வா மொட்டை மாடியில் போய் பேசலாம்.. காற்றாட அமர்நதாள் என் தலைவலி குறையும்.." நிலவும், இருளும், குளிருமாக இருக்கும் மொட்டை மாடி மன பாரத்தைக் குறைக்குமென கல்யாணசுந்தரம் நினைத்தானோ என்னவோ வந்தனாவின் கையை பற்றியபடி மொட்டை மாடிக்கு ஏறினான்..

அவர்கள் போனதும் மைதிலி இருப்புக் கொள்ளாமல் தவித்தாள்.. மகாராணி போய் படுத்துவிட, ஆண்கள் உட்கார்ந்து கணக்கு பார்த்துக் கொண்டிருந்த இடத்திற்கு மூன்று முறை போய் எட்டிப் பார்த்து விட்டு வந்தாள்.. இவர்கள் இப்போதைக்கு முடிக்க மாட்டார்கள் போலவே.. தவித்தபடி இருந்த போது, பரசுராமன் வந்து விட்டான்..

"எதற்கு இத்தனை டென்சன் மைதிலி..?"

"வந்து விட்டீர்களா..?" வேகமாக அவனருகில் ஓடினாள்..

"நீ திரும்ப திரும்ப வந்து எட்டிப் பார்க்கவும் அப்பா மீதம் கணக்கை நாளை பார்த்துக் கொள்வோமென்று

அனுப்பி வைத்துவிட்டார்.. இப்போது நீ ஏன் இப்படி தவித்துக் கொண்டிருக்கிறாய்..?”

“கல்யாண் கொழுந்தனும் வந்தனாவும் மொட்டை மாடியில் பேசிக் கொண்டிருக்கிறார்கள்.. எனக்கு பயமாக இருக்கிறது..”

“எதற்கு பயம்..? அவர்கள் பேசி தெளிந்து வரட்டும்.. நாம் போய் படுக்கலாம் வா..”

“ம்ஹூம் அவர்கள் வந்த பின்தான் நான் வருவேன்..”

மைதிலி ஹால் சோபாவில் அமர்ந்தவிட, பரசுராமன் வேறு வழியின்றி டிவி போட்டுக் கொண்டு தானும் அவளருகில் அமர்ந்தான்..

இரண்டாவது நிமிடமே, அவன் மடியை ஒற்றை விரலால் சுரண்டினாள் மைதிலி..

“என்னங்க எனக்கு ரொம்ப கவலையாக இருக்கிறது.. நாம் மெல்ல மேலே போய் பார்க்கலாமா..?”

பரசுராமன் அவளை விநோதமாக பார்த்தான்.

“புருசன் பொண்டாட்டி பேசிக் கொண்டிருக்கும் போது நாம் எப்படி அங்கே..?”

மைதிலி அவன் நாடியை பிடித்து கெஞ்சலாக கேட்டாள்..

“சண்டை எதுவும் போட்டுட்டு இருந்தாங்கன்னா நாம் போய் சமாதானப்படுத்தலாமே.. மேலே மேலே வார்த்தை வளராமல் தடுக்கலாமே..”

பரசுராமன் தலையசைத்தான்.. எழுந்து கொண்டான்.. இருவரும் சத்தமின்றி மாடிப்படி ஏறினர்.. அங்கே வந்தனாவின் அழுகை சத்தம் கேட்டுக் கொண்டிருந்தது.. கொஞ்சம் பதட்டமாக இருவரும் எட்டிப் பார்க்க மொட்டைமாடி கைப்பிடி சுவரில் அமர்ந்து வந்தனா அழுது கொண்டிருந்தாள்.. அவளது அழுகையை பார்த்தபடி கல்யாணசுந்தரம் நின்றிருந்தான்.

உடனே அங்கே போக எட்டெடுத்து வைத்த மைதிலியை தடுத்து இருளுக்குள் இழுத்துக் கொண்ட பரசு-

ராமன், தன் உதட்டில் விரல் வைத்து அமைதி சைகை காட்டினான்.. முதலில் சத்தமாக கேட்ட வந்தனாவின் அழுகை மெல்ல மெல்லக் குறைந்து விசும்பலில் வந்து நின்றது..

“என்னைப் பற்றி எல்லாவற்றையும் சொல்லி விட்டேன் என் கெடுதல் புத்தி, குரூரம், பொறாமை எதையும் மறைக்காமல் சொல்லிவிட்டேன்.. இன்னுமா என்னைக் காதலிக்கிறீர்கள்..?”

“எவ்வளவு கெட்ட புத்தி இருந்தாலும், எதையும் புருசனிடம் மறைக்க கூடாது என்ற நியாய புத்தி உனக்கு இருக்கிறதே வந்தனா.. இப்போதுதான்டி இன்னமும் அதிகமாக உன்னைக் காதலிக்கிறேன்..”

“இன்னுமா என்னைக் காதலிக்கிறீர்கள்..?” வந்தனாவின் குரலில் இப்போது பரவசம் வந்திருந்தது..

“இதற்கு மேல் என் காதலை விளக்க வேண்டுமானால், இந்த இடம் சரியில்லை.. வாடி நம் ருமுக்குள் போய்விடலாம்.. அங்கே காட்டுகிறேன் என் காதலை..” சொல்லிவிட்டு கல்யாணசுந்தரம் அழுத்தமான காலடிகளுடன் வந்தனாவை நெருங்க, மைதிலி உடல் முழுவதும் கூச்ச அலையடிக்க படபடவென படியிறங்கி தங்கள் அறைக்குள் நுழைந்து கொண்டாள்.. பின்னேயே பரசுராமனும் இறங்கும் சத்தம் கேட்டது..

அவள் பின்னேயே அறைக்குள் வந்து கதவை மூடியவன், அறைக் கதவின் மீதே வெட்கத்தில் முகம் மறைத்து சாய்ந்து நின்றிருந்தவளின் பின்னால் தானும் படிந்து நின்றான்..

“உன் சந்தேகம் தீர்ந்ததா..?” கேட்டபடி அவள் பின் கழுத்தில் முத்தமிட்டான்.

“ம்..” என்ற வெட்க முனகலுடன் தன்னுள் தானே சுருங்கியவளை திருப்பி தன்னோடு சேர்த்து அணைத்து இறுக்கிக் கொண்டான்.

“மைதிலி.. நம் கடமை முடிந்தது.. இனி இதனை

வெற்றியாக முடித்தற்கான நம் கொண்டாட்டம்தான் மீதம் இருக்கிறது..”

பரசுராமனின் குரல் இறைஞ்சலாய் ஒலிக்க, மைதிலி-யிடமிருந்து ஒற்றை எழுத்து பதிலாக வந்தது.. “ம்” என்ற அந்த எழுத்து சம்மதத்தை சொல்ல பரசுராமன் வான் பறவையின் பரவசத்தை பெற்று, மைதிலியை கைகளில் அள்ளிக் கொண்டு கட்டிலை நோக்கி நடந்-தான்.

விடியல் வெகு சுகமாக இருக்க சோம்பலாய் கண் திறந்த பரசுராமன் அதிர்ந்தான்.. மைதிலி பெட்டியை அடுக்கிக் கொண்டிருந்தாள்..

“நான் என் அம்மா வீட்டிற்கு கிளம்புகிறேன்..” அறி-வித்தாள்..

# 41

***சுளீரென உன் தேகம் சொல்லும்***
***இக் காட்டாற்றின் வலிமை,***
***தோற்றிடும் போதெல்லாம்***
***தந்து செல்கிறதோர் விழுப்புண்ணை.***

விடிய விடிய கொண்டாட்டம் என்பதன் அர்த்தம் மைதிலிக்கு அன்றுதான் தெரிந்தது.. வானில் விடி-வெள்ளி தோன்றும் வரை அவளை ஒரு நிமிடம் கூட கண் மூட அனுமதிக்கவில்லை அவள் கணவன்.. விதம் விதமான அனுபவங்களை அவளுக்கு வகை வகையாக சொல்லிக் கொடுத்தான்.. எனக்கும்.. என்று கறாராக கேட்டு வாங்கிக் கொண்டான்.. அவள் தயக்-கத்தையும், தடுமாற்றத்தையும் தகர்க்கும் வித்தையை தன் விரல்களிலும், உதடுகளிலும் வைத்திருந்தான்..

அந்த இரவு விடிந்த போது ஐம்பது முழு ஆண்டுகள் இணையுடன் கூடி வாழ்ந்த திருப்தியை மைதிலி உணர்ந்தாள்.. இந்த ஒரு இரவு என் வாழ்வு முழு-மைக்கும் போதும், தனக்குள் சொல்லிக் கொண்டாள்.. எழுந்து குளித்து முடித்து, தனது பெட்டியில் துணி-களை நிதானமாக அடுக்க தொடங்கினாள்..

“மைதிலி எங்கே கிளம்பிக் கொண்டிருக்கிறாய்..?” கணவனின் கேள்விக்கு..

“என் அம்மா வீட்டிற்கு..” என நிதானமாக பதிலளித்தான்..
“என்ன..?” அதிர்ச்சியோடு எழுந்தவனை சாதாரணமாக பார்த்தாள்..
“இது நாம் முன்பே பேசிக் கொண்டதுதானே..”
“மைதிலி... என்ன இது..?” இப்போது அதட்டிய அவன் குரலுக்கும் அவள் பயப்படவில்லை..
“ஏன் கத்துகிறீர்கள்.. எழுந்து போய் குளித்து விட்டு வாருங்கள்..” அவன் தோள் பற்றி எழுப்பி பாத்ரூமுக்குள் தள்ளினாள்..
அவன் குளித்து முடித்து வரும் போது அவன் அன்று போட வேண்டிய உடைகளை பீரோவிற்குள்ளிருந்து எடுத்து வைத்துக் கொண்டிருந்தாள்..
கட்டிலை ஒதுக்கி விரித்து, அறையை கூட்டிப் பெருக்கி சுத்தம் செய்திருந்தாள்..
“நாளையிலிருந்து இதையெல்லாம் நீங்களேதான் செய்து கொள்ள வேண்டியிருக்கும்..”
“ஏய் என்னடி விட்டால் இஷ்டம் போல் பேசிக் கொண்டே போகிறாய்..? இப்போது எதற்காகடி உன் அம்மா வீட்டிற்கு போகப் போகிறாய்..?”
“காரணம் உங்களுக்கு தெரியாது..?” மைதிலியின் கேள்வி குத்தூசியாய் பரசுராமனின் நெஞ்சில் சொருகியது.
“ஏன் மைதிலி.. அதையெல்லாம் மறந்து விட முடியாதா..?” தணிந்து வந்தது பரசுராமனின் குரல்.
“என் ஒழுக்கம் சம்பந்தப்பட்டது எப்படி என்னால் மறக்க முடியும்..?” மைதிலியின் குரல் நடுங்கியது..
ஆதரவாக நீண்ட பரசுராமனின் கரத்தை மறுத்து பின்னால் நகர்ந்தாள்..
“தேவையான ஆறுதலை நேற்று இரவே கொடுத்து விட்டீர்கள்.. அதுவே போதும்.. இனி என் வழியை நான் பார்த்துக் கொள்வேன்..”

"நீ எனக்கு மிகவும் அநியாயம் செய்கிறாய் மைதிலி.."

"நீங்கள் எனக்கு செய்ததை விடவா..?"

"நிச்சயமாக உனக்கு அநியாயம் செய்துவிட்டு அதனால் உன்னை விட அதிகம் வருந்தியவன் நான் தான் தெரியுமா..? ஆனால் நீ இப்போது என்னை வாசல் படிக்கல் போல் மிதித்து விட்டு போகிறாய்.."

"உங்களுக்கு மறந்து விட்டதென்று நினைக்கிறேன்.. சில மாதங்களுக்கு முன்பு, உங்கள் காலுக்கு கீழ் படிக்கல்லாய் நான்தான் கிடந்தேன்.."

"பழி வாங்குகிறாயா மைதிலி..?"

"ஆமாம்.. நான் எவ்வளவோ முயற்சித்தும் என் நெஞ்சின் வஞ்சினத்தை என்னால் மாற்றிக் கொள்ள முடியவில்லை.. அது என்னை அறியாமல் வார்த்தைகளாக உங்கள் மீது வந்து விழுந்து கொண்டே இருக்கிறது.. இந்த நிலை நம் எதிர்கால வாழ்விற்கு ஒத்து வராது.. நாம் ஒருவரையொருவர் அடித்துக் கொண்டு வாழ்வென்ற பெயரில் ஏதோ செய்து கொண்டு இருப்பதற்கு பதில் நாகரீகமாக பிரிந்து விடுவோம்.."

"ஒருவரையொருவர் அடித்துக் கொண்டா.. அப்படி அடிப்பதற்காகவேனும், சொல்லால் சுருக் சுருக் என்று குத்துவதற்காகவேனும் நீ என் அருகில் இருக்க வேண்டும் மைதிலி.."

"இல்லை அப்படி ஒரு வாழ்வு எனக்கு சாத்தியமில்லை.."

"வந்தனா அவள் கணவனுடன் வாழுவதற்கு எத்தனையோ அறிவுரைகள் சொன்னாயே மைதிலி.. அதில் ஒன்றைக் கூட உனக்கானதாக நினைத்து சொல்ல வில்லையா..?"

"வந்தனா நிலை வேறு.. அவள் நிறைய தவறுகள் செய்திருக்கிறாள்.. அதனால் தன் வாழ்வை பயத்துடனேயே எதிர் பார்த்திருந்தாள்.. நான் அந்த பயத்தை போக்கினேன். ஆனால் நான் மனதளவில் கூட எந்த

தப்பும் நினைக்காதவள்.. எனக்கு ஏன் இந்த நிலைமை வர வேண்டும்..?" பேசிக் கொண்டிருக்கும் போதே அழுகை வந்துவிட, மைதிலி கைகளால் முகத்தை மூடிக் கொண்டு விம்மினாள்.

பரசுராமன் அவளை இறுக அணைத்துக் கொண்டான்.

"அழாதே மைதிலி ப்ளீஸ்.. நீ விடும் ஒவ்வொரு கண்ணீர் துளியும், அமிலமாய் என் நெஞ்சை பொசுக்குகிறது.. ஏற்கெனவே எனக்குள் நானே மிகவும் நொந்து கொண்டிருக்கிறேன்.. நீயும் என்னை நோகடிக்காதே மைதிலி.."

"இந்த நோகடிப்பதெல்லாம் உங்களுக்குத்தான் தெரியும்.. அதன் அரிச்சுவடி கூட அறியாதவள் நான்.. என்னை எப்படியெல்லாம் நினைத்து.. எப்படியெல்லாம் நடத்திவிட்டீர்கள்..?"

மைதிலியின் அழுகை வெடித்து சிதறியது.. ஆறுதலாக அருகிருந்தவனை உதறி தள்ளினாள்..

"தள்ளிப் போங்கள்.. உங்கள் அருகாமையை நான் விரும்பவில்லை.."

"ஏன் மைதிலி.. பிறகு என் நேற்றிரவு என்னுடன் அதனை இணக்கமாக நடந்து கொண்டாய்..?"

"கல்யாண்-வந்தனா வாழ்க்கையை செம்மை படுத்த எனக்கு நீங்கள் உதவினீர்கள்.. அதற்கு நீங்கள் கேட்டதை நான் உங்களுக்கு தருவதாக சொல்லியிருந்தேன்..

நீங்கள் கேட்டீர்கள்.. நான் கொடுத்தேன்.. அவ்வளவுதான்.. நேற்றோடு நம் இருவருக்குமிடையே இருந்த கணக்கு முடிந்து விட்டது.."

பரசுராமன் கைகளைக் கட்டிக் கொண்டு கண்களை இறுக மூடி நின்றான்.. ஐந்து நிமிடங்கள் அவனிடம் எந்த அனசவுமில்லை.. பின் திறந்த அவன் கண்கள் ரத்தச் சிவப்பில் இருந்தன.. உள்ளத்து சங்கடமெல்லாம் கண்களில் தேங்கி விட்டது போல.. ஒரு முழு நிமிடம்

மைதிலியின் கண்களுக்குள் பார்த்தான்.. மைதிலி அவன் பார்வையை தயங்காமல் எதிர் கொண்டாள்.

“எப்போதும் உன் சந்தோசம்தான் எனக்கு முக்கியம் மைதிலி.. என்னைப் பிரிந்து வாழ்வதுதான் உனக்கு சந்தோசம் என்றால்..” சற்று நிறுத்தினான்.. அவன் குரல் கரகரத்தது..

“நாம் பிரிந்து விடலாம் மைதிலி..”

மைதிலி அவன் விழியிலிருந்து தன் கண்களை நகர்த்திக் கொள்ளவில்லை.. அப்படியே பார்த்தபடி “சரி” என்றாள்..

“இப்போது நம் வீட்டுப் பெரியவர்களிடம் எதுவும் சொல்லிக் கொள்ள வேண்டாம்.. ஒரு வாரம் அம்மா வீட்டில் ஓய்வெடுக்க போவதாக சொல்லி வைக்கிறேன்.. பின் மெல்ல மெல்ல பக்குவமாக இரு வீட்டினரிடமும் சொல்லிக் கொள்ளலாம்..”

“சரி..”

“நம் பிரிவிற்கு பிறகு நீ தனித்தே இருக்க வேண்டும் என்று எந்த அவசியமும் இல்லை.. உன் மனதுக்குப் பிடித்த, உனக்கேற்ற வேறொரு துணையை..” பரசுராமன் பேசிக் கொண்டிருக்கும் போதே அவள் தோள்கள் சுரீரென அடி வாங்கியது..

ஆவேசக் காளியாய் நின்றாள் மைதிலி..

“என் வாழ்க்கை.. என் இஷ்டம்.. அதில் எந்த முடிவெடுக்கும் அதிகாரமும் இனி உங்களுக்கு கிடையாது.”

“சரிதான் மைதிலி..” தலையசைத்தவனின் செய்கையில் மிகுந்த வேதனை தெரிந்தது..

“உன் ஆத்திரத்தையும், ஆதங்கத்தையும் என்னால் உணர முடிகிறதும்மா.. எத்தனை முறை இந்தக் கைகள் உன்னை அடித்திருக்கின்றன..” தன் கையை விரித்து பார்த்து ஒன்றோடொன்று குத்திக் கொண்டான்..

“அந்த என் தவறுக்கான தண்டனையை இப்போது கொடுத்துவிடு மைதிலி.. நான் கொடுத்த அடிகளுக்கு பதில் அடி கொடுப்பேனென்று சொல்லியிருக்கிறாய்.. அதை செய்யாமல் போனால் எப்படி..? இதோ நான் தயாராக இருக்கிறேன்.. உன் ஆத்திரத்தையெல்லாம் என் மீது கொட்டிவிடு..” பரசுராமன் கண்களை இறுக மூடி அவள் முன் கைகட்டி தயாராக நின்றான்..

முதலில் திகைத்த மைதிலி திகைப்பு மாறி யோசித்-தாள்.. பின் முடிவெடுத்தாள்.. அவனை நெருங்கி-னாள்..

“கையால் வேண்டாம் உன் கை வலிக்கும்.. ஏதாவது கம்பு எடுத்துக் கொள்..” கண்களை மூடிக் கொண்டே கூறினான்..

“இல்லை இப்போது நான் ஒரு முடிவில் இருக்கிறேன்.. கம்பை எடுத்து வருவதற்குள் என் முடிவு மாறிவிட்-டால்..” பேச்சு முடியும் முன்பே அவன் தோள்களில் அடித்தாள்.. அவன் சிறிதும் அசையாமல் அப்படியே நின்றான்..

அவன் தோள்களை தள்ளினாள்.. குத்தினாள், அடித்-தாள்.. “காரணமே இல்லாமல் என்னை அடித்த போது, என் உடம்பு வலிக்கவில்லை.. மனது வலித்-தது..” மைதிலியின் கண்களிலிருந்து தானே கண்ணீர் வடிந்தது.

அவன் சட்டையை பிடித்து உலுக்கினாள்.. மீண்டும் மீண்டும் குத்தினாள்..

“எனக்கு உன்னை பிடிக்கலை போடா..” புலம்பினாள். “நான் உன்னை வெறுக்கிறேன்..” சொன்னபடி நிமிர்ந்து அவன் முகம் பார்த்தவளின் வார்த்தை தடு-மாறி திக்கியது.. கண்ணாடித் தாளாய் கலங்கி பளப-ளத்துக் கொண்டிருந்தது அவன் விழிகள்..

“கன்னத்தில் அடி மைதிலி.. அதுதான் சுளீரென்று மூளையைத் தாக்கும்..” எப்போதும் கம்பீரமாய் ஒலிக்-

கும் அவன் குரல் தளர்ந்து தழுதழுத்தது..

மைதிலி அவன் சட்டைக் காலரை பற்றியபடி குரலெடுத்து விம்மியபடி அவன் மார்பிலேயே

சாய்ந்து விட்டாள்.. விக்கலும் விசும்பலுமாய் அவள் முதுகு குலுங்கியது..

கொஞ்சம் தயங்கியவன் மெல்ல கையுயர்த்தி அவள் முதுகினை ஆதரவாக வருடினான்..

“போதும் மைதிலி.. இனி அழக்கூடாது உன் ஆத்திரங்கள் எல்லாம் ஓரளவுக்கு தீர்ந்திருக்குமென்று நினைக்கிறேன்.. இ.. இனி நீ தேர்ந்தெடுத்த உன் வாழ்வு உனக்கு ஓரளவு நிம்மதியை தரும்.. கிளம்புகிறாயா..?”

மைதிலி கண்களை துடைத்துக் கொண்டு அவன் மார்பிலிருந்து எழுந்தாள்.

“ஆமாம்..” உறுதியாக கூறினாள்..

“முதலிலேயே நம் வீட்டினருக்கு அதிர்ச்சியை தரவேண்டாம்.. கடையில் என் வேலைகளை சீக்கிரம் முடித்து விட்டு நானே வந்து உன்னைக் கூட்டிப் போய் உன் அம்மா வீட்டில் விட்டு விடுகிறேன்.. பிறகு என்ன செய்யலாமென பேசி முடிவு செய்து கொள்வோம்..”

அவனது யோசனைக்கு தலையசைத்து சம்மதம் சென்னாள்..

தனது தட்டில் பரிமாற வந்தவளை கையுயர்த்தி தடுத்துவிட்டு தானே போட்டுக் கொண்டு சாப்பிட தொடங்கினான் பரசுராமன்.. மைதிலி மெல்ல பின்வாங்கி சுவரில் சாய்ந்து நின்றாள்..

அருகில் உணவருந்த அமர்ந்திருந்த கல்யாண சுந்தரத்தை உரசியபடி நின்று குனிந்து மென் குரலில் அவன் தேவையைக் கேட்டபடி கொஞ்சலாய் பரிமாறிக் கொண்டிருந்தாள் வந்தனா.. இருவரது முகமும் திருவண்ணாமலை தீபம் போல் ஜொலித்துக் கொண்டிருந்-

தது..
அவர்களது அந்நியோன்யத்தில் மனதில் திருப்தி வர அதனை பரசுராமனுடன் பகிர்ந்து கொள்ளும் ஆவலுடன் அவன் முகம் பார்க்க, அவன் தலையை நிமிர்த்தாமல் தன் தட்டில் கை கழுவிக் கொண்டிருந்தான்.
மைதிலியின் மனம் தவித்தது..
ஐயோ சரியாக சாப்பிட்டானா இல்லையா.. கவனிக்க வில்லையே.. மைதிலி தவித்திருக்கும் போதே அவன் வாசலுக்கு நடந்துவிட்டான்.. தானாக கால்கள் செலுத்த அவன் பின்னாலேயே போனாள் மைதிலி.. வாசல் படியில் நின்றாள்..
பைக்கை வாசலுக்கு நேராக திருப்பி நிறுத்தியவன் அவளை திரும்பிப் பார்த்தான்.
“உன் உடைமைகளை எடுத்துக் கொள்.. தயாராக இரு.. சீக்கிரம் வருகிறேன்..”
“ம்..”
இருவரும் பேச்சின்றி ஒருவரையொருவர் பார்த்தபடி நின்றனர்.. பரசுராமன் படியேறி அவளருகே வந்தான்.. அவள் இடை பற்றி அவளை வீட்டின் முன் வராண்டாவிற்கு இழுத்தான்.. இறுக்கி அணைத்தான்..
தனக்கென்றதோர் தனி உடல் இருக்கிறதா என மைதிலிக்கு சந்தேகம் வருமளவு தன்னோடு ஒட்டி இறுக்கி அணைத்திருந்தவன், பட்டென அவளை விலக்கினான்.. தடுமாறியவளை அங்கிருந்த சேரில் தாங்கி அமர வைத்தான்..
“சாரி மைதிலி இனி நமக்கென்று இதுபோல் தனிமை கிடைக்குமோ என்னவோ என்று நினைத்துக் கொண்டேன்.. அதுதான்..” முணுமுணுத்து விட்டு வெளியேறி பைக்கை எடுத்துக் கொண்டு போய்விட்டான்.
மைதிலி வெகுநேரம் அந்த சேரிலேயே உறைந்து போய் அமர்ந்திருந்து விட்டு உள்ளே வந்தாள்.
சீக்கிரமாக வருவதாக சொல்லிச் சென்ற பரசுராமன்

அன்று அவனது வழக்கமான நேரத்தை தாண்டி நன்கு இருட்டிய பிறகும் வீடு திரும்பவில்லை..

# 42

***பஞ்சடைத்த பொம்மைகளாய்***
***உன் அடித்து திருத்திய பிசகுகள்***
***நெஞ்சடைத்து நிறைத்திருக்கிறது***
***உன் தளிர் வாசல் பிரபஞ்சம்,***
***ஆதிச்சொல்லென்று திரும்ப திரும்ப***
***சொல்கிறது..***
***நீ.. நான்.. நாம்..***

மைதிலியின் மனம் அவளுக்கு ஏதோ அபாயம் அறிவித்தது.. எங்கே போனான்..? கல்யாண சுந்தரம் முதல் ஆளாக வீட்டிற்கு வந்து விட்டான்.. வந்தனாவும், அவனுமாக சீக்கிரமே சாப்பிட்டு விட்டு அவர்கள் அறைக்குள் நுழைந்து கொண்டனர்..

அன்று முழுவதும் வந்தனாவின் கால்கள் தரையில் படியவே இல்லை.. ஏதோ வானத்தில் மிதப்பது போன்றே நடமாடியபடி இருந்தாள்.. மது உண்டவளை போல் அவள் கண்கள் எந்நேரமும் ஒரு வகை மயக்கத்தில் இருந்தன.. இப்படி அனுபவித்து வாழ வேண்டிய வாழ்வை வீணாக்க நினைத்தாளே இவள்.. மைதிலி மென் புன்னகையோடு அவளை கவனித்தபடியிருந்தாள்.. வந்தனா நேரடியாக மைதிலியின் முகம் பார்க்க நாணி கையில் பால் தம்ளருடன் வேகமாக அறைக்குள் நுழைந்து கொண்டாள்..

இவன் எங்கே போனான்... ஒருவேளை என்னை அம்மா வீட்டில் விடுவதற்கு பிடிக்காமல் இப்படி லேட் பன்னிக் கொண்டு அங்கேயே இருக்கிறானோ... நினைத்துவிட்டு, இல்லை அவன் அப்படிப்பட்டவன் இல்லை.. சொன்னால் சொன்னதை செய்பவன்.. வந்து விடுவான்.. காத்திருந்தாள்..

அருணாச்சலம் வந்தார்.. பரசுராமனுக்கும், ரவீந்தருக்கும் கடையில் வேலை இருப்பதாகவும், வருவதற்கு கொஞ்சம் நேரமாகுமென்றும் சொல்லிவிட்டு சாப்பிட்டு போய் படுத்துவிட்டார்.. அவர்கள் வரவும் சாப்பாடு போட்டு விட்டு போய் படும்மா.. மகாராணியும் படுக்க போய்விட மைதிலியின் மனது காரணமின்றி திதும் திதுமென அடித்தது..

அவள் வாசல்படியில் வந்து அமர்ந்து கொண்டாள்.. காம்பவுண்ட் கேட்டை தாண்டி தெருவில் பார்வையை பதித்தபடி இருந்தாள்.. திடுமென தெருவில் ஏதோ பரபரப்பு தெரிய, ஒன்றிரண்டு ஆட்கள் அங்குமிங்குமாக ஓடினார்கள்.. ஏதோ பேசினார்கள்.. கூட்டமாக போனார்கள்.. மைதிலி வேகமாக எழுந்து போய் காம்பவுண்ட் கேட்டருகே நின்று கொண்டாள்..

“அண்ணா என்னாச்சுண்ணா..? எல்லோரும் எங்கே போகிறீர்கள்..?” வழியில் போன ஒருவரிடம் கேட்டாள்.

“நம்ம மீனாட்சி அம்மன் கோவிலில் தீப்பிடிச்சிருச்சாம்மா, கோவில் முழுவதும் தீ பரவிடுச்சாம்.. எல்லோரும் அங்கேதான் போகிறோம்.. தீயை அணைக்க வேண்டுமே..” சொல்லிவிட்டு அவர் போய்விட மைதிலி அதிர்ந்தாள்..

கோவிலை விட்டு இரண்டு வீதி தள்ளித்தான் அவர்கள் கடை இருக்கிறது.. அதனால் அவர்கள் கடைக்கு எந்த ஆபத்தும் இருக்காது.. ஆனால் பரசுராமன்.. ரவீந்தர் இருவரும் இதுபோன்ற ஊர் காரியங்களென்றால் துடித்துக் கொண்டு உள்ளே இறங்குவார்களே..

ஏனோ மனம் பதற தன் போனை எடுத்து பரசுராமனின் போனுக்கு போட, அது சுவிட்ச் ஆப் என்றது.. மனதில் பதட்டம் கூட ரவீந்தரின் போனுக்கு கூப்பிட, அவன் போனை எடுத்தான்.

எடுத்ததுமே பின்னால் ஒரே கூச்சலும் கத்தலுமாக கேட்க, அவன் கோவிலில்தான் இருக்கிறான் என தெரிந்து விட்டது..

“ரவி கொழுந்தன் எங்கே இருக்கிறீர்கள்..?”

“அண்ணி நாங்கள் மீனாட்சியம்மன் கோவிலில் இருக்கிறோம்.. இங்கே திடீரென தீ பற்றி விட்டது.. அதனை அணைக்க.. ஷ்.. அண்ணா.. பார்த்து மெதுவாக..” என்ற சத்தத்துடன் அவன் போன் ஆப் ஆனது. மைதிலி கை நடுங்க திரும்ப போட இப்போது போன் சுவிட்ச் ஆப் என்றது..

மைதிலி அதன் பிறகு ஒரு நொடி கூட தாமதிக்கவில்லை.. வீட்டை பூட்டிக் கொண்டு தெருவில் இறங்கி விட்டாள்.. திருடர் பயம், இருட்டு போன்ற எந்தக் கவனமும் இன்றி ஒரு மாதிரி பித்து பிடித்தவள் போல் குறுக்கு வழியில் சந்து சந்தாக நுழைந்து மீனாட்சியம்மன் கோவிலை நோக்கி ஓட ஆரம்பித்தாள்..

அங்கே மீனாட்சியம்மன் கோவிலை சுற்றி ஒரே களேபரமாக இருந்தது.. தீயணைப்பு வண்டிகளும், போலீஸ் ஜீப்புகளும் நின்றிருக்க, நிறைய பேர் கைகளில் வாளி, குடங்களிலெல்லாம் கூட தண்ணீரை சுமந்து கொண்டு கோவிலினுள் ஓடினர்.. வசந்தராயர் மண்டபம் பகுதியில் தீ எரிந்து கொண்டிருந்தது.. மைதிலி அந்த மண்டபத்தை நோக்கி ஓடினாள்.. அந்த இடம் முழுவதும் தண்ணீரும், கரியுமாக கசகசவென்றிருந்தது.. மைதிலி வேகமாக உள்ளே நுழைய முயல ஒரு போலீஸ்காரர் அவளை தடுத்தார்..

“இந்தாம்மா யார் நீ.. உள்ளே தீ எரிந்து கொண்டிருக்கிறதே.. அங்கே ஏன் போகிறாய்..?”

“உ.. உள்ளே என் கணவர் இருக்கிறார் சார்.. நான் அவரைப் பார்க்க வேண்டும்..” உள்ளே ஓட முயல அவர் திரும்ப தடுத்தார்..

“உன் கணவரா..? இங்கே கடை வைத்திருந்தாரா..? இங்கேயே இரு.. உள்ளேயெல்லாம் போகக் கூடாது.. அங்கே தீ பயங்கரமாக எரிந்து கொண்டிருக்கிறது.. உள்ளே போனால் உன் உயிருக்கே ஆபத்து வரும்..”

“என் உயிரே உள்ளேதான் இருக்கிறது சார்.. நான் இங்கே இருந்து என்ன செய்யப்போகிறேன்..” போலீஸ்-காரர் இடையில் நீட்டியிருந்த லத்தியை பிடுங்கி எறிந்-தவள் எரிந்து கொண்டிருந்த நெருப்பிற்குள் ஓடினாள்.. அங்கே மண்டபம் முழுவதும் வரிசையாக இருந்த கடைகள் எரிந்து கொண்டிருக்க நிறைய பேர் தீயை அணைக்க போராடிக் கொண்டிருந்தனர்.. அந்த இடமே பாதம் பதித்து நிற்க முடியாமல் கொதித்துக் கொண்டிருந்தது.. மைதிலி தவிப்புடன் விழிகளை சுற்றி ஓடவிட்டாள்.. அதோ.. அங்கே.. அந்த நீல சட்டை.. அ.. அது ரவீந்தர்தானே..

இரண்டே எட்டுக்களில் அவனை அடைந்தவள் அவன் தோளை பற்றி இழுத்தாள்.. திரும்பியவன் மைதிலியை பார்த்து அதிர்ந்தான்..

“அண்ணி நீங்களா..? நீங்க இங்கே ஏன் வந்தீங்க..? இந்தத் தீக்குள் எப்படி வந்தீங்க..? உங்களுக்கு ஒன்றும் இல்லையே..”

“எனக்கு ஒன்றும் இல்லை.. உங்கள் அண்ணனை எங்கே..? அவருக்கு என்ன ஆச்சு..? அவர் ஏன் என் போனை எடுக்கலை..? அவர் பத்திரமாக இருக்கிறார்-தானே..? ப்ளீஸ் என்னை அவரிடம் கூட்டிப் போங்க..” மைதிலி அழுதபடி படபடத்தாள்.

“மைதிலி..” குரல் அவளுக்கு பின்னிருந்து வந்தது.. பரசுராமன்தான்.. மைதிலி வேகமாக பின்னால் திரும்ப தன் தோளில் ஒரு குடத்தை சுமந்தபடி நின்றிருந்தான்

அவன்.. அவன் விழிகள் அவளை விழுங்கிக் கொண்டிருந்தன.. அவனை பார்த்த அடுத்த நொடி மைதிலி தன்னை மறந்தாள்.. சுற்றுப்புறத்தை மறந்தாள்..
“என்னங்க..” என்ற கூவலுடன் ஓடிப்போய் பரசுராமனை கட்டிக் கொண்டாள்.. அவன் தோளில் இருந்த குடம் நீரோடு சரிய தன் உடம்போடு ஒட்டிக் கொண்டு விம்மிய மனைவியை அணைத்தபடி பரசுராமன் பிரமித்து நின்றிருந்தான்..
பொருள் சேதமும், உயிர் பயமுமாக சுற்றியிருப்பவர்கள் கதறியபடி இருக்க, நடுவில்
இவர்கள் இப்படி நின்றால், ரவீந்தர் மெல்ல அவர்களருகே வந்து அவர்களுக்கு முதுகு காட்டியபடி அவர்களை மறைத்தாற் போல் நின்று கொண்டான்.. சுற்ற ஓடிக் கொண்டிருப்பவர்களின் கவனத்தை திருப்பும் விதமாக ஹி..ஹி என ஒரு மாதிரி இளிப்பாக முகத்தை வைத்துக் கொண்டான்..
“அண்ணா, அண்ணி உங்களுடைய இப்போதைய நிலைமைக்கு ஏற்ற இடம் இது இல்லை.. இங்கே இருக்கிற கடைக்காரங்கள் எல்லாரும் ஏற்கெனவே ஏக கடுப்பில் இருக்கிறாங்க.. நீங்க இப்படி நிற்கிறதை பார்த்தால் உங்களை அடிக்க கூட வருவாங்க.. நீங்க இரண்டு பேரும் இடத்தை காலி பண்ணுங்க..”
பரசுராமன் தயங்கி நின்று.. “இல்லைடா இந்த தீ..” என இழுக்க,
“இந்த பொதுச்சேவையை நாங்க பார்த்துக்கிறோம்.. நீங்க உங்க வீட்டைப் பாருங்க.. ம்.. போங்க..” இருவரையும் முதுகில் கை வைத்து தள்ளினான்.
“வாங்க..” மைதிலி அவன் கையை இழுத்துப் பிடித்துக் கொண்டு நடந்தாள..
மண்டப வாசலுக்கு வரும்போது அந்த போலீஸ்காரர் அவர்களை திரும்ப பார்த்தார்.. பரசுராமனை அடையாளம் தெரிந்து கொண்டு வணங்கியவர்..

“உங்க ஒய்பா சார்..? நான் உள்ளே இருக்கிற யாராவது கடைக்காரங்கன்னு நினைச்சேன்.. உள்ளே போகாதீங்கம்மா உயிருக்கு ஆபத்துங்குறேன்.. என் உயிரே உள்ளே தான்யா இருக்குன்னு சொல்லிட்டு பயமில்லாமல் தீக்குள் ஓடுறாங்க.. லக்கி மேன் சார் நீங்க..”

அவரது பாராட்டை பரசுராமன் தலையசைத்து ஏற்றுக் கொள்ள, மைதிலி கூச்சத்துடன் உதட்டைக் கடித்துக் கொண்டாள்..

கோவில் இருந்த தெருவை தாண்டியதும் பரபரப்பும் நடமாட்டமும் குறைந்து தெருக்கள் அமைதியாக இருந்தன.

“பைக் நம் கடையில் நிற்கிறது மைதிலி.. அங்கே போய் எடுத்துக் கொள்வோம்.. ஆட்டோ பிடிக்கவா..?”

“வேண்டாம் இப்படியே நடந்தே வீட்டிற்கு போய் விட-லாம்..”

“அதெப்படி நடந்து போக முடியும்..?”

“ஏன் நான் நடந்து வரவில்லை.. வீட்டிலிருந்து கோவில் வரை ஓட்டமும் நடையுமாகத்தான் வந்தேன்.. உங்களால் முடியாதோ..”

மைதிலியின் வேகக் கேள்வியில் பரசுராமன் புன்ன-கைக்க..

“இளித்து தொலையாதீர்கள்.. பார்க்க சகிக்க வில்லை..” எரிந்து விழுந்தாள்..

வேகமாக புன்னகைத்த தன் இதழ்களை அவன் மூடிக் கொள்ள முயல புன்னகை பெரும் சிரிப்பாக மாறி அவன் இதழ் வெடித்து சிதறத் தொடங்கியது.. மைதிலி கோபமாக அவனை திரும்பிப் பார்த்தாள்..

பரசுராமன் இவ்வளவு நேரமாக தீயை அணைக்க போராடியதில், தண்ணீரை தூக்கி ஊற்றியதில் உடை-யெல்லாம் நனைந்திருக்க, உடலெல்லாம் கரி அப்பி-யிருக்க, ஒரு மாதிரி விநோத பிறவி போல் இருந்-

தான்.. இவனிருக்கும் இந்த லட்சணத்திற்கு வாயை பிளந்து கொண்டு இப்படி இளிப்பு வேறு.. மைதிலி எட்டி அவன் சட்டையை பிடித்து உலுக்கினாள்..

“எதுக்குடா சிரிக்கிற..? எனக்கு உயிர் போகிற மாதிரி இருந்தது.. என் தவிப்பு உனக்கு சிரிப்பா..?”

“உன் உயிர் நான்தானே மைதிலி.. அது எப்படி உன்னை விட்டு போகும்..?” பரசுராமன் சிரிப்பை நிறுத்தி நிதானமாக கேட்க, மைதிலி விம்மலுடன் அவன் கழுத்தைக் கட்டிக் கொண்டாள்..

“ஏன் மைதிலி இவ்வளவு ஆசையும், காதலும் என் மேல் வைத்துக்கொண்ட ஏன் என்னைப் பிரிந்து விடப் போவதாக சொன்னாய்..?”

மைதிலி பதில் சொல்லவில்லை.. அவனை விட்டு விலகவும் இல்லை... “இன்று காலையிலிருந்து நான் என்ன பாடு பட்டேன் தெரியுமா..? அதுவும் நேற்று இரவு முழுவதும் அவ்வளவு தூரம் எனக்கு இணங்கி இருந்துவிட்டு.. இனி நம் வாழ்வில் சந்தோசம் மட்டும் தான் என நினைத்தபடி நான் கண் விழித்து பார்க்கும் போது கையில் பெட்டியோடு நிற்கிறாய்.. பிரிந்து விடுவோம் என்கிறாய்.. எனக்கு எப்படி இருந்தது என்கிறாய்..?”

“ம் அப்படி இருக்க வேண்டுமென்றுதான் அப்படி சொன்னேன்..” மைதிலி அவனை விட்டு விலகி நடக்க தொடங்கினாள்..

“ஓ அப்போது உண்மையாக சொல்லவில்லையா மைதிலி..? அதுவும் எனக்கு கொடுத்த தண்டனையா..?” பரசுராமன் அவளோடு சேர்ந்து நடந்தபடி ஆவலோடு கேட்டான்..

மைதிலி பதில் சொல்லாமல் நடையை தொடர்ந்தாள்..

“இந்த ரோடு பகல் நேரத்தில் எவ்வளவு சந்தடியாக இருக்கும்.. இப்போது பாருங்கள் ஒரு அரவமும் இன்றி எவ்வளவு அமைதியாக இருக்கிறது.. அது போலவே

பார்த்த ரோட்டில் இப்படி அமைதியாக நடப்பது வித்தியாசமான அனுபவமாக இருக்கிறது..”

மைதிலி அந்த அர்த்தராத்திரி அமைதி சூழ்நிலை ரசிக்க ஆரம்பித்தாள்.. பரசுராமன் அவள் கை பற்றி இழுத்தான்..

“ஏய் நான் கேட்டுட்டே இருக்கிறேன்.. உனக்கு இப்போது என்னடி சுற்றுப்புறத்தை ரசிக்க வேண்டிய திருக்கிறது..” கொஞ்சலாய் கேட்டு அவள் தலை பற்றி உலுக்கினான்.

“போடா சொல்ல மாட்டேன்..” மைதிலி அவனை தள்ள..

“என்னது ‘டா’ வா இதற்கு என்ன தண்டனை தெரியுமா..?” பரசுராமன் வேட்கையுடன் அவள் முகத்தை நெருங்கி விட்டு, பிறகு தாங்கள் நிற்கும் இடம் உணர்ந்து தன் வேகத்தை அடக்கிக் கொண்டு நிதானிக்க, இடைப்பட்ட அந்த கண நேரத்தில் மைதிலி தன் இதழ்களை அழுத்தமாக அவன் உதடுகளில் ஒரு நொடி பொருத்தி விட்டு வேகமாக அவனை விட்டு விலகி ஆளில்லா அச் சாலையில் உற்சாகமாக ஓடத் துவங்கினாள்..

“ஏய் நில்லுடி..” பரசுராமன் கள்ளுண்ட தேனியாய் அவளை விரட்டிப் பிடித்து மடக்கினான்..

“என்னடி செய்தாய்..?” அவன் இதழ்கள் அவள் கன்னத்தை உரசி உரசி மீண்டன..

“சீய் என்ன இது நடு ரோட்டில் வைத்துக் கொண்டு..” மைதிலி பாவனையாய் மிழற்றினாள்..

“கொஞ்ச நேரம் முன்பு எங்கேயடி நின்று கொண்டிருந்தோம் வானத்திலா..?” கொஞ்சலாய் கேட்டுவிட்டு சற்று முன் மென்மையாய் அவள் கொடுத்த தாக்குதலுக்கு பதிலாக மிக வன்மையாக ஒரு பதிலடி கொடுத்தான்..

“ஏங்க விடுங்க.. யாராவது வந்துடப் போறாங்க..”

மைதிலி மெலிதாய் முனங்க..
"ம்ஹீம்.. விடமாட்டேன்.. நீ சொல்லு.. இன்று காலையில் ஏன் அப்படி பேசினாய்..?"
"நான் ஒரு வாரம் உங்களை பிரிந்திருந்து கஷ்டப்படுத்த நினைத்தேன்.. நீங்கள் என்னைப் படுத்திய பாட்டிற்கு அது தண்டனையாக இருக்க வேண்டும் என்று தான் அப்படி பேசினேன்.."
பரசுராமன் அவளை இறுக்க அணைத்தான்..
"எவ்வளவு பெரிய கொடுமைக்காரிடி நீ..? மைதிலி இதே ஒரு வாரக் கணக்குதான் நானும் உனக்கு வைத்தேன்.. நீ பிடிவாதமாக உன் அம்மா வீட்டிற்கு போயே தீருவnன் என்றதும், வேறு வழியில்லாமல் சரியென்று விட்டு, உன்னை உன் அம்மா வீட்டில் ஒரு வாரம் விட்டு விட்டு, பிறகு மெல்ல பேசி திரும்ப நம் வீட்டிற்கு அழைத்துக் கொள்ளலாமென நினைத்தேன்.."
"ம் இந்த பிளானெல்லாம் ஒழுங்காக போட்டு விடுங்கள்.." மைதிலி அவன் கன்னத்தை கிள்ளினாள்..
"அப்படியென்றால் உனக்கு என் மேல் வெறுப்பில்லைதானே மைதிலி..? என்னை விரும்பித் தானே கல்யாணம் செய்த கொண்டாய்..?"
"எதற்கு உங்களுக்கு இந்த சந்தேகம்..?"
"நம் கல்யாணத்திற்கு முன் உன் அண்ணன் சொன்னது.. நீ என்னுடன் ஒட்டாமல் தள்ளி நின்றது.. இதையெல்லாம் நினைத்தால்.. ஏன் மைதிலி வந்தனா வேறு உன்னிடம் என்னைப் பற்றி இல்லாததும், பொல்லாததும் சொல்லி வைத்தாள்.. உன் அண்ணனின் எதிர்ப்பு வேறு.. இத்தனையும் தாண்டி என்னை எதற்காக கல்யாணம் செய்து கொள்ள சம்மதித்தாய்.. உன் அப்பா அம்மாவிற்காகவா..?"
"என்னைப் பற்றியும் வந்தனா உங்களிடம் கண்டபடி பேசி வைத்தாள்.. உங்கள் தம்பி வேறு நம் கல்யாணம்

வேண்டாம் என்றார்.. இத்தனைக்கும் பிறகு நீங்கள் ஏன் கல்யாணம் செய்து கொள்ள நினைத்தீர்கள்.. உங்கள் அம்மா அப்பாவிற்காகவா..?"

நடந்தபடி பேசிக் கொண்டிருந்தவளின் கையை பற்றி நிறுத்தினான்.. தன் பக்கம் திருப்பினான்.. அவள் முகத்தை உறுத்தான்.. மைதிலி கண்ணிமைக்காமல் அவனை பார்த்தாள்..

"உன்னை முதன் முதலாக பார்த்த நாளிலிருந்து என் அடி மனதில் பதிந்து விட்டாய் மைதிலி.."

"நீங்களும் என் மனதில் அச்சடித்த சித்திரம் போல் இருக்கிறீர்கள்.."

"நீ ஸ்கூட்டி ஓட்டி வந்த போது.."

"நீங்கள் அரிவாள் தூக்கிக் கொண்டு வந்த போது.."

"நாம் ஒருவரை ஒருவர் பார்த்துக் கொண்ட போது.."

இருவருமாக சிரித்து விட்டனர்.. ஒருவரையொருவர் அணைத்துக் கொண்டனர்..

"வந்தனாவுடனான திருமண பேச்சிற்கு முன் உன்னைப் பார்த்திருந்தால் அப்போதே அந்த பேச்சை நிறுத்தியி-ருப்பேன்.. நமது சந்திப்பு கொஞ்சம் லேட்.. அப்போதும் அப்பா என் திருமண பேச்சை எடுத்ததுமே, அவரி-டம் உன்னை கைகாட்டி விட்டு பேசாமமல் இருந்து கொண்டேன்.. அப்பா நம் திருமணத்தை பேசி முடித்து விட்டார்.."

"உங்களுடன் திருமணம் என்றதும் என்னுள் ஏதோ மின்னல்.. ஆனால் உங்களை பற்றி வந்த தகவல்கள் எதுவும் சரியானதாக இல்லை... ஆனாலும் நம் திரு-மணத்தை நிறுத்த எனக்கு மனமில்லை.. அது பொய்.. இது கட்டுக்கதை என என்னை நானே சமாதானப்ப-டுத்திக் கொண்டேன்.. நம் திருமணத்திற்கு பிறகு நீங்-கள் என்னிடம் காட்டிய கடுமைகளை கூட நான் உங்கள் மேல் வைத்திருந்த காதலால்தான் கடந்து வந்-தேன்.."

“என் செல்லம்.. தங்கம்.. நான் முட்டாள்டி.. மூடன்.. முரடன்..” தன்னை வைதபடி மனைவியை செல்லம் கொஞ்சி தீர்த்தான் பரசுராமன்..
அவர்கள் திருமணம் முடிந்து எட்டு மாதங்களாக பேசாத கதைகளையெல்லாம் இந்த ஒரு மணி நேரத்தில் அந்த தனி வீதிகளில் பேசி பேசி தீர்த்தனர் தம்பதிகள்.. ஒட்டலும், உரசலுமாக இடை இடையே நின்று அணைத்து ஒருவரையொருவர் கொஞ்சிக் கொண்டனர்.. ஒரு வழியாக தங்கள் வீட்டை அடைந்தனர்..
“இவன் எப்போது வந்தான்..?” தம்பியின் அறைப் பக்கம் கண்காட்டி கேட்டான் பரசுராமன்..
“சாயந்தரமே.. சீக்கிரமே படுக்க போய்விட்டார்கள்..” சொல்லும் போதே மைதிலியின் முகம் சிவந்தது..
“ம் அதிர்ஷ்டக்காரன்.. அவன் மனம் போல் நடக்கும் பொண்டாட்டி.. எனக்கு மட்டும் எப்போதும் சண்டைக் கோழியாக எதிர்த்து நிற்பவள் வந்து வாய்த்துவிட்டாள்..”
“ஓஹோ நான் சண்டைக்கோழியா.. இன்னைக்கு நீங்க ஹால்ல படுங்க.. நான் உள்ளே போய் படுக்கிறேன்..” மைதிலி முறைத்து விட்டு அறைக்குள் போக, பரசுராமன் அலறியபடி அவள் பின் ஓடினான்.. அவள் கதவை பூட்டப் போன கடைசி விநாடி அறைக்குள் நுழைந்து விட்டவன் தன் காதுகளை பிடித்துக் கொண்டான்..
“சமாதானம்..” என்றான் கெஞ்சுதலாக..
மைதிலி மலர்ந்து சிரித்தாள்.. அவள் முகத்தை விழுங்கியபடி அருகே வந்தவன்.. “உன் சிரிப்பு தென்றல் என்னை தழுவுவது போல் இருக்கிறது மைதிலி.. நீ ஒன்றும் சொல்லாமல் என்னை பார்வையிலேயே கவிழ்க்கும் தென்றல்..” சொன்னபடி அவள் இதழ் நோக்கி குனிந்தான்..

**- நிறைவு -**

www.ingramcontent.com/pod-product-compliance
Lightning Source LLC
LaVergne TN
LVHW060325051026
849517LV00004B/1229

* 9 7 9 8 8 8 6 0 6 1 9 0 1 *